INSIGHT PUBLICA®

INSIGHT PUBLICA®
Nadakkavu, Kozhikode, Kerala
www.insightpublica.com
e-mail: insightpublica@gmail.com

Malayaliyude Malayalapadanam

(Malayalam)

Dr. Somanadhan P.

First Edition : October 2016
Second Edition: October 2021

ISBN 978-93-85899-56-0

മലയാളിയുടെ മലയാളപഠനം

ഡോ. സോമനാഥൻ പി.

INSIGHT PUBLICA®

കോഴിക്കോട് ജില്ലയിലെ കൂത്താളി വില്ലേജിൽ പുളിയുള്ളതിൽ ഗോവിന്ദൻ, ലക്ഷ്മി എന്നിവരുടെ മകനായി 1965 ൽ ജനനം, കൂത്താളി എ.യു.പി. സ്കൂൾ, പേരാമ്പ്ര ഹൈസ്കൂൾ, കോഴിക്കോട് ദേവഗിരി കോളേജ്, പേരാമ്പ്ര മെഴ്സി കോളേജ്, തലശ്ശേരി ബ്രണ്ണൻ കോളേജ് (എം.എ മലയാളത്തിൽ കാലിക്കറ്റ് സർവ്വകലാശാലയിലെ രണ്ടാം റാങ്ക്) കോഴിക്കോട് ഗവ.ട്രെയിനിങ്ങ് കോളേജ് എന്നിവിടങ്ങളിൽ വിദ്യാഭ്യാസം.

കാലിക്കറ്റ് സർവ്വകലാശാലയുടെ മലയാളവിഭാഗത്തിൽനിന്ന് ഭാഷാശാസ്ത്രത്തിൽ എം.ഫിലും 'മലയാളം ഒന്നാം ഭാഷയായി പഠിക്കുമ്പോഴുള്ള പ്രശ്നങ്ങൾ' എന്ന പ്രബന്ധത്തിന് പി.എച്ച്.ഡിയും. കല്ലാച്ചി ഗവ. ഹൈസ്ക്കൂൾ, വളയം ഗവ. ഹൈസ്കൂൾ, മേപ്പയ്യൂർ ഗവ. വൊക്കേഷണൽ ഹയർ സെക്കണ്ടറി സ്കൂൾ, പേരാമ്പ്ര സി.കെ.ജി മെമ്മോറിയൽ ഗവ. കോളേജ് എന്നിവിടങ്ങളിൽ അധ്യാപകനായിരുന്നു. ഇപ്പോൾ കാലിക്കറ്റ് സർവ്വകലാശാലയിൽ മലയാള കേരളപഠന വിഭാഗത്തിൽ അധ്യാപകൻ.

പുസ്തകങ്ങൾ: തിരയും കഥയും, കവിതയും നവോത്ഥാനവും (വിവർത്തനം. സി.ജെ. ജോർജ്ജുമായി ചേർന്ന്), വിവർത്തനപഠനങ്ങൾ, കഥ ആഖ്യാനം ആഖ്യാനശാസ്ത്രം.

കുടുംബം: ഡോ. രമാദേവി. സിദ്ധാർത്ഥ്, നന്ദ

വിലാസം:
പുളിയുള്ളതിൽ
കൂത്താളി
പേരാമ്പ്ര
കോഴിക്കോട്, 673525
email : somspuliyullathil@gmail.com

ഡോ. സോമനാഥൻ പി.

ഉള്ളടക്കം

ആമുഖം

കേരളത്തിലെ വിദ്യാഭ്യാസവുമായി ബന്ധപ്പെട്ട് പലപ്പോഴായി പ്രസിദ്ധീകരിച്ചതും അല്ലാത്തതുമായ ചില ലേഖനങ്ങളാണ് ഇവ. അതാതു കാലത്ത് അതാതു സംഭവങ്ങളുമായി ബന്ധപ്പെട്ട് എഴുതിയിട്ടുള്ളവ. അതിനാൽ കാലികമായ പല പരാമർശങ്ങളും സ്വാഭാവികമാണ്. അവയെല്ലാം ഒഴിവാക്കുകയോ അടിക്കുറിപ്പു നല്കി വിശദീകരിക്കുകയോ ചെയ്തിട്ടില്ല. കേരളവിദ്യാഭാസം കഴിഞ്ഞ കുറേ വർഷങ്ങളായി കടന്നുപോന്നിട്ടുള്ള പരിഷ്ക്കരണങ്ങളോടുള്ള പ്രതികരണം എന്ന ചരിത്രമൂല്യം കണക്കിലെടുത്ത് ലേഖനങ്ങളെ കഴിയുന്നത്ര പഴയ മട്ടിൽത്തന്നെ നിലനിർത്തുകയാണ് ചെയ്തിട്ടുള്ളത്. ലേഖനങ്ങൾ എഴുതിയ കാലം സൂചിപ്പിക്കുന്നത് ഇതിന്റെ ചരിത്രപശ്ചാത്തലം സൂചിപ്പിക്കും എന്നു വിചാരിക്കുന്നു. ആവർത്തനങ്ങൾ ഒഴിവാക്കാൻ ശ്രമിച്ചിട്ടുണ്ട് എങ്കിലും ചില ആവർത്തനങ്ങൾ, പ്രത്യേകിച്ചും പാഠ്യപദ്ധതിയുടെ പിൻബലമായി പറയുന്ന ഭാഷാശാസ്ത്ര സിദ്ധാന്തങ്ങളുമായി ബന്ധപ്പെട്ടവ, ഒഴിവാക്കാൻ കഴിഞ്ഞിട്ടില്ല. ഭാഷാപഠനവുമായി ബന്ധപ്പെട്ട ഉദ്ധരണികൾ നൽകുമ്പോൾ അവയിലെ ഭാഷാസ്വഭാവം അങ്ങനെതന്നെ നിലനിർത്തുകയാണ് ചെയ്തിട്ടുള്ളത്. അതും ഒരു ഭാഷാപ്രശ്നമാണല്ലോ. (അച്ചടിപ്പിഴകളെ തിരുത്താതെതന്നെയാണ് ഉദ്ധരണികൾ നല്കിയിരിക്കുന്നത്.)

പണ്ട് ഞാൻ പഠിച്ച യു.പി. സ്ക്കൂളിലെ അദ്ധ്യാപകരക്ഷാകർത്തൃസമിതിയുടെ പ്രസിഡണ്ടായി കുറച്ചുകാലം പ്രവർത്തിക്കാൻ ഇടയായി. അക്കാലത്ത് പരിഷ്ക്കരിച്ച പാഠ്യപദ്ധതിയെയും അവിടുത്തെ പഠനരീതികളെയും കുറിച്ച്, വിശേഷിച്ചും കുട്ടികളുടെ പഠനത്തിൽ സഹായിക്കാൻ രക്ഷിതാക്കളെന്ന നിലയിൽ ചെയ്യേണ്ടുന്ന കാര്യങ്ങൾ ഏതൊക്കെയെന്നും സഹായങ്ങളെന്ന വിചാരത്തിൽ ചെയ്തുപോരുന്നവയിൽ കുട്ടിയുടെ പഠനത്തെ പ്രതികൂലമായി ബാധിക്കുന്നവ ഏതൊക്കെയെന്നും, ബോദ്ധ്യപ്പെടുത്താൻ രണ്ടു ദിവസത്തെ ഒരു ശില്പശാലതന്നെ പി.ടി.എ. നടത്തുകയുണ്ടായി. പാഠ്യപദ്ധതിപരിഷ്ക്കരണവുമായി ബന്ധപ്പെട്ട് രക്ഷിതാക്കൾക്കുവേണ്ടി അത്തരമൊരു ശില്പശാല കേരളത്തിൽ, അറിഞ്ഞിടത്തോളം, ആദ്യമായിട്ടാണ്.

ഈ പുസ്തകപ്രസിദ്ധീകരണത്തിന് ധനസഹായം ചെയ്ത യു.ജി.സി.ക്കും അതിനുള്ള സൗകര്യങ്ങൾ ചെയ്തുതന്ന കാലിക്കറ്റ് സർവ്വകലാശാലയ്ക്കും നന്ദി രേഖപ്പെടുത്തുന്നു. ലേഖനങ്ങൾ വായിച്ച് പ്രോത്സാഹിപ്പിച്ചവർക്ക്, വിമർശനങ്ങൾകൊണ്ട് നേർവഴി കാണിച്ചവർക്ക് പ്രത്യേകിച്ചും, നന്ദി പറയട്ടെ. പ്രസാധനം ഏറ്റെടുത്ത ഇൻസൈറ്റിനും പ്രൂഫുനോക്കിത്തന്ന സുഹൃത്തുക്കൾക്കും അഭ്യുദയകാംക്ഷികൾക്കും എല്ലാം നന്ദി.

■

പുറപ്പെട്ടേടത്താണൊരായിരം കാതം നടന്നിട്ടും

ഹൈസ്ക്കൂൾ ക്ലാസ്സുകളിൽ മലയാളഭാഷാ പഠനത്തിനിടയിൽ കുട്ടികളനുഭവിക്കുന്ന പ്രയാസങ്ങളെക്കുറിച്ച് കുറേക്കാലമായി അന്വേഷണങ്ങൾ നടത്തിവരുന്നു. മലയാളം മീഡിയത്തിൽ അഞ്ചെട്ടുവർഷം പഠിച്ചിട്ടും കുട്ടികളുടെ എഴുത്തിൽ ധാരാളം പിശകുകൾ വരുന്നതിന്റെ പുറകിൽ ഭാഷാപരമായ വല്ല കാരണങ്ങളുമുണ്ടോ എന്നാണ് അന്വേഷിക്കുന്നത്. അക്ഷരമാല പൂർണ്ണമായും അറിയാവുന്ന കുട്ടികളുടെ എണ്ണം കുറവാണ് എന്നാണ് നിരീക്ഷണങ്ങളിലൂടെ ബോധ്യപ്പെട്ട ഒരു കാര്യം. അതിനിടെ 1997ൽ പഠനപദ്ധതി പരിഷ്ക്കരിക്കപ്പെട്ടു. പുതിയരീതിയിൽ ഈ പ്രശ്നങ്ങൾ പരിഹരിക്കപ്പെടും എന്ന ശുഭപ്രതീക്ഷയോടെ നിരീക്ഷണം തുടർന്നു. അകാരാദിക്രമത്തിൽ അക്ഷരമാല പഠിപ്പിക്കുന്ന യാന്ത്രികരീതിയല്ല പുതിയപദ്ധതിയുടേത്. സ്വന്തം പേരെഴുതിയും പരിചിതപദങ്ങളെഴുതിയും ഭാഷാസമഗ്രതയിലൂന്നുന്ന അക്ഷരപഠനമാണതിന്റേത്. രണ്ടാം ക്ലാസ്സുമുതൽ നിഘണ്ടു പരിശോധിക്കാനും നിർമ്മിക്കാനും ഒറ്റയ്ക്കും കൂട്ടായും ശ്രമിക്കുന്നതിലൂടെ കുട്ടികൾ അക്ഷരമാലയുടെ ക്രമം സ്വയം നിർമ്മിക്കുകയാണ്. ബ്രൂണർ, വൈഗോട്സ്കി, പിയാഷെ തുടങ്ങിയവരുടെ സിദ്ധാന്തങ്ങളുടെ പിൻബലമുള്ള ബോധനരീതികൾ. പോരാത്തതിന് ചോംസ്കിയുടെ ഭാഷാശാസ്ത്രസങ്കല്പനങ്ങളുടെ പിൻബലവും. പുതുപദ്ധതിയിൽ പഠിച്ചുവരുന്നവരെക്കുറിച്ചുള്ള പ്രതീക്ഷകൾ മാനം മുട്ടി. സ്വന്തം കുഞ്ഞുങ്ങളെ ഈ പദ്ധതിയിൽ ചേർക്കാൻ രണ്ടാമതൊന്ന് ആലോചിക്കേണ്ടതുണ്ടായിരുന്നില്ല.

നിരീക്ഷണങ്ങൾ പക്ഷെ ഗുണവർദ്ധനവ് ഒന്നും കാണിച്ചുതന്നില്ല. എങ്കിലും പഴയതിനെക്കാൾ നിലവാരം ഉറപ്പായും ഉണ്ടാകുമെന്ന് വിശ്വസിച്ചു. എന്നാൽ പല സ്ക്കൂളുകളിലും നടത്തിയ നിരീക്ഷണം ഭാഷാപഠനത്തെക്കുറിച്ച് കൂടുതൽ ആശങ്കകൾ ഉണ്ടാക്കുകയാണ് ചെയ്തത്. ഈ മേഖലയിൽ പ്രവർത്തിക്കുന്ന സുഹൃത്തുക്കളുമായി ധാരാളം സംസാരിച്ചു. പക്ഷെ അവരൊക്കെ ചോംസ്കിയെന്നു പറയുന്നതല്ലാതെ കൃത്യമായ മറുപടികൾ തന്നില്ല. അദ്ധ്യാപകപരിശീലനത്തിനുള്ള ക്ലാസ്സുകളിൽ ഇരുന്ന സുഹൃത്തുക്കളും കൈമലർത്തി. അങ്ങനെയാണ് മുമ്പു ചെയ്ത പഠനങ്ങളുമായി താരതമ്യം ചെയ്യാനായി പുറപ്പെട്ടത്. പഴയരീതിയെക്കാൾ പുതിയത് മെച്ചപ്പെട്ടിട്ടുണ്ടോ എന്ന് അന്വേഷിക്കുന്നത് പ്രയാസകരമാണെങ്കിലും പ്രസക്തമാണ്. പഴയരീ

തി പാടേ ഇല്ലാതായിരിക്കുന്നതിനാൽ താരതമ്യം ചെയ്യാൻ പഴുതില്ലാതായിരിക്കുന്നു. സാദ്ധ്യമായ തലങ്ങളിൽ അത്തരം താരതമ്യം നടത്തിയാലേ വസ്തുതകൾ തെളിഞ്ഞുവരികയുള്ളൂ.

പഴയരീതി നിലവിലിരിക്കേ ക്ലാസ്സിൽ എഴുതിച്ചിട്ടുള്ള അക്ഷരമാലയെ പുതിയ പദ്ധതിയിലുള്ളവരുടെ എഴുത്തുമായി താരതമ്യം ചെയ്യുന്ന ഒരു പട്ടികതയ്യാറാക്കിയാണ് പഠനം നടത്തിയത്. അക്ഷരമാലയിൽ ശരിയായ അക്ഷരത്തിന് ഒരു സ്കോർ എന്ന കണക്കിൽ നല്കിയാണ് പട്ടികയാക്കിയത്. പഴയരീതിയിൽ പഠിച്ച എട്ടാം ക്ലാസ്സുകാരുടെ എഴുത്തിനെക്കൂടി താരതമ്യത്തിനായി സ്വീകരിച്ചിട്ടുണ്ട്. ശരാശരി നിലവാരമുള്ള ക്ലാസ്സുകളെയാണ് പഠനത്തിന് പരിഗണിച്ചിരിക്കുന്നത്. സ്കോറടിസ്ഥാനത്തിൽ പത്തുമാർക്കിന്റെ ഗ്രൂപ്പുകളാക്കി ഒരോ ഗ്രൂപ്പിലും പെടുന്ന കുട്ടികളുടെ എണ്ണമാണ് പരിശോധിച്ചത്.

പഴയപദ്ധതിയിൽ പത്താം ക്ലാസ്സിൽ മുപ്പതിനുമുകളിൽ സ്കോർ കിട്ടിയവർ നൂറുശതമാനമാണ്. പുതിയ പദ്ധതിയിൽ ഇത് 16 (53%) പേരും; മുപ്പതിൽ താഴെ സ്കോർ കിട്ടിയ 14 (47%) കുട്ടികളാണുള്ളത്. പഴയപദ്ധതിയിൽ നാല്പതിനുമേൽ സ്കോർ വാങ്ങിയത് 29 (97%) പേരാണ്. പുതിയ പദ്ധതിയിലാകട്ടെ ഇത് വെറും 5 (17%) പേർ മാത്രം. പഴയ എട്ടാംക്ലാസ്സിൽ മുപ്പതിൽ താഴെ സ്കോർ കിട്ടിയത് ഒറ്റയാൾക്കാണ്. മുഴുവൻ അക്ഷരങ്ങളും ശരിയായെഴുതിയത് പഴയരീതിയിലെ രണ്ടുപേർ മാത്രമാണ്. അക്ഷരമാലയിൽ (അക്ഷരപഠനം എഴുത്തിന്റെ ആദ്യപടവാണ് അവസാനവാക്കല്ല എന്നതിനാൽ എഴുത്തിന്റെ മറ്റുമേഖലകളിലേക്ക് ഇതിനെ അങ്ങനെതന്നെ പ്രക്ഷേപിക്കുന്നത് ശരിയാവില്ല) പഴയ എട്ടാംക്ലാസ്സും പത്താംക്ലാസ്സും തമ്മിലുള്ളതിനേക്കാൾ വ്യത്യാസം പുതിയതും പഴയതുമായ പത്താംക്ലാസ്സുകൾ തമ്മിലുണ്ട്. പഴയ എട്ടാംക്ലാസ്സിനേക്കാൾ പിന്നിലാണ് പുതിയ പത്താംക്ലാസ്സ്. പുതിയ പദ്ധതി വളരെവളരെ പിന്നിലാണ്. അക്ഷരമാലയുടെ കാര്യത്തിൽ മാത്രമല്ല എഴുത്തുഭാഷയുടെ മറ്റുതലങ്ങളിലും പുതിയവർ പിന്നിൽത്തന്നെയാണ്.

യാന്ത്രികമായി അക്ഷരമാലാക്രമം പഠിക്കുന്ന പഴയരീതിയിൽപ്പെട്ടവരേക്കാൾ പുതിയരീതിയിലുള്ളവർ ബഹുദൂരം പിന്നിലായത് എന്തുകൊണ്ടെന്ന് വിശദീകരിക്കേണ്ടതുണ്ട്. കാരണം എന്തായാലും അതിന്റെ ഉത്തരവാദിത്തം ചോംസ്കിക്കല്ല. (അമേരിക്കൻ ഭരണകൂടത്തിനെതിരെ ലോകമെമ്പാടും പ്രഭാഷണം നടത്തിയിട്ടും അദ്ദേഹത്തിനെതിരെ കരിങ്കൊടി കാണിച്ചത് കേരളത്തിൽ മാത്രമാണ്. പുതിയ പദ്ധതി ഭാഷാസിദ്ധാന്തങ്ങളിൽ അദ്ദേഹത്തിനെതിരെ മറ്റൊരു തരത്തിൽ കരിങ്കൊടി ഉയർത്തുകയാണോ?)

ചോംസ്കിയൻ സിദ്ധാന്തപ്രകാരം പതിനഞ്ചുവയസ്സുള്ള ഒരു കുട്ടി തന്റെ ഭാഷയിൽ സാമാന്യമായും പ്രാവീണ്യം നേടിയിരിക്കും. അതിന്റെ വ്യാകരണവും ഉച്ചാരണവും സ്വായത്തമാക്കിയിരിക്കും. (വ്യാകരണം എന്നാൽ കേരളപാണിനീയംപോലെ ഒരു പുസ്തകം എന്നു വിവക്ഷയില്ല.) എന്നിട്ടും കുട്ടികൾ മലയാളത്തിലെ അക്ഷരമാല എഴുതുമ്പോൾ ഇത്രയേറെ പിശകുകൾ വരുന്നതെന്തുകൊണ്ടാണ്? അക്ഷ

രമാല അറിയാതെ എഴുത്തിൽ എങ്ങനെയാണ് മുന്നേറാനാവുക? അക്ഷരമാല പഠിക്കുന്നതിനെ ചോംസ്കിയൻ ഉപദർശനങ്ങളുടെ സഹായത്താൽ വിശദീകരിക്കാനാകുമോ? ചോംസ്കിയൻ ഉപദർശനങ്ങളെ ഔപചാരികഭാഷാപഠനത്തിന്റെ അടിസ്ഥാനമായി സ്വീകരിക്കുന്നതിലെ പ്രശ്നങ്ങളെക്കുറിച്ച് ഗൗരവമായി ആലോചിക്കേണ്ടിവരുന്നത് ഇത്തരം ചില അനുഭവങ്ങളുടെ പശ്ചാത്തലത്തിലാണ്.

സിദ്ധാന്തങ്ങൾ കുറെ നിർവ്വചനങ്ങൾ മാത്രമായി മനസ്സിലാക്കുന്നത് ഏതെങ്കിലും പദ്ധതി ആസൂത്രണം ചെയ്തു നടപ്പാക്കുന്നതിനു ഉതകുകയില്ല. പാതിവെന്തസിദ്ധാന്തങ്ങൾ സിദ്ധാന്തങ്ങളൊന്നുമില്ലാത്തതിനേക്കാൾ ദോഷകരമായിട്ടാണ് മാറുക. കേരളത്തിലെ ഭാഷാപഠനം എന്നും അനുഭവിക്കുന്ന ഒരു പ്രശ്നമാണിത്. ഉദ്ദേശ്യാധിഷ്ഠിതബോധനം മുന്നോട്ടുവെക്കുന്ന പാഠാസൂത്രണം അദ്ധ്യാപകപരിശീലനപ്പരീക്ഷയിൽ മാത്രമാണ് പ്രസക്തം. അദ്ധ്യാപനജീവിതത്തിൽ അത് കടലാസിൽ ഒതുങ്ങുന്ന ഒരു ചടങ്ങുമാത്രം. പത്തിരുപതുവർഷം പഠിച്ചുകൊണ്ടേയിരുന്നിട്ടും അദ്ധ്യാപകപരിശീലനത്തിൽ പഠനത്തെക്കുറിച്ചു പഠിക്കുന്നത് താല്പര്യമില്ലാത്ത കാര്യമായി മാറുന്നത് അതുകൊണ്ടാണ്. പിന്നീടൊരിക്കലും പ്രയോഗത്തിൽ വരാത്തതും മറ്റൊന്നുകൊണ്ടല്ല. അതേ വിധിതന്നെയാണ് പുതിയ വിദ്യാഭ്യാസപദ്ധതിയും നേരിടുന്നത്. പുതിയ പദ്ധതിയുടെ വക്താക്കളിൽത്തന്നെ ചിലർക്കെങ്കിലും സിദ്ധാന്തങ്ങളെക്കുറിച്ച് പാതിവെന്തധാരണകളേയുള്ളൂ എന്നാണ് ഭാഷാപഠനത്തെക്കുറിച്ചുള്ള ചർച്ചയിൽ അതിന്റെ ഔദ്യോഗികഭാഷ്യം എന്നു മാതൃഭൂമി വിശേഷിപ്പിക്കുന്ന ഡോ.പി.കെ തിലകിന്റെ *മലയാളഭാഷാപഠനം: വെല്ലുവിളികളും പ്രതിസന്ധികളും* എന്ന ലേഖനം നടുക്കം വിതറിക്കൊണ്ട് പ്രഖ്യാപിക്കുന്നത്.

ലേഖനത്തിൽ അദ്ദേഹം ചോംസ്കിയെ ആനയിക്കുന്നതു ഇപ്രകാരമാണ്: *"ഭാഷകനുള്ള രണ്ടു സിദ്ധികളാണ് ഭാഷാജ്ഞാനവും (competence) ഭാഷാപ്രകടനവും (performance). ഭാഷാജ്ഞാനമാണ് സർവഭാഷാവ്യാകരണത്തിന് ആധാരം. സർവഭാഷാവ്യാകരണത്തിൽ തത്ത്വങ്ങളും പരമാത്രകളുമുണ്ട് (principles and parameters). ..... മനുഷ്യശിശു ജന്മനാൽതന്നെ വ്യാകരണമുള്ളവനാണ്. അതുകൊണ്ടാണ് ഭാഷ സ്വീകരിക്കാൻ കഴിയുന്നത്. വ്യാകരണം പുറത്തുനിന്നു കെട്ടിവെക്കുന്ന ഒന്നല്ല എന്നു സാരം. അപ്പോൾ ഭാഷാപഠനം എന്നത് വ്യാകരണപഠനം അല്ലാതാകുന്നു."* അദ്ദേഹത്തിന്റെ ലേഖനത്തിൽ പലയിടത്തും കാണുന്ന പരസ്പരവൈരുദ്ധ്യങ്ങൾക്ക് കാരണംകൂടിയായ ഒരു ഉദാഹരണമാണിത്. ഒഴുക്കൻമട്ടിലുള്ള ഒരേകദേശവിവർത്തനം എന്ന നിലയിൽ ഇത് തികച്ചും വസ്തുതാവിരുദ്ധമാണെന്നു പറയാനാവില്ല. പക്ഷെ ചില അർത്ഥശങ്കകൾ ഇതിൽ ഒളിപ്പിച്ചുവെച്ചിട്ടുണ്ട്. ആദ്യം പറയുന്ന സർവഭാഷാവ്യാകരണവും പിന്നീടു പറയുന്ന വ്യാകരണവും ഒന്നുതന്നെയാണോ; അല്ലെങ്കിൽ തമ്മിലുള്ള ബന്ധമെന്താണ്? കേരളത്തിൽ ജനിക്കുന്ന ശിശു മലയാളത്തിന്റെ വ്യാകരണവുമായാണോ ജനിക്കുന്നത്? ഭാഷാജ്ഞാനം സർവ്വഭാഷാവ്യാകരണത്തിന്റെ ആധാരമാണെന്നു പറയുന്നതിന്റെ അടിസ്ഥാനമെന്താണ്? ഭാഷാജ്ഞാനവും

ഭാഷാപ്രകടനവും തമ്മിലുള്ള വ്യത്യാസമെന്താണ്? ഭാഷാപ്രകടനത്തിന് സർവ്വഭാഷാവ്യാകരണവുമായി വല്ല ബന്ധവുമുണ്ടോ? വ്യാകരണം അകത്തുതന്നെയുള്ളതാകയാൽ വ്യാകരണപഠനം അപ്രസക്തമാകുമെങ്കിൽ ഭാഷ ഉള്ളിലുള്ളതായതുകൊണ്ട് ഭാഷാപഠനവും അപ്രസക്തമാവുകയില്ലേ? ഇങ്ങനെ അനവധി ചോദ്യങ്ങളുടെ ഉത്തരങ്ങളിൽ ലേഖനം തികഞ്ഞ അവ്യക്തത പുലർത്തുന്നുണ്ട്. ബോധപൂർവ്വമായ അവ്യക്തതയാണതെങ്കിൽ അത് കൂടുതൽ അപകടകാരിയാണ്.

"ലഭിച്ച പരിമിതമായ ഭാഷാദത്തങ്ങളിൽനിന്ന് അപരിമിതമായ വാക്യങ്ങൾ സൃഷ്ടിക്കാൻ മനുഷ്യശിശുവിനു കഴിയും. ഇതു ഭാഷയുടെ പ്രജനകസ്വഭാവമാണ് വെളിപ്പെടുത്തുന്നത്" എന്നാണ് മറ്റൊരഭിപ്രായം. ചോംസ്കിയൻ ഭാഷാദർശനങ്ങളുടെ ഒരു സവിശേഷപശ്ചാത്തലത്തിൽ ഇതു സ്ഥൂലം മാത്രമല്ല തെറ്റിദ്ധാരണാജനകവുമാണ്. ഭാഷയുടെ പ്രജനകസ്വഭാവമാണ് ഇതെങ്കിൽ ശിശുവിനു മാത്രമല്ല എത്ര മുതിർന്ന ഒരാൾക്കും അപരിചിതമായ ഒരു ഭാഷയുടെ പരിമിത വാക്യസാഹചര്യത്തിൽനിന്ന് അനന്തസംഖ്യം വാക്യങ്ങൾ നിർമ്മിക്കാൻ കഴിയണം. അനന്തസംഖ്യം വാക്യങ്ങൾ നിർമ്മിക്കാനാകും എന്നത് ഭാഷാവ്യവസ്ഥയുടെ സർഗ്ഗാത്മകതയാണ്. അത്തരം വാക്യങ്ങൾ നിർമ്മിക്കാൻ മാത്രമല്ല അവ കേട്ടുമനസ്സിലാക്കാനും കഴിയും എന്നത് അനുക്തസിദ്ധമാണ്. എന്നാൽ പരിമിതമായ ഉദാഹരണങ്ങളിൽനിന്ന് ഒരു ഭാഷയുടെ വ്യാകരണം നിർമ്മിക്കാൻ പണ്ഡിതനായ വൈയാകരണനുപോലും എളുപ്പമല്ല. മനുഷ്യശിശുവാകട്ടെ തന്റെ ചുറ്റുവട്ടത്ത് സംസാരിക്കുന്ന ഭാഷയുടെ വാക്യരചനാനിയമങ്ങൾ പരസഹായമില്ലാതെ അനായാസമായി കണ്ടെത്തുന്നു. എന്നാൽ രണ്ടാംഭാഷ/വിദേശഭാഷയുടെ കാര്യത്തിൽ മുതിർന്ന ഒരാളിൽ ഈ സിദ്ധി സാധാരണമായി കാണുന്നില്ല. ഈ അത്ഭുതമാണ് ഭാഷാർജ്ജനോപാധി (Language Acquisition Device LAD)യെക്കുറിച്ചുള്ള അന്വേഷണത്തെത്തന്നെ പ്രസക്തമാക്കുന്നത്.

ഭാഷാർജ്ജനോപാധി(LAD)യെത്തന്നെയാണ് ചോംസ്കി പിന്നീട് സർവ്വഭാഷാവ്യാകരണം (Universal grammar) എന്നു വിളിക്കുന്നത്. അതിലെ നിയമങ്ങളും പരമാത്രകളും തന്റെ ചുറ്റുവട്ടത്തുമുള്ള ഭാഷ ഏതായാലും, ഭാഷാവസ്തുതകളെ അപഗ്രഥിക്കാനും രചനാനിയമങ്ങൾ കണ്ടെത്താനുമുള്ള ഒരു ഉപാധിയാണ്. അല്ലാതെ ഏതെങ്കിലും ഭാഷയുടെ വ്യാകരണമല്ല. ഭാഷാസാഹചര്യത്തിൽനിന്ന് നാമങ്ങളെയും ക്രിയകളെയും വേർതിരിച്ചറിയാൻ ശിശുവിന് കഴിയുന്നുണ്ടെങ്കിൽ അവയെ തിരിച്ചറിയാനുള്ള എന്തോ ഉപാധി ശിശുവിന് നേരത്തേ ലഭിച്ചിട്ടുണ്ടാവണം. ഭാഷാപഗ്രഥനത്തിനുള്ള ജനിതകമുദ്രിതമായ ഒരു കുറ്റമറ്റ സംവിധാനത്തോടെയാണ് ഓരോ ശിശുവും ജനിക്കുന്നത്. സാങ്കേതികാർത്ഥത്തിലല്ലെങ്കിലും, 'മ' എന്ന തദ്ധിതപ്രത്യയം മലയാളത്തിലുണ്ടെന്നും അതിന്റെ പ്രവർത്തനങ്ങൾ ഇങ്ങനെയെല്ലാമാണെന്നും ഏതാനും ചില ഉദാഹരണങ്ങളിൽനിന്നു മനസ്സിലാക്കി, അതുവരെ കേട്ടിട്ടില്ലാത്ത വെണ്മ, പെണ്മ തുടങ്ങിയ പ്രയോഗങ്ങൾ കുട്ടി

നിർമ്മിക്കുന്നത് അതിന്റെ പ്രവർത്തനഫലമായിട്ടാണ്. ഇങ്ങനെ ശിശു സ്വയംകണ്ടെത്തുന്ന നിയമങ്ങളിൽ ചിലതിനെ പിന്നീട് പരിഷ്ക്കരിക്കേണ്ടിവരും. (കൊല്ലുക എന്നതിന്റെ ഭൂതകാലരൂപമായി കൊല്ലി എന്നു കുഞ്ഞുങ്ങൾ പ്രയോഗിക്കാറുള്ളത് ഓർക്കുക.) അത്തരം പ്രവർത്തനങ്ങളിലൂടെ മനസ്സിലോ ബുദ്ധിയിലോ ശിശു സമാഹരിക്കുന്ന നിയമങ്ങളും ബന്ധങ്ങളുമെല്ലാം ചേർന്നാണ് കുട്ടിയുടെ ഭാഷാജ്ഞാനം രൂപപ്പെടുന്നതും വികസിക്കുന്നതും.

ഒന്നാംഭാഷാർജ്ജനത്തിലെപ്പോലെ രണ്ടാംഭാഷയിൽ ഭാഷാർജ്ജനസിദ്ധി ഫലപ്രദമാവുകയില്ല എന്നാണ് രണ്ടാംഭാഷ പഠിക്കുന്നതിനെക്കുറിച്ചുള്ള ചോദ്യങ്ങൾക്ക് ചോംസ്കി പറയുന്ന മറുപടി. ഒരേസമയം തന്റെ ചുറ്റുവട്ടത്തുള്ള പലഭാഷകൾ സ്വാംശീകരിക്കാൻ ശിശുവിനാകും. പല ഭാഷകൾ തനിക്കറിയാമെന്നുപോലും അറിയുന്നത് അഞ്ചാം വയസ്സിലോ മറ്റോ ആയിരിക്കും. പക്ഷെ, അഞ്ചെട്ടുവയസ്സിനിടയിലും പന്ത്രണ്ടാം വയസ്സിലും ഭാഷാർജ്ജനസിദ്ധിക്ക് ചില അതിരുകളുണ്ട്. അതു താണ്ടിക്കഴിഞ്ഞാൽ പുതിയൊരു ഭാഷ പഠിക്കുക എളുപ്പമല്ല. പന്ത്രണ്ടാം വയസ്സിനു ശേഷവും ഒരു പുതിയ ഭാഷ നിങ്ങൾക്കു പഠിക്കാം. പക്ഷെ സാധാരണമായി അത് നേരത്തെ ആർജ്ജിച്ച ഭാഷയുടെ ഒരു വളർച്ചപോലെ ആയിരിക്കും. അത്തരം ഭാഷാപഠനങ്ങളിൽ വൈയക്തികവ്യതിയാനം വളരെ പ്രകടമായിരിക്കും (Chomsky, *The Architecture of Language*, 2000:60-61).

ഭാഷയുടെ പ്രജനകസ്വഭാവം ഭാഷാർജ്ജനത്തിൽ പ്രവർത്തിക്കുന്നുണ്ടാകുമെങ്കിലും ഒരു ഭാഷയുടെ വാക്യരചനാരീതികളെ വിശദമാക്കാനാണ് പ്രജനകവ്യാകരണം എന്ന സങ്കല്പനം ഉദ്യമിക്കുന്നത്. കർമ്മണിപ്രയോഗവും കർത്തരിപ്രയോഗവും ഒരേ വാക്യത്തിന്റെ വ്യത്യസ്തരചനാന്തരങ്ങളാണ് എന്നരീതിയിലാണ് അതിന്റെ ഗതി. ഭാഷയുടെ പ്രജനകസ്വഭാവം വ്യക്തമാകണമെങ്കിൽ ആന്തര/ഗഹനഘടന -ബാഹ്യ/ഉപരിഘടന എന്ന സങ്കല്പനത്തെ അറിയണം. വാക്യനിർമ്മിതിയുടെ സ്വഭാവം ഗഹനഘടനയിൽനിന്ന് രചനാന്തരണങ്ങൾ വഴി ഉപരിഘടനയിലേക്ക് രൂപാന്തരപ്പെട്ടുവരുന്നതാണ്. അതിന്റെ അപഗ്രഥനമാണ് പ്രജനകവ്യാകരണം ചെയ്യുന്നത്. രചനാന്തരങ്ങളിലൂടെ രൂപപ്പെടുന്ന ഉപരിതലമാണ് ഭാഷാപ്രകടനം. അതിൽ സന്ദർഭംകൊണ്ടും വൈകാരികതകൊണ്ടും മറ്റുമുണ്ടാകുന്ന പിഴവുകളെ വ്യാകരണചർച്ചയുടെ പരിധിയിൽനിന്ന് ഒഴിവാക്കാനാണ് ആദർശഭാഷകശ്രോതാവ് എന്ന പരികല്പന ചോംസ്കി മുന്നോട്ടുവെക്കുന്നത്. ചുരുക്കത്തിൽ ലോകത്തിലെ ഏതൊരു ഭാഷാസാഹചര്യത്തിലും ഒരു ശിശുവിന് പരസഹായമില്ലാതെ അതിന്റെ വ്യാകരണം സ്ഫുടമായി മനസ്സിലാക്കാനും കൃത്യമായി പ്രയോഗിക്കാനും കഴിയുന്നത് ഒരത്ഭുതമാണ്. ഭാഷയുടെ വ്യാകരണപരത മാത്രമല്ല ഭാഷകസമൂഹത്തിൽ അതിന്റെ സ്വീകാര്യതപോലും ശിശുവിന് പ്രവചിക്കാൻ കഴിയും. വ്യാകരണവാക്യങ്ങളെല്ലാം അർത്ഥപൂർണ്ണമോ സ്വീകാര്യമോ ആകണമെന്നില്ല എന്നും ചോംസ്കി വ്യക്തമാക്കുന്നുണ്ട്. ചായയ്ക്ക് ഉഷ്ണമുണ്ട് എന്ന് മലയാളത്തിലെ ഒരു ഉദാഹരണം.

ലാങ്-പരോൾ എന്ന സസ്സൂറിയൻ സങ്കല്പനത്തിന്റെ പശ്ചാത്തലത്തിൽനിന്നാണ് കോംപീറ്റൻസ്-പെർഫോമൻസ് എന്ന ആശയം ചോംസ്കി രൂപീകരിക്കുന്നത്. ഭാഷാപ്രകടനങ്ങളെ മാത്രം പഠനവിധേയമാക്കുന്ന അമേരിക്കൻ വിവരണാത്മകഭാഷാശാസ്ത്രജ്ഞന്മാരിൽനിന്നുള്ള വ്യതിയാനമാണ് ഇതിന്റെ പുറകിലുള്ളത്. വ്യാകരണപരമായി ശരിയും ഭാഷണസമൂഹത്തിന് സ്വീകാര്യവുമായ വാക്യങ്ങളാണ് ആദർശഭാഷകശ്രോതാവ് ഉച്ചരിക്കുന്നത്. അതിന്റെ രചനാനിയമങ്ങൾ ഭാഷാജ്ഞാനത്തിന്റെ ഭാഗമാണ്. ഭാഷയെ വിശദീകരിക്കുന്നതിനു പുറമെ അതിന്റെ നിയമങ്ങളെ കണ്ടെത്തി വിശദമാക്കുമ്പോഴേ വ്യാകരണം സിദ്ധാന്തതലത്തിലെത്തൂ. ബ്ലൂം ഫീൽഡിന്റെ ഐ.സി. അനാലിസിസിന്റെ പരിമിതികളെ മറികടക്കാനാണ് ചോംസ്കിയുടെ ഉദ്ദേശ്യം. അതുകൊണ്ട് ഭാഷാജ്ഞാനത്തെയാണ് അദ്ദേഹത്തിന്റെ വ്യാകരണചിന്ത അഭിമുഖീകരിക്കുന്നത്. പ്രജനകവ്യാകരണത്തിന്റെ മികച്ച മാതൃകയായി *പാണിനീയ*ത്തെ അദ്ദേഹം പരാമർശിക്കുന്നുണ്ട്. തന്റെ നോട്ടം ഭാഷയുടെ ഉൾത്തലങ്ങളിലേക്കായതുകൊണ്ട് ലോകത്തിലെ ഭാഷകൾ തമ്മിലുള്ള സാമ്യങ്ങളെ അന്വേഷിക്കുന്നത് തികച്ചും സ്വാഭാവികമാണ്. ബാഹ്യതലത്തിലെ വ്യത്യസ്തതകളെ ഗൗരവമായി കാണാത്തതും സ്വാഭാവികം മാത്രം. സാമൂഹ്യഭാഷാശാസ്ത്രജ്ഞന്മാർക്ക് ഈ അവഗണന രസിച്ചിട്ടില്ല. ഭാഷാഭേദങ്ങൾ രാഷ്ട്രീയമായ കാരണങ്ങളാലാണ് നിർണ്ണയിക്കപ്പെടുന്നത് എന്ന ചോംസ്കിയുടെ പരാമർശം ഗഹനഘടനയിൽ ഊന്നുന്ന വ്യാകരണത്തിന്റെ പശ്ചാത്തലത്തിൽ വേണം മനസ്സിലാക്കാൻ. അതുകൊണ്ടുതന്നെ ഭാഷാഭേദങ്ങൾ, മാനകഭാഷ, എഴുത്തുഭാഷ തുടങ്ങിയവയെ അദ്ദേഹം കാര്യമായി പരിഗണിക്കാൻ സാദ്ധ്യതയില്ല. ഇത്തരം ഒരു പശ്ചാത്തലത്തിൽവേണം കേരളത്തിലെ ഔപചാരികഭാഷാപഠനം ചോംസ്കിയൻ സിദ്ധാന്തങ്ങളെ അടിസ്ഥാനമാക്കുന്നു എന്ന അവകാശവാദത്തെ പരിശോധിക്കാൻ.

ഭാഷാജ്ഞാനമാണ് ഔപചാരികമായ ഭാഷാപഠനത്തിൽ പ്രസക്തമായത് എന്ന് കേരളശാസ്ത്രസാഹിത്യപരിഷത്ത് പുറത്തിറക്കിയ *വിദ്യാഭ്യാസപരിവർത്തനത്തിന് ഒരാമുഖം* (2006) എന്ന പുസ്തകത്തിൽ പറയുന്നുണ്ട്. ഭാഷാനൈപുണികൾ പ്രകടിപ്പിക്കുന്നതിനാവശ്യമായ ആന്തരിക"*ഭാഷാശേഷി (competence)യെയാണ് നാം ഭാഷ എന്നതുകൊണ്ട് വിവക്ഷിക്കുന്നത്, പ്രകടനശേഷിയെ (performance) അല്ല*" (പുറം 223). ഭാഷാജ്ഞാനം ശിശു സ്വയം ആർജ്ജിക്കുന്നതാകയാൽ അഞ്ചുവയസ്സിനിടെ അതു സാമാന്യമായി നേടിക്കഴിഞ്ഞ് ഒന്നാംക്ലാസ്സിലെത്തുന്ന കുട്ടിയെ ഔപചാരികമായ ഭാഷാപഠനത്തിലൂടെ വീണ്ടും അതുതന്നെ പഠിപ്പിക്കുന്നതിലെ യുക്തിരാഹിത്യത്തെയാണ് *'മലയാളപഠനം' സിദ്ധിയും വിദ്യ*യുമെന്ന എന്റെ *ലേഖനത്തിൽ (2007 മാർച്ച് 11, മാതൃഭൂമി ആഴ്ചപ്പതിപ്പ്) അന്വേഷിച്ചത്. ഭാഷാർജ്ജനവും ഭാഷാപഠനവും ഒന്നായി ഗണിക്കുന്നതിൽ പിശകുണ്ട്. ഭാഷാഭേദവും മാനകഭാഷയും എഴുത്തുഭാഷയും തമ്മിലുള്ള വ്യത്യാസങ്ങൾ ഭാഷാപഠനത്തിൽ പ്രസക്തമാണ് എന്നെല്ലാമാണ് അതിൽ പറയാൻ ശ്രമിച്ചത്.

ഭാഷാപഠനവും ഭാഷാർജ്ജനവും ഒന്നല്ലെന്ന് ചോംസ്കി വ്യക്ത

മാക്കിയിട്ടുണ്ട്. "It seems now reasonably well-established, that there is a special component of the human brain (call it 'the language faculty'), that is specifically dedicated to language. The subsystem of the brain (or mind, from the abstract perspective), has an initial state which is genetically determined, like all other components of the body: the kidney, circulatory system and so on.... The language faculty 'grows' from the initial state through childhood, reaching a relatively steady state at some stage of maturation. This is the process of language acquisition, sometimes misleadingly called 'language learning'. The process seems to bear little resemblance to what is called 'learning'..." (Chomsky, *Powers and Prospects* (1996):13). ഭാഷാർജ്ജനം അബോധപൂർവ്വമായ സ്വാഭാവികപ്രക്രിയയാണെങ്കിൽ ഭാഷാപഠനം ബോധപൂർവ്വമായിത്തന്നെ ഭാഷാനിയമങ്ങൾ പഠിക്കുകയാണ് എന്ന് ക്രാഷൻ, ഡുലേ, ബർട്ട് തുടങ്ങിയവർ നിരീക്ഷിക്കുന്നുണ്ട്. രണ്ടാംഭാഷാപഠനമാണ് അവരുടെ ശ്രദ്ധാമേഖല.

ഭാഷാർജ്ജനത്തിന് എട്ടുവയസ്സിനിടെയും പന്ത്രണ്ടാം വയസ്സോടെയും ഓരോ ഘട്ടപൂർത്തിയുണ്ട്. പന്ത്രണ്ടുവയസ്സ് കഴിഞ്ഞാൽ ഭാഷാർജ്ജനസിദ്ധി വളരാതെ നിന്നുപോകുമെന്നാണ് ചോംസ്കിയുടെ നിഗമനം. ആ സിദ്ധാന്തത്തെ മുൻനിർത്തി ചുരുങ്ങിയപക്ഷം പന്ത്രണ്ടു വയസ്സിനുശേഷം, അതായത് ഏഴാംക്ലാസ്സിനുമേൽ, ഭാഷാപഠനം ആസൂത്രണം ചെയ്യുന്നത് തികച്ചും ജനദ്രോഹമാണ്. നമ്മളിതിനെ പ്ലസ് ടു വിലടക്കം നടപ്പാക്കിയിരിക്കുന്നു. വളർച്ചയുടെ പ്രത്യേകഘട്ടങ്ങളിൽ വ്യത്യസ്തഭാഷകൾ പഠിക്കുന്ന കുട്ടികൾ ഒരുപോലെയുള്ള നിയമങ്ങളാണ് ഉപയോഗപ്പെടുത്തുന്നത് എന്ന് ഗവേഷകരുടെ ശ്രദ്ധയിൽ പെട്ടിട്ടുണ്ട്. ഉദാഹരണത്തിന് ഒരു പ്രത്യേകഘട്ടത്തിൽ ഏതു ശിശുവും ഒരു പദം മാത്രമുൾപ്പെടുന്ന നിർമിതികളാണ് സൃഷ്ടിക്കുന്നത്. ജീവശാസ്ത്രപരമായി ചിട്ടചെയ്യപ്പെട്ടിട്ടുള്ള ഒരു സംവിധാനമുപയോഗിച്ചാണ് ലോകത്തെവിടെയുമുള്ള ശിശുക്കൾ ഭാഷ പഠിക്കുന്നതെന്ന് വ്യക്തമാണ്. നടക്കാൻ പഠിക്കുന്നതുപോലെയാണ് കുട്ടി ഭാഷ പഠിക്കുന്നതും. സമയം വരുമ്പോൾ കുട്ടി നടക്കാൻ പഠിച്ചിരിക്കും അതുപോലെ, ഭാഷ പഠിക്കുന്ന കാര്യത്തിലും അവനെ പ്രത്യേകമായി ആരും ഒന്നും പഠിപ്പിക്കേണ്ട ആവശ്യമില്ല. സൈക്കിൾ ചവിട്ടാൻ പഠിക്കുന്നത് ജീവശാസ്ത്രപരമായി ചിട്ടചെയ്യപ്പെട്ട സംവിധാനമുപയോഗിച്ചല്ല. ആ കഴിവ് പരിശീലനം വഴി നേടിയെടുക്കുന്നതാണ് (*ഭാഷാശാസ്ത്രത്തിലെ ചോംസ്കിയൻ വിപ്ലവം.* കെ.എൻ. ആനന്ദൻ 2003). കെ.എൻ. ആനന്ദന് ഭാഷാപഠനത്തിൽ ചോംസ്കിയെ ആശ്രയിക്കാം. കാരണം സ്റ്റീഫൻ ക്രാഷനെപ്പോലുള്ളവർ രണ്ടാം ഭാഷാപഠനത്തിൽ ഭാഷാർജ്ജനസിദ്ധാന്തത്തെ ഉപയോഗിക്കാൻ കഴിയുമോ എന്നാണാലോചിക്കുന്നത്. അതിനെ പിന്തുടർന്ന് കെ.എൻ.ആനന്ദൻ ആലോചിക്കുന്നത് കേരളത്തിലെ കുട്ടികളെ സംബന്ധിച്ച് രണ്ടാംഭാഷയായ ഇംഗ്ലീഷ് പഠിക്കുന്നതിനെക്കുറിച്ചാണ്. അത് തികച്ചും പ്രസക്തമായ ആലോചനയാണ്. എന്നാൽ ഒന്നാംഭാഷയെ (മാതൃഭാഷ എന്നു സാധാരണ പറയും) സംബന്ധിച്ച് അത് പ്രയോഗിക്കുന്നത് അസംബന്ധമാണ്.

കാരണം, ചോംസ്കിയൻ ഭാഷാർജ്ജനസിദ്ധാന്തപ്രകാരം അഞ്ചുവയസ്സുള്ള കുട്ടിയെ ഒന്നാംഭാഷ പഠിപ്പിക്കേണ്ടതില്ല. കേരളത്തിലെ എല്ലാ മലയാളാദ്ധ്യാപകരും വൃഥാവേല ചെയ്യുകയാണ്. കാരണം അഞ്ചു വയസ്സിനിടെ കുട്ടി പരസഹായമില്ലാതെ തന്റെ ഭാഷാജ്ഞാനം സാമാന്യമായും ആർജ്ജിച്ചിരിക്കും. അതുപ്രകാരം വിദ്യാർത്ഥികളുടെ സമയവും ഖജനാവിലെ പണവും പാഴാക്കിക്കളയുന്ന മലയാളം അദ്ധ്യാപകരെ, ജോലിസുരക്ഷയോ സംഘടനാശക്തിയോ നോക്കാതെ ഒന്നടങ്കം പിരിച്ചുവിടണമെന്ന് വാദിക്കേണ്ടിവരും.

എന്നാൽ മലയാളാദ്ധ്യാപകരെ അങ്ങനെ തള്ളിക്കളയാൻ കഴിയില്ല. കേരളത്തിലെ വിദ്യാലയങ്ങളിൽ മലയാളത്തിനു പകരം ഒന്നാം പേപ്പറായി അറബി, ഉറുദു, സംസ്കൃതം തുടങ്ങിയ ഭാഷകൾ പഠിക്കുന്നവർ മലയാളം ഒന്നാം പേപ്പറായി പഠിക്കുന്നവരെ അപേക്ഷിച്ച്, മലയാളത്തിന്റെ കാര്യത്തിൽ ഭാഷാപരമായി പൊതുവെ പിന്നിലാണെന്നു കാണാം. ഇംഗ്ലീഷ് മീഡിയത്തിൽ മലയാളം ഒന്നാം പേപ്പറായി മാത്രം പഠിക്കുകയും മറ്റെല്ലാ വിഷയങ്ങളും ഇംഗ്ലീഷിൽ പഠിക്കുകയും ചെയ്യുന്നവർ, മലയാളം മീഡിയത്തിൽ എല്ലാവിഷയങ്ങളും പഠിച്ചിട്ടും മലയാളം ഒന്നാം പേപ്പർ മാത്രം പഠിക്കാതിരിക്കുന്നവരേക്കാൾ മലയാളഭാഷയിൽ മുന്നിലാണ് എന്നും കാണാം. നടത്തം പഠിച്ച ഒരു കുട്ടിയെ പരിശീലിപ്പിക്കുന്നത് നടത്തം കുറ്റമറ്റതും കാര്യക്ഷമതയുള്ളതും ആക്കാൻ ഉപകരിക്കും. സ്വയമേവ പഠിച്ച നടത്തവുമായി നടത്തമത്സരത്തിനിറങ്ങിയാൽ മെച്ചപ്പെട്ട പ്രകടനം കാഴ്ചവെക്കാനാവില്ലെന്ന് നമുക്കറിയാമല്ലോ. മലയാളം പറയാൻ പഠിച്ചിട്ടും എഴുതുന്നതിലും മാനകഭാഷയിൽ സംസാരിക്കുന്നതിലും കുട്ടികൾ വളരെ പിന്നാക്കം നില്ക്കുന്നുണ്ടെങ്കിൽ അവരെ ശരിയായി പരിശീലിപ്പിക്കുകതന്നെ വേണം. കാര്യക്ഷമമായ മികച്ച ഭാഷാപ്രകടനങ്ങൾക്കായി അവരുടെ ഭാഷാജ്ഞാനത്തെ സമ്പുഷ്ടമാക്കണം.

എന്നിട്ടും ഡോ. തിലക് ഇങ്ങനെ എഴുതുന്നു: *''ഭാഷാപഠനത്തെ സംബന്ധിച്ച ഗൈഡുബുക്കുകളൊന്നും ചോംസ്കി എഴുതിയതായി ശ്രദ്ധയിൽപ്പെട്ടിട്ടില്ല. എന്നാൽ പിയാഷെയും ചോംസ്കിയും തമ്മിൽ നടത്തിയ ദീർഘമായ സംഭാഷണങ്ങൾ പുസ്തകരൂപത്തിൽ ലഭ്യമാണ്. ചോംസ്കിയുടെ ദർശനങ്ങൾ അടിസ്ഥാനമാക്കിയുള്ള ഭാഷാപഠനചിന്തകളും സുലഭമാണ്. പഠനവിഷയത്തിൽ അവശ്യംവേണ്ട അന്വേഷണങ്ങൾ നടത്താതെ വികലമായ ധാരണകൾ പൊതുജനമദ്ധ്യത്തു വിളമ്പുന്നത് കുറ്റകരമായ അനാസ്ഥയാണ്.''* ആത്മവിമർശനപരമായ ആ അഭിപ്രായത്തെ ബഹുമാനിച്ചുകൊണ്ടുതന്നെ എന്റെ ലേഖനത്തിലെ ഏതൊക്കെ ധാരണകളാണ് വികലമായത് എന്ന് അദ്ദേഹം വ്യക്തമാക്കാത്തതിൽ ഖേദം പ്രകടിപ്പിക്കുന്നു. കാരണം അത്തരമൊരു ചർച്ച ഈ വിഷയത്തിൽ ഇപ്പോഴും പ്രസക്തമാണ്.

ഭാഷാഭേദങ്ങളെക്കുറിച്ചും മാനകഭാഷയെക്കുറിച്ചും എഴുത്തുഭാഷയെക്കുറിച്ചും ലേഖനത്തിൽ പറയുന്ന കാര്യങ്ങളെ സ്പർശിക്കുകപോലും ചെയ്യാതെ വികലധാരണകൾ എന്നു മുദ്രകുത്തുന്നതിൽ കുറ്റകരമായ മൗനമുണ്ട്. പകരം ഭാഷാപഠനത്തെക്കുറിച്ചുള്ള ചർച്ചയിൽ,

അതെത്ര അപക്വമായാലും, *പാത്തുമ്മയുടെ ആടി*ലെ പരാമർശങ്ങൾ വലിച്ചിഴച്ച് മലിനമാക്കുന്നു എന്ന തരത്തിലുള്ള ശുദ്ധതാസങ്കല്പത്തിലേയ്ക്കാണ് പരാമർശം നീളുന്നത്. വ്യാകരണം സാഹിത്യത്തിൽ കലർത്താൻ പാടില്ലാത്ത മാലിന്യമാണ്. ഇത് വ്യാകരണത്തെക്കുറിച്ചുള്ള പരമ്പരാഗതമായ പേടിയാണ്.

ഭാഷാപഠനം ഇത്തരത്തിൽ തുടർന്നുകൊണ്ടുപോയാൽ അത് ദൂരവ്യാപകമായ ദുരന്തഫലങ്ങൾ ഉളവാക്കും. അതിനു പരിഹാരം കാണേണ്ടത് ഈ മേഖലയുമായി ബന്ധപ്പെടുന്ന എല്ലാവരുടെയും ഉത്തരവാദിത്തമാണ് (പ്രത്യേകം ചുമതലപ്പെട്ടവർക്കായി വിട്ടുകൊടുത്തുകൂടാ). ധാർഷ്ഠ്യമോ പരപുച്ഛമോ വന്ധ്യമായ വാദപ്രതിവാദങ്ങളോ ഗുണകരമായി ഒന്നും വരുത്തുകയില്ല. *"അദ്ധ്യാപകപരിശീലനങ്ങളെയോ ഭാഷാപഠനക്ലാസ്സുകളെയോ ഗൗരവമുള്ളതായി കാണാത്ത ഇവർ സ്വന്തം മക്കളെ തന്റെതന്നെ അജ്ഞതയുടെ ഭാഗമായി അൺ എയ്ഡഡ് ഇംഗ്ലീഷ് മീഡിയം സ്ക്കൂളുകളിൽ അയച്ചശേഷം പാവപ്പെട്ടവരുടെ മക്കൾക്ക് ശാപം വിതറി ജീവിച്ചേക്കാം. ഇവർവിദ്യാഭ്യാസവിദഗ്ദ്ധരായും സാംസ്കാരികനായകന്മാരുമായെല്ലാം(?) വേദികളെ ശപ്തമാക്കുന്നുണ്ടാവാം"*, തുടങ്ങിയ സുവിശേഷപ്രസംഗങ്ങളും വൈകാരികവിക്ഷോഭങ്ങളും ആരെയും തുണയ്ക്കുകയില്ല. കാര്യങ്ങളെയും വസ്തുതകളെയും തുറന്ന മനസ്സോടെ സമീപിക്കുന്ന ചർച്ചകളും ആലോചനകളും ഉയർന്നുവരേണ്ടതുണ്ട്. അന്ധമായ ശത്രുതയിലോ ആരാധനയിലോ, ഏതെങ്കിലും ഒന്നിൽ അണിചേരുക എന്ന കക്ഷിരാഷ്ട്രീയവിശ്വാസസഹജമായ നിലപാടുകൾ മാറ്റേണ്ടതുണ്ട്. ഇല്ലെങ്കിൽ ഈ സംക്രമണം ആറ്റൂർ പറഞ്ഞപോലെയാവും:

പുറപ്പെട്ടേടത്താണൊരായിരം കാതമവൾ നടന്നിട്ടും;
കുനിഞ്ഞുവീഴുന്നുണ്ടൊരായിരംവട്ടം നിവർന്നുനിന്നിട്ടും;
ഉണർന്നിട്ടില്ലവളൊരായിരം നെഞ്ചിൽ ചവിട്ടു കൊണ്ടിട്ടും.

(*2007 ജൂൺ 10-ലെ മാതൃഭൂമി ആഴ്ചപ്പതിപ്പിൽ പ്രസിദ്ധീകരിച്ചത്. 2007 മാർച്ച് 11 -ലെ ആഴ്ചപ്പതിപ്പിൽ പ്രസിദ്ധീകരിച്ച *മലയാളപഠനം : സിദ്ധിയും വിദ്യയും* എന്ന എന്റെ ലേഖനത്തിനും ഇ.പി.രാജഗോപാലിന്റെ *സങ്കടമലയാളം: ഭാഷയെ കൊല്ലുന്നതാര്* എന്ന ലേഖനത്തിനും ഉള്ള പ്രതികരണമായി ഡോ. പി.കെ. തിലക് എഴുതിയതിനുള്ള മറുപടി.)

■

പ്രശ്നാത്മകമായ ഇംഗ്ലീഷ് പഠനം; കാര്യവും കാരണങ്ങളും

കേരളത്തിലെ പുതിയപാഠ്യപദ്ധതിയ്ക്കെതിരെ ഉയരുന്ന വിമർശനങ്ങളെ പലപ്പോഴും നേരിടുന്നത് തല്പരകക്ഷികളുടെ കുപ്രചരണം എന്നാണ്. വസ്തുനിഷ്ഠമായ പഠനങ്ങൾ ഒന്നും ഉണ്ടാകുന്നില്ല. അതിന്റെ ദുഷ്ഫലങ്ങളെക്കുറിച്ച് ആശങ്കപ്പെട്ടുകൊണ്ട് എം.വി. നാരായണൻ കുട്ടി ഭാഷാപോഷിണിയിൽ എഴുതിയ ലേഖനം അത്തരമൊരു ചർച്ചയ്ക്ക് തുടക്കമിടും എന്നു കരുതുന്നു. കാരണം അതിന് കെ.ജി. അച്യുതന്റെ 'ഇംഗ്ലീഷ് മീഡിയത്തിൽ എന്തു നടക്കുന്നു' എന്ന പ്രതികരണം വന്നിരിക്കുന്നു. ശീർഷകം സൂചിപ്പിക്കുന്നതുപോലെ ഇംഗ്ലീഷ് മീഡിയത്തിൽ നടക്കുന്നതിനെക്കുറിച്ച് അതിൽ വലുതായൊന്നും പറയുന്നില്ല. മാത്രമല്ല എം.വി. നാരായണൻ കുട്ടി പറഞ്ഞതിനു വിരുദ്ധമായി, ഇംഗ്ലീഷ് മീഡിയം = സി.ബി.എസ്.ഇ. = അൺ എയ്ഡഡ് വിദ്യാലയം എന്ന വിചിത്രമായ ഒരു സമവാക്യം ഉണ്ടായതുപോലെയാണ് തോന്നുന്നത്. സി.ബി.എസ്.ഇ. എന്നത് കേരളവിദ്യാഭ്യാസത്തിലെ ഒരു പഠനധാര എന്ന നില വിട്ട് ഏതോ വിദേശശത്രു എന്ന നിലയിലാണ് കാര്യങ്ങൾ വിലയിരുത്തപ്പെടുന്നത്. സാമ്പത്തികവും സാമൂഹികവും വിദ്യാഭ്യാസപരവും ആയി മെച്ചപ്പെട്ട പശ്ചാത്തലമുള്ള വിദ്യാർത്ഥികൾ എല്ലാ കാലത്തും വിജയങ്ങളിൽ മികച്ചുനിന്നിരുന്നു എന്ന് അച്യുതൻ ചൂണ്ടിക്കാണിക്കുന്നുണ്ട്. കേരളവിദ്യാഭ്യാസത്തിൽ സി.ബി.എസ്.ഇ. വളരെ ചെറിയ ഒരു ന്യൂനപക്ഷം മാത്രമാണ്. എന്നിട്ടും, എസ്.എസ്.എൽ.സി. വിജയശതമാനം കൃത്രിമമായി ഉയർത്തിയതാണെന്ന ആക്ഷേപത്തിനു മറുപടി പറയുമ്പോൾ മിക്കവരും സി.ബി.എസ്.ഇ.യിലെ ഉയർന്ന വിജയത്തെ പൊക്കിക്കാണിക്കുക എന്ന നയമാണ് പുലർത്തിയത്. സി.ബി.എസ്.ഇ.യിൽ കാര്യങ്ങൾ വഷളാണ് എന്നു വരുത്തിയാലേ പൊതുവിദ്യാഭ്യാസം കേമമാകൂ എന്നെങ്ങാൻ ഒരു ഉടമ്പടിയുള്ളപോലെ. ഇത്തരം സങ്കുചിതനിലപാടുകൾ വിദ്യാഭ്യാസചർച്ചകൾക്കോ വിദ്യാഭ്യാസത്തിനോ സമൂഹത്തിനോ എന്തെങ്കിലും ഗുണം ചെയ്യുമെന്ന് വിചാരിക്കുന്നതുതന്നെ നമ്മുടെ പാപ്പരത്തം വെളിപ്പെടുത്തുന്നു.

കെ. ജി. അച്യുതൻ പുതിയപാഠ്യപദ്ധതിയുടെ വക്താവാണ് എന്ന് ഊഹിക്കാം. മാത്രമല്ല അദ്ധ്യാപകരെക്കാളൊക്കെ ഉയർന്ന ഏതോ സ്ഥാനത്തിരിക്കുന്ന ആളാണെന്നുകൂടി തോന്നിക്കുന്നതാണ് ലേഖനത്തിന്റെ കെട്ടും മട്ടും. അതിൽ അടിമുടി അധികാരസ്വരം അലതല്ലുന്നു. ''ഡി.പി.ഇ.പി, എസ്.എസ്.എ തിയറിയെക്കുറിച്ചുള്ള വഴി:- എല്ലാവർക്കും ഒരു തടയില്ലാതെ കൊട്ടാവുന്ന ചെണ്ടയായി മാറി ഇത്. ഇത്

രണ്ടും വിദ്യാഭ്യാസ പരിഷ്കാരങ്ങളേയല്ല എന്ന് ആണയിട്ടു പറഞ്ഞാലും വീണ്ടും വീണ്ടും അതുതന്നെ പറയുന്നത് എന്തുകൊണ്ടാണ്? ഇത് രണ്ടും ഫണ്ടിംഗ് ഏജൻസികൾ മാത്രമാണ്.'' തീർന്നില്ല, എല്ലാ കുറ്റവും അദ്ധ്യാപകരുടെ മേൽ ചാർത്തുന്ന അദ്ദേഹത്തിന്റെ ഭാഷാശൈലിതന്നെ ആ വെള്ളികെട്ടിയ ചൂരലിന്റെ പ്രഭാവം കാണിക്കുന്നതു നോക്കുക: ''*പ്രോജക്ടുകൾ എങ്ങനെ ചെയ്യണം എങ്ങനെ മാർക്കിടണം എന്നത് അധ്യാപകർക്ക് പറഞ്ഞുകൊടുക്കുന്നുണ്ട്. അതിലെന്തെങ്കിലും കൈകടത്തലുകൾ ഉണ്ടെങ്കിൽ അത് അധ്യാപകന്റെ പിഴവാണ്. പ്രോജക്ടിന്റെയോ സർക്കാരിന്റെയോ പിഴവല്ല.*'' എന്തൊരു ധാർഷ്ട്യം. കിട്ടണം, അദ്ധ്യാപകർക്ക് ഇത് കിട്ടണം. കണ്ണും പൂട്ടി, എല്ലാം വിട്ടുകൊടുത്തില്ലേ. അനുഭവിക്കട്ടെ.

ഇത്തരം അഹങ്കാരപ്രകടനങ്ങൾക്കിടയിലും അറിയാതെ ചില കാര്യങ്ങൾ വെളിവായിപ്പോകുന്നുണ്ട്. ''*പാഠപുസ്തക പരിഷ്കരണം, പഠനസമ്പ്രദായം പരിഷ്ക്കരിക്കൽ എന്നിവ എൻ.സി.ഇ.ആർ.ടിയുടെ ചുവടുപിടിച്ച് എസ്.സി.ഇ.ആർ.ടിയാണ് നടപ്പാക്കിയത്. ഇത് നടപ്പാക്കി വന്നപ്പോഴുണ്ടായ പരാജയമാണ് മൊത്തം പരിപാടിയുടെ പരാജയമായി ചൂണ്ടിക്കാണിക്കുന്നത്. ഉദാഹരണത്തിന് കുട്ടി ആദ്യം എഴുതിത്തുടങ്ങുമ്പോൾ വരുത്തുന്ന തെറ്റുകളെ വലിയ തെറ്റുകളായി കാണാതെ ക്രമേണ അവ തിരുത്തുന്നതാണ് മനഃശാസ്ത്രപരം. എന്നാൽ മിക്ക അധ്യാപകരും കരുതിയത് കുട്ടി തെറ്റു വരുത്തിയാലും കുഴപ്പമില്ലയെന്നാണ്. ഈ കുട്ടികളാണ് പിന്നീട് വിമർശനങ്ങൾക്ക് ഉദാഹരണങ്ങളായി മാറിയത്.*'' രണ്ടുകാര്യങ്ങളാണ് അദ്ദേഹം സമ്മതിക്കുന്നത്. 1. ആസൂത്രണം ചെയ്ത പദ്ധതി കുറ്റമറ്റതായിരുന്നെങ്കിലും നടത്തിപ്പിൽ പരാജയപ്പെട്ടു. അത്രയേറെ പരിശീലനങ്ങളും മറ്റും നടത്തിയിട്ടും അദ്ധ്യാപകരെ ഇത് ബോദ്ധ്യപ്പെടുത്താൻ കഴിയാഞ്ഞതാണ് പരാജയത്തിനുള്ള പ്രധാന കാരണം. (നടത്തിപ്പിൽ പരാജയപ്പെടുന്നുവെങ്കിൽ പദ്ധതി എത്ര കുറ്റമറ്റതായാലും കാര്യമെന്ത്? തീരെ ആസൂത്രിതമല്ലാത്ത കുറ്റം നിറഞ്ഞ ഒരു പദ്ധതിയാണെന്നുവന്നാലും രക്ഷിതാവിനെ സംബന്ധിച്ച് അതിൽ എന്തു വ്യത്യാസം?) 2. തെറ്റുകൾക്ക് ഉദാഹരിക്കാവുന്ന മാതൃകകളായിത്തീർന്നു ഇതുവഴി പഠിക്കാൻ വിധിക്കപ്പെട്ട വിദ്യാർത്ഥികൾ. തല്പപരകക്ഷികൾ അവ അനാവശ്യമായി ഉയർത്തിക്കാണിക്കുകയും ചെയ്തു. നടത്തിപ്പിൽ പരാജയപ്പെട്ടുവെന്നും വിമർശനങ്ങളിൽ കഴമ്പുണ്ടെന്നും സമ്മതിച്ചതുതന്നെ അത്ഭുതം.

പളനി ഇഫക്ട്

ഇനി ആവിഷ്ക്കരിച്ച പദ്ധതി കുറ്റമറ്റതായിരുന്നോ എന്നു പരിശോധിക്കണം. ഇംഗ്ലീഷ് വിദ്യാഭ്യാസത്തെക്കുറിച്ച് പരിഹാസത്തിൽ പൊതിഞ്ഞ് അദ്ദേഹം പറയുന്നത് ഇങ്ങനെയാണ്: ''*കന്യാകുമാരിയിൽ കപ്പലണ്ടി വില്ക്കുന്ന കുട്ടി ഒഴുക്കോടെ ഇംഗ്ലീഷ് സംസാരിക്കുന്നത് ഒരു സ്കൂളിലും പോയിട്ടല്ല.*'' ഇംഗ്ലണ്ടിലെ അക്ഷരാഭ്യാസമില്ലാത്ത പിച്ചക്കാർപോലും ഇംഗ്ലീഷാണ് സംസാരിക്കുന്നത് എന്നത് പണ്ടേതോ കാലത്തു പറഞ്ഞിരുന്ന തമാശയാണ്. പിന്നീടാണ് കുഞ്ഞുണ്ണി മാഷ്

ജനിക്കും മുമ്പെൻ മകനിംഗ്ലീഷ് പഠിക്കണം
അതിനാൽ ഭാര്യതൻ പേറങ്ങിംഗ്ലണ്ടിലാക്കി

എന്നു പരിഹസിച്ചത്. പൊതുവിദ്യാലയത്തിലെ കുട്ടികളെല്ലാം കുറച്ചുകാലം കന്യാകുമാരിയിൽപ്പോയി കപ്പലണ്ടി വില്ക്കട്ടെ എന്ന ദ്ദേഹം കല്പിച്ചില്ലല്ലോ, ഭാഗ്യം! കല്പിച്ചിരുന്നെങ്കിൽ ഇംഗ്ലീഷദ്ധ്യാപകരെല്ലാം ഇപ്പോഴും കപ്പലണ്ടി വറക്കുകയായിരിക്കും. കപ്പലണ്ടി വില്ക്കാനുള്ള ഇംഗ്ലീഷുമായാണോ ഏതെങ്കിലുമൊരു വിദ്യാഭ്യാസ പദ്ധതിയെ താരതമ്യം ചെയ്യേണ്ടത്?

ആനുഷംഗികമായി വന്ന ഒരു പരാമർശമല്ല ഇത്. സുചിന്തിതവും സുവ്യക്തവുമായ ഒരു ആശയമാണിത്. അദ്ദേഹത്തിന്റെ മാത്രം നിരീക്ഷണവുമല്ല. ജ്ഞാനനിർമ്മിതിവാദത്തെ അടിസ്ഥാനമാക്കി സൈദ്ധാന്തികവും പ്രായോഗികവുമായി ഇംഗ്ലീഷ് ബോധനത്തെ വിശദീകരിക്കുന്ന ഡോ. കെ. എൻ. ആനന്ദന്റെ *റ്റ്യൂഷൻ റ്റു ഇൻറ്റ്യൂഷൻ (Tuition to Intuition, The Constuctvist Perspective on Second Language Pedagogy)* എന്ന പുസ്തകമാണ് അതിന്റെ ഉറവിടം എന്നു തോന്നുന്നു. അതിൽ ഇങ്ങനെ പറയുന്നു: *''കേസ് 4. കോവളത്ത് ജീവിക്കുന്ന പന്ത്രണ്ടുകാരനാണ് പളനി. മഴക്കാലത്തൊഴികെ ഏതാണ്ടെല്ലാ ദിവസവും കക്കയും കരകൗശലവസ്തുക്കളും വില്ക്കാൻ അവൻ കടപ്പുറത്ത് പോകും. അവന് ഇംഗ്ലീഷ്, ഫ്രഞ്ച്, ഹിന്ദി തുടങ്ങിയ ഭാഷകളും മലയാളം, തെലുഗ്, കന്നഡ തുടങ്ങിയ ദക്ഷിണേന്ത്യൻ ഭാഷകളും സംസാരിക്കാനറിയാം. അവന്റെ മാതൃഭാഷ തമിഴാണ്. ഒരിക്കൽപ്പോലും സ്കൂളിൽ പോയിട്ടില്ല അവൻ''* (പുറം 22). കേരളത്തിലെ വിദ്യാഭ്യാസത്തിന്റെ സ്റ്റേറ്റ് കൺസൾട്ടന്റായി പ്രവർത്തിച്ചുവരികയാണ് ഡോ. കെ. എൻ. ആനന്ദൻ. ശാസ്ത്രീയമായി ഇംഗ്ലീഷ് പഠിക്കാനുള്ള എളുപ്പവഴികളടങ്ങിയ ഒരു മലയാളപുസ്തകം (മുഖവില 200 രൂപ) ലോകപ്രസിദ്ധ ഭാഷാശാസ്ത്രജ്ഞനായ ഡോ. കെ. എൻ. ആനന്ദൻ തയ്യാറാക്കിയത് എന്ന വിലാസത്തോടെ, വിപണിയിലുണ്ടായിരുന്നു. പുതിയ പാഠ്യപദ്ധതിപ്രകാരം യു.പി. ക്ലാസ്സുകളിലേക്കുള്ള ചില ഇംഗ്ലീഷ് പാഠപുസ്തകങ്ങളും തയ്യാറാക്കിയിട്ടുണ്ട് അദ്ദേഹം.

പുതിയ പദ്ധതി പ്രചാരത്തിൽ വന്ന് ഒരു ദശകം പൂർത്തിയാക്കുന്ന 2006-ൽ ആണ് *റ്റ്യൂഷൻ റ്റു ഇൻറ്റ്യൂഷൻ* പുറത്തിറങ്ങുന്നത്. ഇന്ത്യയിലെ ഇംഗ്ലീഷ് ബോധനത്തെ പുതിയ ഭാഷാശാസ്ത്രപരികല്പനകളോടെ സമീപിക്കുന്ന ആദ്യത്തെ ഭാഷാശാസ്ത്രജ്ഞൻ എന്നാണ് പുസ്തകത്തിൽ ഡോ. കെ. എൻ. ആനന്ദനെ പരിചയപ്പെടുത്തുന്നത്. അദ്ദേഹം ഏറ്റെടുത്തു നടത്തിയ സ്ലാപ് (SLAP Second Language Acquisition Programme) എന്ന പ്രായോഗികപദ്ധതിയാണ് അതിൽ ചർച്ച ചെയ്യുന്നത്. അതിന്റെ സൈദ്ധാന്തികപിൻബലം ചർച്ച ചെയ്യുന്നതോടൊപ്പം ബോധനശാസ്ത്രത്തിന്റെയും മനശ്ശാസ്ത്രത്തിന്റെയും മറ്റും ചരിത്രവും പരിശോധിക്കുന്നുണ്ട്. തികച്ചും പ്രസക്തമായ ഒരന്വേഷണത്തിന്റെ പ്രഖ്യാപനമാണിത്. പുതിയപാഠ്യപദ്ധതിയിലെ ഇംഗ്ലീഷ് പഠനത്തിന്റെ വൈകിയെത്തിയ മാനിഫെസ്റ്റോ ആയി അതിനെ കണക്കാക്കാം. (പിന്നീട് ഓരോ വർഷവും SLAP എന്ന പദ്ധതി ചെറിയ ചില

പരിഷ്ക്കാരങ്ങളോടെ പുതിയ പല പേരുകളിൽ നടപ്പിലായിട്ടുണ്ട്. R.A.C.E. ഒരു ഉദാഹരണം). അതിലുപരി മലയാളമടക്കമുള്ള ഭാഷകളുടെ പഠനത്തെയാകെ നിർണ്ണയിക്കാൻ പാകത്തിൽ പുതിയപാഠ്യപദ്ധതിയുടെ ഭാഷാസമീപനത്തെ രൂപപ്പെടുത്താനും അദ്ദേഹത്തിന്റെ അന്വേഷണങ്ങൾ പ്രേരണയായി എന്നു കരുതണം. കേരളത്തിലെ സ്ക്കൂൾ വിദ്യാഭ്യാസം ഗൗരവതരമായ ചില മാറ്റങ്ങളിലൂടെ കടന്നുപോയ്ക്കൊണ്ടിരിക്കുന്ന വർത്തമാനകാലസാഹചര്യത്തിൽ ഈ പുസ്തകത്തെപ്പറ്റി കേരളത്തിലെ അക്കാദമികസമൂഹം വിശദമായ ചർച്ചകൾ നടത്താതിരുന്നത് ദൗർഭാഗ്യകരമാണ്.

ജ്ഞാനനിർമ്മിതിവാദത്തെ അടിസ്ഥാനമാക്കിയാണ് വിദ്യാഭ്യാസ പരിഷ്ക്കാരം നടന്നതെങ്കിലും ഒരു ദശകത്തെ പ്രയോഗത്തിനുശേഷവും അതേ സിദ്ധാന്തത്തെ അവതരിപ്പിക്കുകയാണ് പുസ്തകത്തിൽ അദ്ദേഹം ചെയ്യുന്നത്. എന്നാൽ പുതിയ പഠനപദ്ധതി നടപ്പിലാക്കിയതിൽ വന്നുചേർന്ന സൈദ്ധാന്തികവും പ്രായോഗികവുമായ പ്രശ്നങ്ങളെ കണ്ടെത്തി പരിഷ്ക്കാരങ്ങൾ നിർദ്ദേശിക്കുവാനല്ല അദ്ദേഹം ശ്രമിച്ചിരിക്കുന്നത്. പരിഷ്ക്കാരത്തിനും മുമ്പുള്ള ഇംഗ്ലീഷ് പഠനത്തെയാണ് പുസ്തകം അഭിമുഖീകരിക്കുന്നത്. ഇംഗ്ലീഷിന്റെ പഠനപിന്നോക്കാവസ്ഥയ്ക്ക് കാരണമായി പൊതുവെ പറയുന്ന വസ്തുതകളെ അദ്ദേഹം ഇങ്ങനെ ക്രോഡീകരിക്കുന്നു:

"1. ഇംഗ്ലീഷ് സംസാരിക്കുന്ന ഒരു സാമൂഹ്യസാഹചര്യമില്ലാത്തതിനാൽ കുട്ടികൾക്ക് ഇംഗ്ലീഷിന്റെ ഭാഷാസാഹചര്യം തുറന്നുകിട്ടാൻ അവസരമില്ല. അതുകൊണ്ടുതന്നെ ഉദ്ദേശിക്കുന്ന നിലവാരത്തിലേക്ക് അവർക്ക് എത്തിച്ചേരാൻ കഴിയുന്നില്ല.

2. ഇംഗ്ലീഷ് പഠിപ്പിക്കുന്നവർ മിക്കവാറും ഇംഗ്ലീഷിൽ പ്രൊഫഷനൽ യോഗ്യതകളില്ലാത്തവരും ഭാഷാദ്ധ്യാപനത്തിന് കൊള്ളാത്തവരുമാണ്. അത് അദ്ധ്യാപനനിലവാരത്തെ തകർത്തുകളയുന്നു.

3. നിലവിലുള്ള പരീക്ഷാസമ്പ്രദായം പാഠപുസ്തകത്തിന്റെ ഉള്ളടക്കത്തിന് അമിതപ്രാധാന്യം നല്കുന്നു. വിദ്യാർത്ഥിയുടെ പ്രയോഗത്തിലെ ഭാഷാശേഷികളെ വിലയിരുത്തുന്നത് അതിനാൽ അപ്രസക്തമായിത്തീരുന്നു.

4. ഇംഗ്ലീഷ് ബോധനത്തിന്റെ രീതിശാസ്ത്രങ്ങൾ ഭാഷ മനുഷ്യന്റെ സഹജസിദ്ധിയാണ് എന്ന തത്ത്വത്തെ പാടെ അവഗണിക്കുന്നു."

പിയാഷെ, ബ്രൂണർ, വൈഗോട്സ്കി തുടങ്ങിയവരുടെ ജ്ഞാനനിർമ്മിതിവാദവും ചോംസ്കിയുടെ സർവ്വഭാഷാവ്യാകരണവും ആവിർഭവിച്ചതോടെ ബിഹേവിയറിസ്റ്റ് പഠനപദ്ധതികൾ ലോകത്തെമ്പാടും കാലഹരണപ്പെട്ടു എന്നും കുട്ടി ഒഴിഞ്ഞ സ്ലേറ്റാണ് എന്ന സങ്കല്പം മാറി അപാരസാദ്ധ്യതകളുള്ള ശിശുവിനെ കേന്ദ്രീകരിക്കുന്ന ബോധനരീതികൾ സാർവ്വത്രികമായി എന്നും അദ്ദേഹം തുടർന്ന് വിലയിരുത്തുന്നു (പുറം 20). അതായത് കേരളത്തിൽ പുതിയപാഠ്യപദ്ധതി നടപ്പിലാകുന്നതിന് മുമ്പുള്ള സാഹചര്യമാണ് അദ്ദേഹം പരിഗണിക്കുന്നത്. പുതിയ പാഠ്യപദ്ധതിയെ പരിഗണിച്ചാലും മേല്പറഞ്ഞ കാരണങ്ങളിൽ മൂന്നാമത്തേതിലും നാലാമത്തേതിലും മാത്രമാണ് വ്യത്യാ

സം വരുന്നത്. ആദ്യത്തേത് അപരിഹാര്യവും രണ്ടാമത്തേത് ദീർഘകാലാടിസ്ഥാനത്തിൽ മാത്രം പരിഹരിക്കാവുന്നതുമാണ്. എങ്കിലും നമ്മുടെ പ്രശ്നങ്ങളിൽ പകുതിയെങ്കിലും പരിഹരിക്കാൻ കഴിയുന്നതുതന്നെ വളരെ പ്രധാനവും വിപ്ലവകരവുമാണ്. അവയിൽ എത്രമാത്രം വിജയിക്കാൻ കഴിഞ്ഞിട്ടുണ്ട് എന്നല്ല പകരം പഴയ ഇംഗ്ലീഷ്ബോധനത്തിന്റെ പോരായ്മകളിലാണ് അദ്ദേഹം കേന്ദ്രീകരിക്കുന്നത്.

അടിസ്ഥാനമായ നാലു മാതൃകകൾ

താൻ മുന്നോട്ടുവെക്കുന്ന ആശയങ്ങൾ വാദിച്ചുറപ്പിക്കാനായി മേൽക്കാണിച്ച പളനിയുടേതടക്കം വ്യത്യസ്തമായ നാലു വ്യക്തിചിത്രീകരണങ്ങളെയാണ് പുസ്തകത്തിൽ (പുറങ്ങൾ 21, 22) അദ്ദേഹം അവലംബിക്കുന്നത്. *''കേസ് 1. കേരളത്തിൽ ഇരുപത് വർഷമായി ഇംഗ്ലീഷ് പഠിപ്പിച്ചുവരുന്ന ഒരു സെക്കണ്ടറിസ്ക്കൂൾ അദ്ധ്യാപകനായ ബാലൻ. കേസ് 2. തന്റെ ഹൈസ്ക്കൂൾ കാലത്ത് മുഴുവനും ഇംഗ്ലീഷിൽ എ പ്ലസ് ഗ്രേഡ് നേടിയിട്ടുള്ള പ്ലസ് വൺ വിദ്യാർത്ഥിനിയായ അശ്വതി. കേസ് 3. ഹൈദരാബാദിലെ എച്ച്.എ.എൽ. ക്യാമ്പസിൽ ജീവിക്കുന്ന അഞ്ചുവയസ്സുകാരിയായ നിഷ. അവൾ ഹിന്ദി-മലയാളം -തെലുഗുഭാഷകൾ സംസാരിക്കും. കൂടാതെ ഇംഗ്ലീഷിൽ നല്കുന്ന നിർദ്ദേശങ്ങൾ മനസ്സിലാക്കി പ്രവർത്തിക്കാനും അവൾക്കാവും. ഈ ഭാഷകളൊന്നും ആരെങ്കിലും അവളെ പഠിപ്പിച്ചതല്ല. മലയാളമാണവളുടെ മാതൃഭാഷ. പാർക്കിൽ കൂട്ടുകാരോടൊപ്പം കളിക്കുമ്പോൾ മാത്രമാണ് അവൾക്ക് ഹിന്ദിയും തെലുഗും ഉപയോഗിക്കാനുള്ള അവസരങ്ങൾ ലഭിക്കുന്നത്; ഇംഗ്ലീഷ് കേൾക്കാനുള്ള അവസരമാകട്ടെ അവളുടെ അച്ഛനും അമ്മയും തമ്മിൽ സാധാരണപറയുന്ന (രമണൌമഹമേഹസ) കാര്യങ്ങൾ മാത്രവും.''*

ഇതിൽ ആദ്യത്തെ രണ്ടുപേർ ഔപചാരികവിദ്യാഭ്യാസം നേടിയവരും മറ്റുരണ്ടുപേർ അതു നേടാത്തവരുമാണ്. ബാലനും അശ്വതിയ്ക്കും വ്യകരണത്തെക്കുറിച്ചു ധാരണയുണ്ടെങ്കിലും ഇംഗ്ലീഷിൽ സംസാരിക്കാൻ ബുദ്ധിമുട്ടാണ്. നിഷയും പളനിയുമാകട്ടെ സ്ക്കൂളിൽ പഠിച്ചിട്ടില്ലെങ്കിലും പല ഭാഷകൾ സംസാരിക്കുന്നവരാണ്. അതായത് ഭാഷ സംസാരിക്കുന്നതിനെ ഔപചാരികപഠനം ഒരു വിധത്തിലും പ്രോത്സാഹിപ്പിക്കുന്നില്ല. എന്നു മാത്രമല്ല ഔപചാരികപഠനം അതിനെ നിരുത്സാഹപ്പെടുത്തുന്നു എന്നുകൂടി പറയാം. എന്നാൽ കേവലം നാലുദാഹരണങ്ങൾകൊണ്ട് അത്തരം നിഗമനങ്ങളിലേക്കു ചാടിക്കയറുന്നതിൽ പരിമിതികളുണ്ട്. ഔപചാരികപഠനം നേടിയിട്ടും ഇംഗ്ലീഷ് സംസാരിക്കുന്നവരെയും ഔപചാരികപഠനം നേടിയിട്ടില്ലെങ്കിലും ഇംഗ്ലീഷ് സംസാരിക്കാനറിയാത്തവരെയും എതിരുദാഹരണമായി ധാരാളം ചൂണ്ടിക്കാണിക്കാൻ കഴിയും. അപവാദങ്ങളെ ഉദാഹരിച്ച് സിദ്ധാന്തങ്ങൾ സ്ഥാപിക്കുന്നത് എന്തായാലും ശരിയായ രീതിയല്ല. എങ്കിലും ഈ ഉദാഹരണങ്ങളെ തന്റെ വാദങ്ങൾ ഉറപ്പിക്കാനുള്ള അടിത്തറയായി ഡോ.കെ. എൻ. ആനന്ദൻ ഉപയോഗിക്കുന്നതിനാൽ അവയെ അടുത്തുപരിശോധിക്കുന്നത് അനുചിതമാവില്ല.

"നിഷയും പളനിയും ഒന്നാംഭാഷാർജ്ജനത്തിലെ അതേ രീതികളാണ് രണ്ടാംഭാഷകൾ പഠിച്ചെടുക്കുന്നതിന് പ്രയോഗിച്ചത്. അവർക്ക് പാഠപുസ്തകങ്ങളുമായി ബന്ധമില്ല. അവർ അക്ഷരമാലയിൽവെച്ചല്ല തങ്ങളുടെ പഠനം ആരംഭിച്ചത്. അവരുടെ തെറ്റുകളെ തിരുത്തിക്കൊടുക്കാൻ ആരുമുണ്ടായിരുന്നില്ല. അവർ തീവ്രപരിശീലനങ്ങളിലൂടെ കടന്നുപോയിട്ടില്ല. സത്യത്തിൽ മാതൃഭാഷയെക്കൂടാതെ ചില ഭാഷകൾ പഠിക്കുകയാണ് തങ്ങളെന്ന് അവർ അറിയുകപോലുമുണ്ടായില്ല" (പുറം23). എന്നിങ്ങനെ തന്റെ ഉദാഹരണങ്ങളിലെ ഭാഷാപഠനത്തിന്റെ വിശദാംശങ്ങളെ അദ്ദേഹം നിരത്തുന്നുണ്ട്. ഇവിടെ, മാതൃഭാഷ/രണ്ടാം ഭാഷ, ഭാഷാപഠനം/ ഭാഷാർജ്ജനം എന്നിങ്ങനെ ചില ദ്വന്ദ്വങ്ങൾ പരിഗണിക്കേണ്ടതുണ്ട് എന്നു വരുന്നു.

മാതൃഭാഷ എന്ന സാമാന്യപ്രയോഗം ആധുനികഭാഷാശാസ്ത്രം പൊതുവെ സ്വീകരിക്കുന്നില്ല. ഒന്നാംഭാഷ, രണ്ടാംഭാഷ എന്നിങ്ങനെയാണ് അതിന്റെ രീതി. സൂക്ഷ്മമായി പ്രതിപാദിക്കേണ്ടിവരുമ്പോൾ മാതൃഭാഷ = ഒന്നാംഭാഷ എന്ന നിലപാട് സ്വീകരിക്കാൻ കഴിയില്ല. മാതൃഭാഷ എന്നതിൽ അമ്മയുടെ ഭാഷ എന്നോ അച്ഛന്റെ ഭാഷ എന്നോ ഉള്ള വിവക്ഷ ഒഴിവാക്കുകയും ശൈശവത്തിൽ ശിശു സ്വാഭാവികമായി സ്വാംശീകരിക്കുന്ന ഭാഷ എന്ന നിലപാടു സ്വീകരിക്കുകയുമാണ് ഈ സംജ്ഞയിൽ അടങ്ങിയിട്ടുള്ളത്. ചുറ്റുവട്ടത്തും ഒന്നിൽക്കൂടുതൽ ഭാഷകൾ സജീവമായി നിലനില്ക്കുന്നുണ്ടെങ്കിൽ അവയത്രയും ശിശുവിന് സ്വാംശീകരിക്കാൻ കഴിയും. അതിനാൽ അവയെല്ലാം ഒന്നാം ഭാഷ എന്ന പരികല്പനയിൽ ഉൾപ്പെടും എന്ന വസ്തുതകൂടി അതിലടങ്ങിയിട്ടുണ്ട്. ചുരുക്കത്തിൽ ഒന്നാംഭാഷയെന്നാൽ ശിശു സ്വാഭാവികമായി ആർജ്ജിക്കുന്ന ഭാഷ/ഭാഷകൾ എന്ന് അർത്ഥം ലഭിക്കുന്നു.

ഭാഷാപഠനവും ഭാഷാർജ്ജനവും

ഒന്നാംഭാഷ സ്വാംശീകരിക്കുന്നതിനെയും രണ്ടാംഭാഷ സ്വാംശീകരിക്കുന്നതിനെയും ഭാഷാപഠനം എന്നുതന്നെയാണ് ബിഹേവിയറിസ്റ്റുകൾ പറയുന്നത്. രണ്ടുംതമ്മിൽ എന്തെങ്കിലും വ്യത്യാസമുള്ളതായി അവർ കരുതിയില്ല. അനുകരണം, ആവർത്തനം, പ്രബലനം എന്നൊക്കെത്തന്നെ അവർ അതിനെ വ്യാഖ്യാനിച്ചു. എന്നാൽ ചോംസ്കിയൻ പരികല്പനകൾ വന്നതോടെ ഭാഷാപഠനത്തിൽനിന്ന് വ്യത്യസ്തമാണ് ഒന്നാംഭാഷയുടെ സ്വാംശീകരണം എന്നു വ്യക്തമായി. കാര്യമായ പരസഹായമൊന്നുമില്ലാതെതന്നെ അഞ്ചുവയസ്സിനിടെ ശിശു തന്റെ ചുറ്റുവട്ടത്തുള്ള ഭാഷയിൽ സാമാന്യം പ്രാവീണ്യം നേടിയെടുക്കുന്നു എന്നാണ് ചോംസ്കിയും ഭാഷാർജ്ജനത്തെക്കുറിച്ചു പഠനം നടത്തിയവരും സമർത്ഥിക്കുന്നത്. അതിനെ വ്യാവർത്തിപ്പിച്ചു കാണിക്കാനാണ് ഭാഷാർജ്ജനം എന്ന സംജ്ഞ ഉപയോഗിക്കുന്നത്. അവിടെ ബോധനമില്ല. പഠനമല്ല ആർജ്ജനമാണ് അവിടെ നടക്കുന്നത്. അത് അനിച്ഛാപൂർവ്വമായ ഒരു സ്വാഭാവികപ്രക്രിയയാണ്. ഭാഷാർജ്ജനം മനുഷ്യവർഗ്ഗത്തിനു ലഭിച്ച ഒരു സിദ്ധിയാണ് എന്നും അത് ശിശുസഹജമാണ് എന്നും ചോംസ്കി സിദ്ധാന്തിച്ചു. ഭാഷാർജ്ജനോപാധി,

സർവ്വഭാഷാവ്യാകരണം എന്നൊക്കെ അതിനു പേരിട്ടു. സ്ക്കൂളുകളിലും മറ്റും നടക്കുന്ന ഔപചാരികമായ ഭാഷാപഠനത്തെക്കുറിച്ച് ചോംസ്കി വിശേഷിച്ചൊന്നും പറയുന്നില്ല എന്നതും ഇവിടെ പ്രത്യേകം ഓർമ്മിക്കേണ്ടതാണ്.

ഉദാഹരണങ്ങൾ ഉപയോഗിക്കുമ്പോൾ അതിൽ വേണ്ടത്ര സൂക്ഷ്മതപാലിക്കാൻ ഡോ. കെ.എൻ. ആനന്ദൻ ശ്രദ്ധിക്കുന്നില്ല. അത് ബോധപൂർവ്വമാണെന്നുവരെ സംശയിക്കണം. മാതൃഭാഷ എന്ന സംജ്ഞ ഉപയോഗിക്കുന്നത് ഇതാണ് സൂചിപ്പിക്കുന്നത്. ഇത് കേവലം സംജ്ഞയിൽ ഒതുങ്ങി നില്ക്കുന്ന ഒന്നല്ല. അഞ്ചുവയസ്സു പ്രായമുള്ള നിഷയുടെ മാതൃഭാഷ മലയാളമാണെന്ന് അദ്ദേഹം പ്രഖ്യപിക്കുന്നുണ്ട്. എന്നാൽ അതിന് മതിയായ പശ്ചാത്തലം നല്കിയിട്ടില്ല. വിവരണത്തിൽ അവൾ ജീവിക്കുന്നത് ഹൈദരാബാദിലാണ് എന്ന് വ്യക്തമാക്കിയിട്ടുണ്ട്. അവളുടെ കളിക്കൂട്ടുകാർ ഹിന്ദിയും തെലുഗുമാണ് ഉപയോഗിക്കുന്നത്. മാതാപിതാക്കളാകട്ടെ സാമാന്യമായി ഇംഗ്ലീഷാണ് ഉപയോഗിക്കുന്നത്. അച്ഛനോ അമ്മയോ മലയാളിയാണ് എന്ന് പറഞ്ഞിട്ടില്ല. നിഷ ജനിച്ചത് കേരളത്തിലാണോ എന്നറിയില്ല. അഞ്ചുവയസ്സുവരെ ജീവിച്ചത് ഏത് ഭാഷാസാഹചര്യത്തിലാണ് എന്നും വ്യക്തമാക്കിയിട്ടില്ല. എന്നിട്ടും അവളുടെ മാതൃഭാഷ മലയാളമാണ്, മലയാളം മാത്രമാണ്, എന്ന് അസന്ദിഗ്ദ്ധമായി പ്രഖ്യാപിക്കുന്നതിന്റെ അടിസ്ഥാനമെന്താണ്? എവിടെനിന്നാണ് നിഷ മലയാളം കേൾക്കുന്നത്?

അഞ്ചുവയസ്സിനിടെ തെലുഗും ഹിന്ദിയും അല്പം ഇംഗ്ലീഷും പഠിച്ചുകഴിഞ്ഞ നിഷയെ സംബന്ധിച്ച് ഇവയെല്ലാം അവളുടെ ഒന്നാംഭാഷയിൽ ഉൾപ്പെടണമല്ലോ. അത്തരം ഭാഷകളിൽ ഉള്ളതിനേക്കാൾ പ്രാവീണ്യം മലയാളത്തിൽ കാണിക്കുന്നതിനാലാണോ മലയാളത്തെ അവളുടെ മാതൃഭാഷയായി ഗണിക്കുന്നത്? ഇങ്ങനെ ആശയപരമായ അനവധി സംശയങ്ങൾക്ക് മറുപടിയില്ല എന്നതാണതിലെ പ്രധാന പ്രശ്നം. നിഷയുടെ മാതൃഭാഷയെ പ്രഖ്യാപിക്കുന്ന അതേ ലാഘവത്വംതന്നെയാണ് പന്ത്രണ്ടുകാരനായ പളനിയുടെ മാതൃഭാഷ തമിഴാണെന്നു പറയുന്നതിലും കാണിച്ചിരിക്കുന്നത്. അവൻ തമിഴ് കേൾക്കുന്നതും പറയുന്നതും എവിടെവെച്ചാണ്? ടൂറിസ്റ്റുകളായി കോവളത്തെത്തുന്ന തമിഴരിൽനിന്നാണെങ്കിൽ ഇംഗ്ലീഷും ഫ്രഞ്ചും മലയാളവും കന്നഡയും എല്ലാം അവന്റെ മാതൃഭാഷയാകേണ്ടതല്ലേ? മാതാപിതാക്കളുടെ ആരുടെയെങ്കിലും ഭാഷ എന്ന പഴയ അർത്ഥത്തിൽ ഇന്ത്യയിലെ പ്രഗത്ഭനായ ഒരു ഭാഷാശാസ്ത്രജ്ഞൻ മാതൃഭാഷ എന്ന പദം ഉപയോഗിക്കുമെന്ന് കരുതാനാവില്ല.

'അഞ്ചുവയസ്സിനിടെ തന്റെ ചുറ്റുവട്ടത്തുള്ള ഒരു ഭാഷയല്ല, ഒന്നിൽക്കൂടുതൽ ഭാഷകൾ നിലനില്ക്കുന്ന സാഹചര്യമാണെങ്കിൽ ആ ഭാഷകളത്രയും ശിശു ആർജ്ജിക്കും. അത്രയും ഭാഷകൾ തനിക്കറിയാമെന്നുപോലും ഒരഞ്ചുവയസ്സുകാരൻ അറിയണമെന്നില്ല' എന്നു ചോംസ്കി (Chomsky 2006:60-61) വിശദീകരിക്കുന്നുണ്ട്. ഡോ. കെ. എൻ. ആനന്ദന്റെ പുസ്തകത്തിൽ 23-ാം പേജിൽ ഇങ്ങനെ എഴുതുന്നു 'In fact they were not aware that they were learning languages other than their mother tongue". ചോംസ്കിയുടെ ആശയത്തോട് ചേർന്നുതന്നെയാണ് അദ്ദേഹത്തിന്റെ നില്പ്. പക്ഷെ ഭാഷകൾ എന്ന ബഹുവചനരൂപം ഉപേക്ഷിച്ചിരിക്കുന്നു. മാതൃഭാഷകൾ എന്നു പ്രയോഗിക്കുക കുറച്ചു ബുദ്ധിമുട്ടായതിനാൽ ഒന്നാംഭാഷകൾ എന്നോ ഒന്നാംഭാഷ എന്നോ ആണ് സ്വാഭാവികമായും പ്രയോഗിക്കുക. എന്നിട്ടും അദ്ദേഹം മാതൃഭാഷ എന്നു പ്രയോഗിക്കുന്നത് ബോധപൂർവ്വംതന്നെയാണ്. അതിൽ ചില താല്പര്യങ്ങൾ അദ്ദേഹത്തിനുണ്ട് എന്നുവേണം കരുതാൻ. അല്ലെങ്കിൽ അവയുടെ പൊരുൾ അദ്ദേഹത്തിന് മനസ്സിലായിട്ടില്ലെന്നു പറയേണ്ടിവരും.

മേലുദ്ധരിച്ചിരിക്കുന്ന വാക്യത്തിന്റെ തുടർച്ചയായി വരുന്ന ഖണ്ഡികയിൽ സ്റ്റീഫൻ ക്രാഷനെ ഉപജീവിച്ചുകൊണ്ട് ഭാഷയുടെ പഠനവും ആർജ്ജനവും തമ്മിലുള്ള വ്യത്യാസമാണ് വിശദീകരിക്കുന്നത്. 'ഭാഷയെക്കുറിച്ചുള്ള വിവരങ്ങൾ സ്വീകരിക്കുകയും അവയെ ബുദ്ധിപരമായ യത്നത്തിലൂടെ അറിവായി പരിണമിപ്പിച്ച് ഓർമ്മയിൽ സൂക്ഷിച്ചുവെക്കുകയുമാണ് പഠനം. ആർജ്ജനമാകട്ടെ വിദേശികളുമായി അവരുടെ ഭാഷയിലൂടെ ഇടപെട്ടുകൊണ്ട് ശേഷികൾ വികസിപ്പിച്ചെടുക്കലാണ്. ഇവ വ്യത്യസ്ത ആശയങ്ങളാണ്. ഒന്നു മറ്റേതിന്റെ പരിണതഫലമായുണ്ടാകുന്നതല്ല.' തൊട്ടടുത്ത വരിയിൽ പഠനവും ആർജ്ജനവും തമ്മിലുള്ള വ്യത്യാസം പ്രതിപാദിക്കാനിരിക്കുമ്പോൾപ്പോലും അദ്ദേഹം ഉപയോഗിക്കുന്നത് acquiring എന്നല്ല they were learning languages എന്നാണ്. പഠനവും ആർജ്ജനവും രണ്ടാണെന്നു വിശദീകരിക്കുകയും ഒന്നാണെന്ന മട്ടിൽ പ്രയോഗിക്കുകയും ചെയ്യുകയാണ് ഡോ. കെ. എൻ. ആനന്ദൻ. താൻ മുന്നോട്ടുവെക്കുന്ന പദ്ധതിയുടെ സൈദ്ധാന്തികമായ പിൻബലം ചോംസ്കിയിൽ ഉറപ്പിക്കാനുള്ള ശ്രമമാണിത്. ചോംസ്കിയൻ ഭാഷാശാസ്ത്രപരിസരത്ത് ഭാഷാപഠനമില്ല ആർജ്ജനമേയുള്ളൂ. ഔപചാരികമായ ഭാഷാപഠനത്തെക്കുറിച്ച് ചോംസ്കി വിശേഷിച്ചൊന്നും പറയുന്നുമില്ല. ഡോ. കെ. എൻ. ആനന്ദനു പറയാനുള്ളതാകട്ടെ ഔപചാരികഭാഷാപഠനത്തെക്കുറിച്ചാണ്; ആർജ്ജനത്തെക്കുറിച്ചേയല്ല. സാങ്കേതികപദങ്ങളെ കൂട്ടിക്കുഴച്ചുകൊണ്ട് ഇവ തമ്മിലുള്ള വൈരുദ്ധ്യത്തെ ഒഴിച്ചു നിർത്താനുള്ള വൃഥാവ്യായാമമാണ് അദ്ദേഹം നടത്തുന്നത്. ഒപ്പം താൻ ചോംസ്കിയെയാണ് ആശ്രയിക്കുന്നതെന്ന് വരുത്തിത്തീർക്കുകയും.

ഡോ. കെ. എൻ. ആനന്ദന്റെ ഉദാഹരണങ്ങളിലേക്കുതന്നെ തിരിച്ചുവരാം. ഇംഗ്ലീഷിന്റെ കാര്യത്തിൽ ബാലനും അശ്വതിയും ഒരു ഗണത്തിലും നിഷയും പളനിയും മറ്റൊരു ഗണത്തിലുമാണ് പെടുന്നത്. ബാലനും അശ്വതിക്കും അത് രണ്ടാംഭാഷയാണ്. നിഷയുടെ കാര്യത്തിൽ ഇംഗ്ലീഷ് അവളുടെ ഒന്നാംഭാഷകളിൽ ഒന്നാണ്. അഞ്ചുവയസ്സിനിടെതന്നെ അവളത് ആർജ്ജിച്ചിരിക്കുന്നു. പളനിയുടെ കാര്യത്തിൽ അവൻ അഞ്ചുവയസ്സിനിടെയാണോ അതിനുശേഷമാണോ ഇംഗ്ലീഷ് ആർജ്ജിച്ചതെന്നു വ്യക്തമല്ല. എങ്കിലും സ്ക്കൂളിൽനിന്നോ മറ്റേതെങ്കിലും ഗുരുമുഖത്തുനിന്നോ അല്ല അവൻ ഇംഗ്ലീഷ് പഠിച്ചത്. മാത്രമല്ല സർവ്വഭാഷാവ്യാകരണത്തിന്റെ സഹായം മന്ദീഭവിക്കുന്നത് പന്ത്രണ്ടുവ

യസ്സോടെയാണ് എന്നതിനാൽ പന്ത്രണ്ടുകാരനായ പളനിക്ക് ഇംഗ്ലീഷടക്കം ഇപ്പോൾ അറിയാവുന്ന ഭാഷകളെല്ലാം ആർജ്ജിതഭാഷകളാണ്. അതിനാൽ അവയത്രയും അവന്റെ ഒന്നാംഭാഷയായി പരിഗണിക്കാം. എന്നാൽ ആനന്ദൻ ഉദ്ധരിച്ചിരിക്കുന്ന ക്രാഷന്റെ നിർവ്വചനപ്രകാരം നിഷയുടെ ഇംഗ്ലീഷ് ആർജ്ജിതമാണെന്നു പറയാനാവില്ല. കാരണം അവൾ ഇംഗ്ലീഷ് പഠിച്ചത് വിദേശികളുമായി അവരുടെ ഭാഷയിൽ ഇടപെട്ടുകൊണ്ടല്ല, തന്റെ മാതാപിതാക്കൾവഴി മാത്രമാണ്. ഒരു ഭാഷ പഠിക്കുന്നത് വിദേശികളിൽനിന്നാവണം എന്ന ശാഠ്യം ഡോ. കെ. എൻ. ആനന്ദൻ സൂക്ഷിക്കുന്നുണ്ട് എന്നു കരുതുന്നില്ല. എങ്കിലും രണ്ടാംഭാഷയെന്താണ് എന്നു വിശദീകരിക്കേണ്ടതുണ്ട്.

രണ്ടാംഭാഷ

മുതിർന്നു കഴിഞ്ഞാലും ഒരാൾക്ക് വ്യത്യസ്തമായ ഒരു ഭാഷാസാഹചര്യത്തിൽ ജീവിക്കേണ്ടിവരുമ്പോൾ തന്റെ ചുറ്റുവട്ടത്തുള്ള ഭാഷ പഠിച്ചെടുക്കാനാകും. ഹൈദരാബാദിൽ ജീവിക്കുന്ന ഒരു മലയാളിയുവാവ് തെലുഗു പഠിച്ചെടുത്തെന്നിരിക്കും. അത്തരം ഭാഷയെ രണ്ടാംഭാഷ എന്നു വിളിക്കാം. ഇതിനെ ചോംസ്കി ഇങ്ങനെ വിശദീകരിക്കുന്നു: 'ഒരേ സമയം തന്റെ ചുറ്റുവട്ടത്തുള്ള പലഭാഷകൾ ആർജ്ജിച്ചെടുക്കാൻ ശിശുവിനാകും. എന്നാൽ അഞ്ചോ ആറോ വയസ്സിനിടെയും പന്ത്രണ്ടാം വയസ്സോടെയും ഭാഷാർജ്ജനസിദ്ധിക്കു ചില അതിരുകളുണ്ട്. അതു താണ്ടിക്കഴിഞ്ഞാൽ പുതിയൊരു ഭാഷ പഠിക്കുക എളുപ്പമല്ല. പന്ത്രണ്ടാം വയസ്സിനുശേഷവും ഒരു ഭാഷ നിങ്ങൾക്കു പഠിക്കാം. പക്ഷെ സാധാരണമായി അത് നേരത്തെ ആർജ്ജിച്ച ഭാഷയുടെ വളർച്ച പോലെ ആയിരിക്കും. അത്തരം ഭാഷാപഠനങ്ങളിൽ വൈയക്തികവ്യതിയാനം വളരെ പ്രകടമായിരിക്കും' (Chomsky 2006:61). ചുരുക്കത്തിൽ സർവ്വഭാഷാവ്യാകരണത്തിന്റെ പൂർണ്ണപിന്തുണയില്ലാതെ ആർജ്ജിക്കുന്നവയെ ആണ് രണ്ടാംഭാഷ/ഭാഷകൾ ആയി പരിഗണിക്കേണ്ടത്.

ഒന്നാംഭാഷ, രണ്ടാംഭാഷ എന്നപോലെ മൂന്നാംഭാഷ അഥവാ വിദേശഭാഷ എന്നും പ്രയോഗമുണ്ട്. രണ്ടാംഭാഷയുടെയും വിദേശഭാഷയുടെയും ആർജ്ജനത്തെ ഇങ്ങനെ വിശദീകരിക്കാം: പഠിക്കേണ്ടുന്ന രണ്ടാംഭാഷ പഠിതാവിന്റെ ചുറ്റുവട്ടത്തെ വാമൊഴിയായിരിക്കുമ്പോൾ സംഭവിക്കുന്നതാണ് രണ്ടാംഭാഷാർജ്ജനം എന്നാണ് പരമ്പരാഗതമായ നിർവ്വചനം. കൃത്യമായ ബോധനത്തിലൂടെ ആരെങ്കിലുമൊക്കെ പഠിപ്പിക്കുന്നതിനെ രണ്ടാംഭാഷാർജ്ജനമായി കരുതിക്കൂടാ എന്ന് ആർജ്ജനപ്രക്രിയയ്ക്കു പ്രാധാന്യം നല്കുന്ന ചിലർ വാദിക്കുന്നുണ്ട്. (മലയാളി ഇംഗ്ലണ്ടിൽ ജീവിക്കുമ്പോൾ ഇംഗ്ലീഷ് പഠിക്കുന്നത് ഉദാഹരണം. ജിദ്ദയിൽവെച്ച് മലയാളിയായ സബിത വിചാരിച്ചതിനേക്കാൾ വേഗത്തിൽ അറബി പറയാൻ പഠിച്ചെടുത്തതിലെ അത്ഭുതം രേഖപ്പെടുത്തുന്നുണ്ട് *ബർസ* എന്ന നോവലിൽ ഖദീജാ മുംതാസ്.) ഇതിൽനിന്ന് വ്യത്യസ്തമാണ് വിദേശഭാഷാപഠനം. തന്റെ ചുറ്റുവട്ടത്തുള്ള സമൂഹത്തിന്റെ സംസാരഭാഷയല്ലാത്ത ഭാഷ പഠിക്കുമ്പോൾ സംഭവിക്കുന്നതാണ് വിദേശഭാഷാർജ്ജനം. ഉദാഹരണം മുതിർന്ന ഒരു

ഹംഗറിക്കാരൻ ഹംഗറിയിൽവെച്ച് പോളിഷ് ഭാഷ പഠിക്കുന്നത് (Kees de Bot, Second Language Acquisition, 2005 :7). *ബർസ*യിലെ സബിത ജിദ്ദയിൽവെച്ച് അറബി പഠിക്കുന്നതും കേരളത്തിൽവെച്ച് ഒരു മലയാളി അറബി പഠിക്കുന്നതും തമ്മിൽ താരതമ്യം ചെയ്താൽ ഇതിന്റെ വ്യത്യാസം വ്യക്തമാകും. ആ നിലയിൽ രണ്ടാംഭാഷയുടെ ബോധനശാസ്ത്രത്തെക്കുറിച്ച് പ്രതിപാദിക്കുന്ന ഡോ. കെ.എൻ ആനന്ദന്റെ ഒരു ഗ്രന്ഥം ഈ വിഭജനത്തെക്കുറിച്ച് പരാമർശിക്കുകയെങ്കിലും ചെയ്യേണ്ടതാണ്; രണ്ടാംഭാഷാർജ്ജനത്തെ മുഖ്യമായി എടുക്കുമ്പോൾ വിശേഷിച്ചും.

അങ്ങനെ വരുമ്പോൾ ഡോ. കെ. എൻ. ആനന്ദൻ നല്കിയ ഉദാഹരണങ്ങളിൽ ബാലനും അശ്വതിയും സ്ക്കൂളിൽ ഒരു പഠനവിഷയമായിട്ടും, ഹയർസെക്കണ്ടറിതലത്തിൽ പഠനവിഷയവും പഠനമാദ്ധ്യമവും ആയിട്ടും ഇംഗ്ലീഷ് പഠിക്കുകയായിരിക്കണം ചെയ്തിട്ടുണ്ടാവുക. ക്ലാസ്സ് മുറികളിൽ മാത്രം ലഭിക്കുന്ന ഒരനുഭവമാണ് ഇംഗ്ലീഷെങ്കിൽ അതിനെ രണ്ടാംഭാഷയെന്നല്ല വിദേശഭാഷയെന്നാണ് വിളിക്കേണ്ടത്. ജീവിതസാഹചര്യത്തിൽ ചുറ്റുവട്ടത്ത് സംസാരിക്കുന്ന ഭാഷയായല്ല എഴുത്തുഭാഷയായിട്ടായിരിക്കും അതു പ്രയോജനപ്പെടുന്നത്. അപൂർവ്വാവസരങ്ങളിൽ ആത്മവിശ്വാസമില്ലാതെയാണെങ്കിലും അതുപയോഗിച്ച് സംസാരിക്കുകയുമാവാം. നിഷയ്ക്കും പളനിക്കും ഇംഗ്ലീഷ് അവരുടെ ഒന്നാംഭാഷകളിൽ -അദ്ദേഹത്തിന്റെ രീതിയിൽ മാതൃഭാഷയിൽ- ഒന്നാണ്. അതിനാൽ ഒരേ ഭാഷ ഒന്നാംഭാഷയായും വിദേശഭാഷയായും പഠിച്ച രണ്ടു കൂട്ടരെ ഈയൊരാവശ്യത്തിനുവേണ്ടി താരതമ്യം ചെയ്യുന്നതിൽ കഴമ്പില്ല.

ത്രിഭാഷാപദ്ധതി സ്വീകരിച്ചിരിക്കുന്ന കേരളത്തിലെ വിദ്യഭ്യാസമേഖലയിൽ മറ്റൊരർത്ഥത്തിൽ ഒന്നാംഭാഷ രണ്ടാംഭാഷ എന്നീ പ്രയോഗങ്ങൾ നിലവിലുണ്ട്. അവിടെ ഒന്നാംഭാഷ എന്നാൽ ശിശു സ്വാഭാവികമായി ആർജ്ജിച്ച ഭാഷ എന്ന് അർത്ഥമില്ല. ഹൈസ്ക്കൂൾവരെ മലയാളം, സംസ്കൃതം, അറബി, തമിഴ് തുടങ്ങിയവ ഒന്നാംഭാഷയും ഇംഗ്ലീഷ് രണ്ടാംഭാഷയുമാണെങ്കിൽ പ്ലസ് ടു മുതൽ ഇംഗ്ലീഷ് ഒന്നാംഭാഷയും മലയാളം തുടങ്ങിയവ രണ്ടാംഭാഷയുമാണ്. ഭാഷാശാസ്ത്രത്തിലെ സങ്കല്പനവുമായി പൊരുത്തപ്പെടുന്നതല്ല ഇത്. ഇംഗ്ലീഷ് വിദേശഭാഷയാണ് എന്നതിനു പകരം അത് രണ്ടാംഭാഷയാണ് എന്ന ആശയത്തെ കേരളത്തിലെ അദ്ധ്യാപകസമൂഹത്തിനിടയിൽ പെട്ടെന്ന് സ്വീകാര്യമാക്കുന്ന സാഹചര്യമിതാണ്. മാതൃഭാഷ എന്ന പ്രയോഗം ആവർത്തിച്ചുപയോഗിച്ചുകൊണ്ട് ഈ ആശയക്കുഴപ്പത്തെ മുതലെടുക്കുകയാണ് ഡോ.കെ.എൻ. ആനന്ദൻ ഫലത്തിൽ ചെയ്യുന്നത്.

ദൈനംദിനജീവിതത്തിലെ ഏതാനും ആവശ്യങ്ങൾ മാത്രമാണ് പളനിയും നിഷയും മറ്റും ഇംഗ്ലീഷിൽ കൈകാര്യം ചെയ്യുന്നത്. ഇംഗ്ലീഷിലുള്ള ഒരു പ്രഭാഷണം അവർക്ക് മനസ്സിലാവണമെന്നില്ല. കോവളത്തെ സാഹചര്യത്തിൽനിന്നു വിഭിന്നമായ ഒരിടത്ത് സംഭാഷണഭാഷയിൽപ്പോലും പളനി വിജയിക്കും എന്നു കരുതാനാവില്ല. ഉദാഹരണത്തിന് യാത്രയ്ക്കുള്ള പേപ്പറുകളിൽ സംശയംതോന്നി ഒരു

ഇംഗ്ലീഷുകാരനെ പോലീസുകാരൻ അറസ്റ്റുചെയ്യുന്നുവെന്നിരിക്കട്ടെ. ഇംഗ്ലീഷറിയാത്ത പോലീസുകാരൻ ഒരു ദ്വിഭാഷി എന്ന നിലയിൽ പളനിയുടെ സേവനം ആവശ്യപ്പെടുന്നു. അത്തരം സന്ദർഭത്തെ തരണം ചെയ്യാൻ പളനിയുടെ ഇംഗ്ലീഷ് പരിജ്ഞാനം മതിയാവുമെന്നു തോന്നുന്നില്ല. അതായത് ചില്ലറ ഉദ്ദേശ്യങ്ങൾക്കുള്ള ഇംഗ്ലീഷേ പളനിയെപ്പോലെ ചുറ്റുവട്ടത്തുനിന്നും ആർജ്ജിച്ചെടുക്കാൻ കഴിയൂ. അത്ര കണ്ടു ചുരുങ്ങിയ ഇംഗ്ലീഷുമാത്രമേ അവിടെ നിലനില്ക്കുന്നുള്ളൂ. സ്കൂളിൽ പഠിക്കുന്ന ഇംഗ്ലീഷിന് അത്രയ്ക്കു പരിമിതമായ ഒരു ലക്ഷ്യമല്ല വേണ്ടത്. ഭാവിയിൽ ഏതേതു തുറകളിലാണോ കുട്ടി ജീവിക്കേണ്ടിവരിക അവിടെയെല്ലാം ജ്ഞാനാർജ്ജനത്തിനുള്ള ഒരു ഭാഷയായി ഇംഗ്ലീഷ് ഉപയോഗിക്കാൻ കുട്ടിക്കു കഴിയണം. അത് അക്ഷരാർത്ഥത്തിൽ പ്രാബല്യത്തിലില്ലെന്നുവരാം. എങ്കിലും ലക്ഷ്യം അതിൽ കുറഞ്ഞ ഒന്നുമല്ലതന്നെ. അതു പരിഗണിക്കാത്തതാണ് ബി.എസ്. വാരിയർ പറയുന്നതുപോലെ 'തെറ്റുകൂടാതെ ഏതെങ്കിലും വിഷയത്തെപ്പറ്റി ഒരു പുറം മലയാളത്തിലോ ഇംഗ്ലീഷിലോ എഴുതാൻ പത്താം ക്ലാസ്സിലെ എ പ്ലസ്സുമായി വരുന്നവർക്ക് കഴിയാതെ' വരുന്നതിനു കാരണം. അത്തരം പ്രശ്നങ്ങളെ തന്ത്രപൂർവ്വം തമസ്കരിക്കുകയല്ല ധൈര്യപൂർവ്വം അഭിമുഖീകരിക്കാനുള്ള ആർജ്ജവം കണ്ടെത്തുകയാണ് വേണ്ടത്.

നിഷയുടെയും പളനിയുടെയും രീതിയിലാണ് ഇംഗ്ലീഷ് പഠിക്കേണ്ടതെങ്കിൽ എല്ലാ കുട്ടികളെയും ഇംഗ്ലീഷ് സമ്പൂർണ്ണാർത്ഥത്തിൽ ത്തന്നെ സംസാരിക്കുന്ന ഒരു സമൂഹത്തിൽ കുറച്ചുകാലം ജീവിക്കാൻ അനുവദിക്കുകയാണ് വേണ്ടത്. ഇംഗ്ലീഷ് പഠനത്തിന്റെ നിലവാരമില്ലായ്മയ്ക്ക് ഒന്നാമത്തെ കാരണമായി നേരത്തെ ഡോ. കെ. എൻ. ആനന്ദൻ ചൂണ്ടിക്കാണിച്ചത് ഇംഗ്ലീഷിന്റെ സജീവസാന്നിദ്ധ്യമില്ലാത്തതാണ്. ഈ ഒറ്റക്കാരണംകൊണ്ടുതന്നെ കേരളത്തിൽ അദ്ദേഹം നടപ്പിലാക്കിയ രണ്ടാംഭാഷാർജ്ജനപദ്ധതി (Second Language Acquisition Programme) യ്ക്ക് യോജിക്കുന്ന പേര് വിദേശഭാഷാർജ്ജനപദ്ധതിയെന്നോ മൂന്നാം ഭാഷാർജ്ജനപദ്ധതിയെന്നോ ആണ്. ഈ പൊരുത്തക്കേട് മറച്ചുവെക്കാനാണ് സാങ്കേതികപദങ്ങളിൽ ഒരുതരം അഴകൊഴമ്പൻ സമീപനം അദ്ദേഹം പുലർത്തുന്നത്.

തെറ്റുതിരുത്തുന്നതു തെറ്റ്

ഭാഷാർജ്ജനത്തിൽ തെറ്റുകൾ വരുന്നത് സ്വാഭാവികമാണ്. ഒരു ശിശുവിനോട് ''എപ്പഴാ വന്നത് '' എന്നു ചോദിച്ചാൽ ''നാളെ'' എന്ന് ഉത്തരം കിട്ടിയേക്കാം. ഘടനാപരമായും ചില തെറ്റുകൾ ശിശുവിന്റെ ഭാഷയിൽ കണ്ടെത്താം. അവയെല്ലാം ശിശു സ്വയം തിരുത്താറുണ്ട്. ഒരു ഘട്ടംവരെ ശരിയായി ഉപയോഗിച്ച ചില രീതികൾ മാറ്റി തെറ്റായ പ്രയോഗങ്ങൾ പ്രകടിപ്പിക്കാറുണ്ട്. മറ്റൊരു ഘട്ടത്തിൽ അവ തിരുത്തി പഴയ ശരിയിലേക്കുതന്നെ കുട്ടി സ്വയം വരികയും ചെയ്യും. ഭാഷാർജ്ജനത്തിലെ ഈ രീതികൾ കണ്ട് തെറ്റുകൾ തിരുത്തുകയേ അരുത് എന്ന് ക്രാഷനെപ്പോലുള്ളവർ വാദിക്കുന്നുണ്ട്. അതിന്റെ ചുവടു

പിടിച്ച് ഡോ. കെ.എൻ. ആനന്ദനും തെറ്റുതിരുത്തുന്നതിനെ ശക്തമായി തടയുന്നു. (യഥാർത്ഥത്തിൽ ചോംസ്കിയെയല്ല ക്രാഷനെയാണ് അദ്ദേഹം ഉപജീവിക്കുന്നത്.) അതാണ് അദ്ധ്യാപകർ തെറ്റിദ്ധരിച്ചുവെന്ന് കെ.ജി. അച്യുതൻ കുറ്റപ്പെടുത്തുന്ന സംഭവങ്ങൾക്ക് ആധാരം. പുതിയപദ്ധതിയുടെ നായകന്മാർ ആദ്യകാലത്ത് ചുവന്ന മഷിയെന്നു കേട്ടാൽ ക്ഷോഭിച്ചുവശായതിനു കാരണവും മറ്റൊന്നല്ല. പിന്നീട് അത് എന്തുകൊണ്ടോ ഉപേക്ഷിച്ചപ്പോൾ കുറ്റം മുഴുവൻ അദ്ധ്യാപകരുടെ തലയിൽ കെട്ടിവെക്കുന്ന വഞ്ചനാപരമായ നിലപാട് സ്വീകരിച്ചു. അഭിമാനികളല്ലാത്തതുകൊണ്ട് അടിമകളെപ്പോലെ അദ്ധ്യാപകർ അതെല്ലാം സഹിക്കുന്നു എന്നുമാത്രം.

ഡോ. കെ.എൻ. ആനന്ദന്റെ രണ്ടാംഭാഷാർജ്ജനപദ്ധതിയിൽ 30 മുതൽ 40വരെ ശതമാനം കുട്ടികൾക്ക് എ ഗ്രേഡ് നേടാൻ കഴിഞ്ഞു എന്നാണ് പദ്ധതി വിലയിരുത്തിയ യൂനിസെഫിലെ അനിതാ രാംപാൽ രേഖപ്പെടുത്തിയത്. ശിശുവിന്റെ ഭാഷാർജ്ജനത്തെ സംബന്ധിച്ച് അത്ഭുതകരമായ വസ്തുത ലോകത്തെവിടെയായാലും ചുറ്റുവട്ടത്തുമുള്ള ഭാഷ ഏതായാലും അത് ആർജ്ജിക്കുന്നതിൽ നൂറുശതമാനം ശിശുക്കളും വിജയിക്കുന്നു എന്നുള്ളതാണ്. അഞ്ചുവയസ്സിനിടെ ഒരു കുട്ടി തന്റെ ചുറ്റുവട്ടത്തുമുള്ള ഭാഷ ആർജ്ജിച്ചില്ലെങ്കിൽ ആ കുട്ടി നോർമ്മലല്ലെന്നു സംശയിക്കണം. പെഡിയാട്രീഷ്യന്മാർ ശിശുവിന്റെ സാധാരണ വളർച്ചയെ ഉദാഹരിക്കാനുള്ള ചാർട്ടുകളിൽ പ്രായത്തിനനുസരിച്ചുണ്ടാകേണ്ട ഉയരവും തൂക്കവും മാത്രമല്ല ഭാഷയും കൂടി പ്രദർശിപ്പിക്കുന്നത് ഓർക്കുക. ഭാഷാർജ്ജനം അത്ഭുതകരമായ രീതിയിൽ നൂറുശതമാനം വിജയം നിലനിർത്തുന്നു. അതിന്റെ പകുതിപോലും ഈ പദ്ധതിക്ക് എത്താൻ കഴിഞ്ഞില്ല എന്നാണ് രേഖപ്പെടുത്തിയിരിക്കുന്നത്. കാരണം ഇത് ഭാഷാർജ്ജനത്തെ അടിസ്ഥാനമാക്കിയ പദ്ധതിയല്ല. വെറും ഭാഷാപഠനപദ്ധതിയാണ്. എങ്കിലും പഴയപദ്ധതിയേക്കാൾ ഇത് മുന്നേറിയിട്ടുണ്ടെന്നത് കാണാതിരുന്നുകൂടാ.

അതേസമയം ഡോ. ശ്രീദേവി നടത്തിയ പഠനത്തിൽ പദ്ധതിയുടെ സൈദ്ധാന്തികവും പ്രയാഗികവുമായ പ്രയാസങ്ങൾ ചൂണ്ടിക്കാണിച്ചിട്ടുണ്ട്. ഇംഗ്ലീഷിന്റെ ജീവൽസാഹചര്യമില്ലാത്തതും കൃത്രിമമായ സാഹചര്യംപോലും ആഴ്ചയിൽ മൂന്നോ നാലോ മണിക്കൂർ മാത്രം ലഭിക്കുന്നതും മറ്റും അതിന്റെ പരാധീനതകളായി അവർ ചൂണ്ടിക്കാണിച്ചിട്ടുണ്ട്. നല്ല പദ്ധതിയാണെങ്കിലും സ്ലാപ് ഒരു പരാജയമാണ്. അതിൽ സ്വതേ ഉള്ള നിരവധി പോരായ്മകൾകൊണ്ടല്ല, വളരെയധികം അദ്ധ്യാപകകേന്ദ്രിതമായ ഈ പദ്ധതി ക്ലാസ്സുറൂമിൽ വിജയിപ്പിച്ചെടുക്കാൻ മാത്രം യോഗ്യതയും പ്രതിബദ്ധതയുമുള്ള അദ്ധ്യാപകരുടെ എണ്ണം വളരെ കുറഞ്ഞുപോയതുകൊണ്ടാണ് അതു പരാജയമായത് (438) എന്ന് അവർ നിരീക്ഷിക്കുന്നു. (ഇത് ആനന്ദന്റെ നേരിട്ടുള്ള നേതൃത്വത്തിൽ നടന്ന പരിപാടിയുടെ കഥയാണ് എന്നത് ഓർമ്മിക്കേണം.)

അവരുടെ വിമർശനങ്ങളിൽ ഇംഗ്ലീഷും മലയാളവും തമ്മിൽ എഴുത്തുരീതികളിലുള്ള വ്യത്യാസം കുട്ടികൾക്ക് പ്രയാസം ഉണ്ടാക്കുന്നു എന്ന വാദത്തെ ഡോ.ആനന്ദൻ നേരിടുന്നത് വളരെ വിചിത്രമായ രീതിയാലാണ്. എഴുത്തുരീതികളിൽ രണ്ടുഭാഷകളും സമാനമാണ് എന്നു വാദിക്കാനാണ് അദ്ദേഹത്തിന്റെ ശ്രമം. *''മലയാളത്തിൽ സ്വതന്ത്രമായി നില്ക്കുന്ന സ്വരലിപികളും വ്യഞ്ജനലിപികളും ഉണ്ട്. അതോടൊപ്പം സ്വതന്ത്രമായി നില്ക്കാതെ വ്യഞ്ജനലിപികളോടു ചേർന്നു മാത്രം പ്രത്യക്ഷപ്പെടുന്ന സ്വരചിഹ്നങ്ങളും ഉണ്ട്. ഒരേ ലിപിതന്നെ ഉപയോഗിക്കുന്നുവെങ്കിലും നകാരം പദാദിയിൽ ദന്ത്യമായും മറ്റിടങ്ങളിൽ വർത്സ്യമായും ഉച്ചരിക്കുന്നുണ്ട്. മലയാളത്തിലെ വ്യഞ്ജനലിപികളിലെല്ലാം നിത്യമായി അകാരം അടങ്ങിയിട്ടുണ്ട്. ഉദാഹരണത്തിന് ക എന്ന ലിപിയിൽ ക് എന്ന വ്യഞ്ജനത്തോടൊപ്പം അ എന്ന സ്വരവും ഉൾച്ചേർന്നിട്ടുണ്ട്. ഇംഗ്ലീഷിലും അതുപോലെതന്നെയാണ് കാര്യങ്ങൾ. B ഒറ്റയ്ക്കു നില്ക്കുമ്പോൾ ബ് എന്ന വ്യഞ്ജനത്തോടൊപ്പം ഇ എന്ന സ്വരവും അതിൽ ഉൾച്ചേർന്നിട്ടുണ്ട് (b = b+i). c, d, g, p, t, v, z എന്നിവയിലും ഇതു കാണാം. f, l, m, n, s, x എന്നിവയിൽ ചേർന്നുനില്ക്കുന്നത് എ എന്ന സ്വരമാണ്. അതുപക്ഷെ വ്യഞ്ജനത്തിന് മുമ്പാണ് ചേരുന്നത് (f= e+f). Kutti (child) k+a+u+t+a+t+a+i) എന്നെഴുതായാലും കുട്ടി എന്നാണ് വായിക്കുക. ഇംഗ്ലീഷിലും സമാനമായ പ്രശ്നം വരുന്നുണ്ട്. bet എന്ന പദം b+i+e+t+i എന്നല്ല ബെറ്റ് എന്നാണ് വായിക്കുന്നത്''* (440–41).

രണ്ടു ഭാഷയിലെയും എഴുത്തുരീതികൾ സമാനമാണെന്ന വാദം സൂക്ഷ്മതയുള്ളതല്ല. ക എന്ന വ്യഞ്ജനസ്വനമല്ല അകാരം ചേർന്ന് അക്ഷരമായി മാറിയ ക തന്നെയാണ് മലയാളത്തിൽ എഴുത്തിന്റെ ആധാരം. ഇംഗ്ലീഷിൽ സ്വനത്തെത്തന്നെയാണ് എഴുതുന്നത്. മലയാളമെഴുത്ത് അക്ഷരങ്ങളെ അടിസ്ഥാനമാക്കുന്നതാണെങ്കിൽ ഇംഗ്ലീഷെഴുത്ത് സ്വനങ്ങളെയാണ്, വർണ്ണങ്ങളെയാണ്, അടിസ്ഥാനമാക്കുന്നത് എന്നു പറയുന്നത് ഈ അടിസ്ഥാനത്തിലാണ്. ഇംഗ്ലീഷിലെ a എന്ന ലിപിയെ എ എന്നു വായിക്കുകയല്ല അതിനെ എ എന്നുവിളിക്കുകയാണ് ചെയ്യുന്നത്. മിക്കയിടത്തും അത് വായിക്കുന്നത് അ എന്നാണ്. അറബിയിൽ അലിഫെന്നു വിളിക്കും; അ എന്നു വായിക്കും. മറ്റുഭാഷകളിൽ അൽഫാ, അകാരം എന്നൊക്കെ അതിന് വിളിപ്പേരുകളുണ്ട്. ബി എന്നു പേരുള്ള അക്ഷരത്തിലെ ഇകാരം കളഞ്ഞാണ് വായിക്കുക എന്നുവാദിക്കുന്നത് അതിനാൽ സാമാന്യധാരണയില്ലായ്മയാണ്. മലയാളലിപിമങ്ങൾ അകാരം ഉൾച്ചേർന്നവ ആയതിനാൽ പട എന്നെഴുതാൻ മലയാളത്തിൽ 'പ', 'ട' എന്നീ രണ്ടുലിപിമങ്ങൾ ചേർത്തുവെച്ചാൽ മതി. അതുപോലെ പിറ്റി എന്നെഴുതാൻ ഇംഗ്ലീഷിൽ pity എന്നു നാലു ചിഹ്നങ്ങൾ വേണ്ടാ പകരം pt എന്നു രണ്ടുലിപി മാത്രം എഴുതിയാൽ മതി എന്നു വാദിക്കേണ്ടിവരും. ചുരുക്കത്തിൽ ഡോ.കെ.എൻ. ആനന്ദൻ പാലിക്കുന്ന സൂക്ഷ്മതയില്ലായ്മ ബോധപൂർവ്വമായാലും അല്ലെങ്കിലും അപകടകരമാണ്.

ധാരാളം പഠനങ്ങൾ നടന്ന മേഖലയാണ് രണ്ടാംഭാഷാർജ്ജനം. സജാതീയഭാഷകളിലും വിജാതീയഭാഷകളിലും അത് ഒരേ ഫലമല്ല ഉണ്ടാക്കുകയെന്നും നിരീക്ഷിക്കപ്പെട്ടിട്ടുണ്ട്. അതിനേക്കാളൊക്കെ പ്രാധാന്യമുള്ളതാണ് കേരളത്തിലെ പ്രശ്നം. ഇംഗ്ലീഷിന്റെ ചുവടുപിടിച്ച് ഭാഷാർജ്ജനതത്ത്വങ്ങളെ അടിസ്ഥാനമാക്കിവേണം മലയാളവും പഠിപ്പിക്കാൻ എന്നു യാതൊരു വിവേചനബുദ്ധിയുമില്ലാതെ പ്രചരിപ്പിക്കുകയാണ് പുതിയപാഠ്യപദ്ധതി നാളിതുവരെ ചെയ്തുകൊണ്ടിരിക്കുന്നത്. ഡോ.കെ.എൻ. ആനന്ദനെപ്പോലുള്ളവർ ഇംഗ്ലീഷ് മെച്ചപ്പെടുത്താൻ വേണ്ടി നടത്തിയ ശ്രമങ്ങൾ എന്തെല്ലാം പരാജയങ്ങളുണ്ടായാലും വ്യത്യസ്തമായ ശ്രമങ്ങൾ എന്ന നിലയിൽ അഭിനന്ദനാർഹം തന്നെയാണ്. എന്നാൽ പണ്ട് ഏകാദശി നോറ്റ കാക്കയെപ്പോലെ അതത്രയും അതേപോലെതന്നെ മലയാളത്തിൽ നടപ്പിലാക്കണം എന്നു കരുതുന്നത് ശരിയല്ല. ആ പരിധിയും വിട്ട് അങ്ങനെമാത്രമേ ചെയ്യാവൂ എന്നു സുഗ്രീവാജ്ഞ നല്കുന്ന ഭാഷാപണ്ഡിതന്മാർ മാപ്പർഹിക്കാത്ത തെറ്റാണ് ഒരു തലമുറയോടു ചെയ്യുന്നത്. അതിന് നേതൃത്വം നല്കുന്നത് എസ്.എസ്.എ.യുടെ സ്റ്റേറ്റ് കൺസൾട്ടന്റായ അദ്ദേഹമാണെങ്കിൽ തിരൂർക്കാരനായ എഴുത്തച്ഛന് ഭാഷാപിതാവ് എന്ന സ്ഥാനം കല്പിച്ചു നല്കിയപോലെ ഭാവിചരിത്രം അദ്ദേഹത്തിന് ഭാഷാന്തകൻ എന്ന ബിരുദം ചാർത്തിക്കൊടുക്കുമോ എന്നു ആശങ്കപ്പെടേണ്ട രീതിയിലാണ് ഇന്നത്തെ മലയാളപഠനം.

സഹായകഗ്രന്ഥങ്ങൾ

ഭാഷാപോഷിണി 2008 ഓഗസ്റ്റ്, സപ്തംബർ ലക്കങ്ങൾ

Anandan, K.N. 2006: *Tuition to Intuition, The Constructivist Perspective on Second Language Pedagogy*

Chomsky, Noam 2006: *The Architecture of Language*

Kees de Bot, 2005: *Second Language Acquisition*

(*ഭാഷാപോഷിണി*യിൽ 2008 നവംബർ ലക്കം പ്രസിദ്ധീകരിച്ചത്)

■

മലയാളപഠനം: പ്രതിസന്ധിയും പരിഹാരവും

മലയാളം ഗുരുതരമായ പ്രതിസന്ധികളെ നേരിട്ടുകൊണ്ടിരിക്കുകയാണ് എന്ന് പലരും ബേജാറാകുന്ന കാലമാണിത്. കേരളഭാഷാ ഇൻസ്റ്റിറ്റ്യൂട്ട് പോലെയുള്ള സർക്കാർ സ്ഥാപനങ്ങൾ ദശകങ്ങളായി ഭാഷാസംരക്ഷണത്തിനായി പ്രവർത്തിച്ചുകൊണ്ടിരിക്കുമ്പോഴും ചിലർ മലയാളസംരക്ഷണത്തിനായി സമിതിയുണ്ടാക്കുന്നു. ചിലർ അതിനായി സർവ്വകലാശാല സ്ഥാപിക്കുന്നു. കേരളവിദ്യാഭ്യാസച്ചട്ടക്കൂട് മാതൃഭാഷയുടെ പ്രാധാന്യം വ്യക്തമാക്കാൻ പേജുകൾ നീക്കിവെക്കുകയും തുടർന്ന് മലയാളപഠനത്തിന് നിലവിലുള്ള സ്ഥാനം കുറയ്ക്കാൻ നിർദ്ദേശിക്കുകയും ചെയ്യുന്നു. ക്രെഡിറ്റ് ബേയ്സ്ഡ് ചോയ്സ് സമ്പ്രദായം വരുന്നതോടെ ബിരുദതലത്തിലും മലയാളം ഒഴിവാക്കപ്പെട്ടിരിക്കുന്നു. പണ്ട് എൻ.വി. കൃഷ്ണവാരിയർ പറഞ്ഞപോലെ അതോടെ തീരും തുഞ്ചനെക്കൊണ്ടുള്ള ശല്യം. ചുരുക്കത്തിൽ മലയാളഭാഷയുടെ ഭാവി ശുഭോദർക്കമല്ലെന്നു പൊതുവെ കരുതപ്പെടുന്നു.

മറുഭാഗത്ത് സൈബർമലയാളത്തിന്റെ ലോകം ദിനംപ്രതിയെന്നോണം വിശാലമായിക്കൊണ്ടിരിക്കുകയാണ്. സ്പെൽ ചെക്കും ഗ്രാമർചെക്കും എല്ലാമുള്ള സ്വയംപര്യാപ്തമായ കമ്പ്യൂട്ടർമലയാളത്തിനായുള്ള അന്വേഷണങ്ങൾ ലോകത്തെമ്പാടും നടന്നുകൊണ്ടിരിക്കുന്നു. എന്നാൽ ഒരേ വാക്കുതന്നെ പലവിധത്തിൽ എഴുതുന്ന മലയാളമെഴുത്തിന്റെ അവ്യവസ്ഥകൾ അതിനു വലിയ ഭീഷണിയായി നില്ക്കുന്നു. കേരളത്തിൽ നടന്നുകൊണ്ടിരിക്കുന്ന വിദ്യാഭ്യാസപരിഷ്ക്കാരങ്ങളുടെയും ഭാഷാപരിഷ്ക്കരണശ്രമങ്ങളുടെയും പശ്ചാത്തലത്തിൽ സൂക്ഷ്മമായി പരിശോധിക്കേണ്ടുന്ന വിഷയമാണ് മലയാളത്തിന്റെ വർത്തമാനം. ഇതിന്റെ പിന്നിലുള്ള സൈദ്ധാന്തികവും പ്രായോഗികവുമായ ചില പ്രശ്നങ്ങളാണ് ഇവിടെ പരിശോധിക്കുന്നത്.

സമാസപ്രധാനമായ ഭാഷയാണ് മലയാളം. വിശേഷണവിശേഷ്യങ്ങളെ സമാസിക്കുമ്പോഴുള്ള വർണ്ണപരിണാമങ്ങൾ നിർണ്ണായകമാണെന്നത് ഒരു ഉദാഹരണം. *''മലയാളത്തിന്റെ ഘടനയെയും ഉച്ചാരണശുദ്ധിയെയും കുറിച്ചിടത്തോളം ഏറ്റവും പ്രധാനപ്പെട്ട ഘടകങ്ങളുണ്ട്; അവയിൽ ഒന്നാണ് ദ്വിത്വസന്ധി. ആന പുറത്തു കയറുന്നതും ആനപ്പുറത്തുകയറുന്നതും തമ്മിൽ നാം വേർതിരിക്കുന്നത് ആ സന്ധി കൊണ്ടാണ് എന്നോർക്കണം''* എന്നിങ്ങനെ പ്രബോധചന്ദ്രൻ പറയുന്നു. ഇവിടെ സന്ധിയോടൊപ്പം പ്രധാനമായ കാര്യമാണ് ആനപ്പുറത്ത്

എന്ന് സമസ്തപദമായാണോ അതോ ആന പുറത്ത് എന്നു സന്ധി ചെയ്യാതെ വ്യതസ്തപദങ്ങളായാണോ എഴുതുന്നത് എന്നത്. എലി വിഷം പോലെ ദ്വിത്വം വരാത്ത ശിഥിലവ്യഞ്ജനങ്ങളുടെ സാഹചര്യത്തിൽ സമസ്തപദമാണോ അല്ലയോ എന്ന് വേർതിരിച്ചറിയുന്നത് എഴുത്തിലെ വിടവ് അഥവാ സ്പേസുകൊണ്ടാണ്. അതുപക്ഷെ ഇന്ന് തികച്ചും അലക്ഷ്യമായാണ് പ്രയോഗിച്ചുവരുന്നത്. ഗതികളും അനുപ്രയോഗങ്ങളും മറ്റും വേർതിരിച്ചെഴുതുന്നത് ഇന്നത്തെ രീതിയായിരിക്കുന്നു. ഇത് മാദ്ധ്യമങ്ങളുടെ മാത്രം പ്രശ്നമല്ല. ഉദാഹരണത്തിന് ഈ ദേശീയസെമിനാറിന്റെ പേരുതന്നെ നവീന പഠന വഴികൾ എന്നാണ് അച്ചടിച്ചിരിക്കുന്നത്. അതുതന്നെ മറ്റൊരിടത്ത് നവീന പഠനവഴികൾ എന്നാണു കാണുന്നത്. അങ്ങനെ വേർതിരിച്ചെഴുതിയാലും ചേർത്തുവായിക്കാവുന്ന ഭാഷാജ്ഞാനം ഈ നോട്ടീസ് വായിക്കുന്നവർക്കെല്ലാമുള്ളതുകൊണ്ട് അതൊരു വിഷയമാകണമെന്നില്ല. എന്നാൽ അത്തരം ഭാഷാജ്ഞാനവും വിശേഷബുദ്ധിയുമില്ലാത്ത കമ്പ്യൂട്ടറുകളെ സംബന്ധിച്ച് ഇതൊരു കുഴക്കുന്ന പ്രശ്നംതന്നെയാണ്. ഈ സെമിനാറിനെക്കുറിച്ച് ഇന്റർനെറ്റിൽ സെർച്ച് നടത്തുകയാണെന്നിരിക്കട്ടെ. അവിടെ ദേശീയ സെമിനാർ എന്നടിച്ചാൽ ഒരിക്കലും ദേശീയസെമിനാർ ലഭിക്കുകയില്ല (സജഷൻസ് വന്നേക്കാം). കമ്പ്യൂട്ടറിന് മറ്റേതൊരു ചിഹ്നത്തെപ്പോലെയും ഒരു ക്യാരക്ടറാണ് സ്പേസ്. നവീന പഠന വഴികൾ എന്നതിന് (1) *നവീനപഠന വഴികൾ*, (2) *നവീന പഠനവഴികൾ*, (3) *നവീനപഠനവഴികൾ* എന്നിങ്ങനെ മൂന്ന് അപരസാദ്ധ്യതകൾ മലയാളത്തിലുണ്ട്. സേർച്ചിൽ കമ്പ്യൂട്ടർ നല്കുന്ന വേഗം ഈ അപരസാദ്ധ്യതകൾകൊണ്ട് ഇല്ലാതാകുന്നു എന്നതോടൊപ്പം അത് കള്ളനാണയങ്ങൾക്ക് അവസരം നല്കുന്നു എന്നതുകൂടിയാണ് പ്രശ്നം. മറ്റൊരുദാഹരണം പരിശോധിക്കാം മറഞ്ഞുപോയി എന്നൊരു പുസ്തകം തിരയുമ്പോൾ മറഞ്ഞു പോയി എന്ന് ഒരു അപരസാദ്ധ്യതമാത്രമല്ല ഉള്ളത്. (1) മറഞ്ഞ് പോയി, (2) മറഞ്ഞുപോയി, (3) മറഞ്ഞ് പോയി, (4) മറഞ്ഞ്പോയി, (5) മറഞ്ഞ് പോയി എന്നിങ്ങനെ പല സാദ്ധ്യതകൾ ഉണ്ട്. ഈ അപരസാദ്ധ്യതാബാഹുല്യം കമ്പ്യൂട്ടറിലെ മലയാളത്തെ കുഴക്കിക്കളയും എന്നുറപ്പ്. ഇതിൽ ഒന്നുശരി ബാക്കിയെല്ലാം തെറ്റ് എന്നു വിധിക്കുന്നത് പഴയ വ്യാകരണത്തിന്റെ പിടിവാശിയാണ് എന്നു പറയാം. പക്ഷെ ഇതിനെ ഏകീകരിക്കാതെ 'നമ്മുടെ കമ്പ്യൂട്ടറിനു നമ്മുടെ ഭാഷ' എന്നു സ്വപ്നംകാണാൻപോലും കഴിയില്ല. മലയാളമെഴുത്തിനെ ആർക്ക് എങ്ങിനെ മാനകീകരിക്കാനാകും എന്ന ചോദ്യത്തിന് സർക്കാർ മുൻകയ്യെടുക്കണം എന്ന് ഉത്തരം തോന്നുന്നത് സ്വാഭാവികം മാത്രം. അതിനുമുമ്പ് ഈ അവ്യവസ്ഥിതത്വം മലയാളത്തിൽ കടന്നുവന്നതെങ്ങനെയെന്ന് ആലോചിക്കുന്നത് നന്നായിരിക്കും.

ഡി.പി.ഇ.പി.യുടെ തുടർച്ചയായി നിലവിൽവന്ന പാഠ്യപദ്ധതി മലയാളപഠനത്തിന്റെ കെട്ടുംമട്ടും മാറ്റിയെഴുതിക്കൊണ്ടാണ് രംഗപ്രവേശം ചെയ്തത്. അതിനു മുമ്പേതന്നെ കേരളത്തിലെ മലയാളമെഴുത്ത് കാതലായ ചില അവ്യവസ്ഥകൾ കാണിച്ചു തുടങ്ങിയിരുന്നു. അതിന് തുടക്കമിട്ടത് കേരളത്തിലെ ചില ലിപിപരിഷ്ക്കരണശ്രമങ്ങളാണ്.

ലിപിപരിഷ്ക്കരണത്തിന്റെ സംഭാവനകൾ

അച്ചടിയുടെ പ്രചാരമാണ് മലയാളലിപികളെ ഏകീകരിച്ചത്. മലയാളത്തിന്റെ ലിപിബാഹുല്യം അച്ചടിക്ക് വളരെ പ്രയാസങ്ങളുണ്ടാക്കിയിരുന്നു. അതു കുറയ്ക്കാനുള്ള ശ്രമങ്ങൾക്ക് നമ്മുടെ അച്ചടിയുടെ അത്രതന്നെ പഴക്കമുണ്ട്. സംക്ഷേപവേദാർത്ഥം അച്ചടിക്കാനുപയോഗിച്ച 1128 ലിപികളെ ബെഞ്ചമിൻ ബെയ്‌ലി 500 എണ്ണമാക്കിച്ചുരുക്കി. തുടർന്നും ലിപിപരിഷ്ക്കരണശ്രമങ്ങൾ നടന്നിട്ടുണ്ട്. 1876-ൽ വാരാപ്പുഴ മിഷനറിമാരും 1893-ൽ കണ്ടത്തിൽ വറുഗീസുമാപ്പിളയും ശ്രമങ്ങൾ നടത്തി. 1967 അവസാനമാണ് സംസ്ഥാന ഗവൺമെന്റ് ലിപിപരിഷ്കരണത്തിനാവശ്യമായ നടപടികൾ സ്വീകരിച്ചു തുടങ്ങിയത്. ''സംസ്ഥാനത്ത് മലയാളം ഭരണഭാഷയും, ഉന്നതവിദ്യാഭ്യാസത്തിനുള്ള മാധ്യമവും ആയിക്കൊണ്ടിരിക്കുന്നതിനാൽ, ഭാഷയുടെ വളർച്ചയ്ക്കും വികാസത്തിനും സഹായകമാംവിധം ലിപികൾ പരിഷ്കരിക്കണമെന്നായിരുന്നു തീരുമാനിക്കപ്പെട്ടത്''. അതിൻപ്രകാരം ശൂരനാട്ടു കുഞ്ഞൻപിള്ളയുടെ നേതൃത്വത്തിൽ ഒരു കമ്മറ്റി ലിപികളുടെ എണ്ണം 90 ആക്കി കുറച്ചു. 1971 ഏപ്രിൽ 13-ന് ഗസറ്റ് വിജ്ഞാപനം വന്നു.

അടിസ്ഥാനലിപിമങ്ങളിൽ പരിഷ്ക്കാരങ്ങളൊന്നുംതന്നെ കമ്മറ്റി വരുത്തിയിട്ടില്ല. ഉകാരത്തിന്റെ ഉപലിപികൾ വേറിട്ട് എഴുതാവുന്ന രീതിയിൽ ഏകീകരിക്കുകയും ഋകാരത്തിനും മദ്ധ്യമങ്ങൾക്കും വേറിട്ടെഴുതുന്ന ഉപലിപി സ്വീകരിക്കുകയും കൂട്ടക്ഷരങ്ങൾ ചന്ദ്രക്കലകൊണ്ട് പിരിച്ചെഴുതുന്ന രീതി നിർദ്ദേശിക്കുകയുമാണ് സ്വീകരിച്ച പ്രധാനപദ്ധതികൾ. അച്ചടിസൗകര്യത്തിനുവേണ്ടി വേറിട്ടുനില്ക്കുന്ന ലിപിവ്യവസ്ഥയാണ് അതിന്റെ ആദർശം. അങ്ങിനെ ആകെ ലിപിസംഖ്യ 90 ആയി കുറഞ്ഞു. പുതിയ ലിപിമങ്ങൾ ഒന്നും കൂട്ടിച്ചേർക്കാതെ ശാസ്ത്രീയമായാണ് ലിപിപരിഷ്ക്കരണം നടത്തിയത് എന്ന കാര്യത്തിൽ സംശയമില്ല.

സ്വാഭാവികമായും ഇത് വിദ്യാഭ്യാസമേഖലയിലും നടപ്പാക്കേണ്ടി വന്നു. മൈസൂരിലെ ഭാരതീയ ഭാഷാകേന്ദ്രത്തിൽ -സി.ഐ.ഐ.എൽ- ബി.ശ്യാമളകുമാരിയുടെ നേതൃത്വത്തിൽ പാഠപുസ്തകങ്ങൾ തയ്യാറാക്കുന്നതിനുള്ള ശ്രമങ്ങൾ 1970-കളിൽ ആരംഭിച്ചു. പൂർവ്വസൂരികളുടെ നിർദ്ദേശങ്ങൾ സ്വാംശീകരിച്ച് അവർ നടത്തിയ ലിപിപരിഷ്ക്കരണത്തിന്റെ പ്രധാന നിർദ്ദേശങ്ങൾ ഇങ്ങനെ ചുരുക്കാം:

1. ഉകാരത്തിന്റെ ഉപലിപികളെ ഏകീകരിക്കുക. എല്ലാ വ്യഞ്ജനാക്ഷരങ്ങൾക്കും ശേഷം ു, ൂ എന്നിവ യഥാക്രമം ഉകാരത്തിന്റെ ഹ്രസ്വദീർഘങ്ങൾക്ക് ചേർക്കുക. ഉദാ: പു, പൂ, കു, കൂ, തു, തൂ

2. കൂട്ടക്ഷരങ്ങളെ സംവൃതോകാരം ചേർത്ത് പിരിച്ചെഴുതുക. ഉദാ: ജ്ഞ, ത്മ, ഗ്ന.

3. ഋ, ര/റ, യ, വ എന്നിവ വ്യഞ്ജനങ്ങളോട് ചേരുമ്പോൾ പുതിയ ഉപലിപികൾ ചേർത്തെഴുതുക. ഉദാ: കൃ, തൃ, മൃ(ഋ). ക്ര, ത്ര, മ്ര (ര/റ). ക്യ, ത്യ (യ). ക്വ, ത്വ, (വ)

കയ്യെഴുത്തിൽ താഴ്ന്നക്ലാസ്സിൽ പുതിയലിപി പഠിച്ച് മുതിർന്ന ക്ലാസ്സിൽ പഴയലിപിയിലേക്ക് മാറണം.

കൂട്ടക്ഷരങ്ങൾ, ഖരാനുനാസികദ്വിത്വങ്ങളായ ക്ക, ച്ച, ട്ട, ത്ത, പ്പ, ങ്ങ, ഞ്ഞ, ണ്ണ, ന്ന, മ്മ എന്നു പത്തെണ്ണം ആയി നിജപ്പെടുത്തിയതോടെ ലിപികളുടെ എണ്ണം 90 -ൽനിന്ന് 74 ആയി കുറഞ്ഞു. അടിസ്ഥാന ലിപിമങ്ങളോടൊപ്പം പതിനാല് സ്വരങ്ങളുടെ ഉപലിപികളും അഞ്ചു ചില്ലുകളും പത്ത് ഇരട്ടിപ്പുകളും കൊണ്ട് ലിപിമാല വളരെ ലളിതമാക്കാൻ കഴിഞ്ഞു.

താഴ്ന്നക്ലാസ്സിൽ പുതിയലിപി പഠിച്ച് മുതിർന്ന ക്ലാസ്സിൽ പഴയലിപിയിലേക്ക് മാറണം എന്ന നിർദ്ദേശമാണ് ആദ്യംതന്നെ ലംഘിക്കപ്പെട്ടത്. മുതിർന്ന ക്ലാസ്സുകളിലേക്കുള്ള പാഠപുസ്തകങ്ങൾപോലും പുതിയ ലിപിയിൽ അച്ചടിക്കാൻ തുടങ്ങിയതാണ് ഇതിന്റെ തുടക്കം. അതോടെ മലയാളത്തിലെ മിക്ക അക്ഷരങ്ങളെഴുതാനും ശരിയായ രണ്ടുരീതികൾ നടപ്പിലായി. സാങ്കേതികമായി പറഞ്ഞാൽ മലയാളമെഴുത്തിൽ നിലവിലുണ്ടായിരുന്ന വ്യത്യയബന്ധങ്ങളെയും പൂരകബന്ധങ്ങളെയും അത് തകിടം മറിച്ചുകളഞ്ഞു. എങ്കിലും അദ്ധ്യാപകരുടെ ശീലംകൊണ്ട് പഴയ എഴുത്തുരീതി പെട്ടെന്ന് മറഞ്ഞുപോയില്ല. ഈ അവ്യവസ്ഥിതിക്ക് ആക്കംകൂട്ടാനുള്ള നീക്കങ്ങൾ തുടർന്ന് വരാനിരിക്കുകയായിരുന്നു.

സർക്കാർ കമ്മറ്റിയുടെ ലിപിപരിഷ്ക്കരണം നടപ്പിലായശേഷവും മലയാളലിപികളിൽ പിന്നെയും നിലനില്ക്കുന്ന പലതരത്തിലുള്ള അവ്യവസ്ഥിതികളും പൊരുത്തക്കേടുകളും മറ്റും ധാരാളം ചർച്ചചെയ്യപ്പെട്ടു. വ്യഞ്ജനത്തോടോപ്പം വരുന്ന ല/ളകൾക്ക് ഒരേ ഉപലിപി (ല്ല, ക്ല) ഉപയോഗിക്കുന്നത്; അതുപോലെ ര/റകൾക്ക് ഒരേ ഉപലിപി (ക്ര, ശ്ര) ഉപയോഗിക്കുന്നത്; അകാരം ചേർന്നതായി എഴുതുമെങ്കിലും മൃദുക്കൾ പദാദിയിൽ എകാരമായി (ദയ, ദെയ) വായിക്കുന്നത്; ഫ അതിഖരമായും ഘർഷിയായും (ഫിലിം, സ്ഫടികം) എഴുതാനുപയോഗിക്കുന്നത്; അനുസ്വാരം മകാരത്തെക്കൂടാതെ അനുനാസികീകരണത്തിന് (അങ്കം, രംഗം, സംഖ്യ, ...) ഉപയോഗിക്കുന്നത്; ത/ല ഇവയ്ക്ക് പൊതുവായി ൽ (വാത്മീമകം, വാത്സല്യം) ഉപയോഗിക്കുന്നത്; ഔകാരം ചേർന്ന വ്യഞ്ജനങ്ങൾ രണ്ടുരീതിയിൽ (കൗ, കൌ) എഴുതുന്നത് അങ്ങനെ പലതരം പോരായ്മകൾ വി. എസ്. വിജയേന്ദ്രഭാസിനെപ്പോലെ പലരും ചൂണ്ടിക്കാണിച്ചു.

ഇത്തരം ചർച്ചകളും നിർദ്ദേശങ്ങളും ഉപജീവിച്ചുകൊണ്ട് ലിപിപരിഷ്ക്കരണത്തിന് തുടർശ്രമങ്ങൾ നടക്കുകയുണ്ടായി. അവയിൽ പ്രധാനമായത് എൻ. വി. കൃഷ്ണവാരിയരുടെ നേതൃത്വത്തിൽ നടന്ന ശ്രമമാണ്. പലഘട്ടങ്ങളിലായി വന്ന അദ്ദേഹത്തിന്റെ നിർദ്ദേശങ്ങളിൽ പ്രധാനമായവ ഇതാണ്:

1. ഉച്ചാരണസന്ദേഹമില്ലാത്തിടത്ത് കൂട്ടക്ഷരം വേണ്ട. ർത്ഥ എന്നു വേണ്ടാ ർഥ എന്നു മതി.

2. മൃദുഘോഷസംഹിതകൾക്ക് ഘോഷം മാത്രം മതി. ദ്ധ്യാ എന്നു വേണ്ടാ ധ്യാ എന്നു മതി.

3 കൌ തുടങ്ങി ഔകാരത്തിന് എകാരത്തിന്റെ ലിപി ചേർക്കാതെ കൗ എന്നുമാത്രം മതി.

4. അനുസ്വാരംകൊണ്ട് അനുനാസികസംഹിത വംചന, അംകം എന്നിങ്ങനെ മാറ്റാം

ഈ നിർദ്ദേശങ്ങൾ മിക്കതും സ്വനപരമാണ്; മലയാളത്തിലെ വർണ്ണപരിണാമങ്ങളെ ആശ്രയിച്ചാണ്. ലിപിതലത്തിൽനിന്ന് പരിഷ്ക്കരണത്തിന്റെ ആധാരം ഭാഷയുടെ മറ്റുതലങ്ങളിലേക്ക് പ്രകടമായി മാറുന്നത് കൃഷ്ണവാരിയരുടെ കാലത്തോടെയാണ്. വിദ്യാഭ്യാസമേഖലയിൽ അത് ദൂരവ്യാപകമായ പ്രത്യാഘാതങ്ങൾ ഉണ്ടാക്കി. പത്രാദിമാദ്ധ്യമങ്ങളാകട്ടെ തങ്ങളുടെ ഇഷ്ടംപോലെ ലിപിവ്യവസ്ഥയെ പരിഷ്ക്കരിക്കുകയും ചെയ്തു.

എൺപതുകളുടെ മദ്ധ്യത്തോടെ മലയാളമെഴുത്ത് തോന്നിയപോലെയായി. ലിപിപരിഷ്ക്കരണം ശ്രദ്ധയൂന്നിയ മേഖലകളിൽത്തന്നെയാണ് ഏറ്റവും കൂടുതൽ പിഴവുകൾ വരുന്നത് എന്നു കാണാം. കുട്ടികളുടെ എഴുത്തിൽ ഉകാരത്തിന്റെ ഉപലിപികൾ, മദ്ധ്യമങ്ങളുടെ ചിഹ്നങ്ങൾ എന്നിവ പഴയരൂപവുമല്ല പരിഷ്കൃതരൂപവുമല്ല എന്നുവന്നു. കൂട്ടക്ഷരങ്ങളിൽ ചന്ദ്രക്കലാചിഹ്നം അക്ഷരമദ്ധ്യത്തിലും അന്ത്യത്തിലും ചേർക്കുക പതിവായി. അങ്ങിനെ അവ്യവസ്ഥിതികളുടെ ക്രോമൊസോംപെരുക്കംതന്നെ ഉണ്ടായി.

ഉകാരത്തിന്റെ ഉപലിപികൾ ഏകീകരിച്ചത് കയ്യെഴുത്തിനെ മാത്രമല്ല അച്ചടിയെക്കൂടി സാരമായി ബാധിച്ചിട്ടുണ്ടെന്നുവേണം കരുതാൻ. അതിലൊന്ന് സംവൃതോകാരത്തിന്റെ കാര്യമാണ്. (സംവൃതോകാരം എന്ന പേരുതന്നെ തെറ്റാണ് കേന്ദ്രമദ്ധ്യസ്വരം ആണ് ശരി എന്നൊക്കെ പറയുന്നത് അതിന്റെ ഉച്ചാരണപരമായ കാര്യമാണ്. ഇവിടെ അതിന്റെ ലിപിരൂപത്തെയാണ് പ്രതിപാദിക്കുന്നത്. സംവൃതോകാരത്തിൽ ഉകാരമില്ലെന്നു വന്നാലും അതിന്റെ എഴുത്തിൽ അതുണ്ടായിരുന്നു. ഉകാരചിഹ്നമിട്ടശേഷം ചന്ദ്രക്കല ഉപയോഗിക്കുന്നതിനെയാണ് ഇവിടെ ആ പേരുകൊണ്ട് സൂചിപ്പിക്കുന്നത്. ഉകാരചിഹ്നം ചേർക്കാതെ ഉപയോഗിക്കുന്നതിനെ ചന്ദ്രക്കല എന്നു വേർതിരിച്ചു പറയാൻ അതുപകരിക്കും.) സംവൃതോകാരം പദാന്ത്യത്തിൽ മാത്രമേ വരൂ. അതുകൊണ്ട് അത്തരം പദങ്ങൾ സമാസിക്കുമ്പോൾ ആദിപദത്തിന്റെ അന്ത്യത്തിലുള്ള സംവൃതോകാരം വിവൃതോകാരമായി എഴുതുകയാണ് പഴയ രീതി. ഉദാഹരണം: അതു് - അതുകൊണ്ടു്. വേറിട്ടുനില്ക്കുന്ന സന്ദർഭങ്ങളിലും വിവൃതോകാരചിഹ്നംകൊണ്ട് കേന്ദ്രസ്വരത്തെ കുറിക്കുന്ന പതിവ് പണ്ടുണ്ടായിരുന്നിരിക്കണം. ഒരു എന്ന് ഈയടുത്തകാലംവരെ അങ്ങിനെയാണ് എഴുതിയിരുന്നത്. ഇന്നിപ്പോൾ കുട്ടികൾ ഒര് എന്നെഴുതുന്നതും സാധാരണമായിരിക്കുന്നു. ലിപിപരിഷ്ക്കരണത്തെത്തുടർന്ന് സംവൃതോകാരം എഴുതുക ബുദ്ധിമുട്ടായി. കാരണം അത് എന്നെഴുതിക്കാണുന്നതുപോലെയല്ല അതു് എന്നെഴുതിക്കാണുമ്പോൾ തോന്നുക. അതിലെന്തോ ഭംഗികേടെങ്കിലുമുണ്ട്. അതു പരിഹരിക്കാനുള്ള വഴി വിവൃതോകാരചിഹ്നം ചേർക്കാതിരിക്കുകയാണ്. അങ്ങിനെ

സംവൃതോകാരം മാറ്റി അത് എന്ന ചന്ദ്രക്കലാരൂപം മലയാളത്തിൽ പ്രചാരത്തിലായി.

അപൂർവ്വമായ കൂട്ടക്ഷരങ്ങൾ പിരിച്ചെഴുതുന്നതിന് പണ്ടേ ഉപയോഗിച്ചിരുന്ന ചന്ദ്രക്കല എല്ലാ കൂട്ടക്ഷരങ്ങളിലേക്കും വ്യാപിപ്പിക്കുകയാണ് ലിപിപരിഷ്ക്കരണം ചെയ്തത്. അതിന്റെ പശ്ചാത്തലത്തിൽ ഈ പുതിയ രീതികൂടി വന്നതോടെ കേന്ദ്രസ്വരം പദാന്ത്യത്തിൽ മാത്രമെന്ന നിയമം തെറ്റി. ''തൽക്ഷണം തെറിച്ചതുസരിത്തിൽവീണു'' എന്നെങ്ങാനൊരു പഴയപദ്യം കമ്പ്യൂട്ടറിൽ ടൈപ്പുചെയ്താൽ ''തൽക്ഷണം തെറിച്ചത്സരിത്തിൽവീണു'' എന്നേകിട്ടൂ. ചന്ദ്രക്കലതന്നെ മലയാളസന്ധിയാണ്; സംസ്കൃതരീതിയിൽ ചന്ദ്രകലാ എന്നു മതി. ഇങ്ങനെ മറ്റുഭാഷകളുടെ സ്വാധീനത്തിന് പെട്ടെന്നു വഴങ്ങുന്നതാണ് മലയാള രീതി. *ഇംഗ്ലീഷുപദ*ങ്ങളുടെ സ്വാധീനം വന്നതോടെ അത് *ഇംഗ്ലീഷ് പദ*ങ്ങളായി. അത് സമസ്തപദമായി ടൈപ്പുചെയ്താൽ ഷ്പ എന്ന കൂട്ടക്ഷരമായി ഇംഗ്ലീഷ്പദങ്ങൾ എന്നാണു കിട്ടുക. അങ്ങനെയെഴുതുന്നത് ഭംഗികേടാണെന്നു കാണാം. അപ്പോൾ *ഇംഗ്ലീഷ്* എന്നടിച്ച് സ്പേസിട്ട് *പദങ്ങൾ* എന്നടിച്ച് അതിനെ സമസ്തപദമായി കണക്കാക്കുകയായി പോംവഴി. കേരളഭാഷയെ സംരക്ഷിക്കാനുള്ള സ്ഥാപനത്തിന്റെ പേരുതന്നെ കേരളഭാഷയെ രണ്ടായിമുറിച്ച് കേരള ഭാഷാ ഇൻസ്റ്റിറ്റ്യൂട്ട് ആയത് ഈ പ്രവണതകൊണ്ടാണ്. ഇംഗ്ലീഷുപദങ്ങൾ എന്ന സാദ്ധ്യതയെ ഇല്ലാതാക്കിയത് സംവൃതോകാരത്തിന്റെ ചരിത്രത്തെ ഇങ്ങനെ ആസൂത്രിതമായി ഉപേക്ഷിച്ചതുകൊണ്ടാണ് എന്നു കരുതുന്നതിൽ തെറ്റില്ലെന്നു തോന്നുന്നു. അതിന്റെ വികാസമാണ് അനുപ്രയോഗങ്ങൾപോലും പിരിച്ചെഴുതുന്ന പുതിയരീതി.

ലിപിപരിഷ്ക്കരണത്തിന്റെ നിർദ്ദേശങ്ങൾ ഇങ്ങനെ അബോധപൂർവ്വമായി സ്വാധീനിച്ചതിൽ ഏറ്റവും വലിയ പരിക്കുപറ്റിയത് ദ്വിത്വസന്ധിക്കാണ്. ലിപിപരിഷ്ക്കർത്താക്കൾ നിർദ്ദേശമൊന്നും നല്കിയിട്ടില്ലാത്ത ഇരട്ടിപ്പുകൾ തികച്ചും അപ്രസക്തമായിക്കൊണ്ടിരിക്കുന്നു. മലയാളത്തിന് ദ്വിത്വസന്ധി വേണ്ടാതായി. ''*മലയാളത്തിന്റെ ഘടനയെയും ഉച്ചാരണശുദ്ധിയെയും കുറിച്ചിടത്തോളം ഏറ്റവും പ്രധാനപ്പെട്ട ഘടകങ്ങളുണ്ട്; അവയിൽ ഒന്നാണ് ദ്വിത്വസന്ധി. ആന പുറത്തു കയറുന്നതും ആനപ്പുറത്തുകയറുന്നതും തമ്മിൽ നാം വേർതിരിക്കുന്നത് ആ സന്ധികൊണ്ടാണ് എന്നോർക്കണം. കിഴക്കേക്കോട്ട, മനുഷ്യക്കോട്ട, മനുഷ്യച്ചങ്ങല, ഓണച്ചന്ത മുതലായ എല്ലുറപ്പുള്ള രൂപങ്ങൾക്കുപകരം നടുവൊടിഞ്ഞ 'കിഴക്കേകോട്ട'യും 'മനുഷ്യകോട്ട'യും 'മനുഷ്യചങ്ങല'യും 'ഓണചന്ത'യുമൊക്കെയാണ് ബസ്സുകളുടെ ബോർഡുകളിലും ഭിത്തികളിലും പരസ്യങ്ങളിലും എന്നുവേണ്ട എവിടെത്തിരിഞ്ഞൊന്നു നോക്കിയാലും നമ്മുടെ കണ്ണിൽപ്പെടുക. കൈരളിക്ക് ആരോ ഒരു 'അപശബ്ദബോധിനി' (തെറ്റായ രൂപങ്ങൾ അഭ്യസിപ്പിക്കുന്ന കൃതി എന്നർഥം) തന്നെ സംഭാവന ചെയ്തിട്ടുണ്ടല്ലോ. ആ പുസ്തകം വിലയ്ക്കുവാങ്ങി മനസ്സിരുത്തി വായിക്കാൻ മെനക്കെട്ടാലേ അപശബ്ദങ്ങൾ മാഞ്ഞുപോവാതെ നമ്മുടെ മസ്തിഷ്കത്തിൽ പതിയുകയുള്ളൂ! സൂക്ഷ്മം ചിന്തിച്ചാൽ മേൽപ്പറഞ്ഞതരം ചുവരെഴുത്തുകളും പത്ര*

പാഠതികളിലെയും മറ്റും പ്രയോഗവിശേഷങ്ങളുമല്ലേ 'ശരിയായ' അപശബ്ദബോധിനികൾ: കുട്ടികളെ അവ വഴിതെറ്റിക്കാതിരിക്കില്ല, മുതിർന്നവരെയും. എന്തിന് അധ്യാപകരെപ്പോലും അവ ഭ്രമിപ്പിക്കുകയും പലപ്പോഴും വഴിപിഴപ്പിക്കുകയും ചെയ്യും'' എന്നിങ്ങനെ പ്രബോധചന്ദ്രന്റെ '*മലയാളം മലയാളിയോളം*' എന്ന പുസ്തകത്തിൽ ഈ പ്രശ്നത്തെ കൃത്യമായി കണ്ടെത്തുന്നുണ്ടെങ്കിലും അതിന്റെ ഉത്തരവാദിത്തം ലിപിപരിഷ്ക്കരണത്തിനാണ് എന്നദ്ദേഹം തിരിച്ചറിയുന്നില്ല.

എഴുത്തിന് സ്വനനിയമങ്ങളെ ആശ്രയിക്കാമെങ്കിൽ ഓരോ വാക്യത്തിലും പ്രത്യക്ഷപ്പെടാവുന്ന വാക്കുകളെ പ്രവചിക്കാൻ ഭാഷാജ്ഞാനത്തിന് കഴിയും എന്ന സിദ്ധാന്തത്തെ ആശ്രയിച്ചുകൊണ്ട് ഓരോരുത്തർക്കും തോന്നിയപോലെ എഴുതുന്നതിലെന്തു തെറ്റ് എന്നും ചോദിക്കാം. ചർക എന്നെഴുതി ചർക്ക എന്നു വായിക്കാമെങ്കിൽ ചക എന്നെഴുതിയാൽ ചക്ക എന്നു വായിക്കുന്നതിൽ എന്താണ് കുഴപ്പം എന്ന യുക്തി കുട്ടികൾക്കു നല്കിയത് ലിപിപരിഷ്ക്കരണമാണ്. അപശബ്ദബോധിനികൾക്ക് തലങ്ങുംവിലങ്ങും എടുത്തുപ്രയോഗിക്കാനുള്ള ആയുധങ്ങൾ പണിതുകൊടുത്തത് ഭാഷാ ഇൻസ്റ്റിറ്റ്യൂട്ടിന്റെ ആലയിൽ എൻ. വി. കൃഷ്ണവാരിയരുടെ നേതൃത്വത്തിൽ നടന്ന ലിപിപരിഷ്ക്കരണമായിരുന്നു. അച്ചുനിരത്തുന്ന ജോലി എളുപ്പമാക്കാൻ മുന്നിട്ടിറങ്ങിയത് അച്ചുനിരത്തുകാരല്ല ഭാഷാപണ്ഡിതരാണ് എന്നതാണ് അതിലെ കുഴപ്പം. അച്ചടിക്കുപകരം ഭാഷയെ പരിഷ്ക്കരിക്കുക എന്ന തലതിരിഞ്ഞ നയമാണ് അവർ സ്വീകരിച്ചത്. അതു ഭാഷയുടെ എഴുത്തുവ്യവസ്ഥയെ ലളിതമാക്കി എന്ന ലിപിപരിഷ്ക്കർത്താക്കളുടെ അവകാശവാദം തികച്ചും വാസ്തവവിരുദ്ധമാണ്. ചില സന്ദർഭങ്ങളിൽ ചില അക്ഷരങ്ങൾക്ക് അയിത്തം കല്പിക്കുകമാത്രമാണ് അവർ ഫലത്തിൽ ചെയ്തത്. ഉദാഹരണത്തിന് *മാദ്ധ്യമം* എന്നതിനു പകരം *മാധ്യമം* എന്നെഴുതിയാൽ മതി എന്ന നിർദ്ദേശം *ദ്ധ* എന്ന അക്ഷരത്തെ മലയാളലിപിവ്യവസ്ഥയിൽനിന്ന് ഒഴിവാക്കുന്നില്ല. *വൃദ്ധൻ, ബുദ്ധൻ* തുടങ്ങിയ വാക്കുകൾ മറ്റൊരുവിധത്തിൽ എഴുതാൻ കഴിയില്ല. എഴുത്തിൽ അനാവശ്യനിയമങ്ങളുണ്ടാക്കി മലയാളമെഴുത്തിനെ സങ്കീർണ്ണമാക്കിത്തീർക്കുകയാണ് ലിപിപരിഷ്ക്കരണം ചെയ്തിട്ടുള്ളത്.

ലിപിപരിഷ്ക്കരണത്തിന് ന്യായമായി അന്നു പറഞ്ഞ കാര്യം *''സംസ്ഥാനത്ത് മലയാളം ഭരണഭാഷയും, ഉന്നതവിദ്യാഭ്യാസത്തിനുള്ള മാധ്യമവും ആയിക്കൊണ്ടിരിക്കുന്നു''* എന്നതാണ്. ദശകങ്ങൾ ഏറെ കഴിഞ്ഞിട്ടും ഈ ന്യായങ്ങൾ അങ്ങനെതന്നെ കിടക്കുകയാണ്. കമ്പ്യൂട്ടറൈസേഷന്റെ കാലത്തും നമുക്ക് ഇതുതന്നെ പറയാമെന്നാണ് സ്ഥിതി. അച്ചടിയാകട്ടെ ലിപിബാഹുല്യം ഒരു പ്രശ്നമേയല്ലാത്തവിധം നവീകരിക്കപ്പെട്ടുകഴിഞ്ഞിരിക്കുന്നു. എന്നിട്ടും ലിപിസംഖ്യകുറയ്ക്കുക എന്ന ആദർശം ഒഴിയാബാധപോലെ തുടരുന്നതുകൊണ്ടാണ് ഭാഷാ ഇൻസ്റ്റിറ്റ്യൂട്ട് പുറത്തിറക്കിയ കൈപ്പുസ്തകത്തിൽ ചില ലിപികളെമാത്രം തിരിച്ചുപിടിക്കണമെന്നു ശുപാർശ ചെയ്യാൻ കഴിയുന്നത്. അതിൽ പ്രധാനമായൊരു സ്ഥാനം വഹിച്ച പ്രബോധചന്ദ്രന്റെ '*മലയാളം മലയാളിയോളം*' എന്ന പുസ്തകത്തിൽ അവയേതാണ്ടും ആവർത്തിക്കു

ന്നു. ഋ എന്ന അക്ഷരം വേണ്ടാ റ് മതി തുടങ്ങി തന്റേതായരീതിയിൽ ലിപിപരിഷ്ക്കരണത്ത അയുക്തികമായി മുന്നോട്ടുകൊണ്ടുപോകാനാണ് അദ്ദേഹം ഇപ്പോഴും ഉത്സാഹിക്കുന്നത്. പാഠപുസ്തകം തയ്യാറാക്കുന്ന എസ്.സി.ഇ.ആർ.ടി. അവ അതേപടി ഹയർസെക്കണ്ടറി മലയാളം ഓപ്ഷനൽ (കവറിൽത്തന്നെ മലയാളം ഐശ്ചികം എന്ന് വെണ്ടക്കയിൽ അച്ചടിച്ചുവെച്ചിട്ടുണ്ട്) പേപ്പറിന്റെ കൈപ്പുസ്തകത്തിൽ എടുത്തു ചേർത്തിട്ടുണ്ട്.

ഭാഷാപഠനത്തിന്റെ സംഭാവനകൾ

ലിപിപരിഷ്ക്കരണപരമ്പരകളിലൂടെ ആകെ അവ്യവസ്ഥിതമായ മലയാളമെഴുത്തിൽ നിലനില്ക്കുന്ന പ്രശ്നങ്ങൾ ഒന്നുപോലും പരിശോധിക്കാതെയുള്ള സമൂലപരിഷ്ക്കാരമാണ് 1997-ലെ പുതിയ പാഠ്യപദ്ധതി മുന്നോട്ടുവെച്ചത്. അതാകട്ടെ കേരളത്തിന്റെ സവിശേഷമായ കക്ഷിരാഷ്ട്രീയശാഠ്യങ്ങൾകൊണ്ട് ബലമായി നടപ്പിലാക്കുകയും ചെയ്തു. അതിനെതിരെയുണ്ടായ വിമർശനങ്ങൾ മാത്രമല്ല നിരീക്ഷണങ്ങൾപോലും അന്ധമായ രാഷ്ട്രീയശാഠ്യങ്ങളുടെ കണ്ണുകൊണ്ടാണ് വിലയിരുത്തപ്പെട്ടത്. അതിന്റെ സ്തുതിപാഠകർ പലയിടങ്ങളിലും നടത്തുന്ന മികവ് പ്രദർശനവും ക്യാമ്പുകളും പരസ്യപ്രചരണങ്ങൾ എന്ന നിലയിൽ സൂക്ഷ്മമായി വിലയിരുത്തപ്പെടേണ്ടതാണ്. പഴയ പദ്ധതിയിൽ പഠിച്ചവരെയും പുതിയ പദ്ധതിയിൽ പഠിച്ചവരെയും ഒരേ മാനദണ്ഡമനുസരിച്ച് പരിശോധിക്കുകയും താരതമ്യം ചെയ്യുകയും ഇനി സാദ്ധ്യമല്ല. അതിനാൽ പഴയ പദ്ധതിയിൽപ്പെട്ട ഹൈസ്കൂൾ വിദ്യാർത്ഥികളിൽനിന്ന് 2002 ൽ ശേഖരിച്ച ചില വിവരങ്ങളെ പുതിയപദ്ധതിയിൽപ്പെട്ടവരിൽനിന്ന് 2006 ൽ ശേഖരിച്ച വിവരങ്ങളുമായി താരതമ്യം ചെയ്യുന്നത് നന്നായിരിക്കും.

നമ്മുടെ വിദ്യാഭ്യാസപദ്ധതിയിൽ ഒന്നാംഭാഷയുടെ ഒന്നാംപേപ്പറിന് മലയാളം ഒരു ഐച്ഛികവിഷയം മാത്രമാണ്. അതിനുപകരം സംസ്കൃതമോ അറബിയോ ഉറുദുവോ ഏതുവേണമെങ്കിലും തിരഞ്ഞെടുക്കാനുള്ള അപൂർവ്വസൗകര്യം നമുക്കുണ്ട്. അറബിയും ഉറുദുവും മറ്റും തെരഞ്ഞെടുക്കുന്നവർ മലയാളത്തിൽ പിന്നാക്കം നില്ക്കുന്നതായി കാണാം. പഴയ പദ്ധതിപ്രകാരം പഠിച്ച വിദ്യാർത്ഥികളെക്കൊണ്ട് മലയാളത്തിന്റെ അക്ഷരമാല എഴുതിച്ചപ്പോൾ (2002ൽ ശേഖരിച്ച വിവരങ്ങളുടെ അടിസ്ഥാനത്തിൽ) മലയാളം ഒന്നാം പേപ്പറായി പഠിക്കുന്നവരും അറബി ഒന്നാം പേപ്പറായി പഠിക്കുന്നവരും തമ്മിൽ വലിയ അന്തരം കാണിക്കുന്നുണ്ട്. അതിന്റെ ക്ലാസ്സടിസ്ഥാനത്തിലുള്ള പട്ടിക ചുവടെ കൊടുത്തിരിക്കുന്നു.

പട്ടിക 1 അക്ഷരമാല താരതമ്യം- വിഷയാടിസ്ഥാനത്തിൽ

മലയാളം മീഡിയം അറബി ഒന്നാംഭാഷ

	0-10	10-20	20-30	30-40	40-50	മുഴുവൻ ശരി	ആകെ കുട്ടികൾ
VIII	0	6	8	8	5	0	27
IX	1	4	8	13	3	0	29
X	0	1	3	13	10	0	27
ആകെ	1 (1.2%)	11 (13.25%)	19 (22.89%)	34 (40.96%)	18 (21.68%)	0	83

ഇംഗ്ലീഷ് മീഡിയം മലയാളം ഒന്നാംഭാഷ

	0-10	10-20	20-30	30-40	40-50	മുഴുവൻ ശരി	ആകെ കുട്ടി കൾ
VIII	0	0	0	9	21	0	30
IX	0	3	2	13	12	0	30
X	0	0	0	8	15	2	25
ആകെ	0	3 (3.52%)	2 (2.35%)	30 (35.29%)	48 (56.47%)	2 (2.35%)	85

മലയാളം മീഡിയം മലയാളം ഒന്നാംഭാഷ

	0-10	10-20	20-30	30-40	40-50	മുഴുവൻ ശരി	ആകെ കുട്ടികൾ
VIII	0	0	1	20	9	0	30
IX	0	0	0	8	21	1	30
X	0	0	0	1	29	0	30
ആകെ	0	0	1 (1.11%)	29 (32.22%)	59 (65.55%)	1 (1.11%)	90
മൊത്തം	1	14 (5.42%)	22 (8.57%)	93 (36.04%)	125 (48.44%)	3 (1.16%)	258

അക്ഷരമാലയിലെ അമ്പത്തൊന്നെണ്ണത്തിൽ ശരിയായെഴുതിയ ഓരോ അക്ഷരത്തിന് ഓരോ മാർക്ക് നല്കിയാൽ ഓരോ കുട്ടിക്കും ലഭിക്കുന്ന മൊത്തം മാർക്കിന്റെ അടിസ്ഥാനത്തിൽ പത്തു മാർക്കിന്റെ ഗണങ്ങളായി തിരിച്ചിരിക്കുന്നു. മുഴുവൻ അക്ഷരങ്ങളും ശരിയായെഴുതിയത് മൂന്നുപേർ മാത്രമാണ്; ഇംഗ്ലീഷ് മീഡിയത്തിൽ പഠിക്കുന്ന രണ്ടു ഒമ്പതാംക്ലാസ്സുകാരും മലയാളംമീഡിയത്തിൽ പഠിക്കുന്ന ഒരു പത്താം ക്ലാസ്സുകാരനും. പത്തു മുതൽ ഇരുപതുവരെ അക്ഷരങ്ങൾ മാത്രം ശരിയായ ആറുകുട്ടികളാണ് എട്ടാംതരം അറബി ക്ലാസ്സിലുള്ളത്. ഒമ്പതാംക്ലാസ്സിൽ അത് നാലും പത്താംക്ലാസ്സിൽ ഒന്നുമാണ്. അതേ ഗണത്തിൽ മറ്റു ക്ലാസ്സുകളിൽനിന്ന് ഒമ്പതാം ക്ലാസ്സിൽ ഇംഗ്ലീഷ് മീഡി

യത്തിൽ പഠിക്കുന്ന മൂന്നുപേർ മാത്രമാണ് ഉൾപ്പെടുന്നത്. മലയാളം മീഡിയം പത്താം ക്ലാസ്സിൽ ശരിയായ അക്ഷരങ്ങളുടെ എണ്ണം നാല്പതിൽത്താഴെയുള്ള ഒരു കുട്ടിയേ ഉള്ളൂ. അറബിക്ലാസ്സിൽ അത് 17 ആണ്.

അറബി ക്ലാസ്സിലെ കുട്ടികൾ അക്ഷരമാലയിൽ മറ്റുള്ളവരെ അപേക്ഷിച്ച് പിശകുകൾ കൂടുതൽ വരുത്തിയിട്ടുണ്ട്. എട്ടിലും ഒമ്പതിലും പത്തിലും ഈ വ്യത്യാസം കാണുന്നു. നാലാം ക്ലാസ്സുവരെ മാത്രമേ അവർ മലയാളം ഒരു വിഷയമായി പഠിച്ചിട്ടുള്ളൂ. തുടർന്നങ്ങോട്ട് മലയാളമല്ല അറബിയാണ് ഒന്നാംഭാഷയായി അവർ പഠിച്ചത്. എന്നാൽ യു.പി. ക്ലാസ്സു മുതൽ രണ്ടാം പേപ്പറായി മലയാളം പഠിക്കണമെന്നതു നിർബ്ബന്ധമാണ്. മാത്രമല്ല, മറ്റു വിഷയങ്ങൾക്കുള്ള പഠനമാദ്ധ്യമവും മലയാളമാണ്. പഠനമാദ്ധ്യമം ഇംഗ്ലീഷ് ആണെങ്കിലും ഒന്നാം പേപ്പറായി മലയാളം പഠിക്കുന്ന കുട്ടികൾ പഠനമാദ്ധ്യമമായും ഒന്നാംഭാഷയായും മലയാളം പഠിക്കുന്നവരുമായി നേരിയ വ്യത്യാസമേ കാണിക്കുന്നുള്ളൂ. ചുരുക്കത്തിൽ മലയാളം ഒന്നാം പേപ്പർ പഠിക്കുന്നില്ല എന്ന ഒറ്റ വ്യത്യാസമേയുള്ളുവെങ്കിലും അക്ഷരങ്ങളിലെ പിഴവുകളിൽ അറബി ക്ലാസ്സിലെ കുട്ടികൾ പുലർത്തുന്ന അന്തരം വലിയതാണ്. (പഠനമാദ്ധ്യമമായി മലയാളം നിർബ്ബന്ധിതമാക്കിയാൽ മതി മലയാളം പ്രത്യേകപേപ്പറായി പഠിപ്പിക്കേണ്ടതില്ല എന്ന ഇ.എം.ശങ്കരൻ നമ്പൂതിരിപ്പാടിനെ (1997: 87)പ്പോലുള്ളവരുടെ വാദം സൈദ്ധാന്തികമായി ശരിവെക്കാമെങ്കിലും കേരളത്തിലെ വിദ്യാഭ്യാസാന്തരീക്ഷത്തിൽ പ്രായോഗികമായി വിപരീതഫലമുണ്ടാക്കുമെന്നാണ് ഇത് സൂചിപ്പിക്കുന്നത്.)

പഴയപദ്ധതിയിൽപ്പെട്ടവരുടെ എഴുത്തുമായി താരതമ്യം ചെയ്യാനായി അതേ സ്കൂളിൽ പുതിയ പദ്ധതിയിൽ പഠിച്ചവരുടെ എഴുത്തുകൾ (2006ൽ ശേഖരിച്ച വിവരങ്ങളുടെ അടിസ്ഥാനത്തിൽ) താരതമ്യം ചെയ്തപ്പോൾ കിട്ടിയ വിവഷങ്ങൾ ഇങ്ങനെ പട്ടികയാക്കാം:

പട്ടിക 2

അക്ഷരമാല താരതമ്യം– പഴയപദ്ധതിയിലെയും പുതിയപദ്ധതിയിലെയും പത്താംക്ലാസ്സുകളിൽ

	0-10	10-20	20-30	30-40	40-50	മുഴുവൻ ശരി	ആകെ കുട്ടികൾ
മലയാളം മീഡിയം അറബി 2002	0	1 (3.7%)	3 (11.11%)	13 (48.14%)	10 (37%)	0	27
ഇംഗ്ലീഷ് മീഡിയം മലയാളം 2002	0	0	0	8 (32%)	15 (60%)	2 (8%)	25
മലയാളം മീഡിയം മലയാളം 2002	0	0	0	1 (3.3%)	29 (96.6%)	0	30
മലയാളം മീഡിയം മലയാളം 2006	0	2 (6.6%)	12 (40%)	11 (36.6%)	5 (16.6%)	0	30

പഴയപദ്ധതിയിലൂടെ പഠിച്ചുവന്ന പത്താം ക്ലാസ്സുകാരും പുതിയപദ്ധതിയിൽ പഠിക്കുന്ന പത്താം ക്ലാസ്സുകാരും തമ്മിൽ നിലവാരത്തിൽ കാര്യമായ വ്യത്യാസം കാണിക്കുന്നുണ്ട്. നാല്പതിനുമേൽ മാർക്കു കിട്ടിയവർ പഴയ പദ്ധതിയിലെ മലയാളം മീഡിയം പത്താംക്ലാസ്സിൽ (96.6%) ആയിരുന്നെങ്കിൽ പുതിയ പദ്ധതിയിൽപ്പെട്ടവരിൽ അത് (16.6%) മാത്രമാണ്. ശരിയായി എഴുതിയ അക്ഷരങ്ങളുടെ ശരാശരി എണ്ണം പഴയവരുടേത് 44.66667 ആണെങ്കിൽ പുതിയവരുടേത് 31.33333 ആണ്. ഈ വ്യത്യാസം നിർണ്ണായകമാണോ എന്നു പരിശോധിക്കാൻ ശരാശരികളുടെ വ്യതിയാനം കണക്കാക്കി അതിന്റെ Z- Value* കണ്ടുപിടിച്ചാൽ മതി. അത് 1.96-ൽ കൂടുതലാണെങ്കിൽ ഗ്രൂപ്പുകളുടെ നിലവാരങ്ങൾ തമ്മിലുള്ള അന്തരം നിർണ്ണായകമാണ്. അതിൽക്കുറവാണെങ്കിൽ അന്തരം നിർണ്ണായകമല്ല. ഇവിടെ ലഭിച്ച Z- Value 2.168205 ആണ്. അതായത് പഴയരീതിയിൽ പഠിച്ചവർ പുതിയരീതിയിലുള്ളവരേക്കാൾ വളരെ മികവ് പ്രകടിപ്പിച്ചിട്ടുണ്ട്.

നാല്പതിനുമേൽ ശരിയായവർ 2006 -ൽ അഞ്ചുപേർ (16.6%) മാത്രം. പഴയ അറബി ക്ലാസ്സിൽ അത് പത്ത് (37.%) ആയിരുന്നു. പഴയ പദ്ധതിയിൽ പിന്നോക്കം നില്ക്കുന്ന അറബി വിദ്യാർത്ഥികളെക്കാൾ പിന്നിലാണ് പുതിയപദ്ധതിയിലെ മലയാളവിദ്യാർത്ഥികൾ. അതായത് പത്തുവർഷമായി മലയാളം ഒന്നാം പേപ്പർ എന്ന വിഷയം പഠിച്ചിട്ട് അവർക്കെന്തെങ്കിലും മെച്ചമുണ്ടായിട്ടില്ല എന്നർത്ഥം. സ്ക്കൂൾതലത്തിൽ മലയാളം അദ്ധ്യാപകർ ആവശ്യമില്ല എന്നാണ് ഇത് വെളിവാക്കുന്നത്. കാരണം വളരെ ലളിതമാണ് ശിശു സംസാരഭാഷ ആർജ്ജിക്കുന്നതിനെ അടിസ്ഥാനമാക്കിയാണ് പുതിയ ഭാഷാപഠനം ആസൂത്രണം ചെയ്തിരിക്കുന്നത്. അവിടെ അദ്ധ്യാപകർക്ക് ഒരു റോളുമില്ല. സ്വാഭാവികമായും അതിനെ അടിസ്ഥാനമാക്കുന്ന പഠനപദ്ധതിയിലും അദ്ധ്യാപകർക്ക് ഒരു റോളുമില്ല. അക്ഷരമെഴുത്തിന്റെ കാര്യത്തിൽ മാത്രമല്ല ഈ പിന്നോക്കാവസ്ഥ കാണുന്നത്. രൂപിമവാക്യതലങ്ങളിലും പുതിയപദ്ധതിയിൽപ്പെട്ടവർ പിന്നോക്കംതന്നെയാണ്.

ചുറ്റുവട്ടത്തുമുള്ള ഭാഷ ശിശുക്കൾ സ്വാഭാവികമായി സ്വാംശീകരിക്കുന്നതുപോലെ എഴുത്തുഭാഷയും സ്വാംശീകരിക്കും എന്ന വിശ്വാസമാണ് പുതിയ പദ്ധതി പുലർത്തുന്നത്. ഭാഷാർജ്ജനത്തിലേപ്പോലെ ബാഹ്യസഹായമില്ലാതെതന്നെ എഴുത്തുഭാഷയും പഠിക്കുമെന്നതിനാൽ തെറ്റുതിരുത്തുന്നത് മഹാപരാധമായി കരുതിപ്പോന്നു. അതുകൊണ്ടുതന്നെ മലയാളിക്കുട്ടികളുടെ എഴുത്ത് പൂർവ്വാധികം അവ്യവസ്ഥിതമായിത്തീർന്നു. അതോടൊപ്പം മാനകഭാഷയല്ല അതതുപ്രദേശത്തെ ഭാഷാഭേദമാണ് പഠിക്കേണ്ടത് എന്ന നയവും കാര്യങ്ങൾ വഷളാക്കുന്നതിന് സഹായിച്ചു. കാരണം ഭാഷാഭേദങ്ങൾ അതിന്റെ തനിമയോടെ ഒരിക്കലും എഴുതിക്കാണിക്കാനാകില്ല. നമ്മുടെ സാഹിത്യകാരന്മാർ എല്ലാവരും പ്രാദേശികഭാഷാഭാഭേദങ്ങളെ എഴുതുകയല്ല ചെയ്തത്. ബഷീർ *പാത്തുമ്മയുടെ ആടിൽ* പറഞ്ഞപോലെ പറയുന്ന മാതിരി എഴുതാൻ ശ്രമിക്കുകയാണ് ചെയ്തത്. അതുകൊണ്ടുകൂടിയാണ് ബഷീറും കെ.ടി. മുഹമ്മദും ഉറൂബും മറ്റും കൈകാര്യം ചെയ്യുന്ന

ഭാഷാഭേദം ഏതാണ്ട് ഒന്നുതന്നെയാവുമ്പോഴും അതിന്റെ എഴുത്തുകൾ വ്യത്യസ്തമാകുന്നത്.

പുതിയപാഠ്യപദ്ധതിപ്രകാരം പഠിച്ചുവന്ന തലമുറ ഇന്ന് രണ്ടാംവർഷബിരുദവിദ്യാർത്ഥികളാണ്. എസ്.എസ്.എൽ.സി., ഹയർസെക്കണ്ടറി എന്നിങ്ങനെ രണ്ടു പൊതുപരീക്ഷകൾ കടന്നു വന്നെത്തിയവരുടെ മലയാളമെഴുത്തിന്റെ ചില മാതൃകകൾ പരിശോധിച്ചപ്പോഴും ഇക്കാര്യം ഉറയ്ക്കുകതന്നെയാണുണ്ടായത്. മികവുകളുടെ പ്രദർശനവും ക്യാമ്പുകളുംകൊണ്ട് ധൂർത്തടിച്ചു പ്രചരണം നടത്തുന്നവർ ഒളിച്ചുവെക്കുന്ന ചില വസ്തുതകളെ ഇത് വെളിവാക്കുന്നുണ്ട്.

ഇരട്ടിപ്പുകൾ അപ്രസക്തമായതുമാത്രമല്ല സ്ത്രീ, സ്വാതന്ത്ര്യം എന്നെല്ലാം എഴുതുന്ന രീതി കൂടി ശ്രദ്ധിക്കണം. സഹജരിയം(സാഹചര്യം), സമറിതിക്കുന്നത് (സമർത്ഥിക്കുന്നത്), സാതിക്കുന്നത് (സാധിക്കുന്നത്) എന്നെല്ലാം ബിരുദക്ലാസ്സിലും എഴുതുന്നത് പ്രാദേശികഭേദങ്ങളെയും സംസാരഭാഷയെയും പൂവിട്ടുപൂജിക്കുന്ന ഭാഷാപഠനപദ്ധതിയുടെ ഗുണമാണ്. ഇങ്ങനെയല്ലാതെ എഴുതുന്ന കുട്ടികളുമുണ്ടല്ലോ എന്ന് വാദിക്കാം. മേൽക്കാണിച്ച തരത്തിലുള്ള എഴുത്തുകൾ ഒറ്റപ്പെട്ടതല്ല എന്നാണ് അതിന് മറുപടി. വിദ്യാലയത്തിന് പുറത്ത് ട്യൂഷനോ മറ്റു പഠനസഹായങ്ങളോ ലഭിക്കുന്നവർക്കു മാത്രമേ തെറ്റുകൂടാതെ മലയാളമെഴുതാൻ കഴിയൂ എന്നാണ് പുതിയ സ്ഥിതിവിശേഷം. ആഗോളീകരണത്തിന്റെ ഭീഷണിയല്ല, മറിച്ച് കേരളത്തിൽ നടപ്പിലായിക്കൊണ്ടിരിക്കുന്ന ഭാഷാപഠനസമ്പ്രദായത്തിന്റേതാണ് മലയാളം ഇന്ന് നേരിടുന്ന വെല്ലുവിളി. സയൻസിൽ എത്ര ക്ലിഷ്ടമായ സാങ്കേതികപദവും കുട്ടി പഠിക്കുന്നതിൽ കുഴപ്പമില്ല. വ്യാകരണത്തിലെ ചില പദങ്ങൾ പഠിക്കുന്നത് കുട്ടിയെ മാനസികമായി തകർത്തുകളയും തുടങ്ങിയ പരസ്പരവിരുദ്ധമായ ന്യായങ്ങൾകൊണ്ട് തങ്ങളുടെ വ്യാകരണപ്പേടി ഭാഷാപഠനത്തിൽ അടിച്ചേല്പിക്കുന്ന ആസൂത്രണശാഠ്യങ്ങളാണ് പ്രധാനശത്രു. പ്രായോഗികതലത്തിൽ മാത്രമുള്ളതല്ല അതിന്റെ കുഴപ്പം. സൈദ്ധാന്തികതലത്തിൽത്തന്നെ പ്രശ്നങ്ങളുണ്ട്.

അഞ്ചുവയസ്സാകുമ്പോഴേക്കും ഒരു മനുഷ്യശിശു തന്റെ ചുറ്റുവട്ടത്തുള്ള ഭാഷ/ഭാഷകൾ സ്വായത്തമാക്കിയിരിക്കും. ഔപചാരികവിദ്യാഭ്യാസം ആരംഭിക്കുന്നതുതന്നെ ഭാഷാർജ്ജനത്തിനുശേഷമാണ്. അതുകൊണ്ടാണ് ഒന്നാംക്ലാസ്സുമുതൽക്കുതന്നെ സംസാരഭാഷയെ മാത്രം ആശ്രയിച്ചുകൊണ്ട് വിജയകരമായി മുന്നേറാൻ നമ്മുടെ പഠനപദ്ധതിക്ക് കഴിയുന്നത്. അല്ലായിരുന്നെങ്കിൽ ഒന്നാംക്ലാസ്സിൽ കുട്ടികളെ സംസാരിക്കാൻ പഠിപ്പിക്കേണ്ടി വരുമായിരുന്നു. ഇംഗ്ലീഷ് മീഡിയത്തിൽ ചേർക്കുന്ന കുട്ടികളെ ഇംഗ്ലീഷ് പഠിപ്പിച്ചുതുടങ്ങുന്നത് മലയാളത്തിൽ സംസാരിച്ചുകൊണ്ടാണ് എന്നോർക്കുക. അങ്ങനെ മലയാളമറിയാവുന്നവരെ അതേ മലയാളം വീണ്ടും പഠിപ്പിക്കാനുള്ള അക്ഷീണമായ ശ്രമത്തിലാണ് പാഠ്യപദ്ധതിപരിഷ്ക്കർത്താക്കൾ.

*Z- Value: രണ്ടു ഗ്രൂപ്പിലായി കാണിച്ചിട്ടുള്ള വിവരങ്ങളെ താരതമ്യം ചെയ്യാനുള്ള ഒരു മാർഗ്ഗമാണിത്. ഉദാഹരണത്തിന് X1, X2 എന്നിങ്ങനെ രണ്ടു ക്ലാസ്സുകളിലെ കുട്ടികൾ അക്ഷരമാല എഴുതിയത് താരതമ്യം ചെയ്യുകയാണെന്നിരിക്കട്ടെ. ഓരോ ഗ്രൂപ്പിന്റെയും പ്രകടനത്തിന്റെ ശരാശരിയും സ്റ്റാൻഡേർഡ് ഡീവിയേഷനും കണക്കാക്കുന്നു. സ്റ്റാൻഡേർഡ് ഡീവിയേഷനുകളുടെ വ്യത്യാസം കണക്കാക്കുന്നു. അതിനെ സ്റ്റാൻഡേർഡ് എറർ എന്നു വിളിക്കാം. ശരാശരികൾതമ്മിലുള്ള ഹരണഫലത്തെ (X1ശരാശരി/ X2ശരാശരി) സ്റ്റാൻഡേർഡ് എറർ കൊണ്ട് ഹരിച്ചാൽ Z- Value ലഭിക്കും.

(2009 ജനുവരിയിൽ ആലുവ യു.സി.കോളേജിലെ മലയാളവിഭാഗം സംഘടിപ്പിച്ച ദേശീയസെമിനാറിൽ അവതരിപ്പിച്ചത്)

■

അവകാശസംരക്ഷണത്തിന്റെ കേരളമാതൃകകൾ

ഇന്ത്യയിലെ ആറിനും പതിനാലിനും ഇടയിൽ പ്രായമുള്ള കുട്ടികളുടെ അവകാശമായി വിദ്യാഭ്യാസത്തെ കല്പിക്കുന്ന ബില്ല് പാസ്സായിരിക്കുന്നു. ഇതോടെ നിർബ്ബന്ധിതവും സാർവ്വത്രികവുമായ വിദ്യാഭ്യാസത്തെക്കുറിച്ചുള്ള ഭരണഘടനയുടെ സ്വപ്നമാണ് പ്രാവർത്തികമാകുന്നത്. കേരളത്തെ സംബന്ധിച്ച് ഇതൊരു നഷ്ടക്കച്ചവടമാണെന്ന് വിദ്യാഭ്യാസമന്ത്രി പ്രഖ്യാപിച്ചിരിക്കുന്നു. സമ്പൂർണ്ണ സാക്ഷരതയും സാർവ്വത്രികമായ പ്രൈമറിവിദ്യാഭ്യാസവുമുള്ള കേരളത്തിൽ, ദേശീയപാഠ്യപദ്ധതി ചട്ടക്കൂടിനെ പിന്തുടരുക മാത്രമല്ല അതിനു പ്രചോദനവും മാർഗ്ഗദർശിയുമായി നില്ക്കാൻ കൂടി ഇവിടുത്തെ പാഠ്യപദ്ധതിക്കു കഴിഞ്ഞിട്ടുണ്ടെന്ന് അവകാശപ്പെടുകയും ചെയ്യുന്ന കേരളത്തിൽ, വിദ്യാഭാസവകുപ്പിൽനിന്ന് ഇത്തരം പ്രസ്താവനകൾ വരുന്നതിന്റെ പശ്ചാത്തലം വിശദമാക്കേണ്ടതുണ്ട്. എവിടെയും തൊടാത്ത ചില പ്രസ്താവനകളല്ലാതെ ഈ ബില്ലിനെക്കുറിച്ച് ഗൗരവമായ ചർച്ചകൾ വേണ്ടതുണ്ട്.

ബില്ല് മുന്നോട്ടുവെക്കുന്ന പ്രധാനകാര്യങ്ങൾ ഇവയാണ്:

1. പ്രൈമറിഘട്ടം പൂർത്തിയാക്കുന്നതുവരെ തന്റെ അയൽപക്കത്തെ സ്ക്കൂളിൽ സൗജന്യവിദ്യാഭ്യാസം നിർബ്ബന്ധിതമായി ലഭിക്കാനുള്ള അവകാശം കുട്ടിക്കുണ്ട്. സൗജന്യമായി പ്രൈമറിവിദ്യാലയത്തിൽ പ്രവേശനം നേടാനും ആവശ്യമായ ഹാജർ ഉറപ്പുവരുത്താനും പഠനം പൂർത്തിയാക്കാനും ആറിനും പതിനാലിനും ഇടയിൽ പ്രായമുള്ള ഓരോ കുട്ടിയുടെയും അവകാശം നിറവേറ്റാൻ അതാത് സർക്കാരുകൾ ബാദ്ധ്യസ്ഥമാണ് എന്നാണ് നിർബ്ബന്ധിതം എന്നതുകൊണ്ടു വ്യക്തമാക്കുന്നത്. ഇതുവരെ പ്രവേശനം നേടിയിട്ടില്ലാത്ത കുട്ടികൾക്ക് അവരുടെ പ്രായത്തിനനുസരിച്ച് ഉചിതമായ ക്ലാസ്സിൽ പ്രവേശനം ലഭിക്കാനുള്ള സൗകര്യവുമുണ്ടായിരിക്കണം.

2. സൗജന്യവും നിർബ്ബന്ധിതവുമായ വിദ്യാഭ്യാസം ഉറപ്പാക്കുന്നതിന് അതാത് സർക്കാരുകളുടെയും പ്രാദേശികഭരണസംവിധാനങ്ങളുടെയും രക്ഷിതാക്കളുടെയും ചുമതലകളും ഉത്തരവാദിത്തങ്ങളും വ്യക്തമാക്കുകയും കേന്ദ്രസംസ്ഥാനസർക്കാരുകൾ തമ്മിൽ അതിന്റെ സാമ്പത്തികവും മറ്റുമായ ഉത്തരവാദിത്തങ്ങൾ പങ്കിടുന്നതിനു വ്യവസ്ഥ ഉണ്ടാക്കുകയും ചെയ്യുന്നു.

3. അദ്ധ്യാപകവിദ്യാർത്ഥി അനുപാതത്തെക്കുറിച്ചും കെട്ടിടവും മറ്റു ഭൗതികസാഹചര്യങ്ങളെക്കുറിച്ചും അദ്ധ്യയനദിവസങ്ങളെക്കുറി

ച്ചും അദ്ധ്യാപകരുടെ ജോലിസമയത്തെക്കുറിച്ചും ഉള്ള മാനദണ്ഡങ്ങളും ചട്ടങ്ങളും വ്യവസ്ഥ ചെയ്യുന്നു.

4. അദ്ധ്യാപകവിദ്യാർത്ഥി അനുപാതം സംസ്ഥാനശരാശരിയായി നിർത്തുകയല്ല, ഓരോ സ്കൂളിലും അതു പാലിക്കുന്നുണ്ടെന്നും നഗര ഗ്രാമതലങ്ങളിൽ അവ തമ്മിൽ വ്യത്യാസമില്ലാത്ത തരത്തിൽ അദ്ധ്യാപകനിയമനം നടത്തുണ്ടെന്നും ഉറപ്പാക്കുന്നു. പത്തുകൊല്ലം കൂടുമ്പോഴുള്ള സെൻസസ്, പ്രാദേശികഭരണസമിതികൾ-അസംബ്ലി-പാർലമെന്റ് തിരഞ്ഞെടുപ്പുകൾ, ദുരിതാശ്വാസപ്രവർത്തനങ്ങൾ എന്നിവയ്ക്കല്ലാത്ത മറ്റു പ്രവർത്തനങ്ങൾക്ക് അദ്ധ്യാപകരുടെ സേവനം ഉപയോഗിക്കുന്നില്ലെന്നും അത് ഉറപ്പാക്കുന്നു.

5. മതിയായ പരിശീലനം ലഭിച്ചവരെ, ആവശ്യമായ അക്കാദമിക്ക് യോഗ്യതയുള്ളവരെ, മാത്രമേ അദ്ധ്യാപകരായി നിയമിക്കുന്നുള്ളൂ എന്ന് ഉറപ്പാക്കുന്നു.

6. (1) ശാരീരികമായ ശിക്ഷ, മാനസികമായ പീഡനം, (2) പ്രവേശനത്തിനുള്ള പരീക്ഷകൾ, (3) ക്യാപ്പിറ്റേഷൻ ഫീ സമ്പ്രദായം, (4) അദ്ധ്യാപകരുടെ സ്വകാര്യ ട്യൂഷൻ, (5) അംഗീകാരമില്ലാത്ത സ്കൂളുകൾ ഇവ നിരോധിക്കുന്നു. 7. താഴെ പറയുന്ന ശിക്ഷകൾ ഉറപ്പാക്കുന്നു:

1. ക്യാപ്പിറ്റേഷൻ ഫീ വാങ്ങിയാൽ വാങ്ങിയ ഫീസിന്റെ പത്തുമടങ്ങുവരെ പിഴ.

2. പ്രവേശനത്തിന് നിയന്ത്രണം വരുത്തുന്ന പരീക്ഷകൾ നടത്തിയാൽ ആദ്യപടിയായി 25000 രൂപയും തുടർന്നും നടത്തിയാൽ ഓരോന്നിനും 50000 രൂപയും പിഴ.

3 സർക്കാർ അംഗീകാരമില്ലാതെ സ്കൂൾ നടത്തിയാൽ ഒരു ലക്ഷം രൂപവരെയും തുടർന്നും നടത്തിയാൽ ഓരോ ദിവസത്തിനും 10000 രൂപവീതവും പിഴ.

8. ഭരണഘടന പ്രകീർത്തിക്കുന്ന മൂല്യങ്ങൾ വികസിക്കാനുതകുന്ന പാഠ്യപദ്ധതി വഴി കുട്ടിയുടെ സർവ്വതോന്മുഖമായ വ്യക്തിത്വവികാസവും, ജ്ഞാനപോഷണവും, പ്രതിഭയും കഴിവും വളർത്തലും ശിശുസൗഹൃദപരവും ശിശുകേന്ദ്രീകൃതവുമായ പഠനരീതിയിലൂടെ പേടി, അമിതാകാംക്ഷ തുടങ്ങിയവ ഒഴിവാക്കലും ഉറപ്പാക്കുന്നു.

9. സൗജന്യവും നിർബ്ബന്ധിതവുമായ വിദ്യാഭ്യാസാവകാശം സംരക്ഷിക്കുകയും ശിശുക്കളുടെ അവകാശസംരക്ഷണത്തിനുള്ള ദേശീയ -സംസ്ഥാന കമ്മീഷനുകളുടെ അധികാരം ഉപയോഗിച്ച് അവകാശലംഘനങ്ങൾ നിയമപരമായിത്തന്നെ ഇല്ലാതാക്കുകയും ചെയ്യുന്നു.

ഈ ബില്ലിലെ ഏതേതെല്ലാം വ്യവസ്ഥകളാണ് കേരളത്തിന് ഇണങ്ങാത്തത് എന്നും അതിന്റെ കാരണങ്ങളെന്തെല്ലാമാണ് എന്നും വ്യക്തമാക്കേണ്ടതുണ്ട്. ബില്ലിനെ പൂർണ്ണമായോ ഭാഗികമായോ നടപ്പിലാക്കാതിരിക്കാൻ സംസ്ഥാനസർക്കാരിന് അവകാശമുണ്ടോ എന്നും വ്യക്തമാക്കേണ്ടതാണ്. ഇത്ര കാലത്തിനുള്ളിൽ ഇത് പ്രാവർത്തിക

മാക്കണം എന്നും വ്യക്തമാവണം. നിർബ്ബന്ധിതമായും നടപ്പിലാക്കേണ്ടതാണ് ബില്ലെങ്കിൽ അതിൽ എന്തൊക്കെ നടപടികളാണ് കേരളത്തിന് ഗുണകരമായി നടപ്പിലാക്കാൻ കഴിയുക എന്നും ആലോചിക്കേണ്ടതാണ്. അതായത് ബില്ലിനോടു യോജിച്ചാലും വിയോജിച്ചാലും വളരെ ഗൗരവത്തോടെ കേരളം ഈ ബില്ലിനെ ചർച്ചയ്ക്കെടുക്കേണ്ടതുണ്ടെന്നു സാരം.

ബില്ലിനെ പിന്തുടർന്നുകൊണ്ട് ആറിനും പതിനാലിനും ഇടയിൽ പ്രായമുള്ള കുട്ടികളുടെ അവകാശമായി അതാത് സംസ്ഥാനസർക്കാരുകൾ വിദ്യാഭ്യാസത്തെ രൂപകല്പന ചെയ്തു നടപ്പിലാക്കേണ്ടതുണ്ട്. ഒരു കുട്ടിയുടെ പ്രദേശത്ത് സർക്കാർ/എയിഡഡ് സ്ക്കൂളൊന്നുമില്ലെങ്കിൽ തന്റെ അയൽപക്കത്തുള്ള അൺ എയിഡഡ് സ്ക്കൂളിൽ ചേരാൻ കുട്ടിക്ക് അവകാശമുണ്ട്. അതിന്റെ ചെലവുകൾ വഹിച്ചുകൊണ്ട് കുട്ടിയുടെ വിദ്യാഭ്യാസാവകാശം സംസ്ഥാനസർക്കാർ നിറവേറ്റേണ്ടതാണ്. ഇതാണ് കടുത്ത സാമ്പത്തികബാദ്ധ്യതയുണ്ടാക്കുന്ന നടപടിയായി വിലയിരുത്തപ്പെടുന്ന ഒരു കാര്യം. കേരളത്തിന്റെ സാഹചര്യത്തിൽ അൺഎയ്ഡഡ് സ്ക്കൂളുകൾ മിക്കതും നഗരകേന്ദ്രിതമാണ്. മാത്രമല്ല പ്രൈമറിസ്ക്കൂളുകളില്ലാത്ത പഞ്ചായത്തുകൾ ഇവിടെയില്ല. അതിനാൽ ആ വകുപ്പിൽ സംസ്ഥാനസർക്കാരിന് എന്തെങ്കിലും സാമ്പത്തികബാദ്ധ്യത ഉണ്ടാവില്ല. എന്നാൽ തീരപ്രദേശങ്ങളിലും മലമ്പ്രദേശങ്ങളിലും ചില സ്ക്കൂളുകൾ ആരംഭിക്കേണ്ടിവരും. കേരളത്തിലെ സാഹചര്യംവെച്ച് ലാഭകരമായ ബിസിനസ്സായതിനാൽ എയിഡഡ് സ്ക്കൂളിനു സമ്മതംകൊടുത്താൽ തുടങ്ങാൻ ആളുകൾ തയ്യാറാകാതിരിക്കുമോ. അഥവാ ഇല്ലെന്നുവന്നാലും അതുണ്ടാക്കുന്ന സാമ്പത്തികബാദ്ധ്യത വിദ്യാഭ്യാസവ്യാപനമെന്ന നേട്ടത്തിനു മുമ്പിൽ നിസ്സാരമായിരിക്കും. (ചെലവഴിക്കുന്ന ഓരോ ഉറുപ്പികയ്ക്കും സമൂഹത്തിനു ഗുണമുണ്ടാകണം എന്ന നിർബ്ബന്ധബുദ്ധി ഉണ്ടായിരുന്നെങ്കിൽ കേരളത്തിന്റെ മുഖച്ഛായ ഇങ്ങനെ ആയിരിക്കുമോ?)

മറ്റൊരു ബാദ്ധ്യത വരുന്നത് അദ്ധ്യാപകവിദ്യാർത്ഥി അനുപാതം മാറുന്നതു വഴി ഉണ്ടാകുന്ന അധികതസ്തികകളാണ്. കേരളത്തിന്റെ കാര്യത്തിൽ അതൊരു അനുഗ്രഹമായി കരുതുകയാണ് യുക്തം. കാരണം, 1997-ൽ കേരളത്തിലെമ്പാടും നടപ്പിലാക്കിയ വിദ്യാഭ്യാസപരിഷ്ക്കരണത്തിൽ മുന്നോട്ടുവെച്ചിട്ടുള്ള സുപ്രധാനമായ കാര്യം പുതിയ പാഠ്യപദ്ധതി ഫലപ്രദമായി നടപ്പിലാക്കണമെങ്കിൽ അദ്ധ്യാപകവിദ്യാർത്ഥി അനുപാതം കുറഞ്ഞത് 1 : 30 എങ്കിലും ആക്കണമെന്നതാണ്. അതായത് കേന്ദ്രം സഹായിച്ചില്ലെങ്കിലും കേരളം നടത്തേണ്ടിയിരുന്ന ഒരു പരിഷ്ക്കാരം മാത്രമാണത്. പത്തുപന്ത്രണ്ടുകൊല്ലമായി ഇക്കാര്യത്തിൽ ഒന്നും ചെയ്യാൻ നമുക്കായില്ലെന്നു മാത്രം. (അതായിരിക്കുമോ വിദ്യാഭ്യാസഗുണനിലവാരത്തിന്റെ കാര്യത്തിൽ കേരളം പിന്നാക്കം പോയി എന്നു വിമർശനമുയരാൻ കാരണം?) അതിനാൽ ആ വഴി ഉണ്ടാകുന്ന അധികച്ചെലവ് എത്രയായാലും അതിനു ലഭിക്കുന്ന കേന്ദ്രസഹായം നമ്മളെ സംബന്ധിച്ച് ബോണസാണ്. കേരളത്തിലെ ചർച്ചകൾ ഈ സാമ്പത്തികകാര്യത്തിൽ കുരുങ്ങിക്കിടക്കുന്നത് ശരിയല്ല.

അതിലുപരിയായി ചില ആലോചനകൾ നമുക്കാവശ്യമുണ്ട്. കാരണം കേരളവിദ്യാഭ്യാസത്തിൽ ഘടനാപരമായ ചില മാറ്റങ്ങൾക്ക് ഈ ബില്ല് വഴിവെക്കും എന്നതുതന്നെ.

എൽ.പി.സ്‌ക്കൂൾ (നിലവിൽ, 1 മുതൽ 4 വരെയുള്ള ക്ലാസ്സുകൾ), യു.പി.സ്‌ക്കൂൾ (5-7), ഹൈസ്‌ക്കൂൾ (8-10), ഹയർസെക്കണ്ടറി (11-12) എന്നിങ്ങനെ ഇവിടെ നിലവിലുള്ള ഘട്ടങ്ങൾ മാറി എൽ.പി.സ്‌ക്കൂൾ (1-5), യു.പി.സ്‌ക്കൂൾ (6-8) എന്നിങ്ങനെ പുതിയ രീതി നിലവിൽ വരുമ്പോൾ കേരളത്തിൽ സംഭവിക്കുക എന്തൊക്കെയാണ് എന്നതാണ് പ്രധാനവിഷയം. വിദ്യാഭ്യാസപരിഷ്ക്കാരങ്ങളെ വെറും പ്രചരണയുക്തികൊണ്ടു നേരിടുന്നതാണ് കേരളത്തിൽ കണ്ടുവരുന്നത്. ആസൂത്രണമോ കാഴ്ചപ്പാടോ ഒന്നുമില്ലെങ്കിലും ചില വൈതാളികരുടെ പരസ്യതന്ത്രങ്ങളും അധികാരമുഷ്ക്കും കൊണ്ട് ഏതു പിന്തിരിപ്പൻ കാര്യവും സുഗമമായി നടത്താൻ കഴിയുന്ന തരത്തിൽ ജീർണ്ണമായ അരാഷ്ട്രീയ/കക്ഷിരാഷ്ട്രീയകാലാവസ്ഥയാണ് കേരളത്തിൽ നിലനില്ക്കുന്നത്. ഇത്ര അലംഭാവത്തോടെയും ധാർഷ്ട്യത്തോടെയും വിദ്യാഭ്യാസത്തെ കൈകാര്യം ചെയ്യുന്ന മറ്റേതെങ്കിലും ജനസമൂഹം ഉണ്ടാവുമോ എന്നു സംശയമാണ്. കേരളത്തിൽ തൊട്ടുമുമ്പുണ്ടായ ഘടനാമാറ്റത്തിന്റെ വസ്തുതകൾ പരിശോധിച്ചാൽ ഇതിന്റെ അപകടം ബോദ്ധ്യമാവും.

2009-ൽ ഡിഗ്രി തലത്തിൽ സെമസ്റ്റർ സമ്പ്രദായം നടപ്പിലാക്കുമ്പോൾ ഘടനാപരമായ മാറ്റം എന്നു പ്രചരിപ്പിച്ചിരുന്നെങ്കിലും യഥാർത്ഥത്തിൽ അത് ഘടനാപരമായി വലിയ മാറ്റമൊന്നുമില്ലാത്ത വെറും സിലബസ് പരിഷ്ക്കരണം മാത്രമാണ്. കേരളത്തിലെ വിദ്യാഭ്യാസരംഗത്ത് ഘടനാപരമായ ഒരു മാറ്റം അവസാനമുണ്ടായത് യു.ജി.സി. പ്രഖ്യാപനം വന്നപ്പോഴായിരുന്നു. യു.ജി.സി. ഫണ്ട് ലഭിക്കണമെങ്കിൽ കോളേജുകളിൽനിന്ന് പ്രീഡിഗ്രി വേർപെടുത്തണം. യൂനിവേഴ്സിറ്റി തലത്തിലുള്ള ഡിഗ്രി-പി.ജി. ക്ലാസ്സുകൾക്കു മാത്രമേ യു.ജി.സി. ധനസഹായത്തിന് അർഹതയുള്ളൂ എന്ന ഘട്ടം വന്നപ്പോഴാണ് കേരളസർക്കാർ ഈ നീക്കം നടത്തിയത്. 1986-ൽ അന്നത്തെ വിദ്യാഭ്യാസമന്ത്രിയായ ടി.എം. ജേക്കബ് പ്രീഡിഗ്രി ബോർഡ് എന്ന പദ്ധതിക്കു രൂപം നല്കി. കോളേജുകളിൽത്തന്നെ പ്രീഡിഗ്രി പ്രത്യേകവിഭാഗമായി നിലനിർത്തുകയായിരുന്നു അതിന്റെ ഉദ്ദേശ്യം. പക്ഷെ അതിനെതിരെ കടുത്ത സമരമാണ് കേരളത്തിലെ വിദ്യാർത്ഥികൾ അഴിച്ചുവിട്ടത്. സ്വകാര്യമാനേജുമെൻറുകളെ പ്രീണിപ്പിക്കുന്ന പദ്ധതി അഴിമതിയുടെ കൂത്തരങ്ങാകുമെന്ന പ്രവചനമായിരുന്നു അതിന് അടിസ്ഥാനം. അതോടെ ആ പദ്ധതി പാഴായി. തുടർന്നുവന്ന മന്ത്രിസഭയിൽ കെ.ചന്ദ്രശേഖരൻ വിദ്യാഭ്യാസച്ചുമതല വഹിച്ച കാലത്താണ് പ്രീഡിഗ്രി വേർപെടുത്തുക എന്ന പ്രശ്നം മൂക്കിനു മുട്ടിയത്. കോളേജുകളിൽനിന്ന് പ്രീഡിഗ്രി എടുത്തുമാറ്റി പകരം ഹൈസ്‌ക്കൂളുകളുടെ ഭാഗമായി പ്ലസ് ടു കൊണ്ടുവന്നാണ് അദ്ദേഹം പ്രശ്നം കൈകാര്യം ചെയ്തത്. അതുപ്രകാരം 1991-ലാണ് കേരളത്തിൽ ആദ്യത്തെ പ്ലസ്ടൂ സ്‌ക്കൂളുകൾ നിലവിൽവന്നത്. ഹൈസ്‌ക്കൂളുകളുടെ പരിമിതസാഹ

ചര്യത്തിൽ തട്ടിക്കൂട്ടിയ മുട്ടുശാന്തിയായിട്ടാണ് പ്ലസ് ടൂ സമ്പ്രദായത്തിന്റെ ആവിർഭാവം. വ്യക്തമായ ചട്ടങ്ങളോ സേവനവേതനവ്യവസ്ഥകളോ പാഠ്യപദ്ധതിയോ ഒന്നും രൂപീകരിക്കുകയോ ആലോചിക്കുകയോ പോലും ചെയ്യാതെ ഗത്യന്തരമില്ലാത്ത ഒരു എടുത്തു ചാട്ടമായിരുന്നു അത്. യു.ജി.സി. പറഞ്ഞു; കേരളം ചെയ്തു. കേരളവിദ്യാഭ്യാസരംഗത്ത് ദൂരവ്യാപകമായ ഫലങ്ങളാണ് അതുളവാക്കിയത്.

പ്രീഡിഗ്രി വേർപെടുത്തുന്നതോടെ കോളേജുകളിൽ അദ്ധ്യാപക തസ്തികകൾ അധികമായി. അവർക്ക് പ്ലസ് ടൂ തലത്തിലേക്ക് പോകാൻ ഓപ്ഷൻ നല്കി. കോളേജുകളിൽ യു.ജി.സി. ശമ്പളപരിഷ്ക്കരണം നടപ്പിലാക്കി. (യു.ജി.സി. മുന്നോട്ടുവെച്ച അക്കാദമികസാഹചര്യങ്ങളെ വിഗണിച്ച് ശമ്പളപരിഷ്ക്കരണം മാത്രമായാണ് കേരളത്തിൽ അത് നടപ്പിലാക്കിയത്. അതിന്റെ ദുർഭൂതം ഇതുവരെ വിട്ടൊഴിഞ്ഞിട്ടുമില്ല.) പ്ലസ് ടു മേഖലയിലാകട്ടെ ആയിരം ഉറുപ്പിക കൂലി (കൺസോളിഡേറ്റഡ് പേ) ആയി നിശ്ചയിച്ചു. (അദ്ധ്യാപകരുടെ വേതനം നിർണ്ണയിക്കുന്നതിന് ഒരു ദശകത്തിലേറെ സമ്മർദ്ദം ചെലുത്തുകയും ലഭിക്കുന്ന തുച്ഛമായ ശമ്പളത്തിൽനിന്ന് വലിയ സംഖ്യ ഷെയറെടുത്ത് വിദ്യാഭ്യാസവകുപ്പിന് കൈക്കൂലി നല്കുകയും ചെയ്യുന്ന, മാൻ പവറിനെ മണി പവർകൊണ്ട് പകരം വെക്കുന്ന, അവകാശസമരത്തിന്റെ പുതിയമുറവരെ പരീക്ഷിക്കേണ്ടിവരികയും ചെയ്തു ഹയർസെക്കണ്ടറിക്കാർക്ക് എന്നാണ് കഥ. അതിന്റെ കുടിശ്ശിക അനുവദിച്ചുകൊണ്ട് ഉത്തരവിറങ്ങിയത് ഈയിടെയാണ്. ലബ്ധപ്രതിഷ്ഠമായ അദ്ധ്യാപകസംഘടനകൾക്ക് ഹയർസെക്കണ്ടറി മേഖലയിൽ മേൽവിലാസമുണ്ടാകുന്നത് ഹൈസ്ക്കൂളിൽനിന്ന് പ്രൊമോഷൻ ലഭിച്ച ന്യൂനപക്ഷത്തിന്റെ ശീലംവഴിയാണ്. ഇപ്പോഴും കാറ്റഗറിക്കൽ സംഘടനകൾ എന്ന പരിഹാസമില്ലാതെ കെ.എസ്.ടി.എ. ഒരു നോട്ടീസുപോലും അച്ചടിക്കാത്തവിധം ശക്തമാണ് ഹയർസെക്കണ്ടറിയിലെ തൊഴിൽസംഘടനാരാഷ്ട്രീയം.) പോരാത്തതിന് ശനിയാഴ്ചയും പ്രവൃത്തി ദിവസം.(അത് ഈയിടെ ഒഴിവാക്കി) ഓഫീസ് ജോലിക്കായി ഒരാളെപ്പോലും അംഗീകരിച്ചിട്ടില്ല. അധികജോലി കുറഞ്ഞവേതനം എന്ന നിലപാടു കാരണം സ്വാഭാവികമായും കോളേജദ്ധ്യാപകർ പ്ലസ് ടുവിലേക്ക് തിരിയാൻ വൈമുഖ്യം കാണിച്ചു.

കോളേജിൽ യു.ജി.സി.സ്കീമുകാരും യു.ജി.സി.സെ്കയിലുകാരും ഉണ്ടായി. അദ്ധ്യാപകസംഘടനകളുടെ തിണ്ണമിടുക്കുകാരണം പണിയില്ലെങ്കിലും അദ്ധ്യാപകരെ ശമ്പളംനല്കി സംരക്ഷിക്കാൻ ഉത്തരവായി. രണ്ടുദശകത്തിനുശേഷവും ഒപ്പിടുകയല്ലാതെ മറ്റൊരു പണിയും ചെയ്യാതെ യു.ജി.സി.ശമ്പളം വാങ്ങുന്നവർ അപൂർവ്വമാണെങ്കിലും സർവ്വീസിൽ ബാക്കിയുണ്ട്.

പ്രീഡിഗ്രി വേർപെടുത്തുമെന്ന പ്രഖ്യാപനം വന്ന ഉടനെ സർക്കാർ കോളേജുകളിൽ അദ്ധ്യാപകനിയമനം നിർത്തിവെച്ചു. യു.ജി.സി. മാനദണ്ഡപ്രകാരം പി.എസ്.സി. നടത്തിയ പരീക്ഷകളുടെ റാങ്ക്ലിസ്റ്റിൽനിന്ന് നിയമനം കിട്ടാൻ കോടതി കയറിയിറങ്ങി ഉദ്യോഗാർത്ഥികൾക്ക് കാത്തിരിക്കേണ്ടി വന്നത് ഒരു ദശകത്തിനു മേലെയാണ്. ഹയർ

സെക്കണ്ടറിയിലാകട്ടെ പി.എസ് സി. അപേക്ഷ വിളിക്കുന്നതുതന്നെ വളരെ വർഷങ്ങൾ കഴിഞ്ഞുമാത്രം. സർക്കാർതലത്തിൽ നിലവിലുള്ള കോളേജദ്ധ്യാപകതസ്തികകൾ അകാരണമായി നിരോധിക്കുകയും പുതുതായ് രൂപപ്പെട്ടുവന്ന ഹയർസെക്കണ്ടറി മേഖലയിലേക്ക് നിയമനം നടത്തുന്നതിനുവേണ്ട ചട്ടങ്ങൾ രൂപപ്പെടുത്താതിരിക്കുകയും ചെയ്തു. അതുവഴി കടുത്ത തൊഴിൽവരൾച്ചക്കാലം കൃത്രിമമായി ഉണ്ടാക്കി ഉന്നതബിരുദധാരികളെ കരാർ തൊഴിലാളികളാക്കി തുച്ഛമായ കൂലിക്ക് ജോലിയെടുപ്പിക്കുന്ന സമ്പ്രദായത്തിനെതിരെ കേരളത്തിലെ ഏതെങ്കിലും രാഷ്ട്രീയപ്രസ്ഥാനം, വിശേഷിച്ച് യുവജനപ്രസ്ഥാനം പ്രതികരിച്ചിട്ടില്ലെന്നു മാത്രമല്ല അങ്ങനെയൊരു പ്രശ്നം അവർ അറിഞ്ഞതായേ കാണുന്നില്ല. (ആ കടുത്തകാലം പിന്നിട്ടെത്തിയ യുവാക്കളോടും കൂടിയാണ് പെൻഷൻപ്രായം വർദ്ധിപ്പിച്ചാൽ തൊഴിൽരഹിതർക്കുണ്ടാകുന്ന നഷ്ടങ്ങളെക്കുറിച്ച് ഈയിടെ ഉണ്ടായ ഉദ്ബോധനങ്ങൾ). അതേ സമയം, യു.ജി.സി.പ്രഖ്യാപനകാലത്ത് പ്രൈവറ്റ് കോളേജുകളിൽ പുതിയ കോഴ്സുകൾ പോലും തുടങ്ങിക്കൊണ്ട് പുതിയ തസ്തികകൾ സൃഷ്ടിക്കുന്നതിൽ സർക്കാർ ഉത്സാഹം കാണിച്ചു. സമയം തീരും മുമ്പേ കഴിയുന്നത്ര പേരെ നിയമിക്കാൻ കൂട്ടുനിന്ന സർക്കാർതന്നെ സർക്കാർകോളേജുകളിൽ നിയമനം നടത്താനുള്ള കോടതിയുത്തരവിനെതിരെ സുപ്രീം കോടതിയ സമീപിക്കുന്ന ഇരട്ടത്താപ്പാണു കാട്ടിയത്.

പ്ലസ് ടൂവിന്റെ ഗതിയും വ്യത്യസ്തമായിരുന്നില്ല. ചന്ദ്രശേഖരനെ തുടർന്ന് അധികാരമേറ്റ ഇ.ടി. മുഹമ്മദ് ബഷീർ ഒറ്റ പ്ലസ് ടൂ പോലും അനുവദിച്ചില്ല. (ഡി.പി.ഇപി.യിലായിരുന്നു അദ്ദേഹത്തിന്റെ ശ്രദ്ധ.) നിയമങ്ങളോ ചട്ടങ്ങളോ ഇല്ലാത്ത ഒരു തൊഴുത്തായിരുന്നു അത്. സർവ്വീസിലുള്ള രാഷ്ട്രീയഭിക്ഷാംദേഹികൾക്ക് ലാവണം ഒരുക്കുന്ന ഉന്നതപദവികൾ ഒരുക്കാൻ സർക്കാർ അലംഭാവം കാണിച്ചു എന്നല്ല പറയുന്നത്. പ്രവേശനം, പൊതുപരീക്ഷ, ടി.സി. തുടങ്ങി അദ്ധ്യയനബാഹ്യമായ അനവധി ജോലികളുണ്ടെങ്കിലും ഇതുവരെ ഒരു ക്ലാർക്കിനെയെങ്കിലും നിയമിക്കാനുള്ള നടപടി ഹയർസെക്കണ്ടറിമേഖലയിൽ നടന്നിട്ടില്ല. കാറ്റഗറിയോ അല്ലാത്തതോ ആയ അദ്ധ്യാപകസംഘടനകളിലൊന്നിനും ഇതൊരു ആവശ്യമായി തോന്നിയിട്ടുമില്ല എന്നതാണ് വിചിത്രം. പിന്നീട് 1998-ലാണ് പ്ലസ് ടു വ്യാപകമാകുന്നത്. അന്ന് വി.എസ്.അച്ചുതാനന്ദനും വിദ്യാഭ്യാസമന്ത്രിയായിരുന്ന പി.ജെ.ജോസഫും തമ്മിൽ പ്ലസ് ടു അനുവദിക്കുന്ന കാര്യത്തിൽ വലിയ തർക്കം നടന്നു. പ്രൈവറ്റ് സ്ക്കൂളുകളടക്കം നൂറ്റിച്ചില്ല്വാനം സ്ക്കൂളുകളേ അനുവദിക്കാവൂ എന്ന് വി.എസ്. ഇരുനൂറെങ്കിലും വേണമെന്ന് ജോസഫ്. ഒടുവിൽ മുന്നൂറ്റിച്ചില്ല്വാനം സ്ക്കൂളുകൾ അനുവദിച്ചുകൊണ്ട് പ്രശ്നം രമ്യമായി പരിഹരിച്ചു. സ്വന്തം സ്വാധീനം ഉപയോഗിച്ച് പ്ലസ് ടു അനുവദിപ്പിച്ചതിന് പ്രതിഫലമായി അദ്ധ്യാപകതസ്തികകൾ വിലപേശി മേടിച്ച, കോഴപണമായോ മറ്റുവിധത്തിലോ (either in cash or kind) ആകാമെന്ന പുതിയ ബാർട്ടർ സമ്പ്രദായം നടപ്പിലാക്കിയ, വ്യക്തികൾ മാത്രമല്ല രാഷ്ട്രീയസംഘടനകൾപോലുമുണ്ട് കേരളത്തിൽ എന്നത് പരസ്യമായ

രഹസ്യമാണ്. എന്തിന് സ്ഥലംമാറ്റത്തിനുപോലും ഭീമമായ സംഖ്യ കൈക്കൂലി നല്കുന്നതാണ് ഹയർസെക്കണ്ടറിയുടെ രീതി എന്നു കഥകൾ പ്രചരിച്ചു. അഴിമതി പ്രവചിച്ചുകൊണ്ട് പ്രീഡിഗ്രി ബോർഡിനെതിരെ സമരം ചെയ്തവരിൽ പലരും കോഴകൊടുത്ത് ഹയർസെക്കണ്ടറി അദ്ധ്യാപകരായിക്കഴിഞ്ഞിരുന്നു അപ്പോഴേക്കും.

പ്ലസ് ടൂ സമ്പ്രദായം വന്നതോടെ വിദ്യാഭ്യാസരംഗത്തുണ്ടായ കാതലായ മാറ്റം മറ്റൊന്നാണ്. നാടൊട്ടുക്കും ഹൈസ്ക്കൂളുകൾ ഹയർസെക്കണ്ടറി ആയതോടെ പ്ലസ് ടൂവിന് സീറ്റുകൾ കണ്ടമാനം വർദ്ധിച്ചു. അവയിൽ ബഹുഭൂരിപക്ഷവും സയൻസ് ബാച്ചുകളിലായിരുന്നു. കേരളത്തിന്റെ ഭാവി ആവശ്യങ്ങൾ പരിഗണിക്കുകയോ മറ്റെന്തെങ്കിലും വിവേവചനബുദ്ധി പ്രയോഗിക്കുകയോ ഇക്കാര്യത്തിൽ ഉണ്ടായിരുന്നില്ല. സയൻസിനാണ് മാർക്കറ്റ് അതിനാൽ സയൻസ് കോഴ്സുകൾ അനുവദിച്ചു: അത്രമാത്രം. അതോടെയാണ് കേരളത്തിന്റെ കൗമാര സ്വപ്നം എൻട്രൻസ് പരീക്ഷ മാത്രമായത്. എൻട്രൻസ് കോച്ചിംഗായി കേരളത്തിലെ ഏറ്റവും വലിയ ബിസിനസ്സ്. ട്യൂഷനും കോച്ചിംഗിനും പോകുന്ന കുട്ടികൾക്ക് വിശ്രമമില്ലാത്ത വിദ്യാർത്ഥിജീവിതത്തിന്റെ അലൗകികാഹ്ലാദം നുകരാമെന്നു വന്നു. കൗൺസിലിംഗ് സെന്ററുകൾ പുതിയ തൊഴിലവസരങ്ങൾ പ്രദാനം ചെയ്തു. നാട്ടിൻപുറങ്ങളിലെ കായികകലാസാംസ്ക്കാരികപരിപാടികളിൽനിന്ന് കൗമാരക്കാർ ഒറ്റയടിക്ക് അപ്രത്യക്ഷരായി.) അതിൽ കടന്നു കൂടാൻ കഴിയാത്തവർക്കായി അൺ എയിഡഡ് മെഡിക്കൽ എഞ്ചിനിയറിംഗ് കോളേജുകൾ പൊട്ടിമുളച്ചു. പാവപ്പെട്ടവന്റെ സ്വാശ്രയ കോളേജായ പാരലൽ കോളേജുകൾ പലതും പൂട്ടിപ്പോയി. ഓപ്പൺ സ്ക്കൂൾ എന്ന പകൽക്കൊള്ള നിയമപ്രകാരമുള്ളതായി.

ഈ മുന്നനുഭവത്തിന്റെ വെളിച്ചത്തിലാണ് പുതിയ ഘടനാമാറ്റത്തെ വിലയിരുത്തേണ്ടത്. ചാനലിൽ വന്ന് വാചാലരാകുന്നതിനു പകരം ഇതിനുള്ള കർമ്മപദ്ധതിയെക്കുറിച്ചാണ് ഇപ്പോൾ ആലോചിക്കേണ്ടത്. കാരണം പദ്ധതി ഇപ്പോൾ പ്രഖ്യാപിച്ചാൽ അദ്ധ്യാപകസംഘടനകളോ വിദ്യാർത്ഥിസംഘടനകളോ സമരത്തിനു പോയിട്ട് മറുത്തൊരക്ഷരം മിണ്ടാൻ പോലും തയ്യാറാകില്ല. സാംസ്കാരികപ്രവർത്തകരും കമായെന്നു മിണ്ടില്ല. അല്ലെങ്കിലും വിദ്യാഭ്യാസവിഷയത്തിൽ ആർക്കു താല്പര്യം!

എൽ.പി.-യൂ.പി.-ഹൈസ്ക്കൂൾ തലങ്ങളിൽ അദ്ധ്യാപകതസ്തികകളുടെ പാറ്റേൺ മാറും; ആളുകൾ അധികമാകും. ഹൈസ്ക്കൂളിൽ ക്ലാസ്സുമുറികൾ അധികമാകും. എൽ.പി. സ്ക്കൂളിൽ പുതിയ ക്ലാസ്സുമുറികൾ ആവശ്യമാകും. എന്താണ് പോംവഴി? അദ്ധ്യാപകവിദ്യാർത്ഥി അനുപാതം മാറ്റിയാൽ അത്രവളരെ അദ്ധ്യാപകർ അധികമാവാൻ വഴിയില്ല. എന്നിട്ടും വരികയാണെങ്കിൽ, അദ്ധ്യാപകർക്ക് ഓപ്ഷൻ നല്കാം. അധികം വരുന്നവർക്ക് താഴേത്തലത്തിലേക്ക് പോകാം. ശമ്പളവും മറ്റാനുകൂല്യങ്ങളും നിലനിർത്തണം. ഒഴിവുവരുമ്പോൾ സീനിയോറിറ്റി അടിസ്ഥാനത്തിൽ മാതൃസ്ഥാപനത്തിലേക്കു തിരിച്ചു വരാം. അതല്ലെങ്കിൽ വി.ആർ. എസ്. വാങ്ങിപ്പിരിയാം. എയ്ഡഡ് സ്ക്കൂളുകളിൽ അധി

കം വരുന്നവരെ മറ്റ് എയ്ഡഡ് സ്ക്കൂളുകളിലേക്ക് മാറ്റാൻ സംവിധാനമുണ്ടാക്കണം. (എസ്.എസ്.എ.യിലെ പോലെ അവരെ സർക്കാർ സ്ക്കൂളിലേക്ക് നിയമിച്ച് അവിടെയുള്ള ഒഴിവുകൾ നികത്തരുത്. ഒരിക്കലും മുഴുവൻ വേക്കൻസികളും റിപ്പോർട്ട് ചെയ്യാത്തുകൊണ്ട് സർക്കാർ സക്കൂളിലുണ്ടായ വലിയ ഡിവിഷൻ ഫാളുകളും അതിന്റെ ഫലമായുണ്ടായ തസ്തികാനഷ്ടവും അദൃശ്യമായി നിലക്കുകയാണല്ലോ ഇപ്പോഴും.) പുതിയ പോസ്റ്റുകളിൽ പ്രൊട്ടക്ഷൻ ഉള്ളവരെ നിയമിക്കാനായി ചെയ്യുന്നതുപോലെയുള്ള താല്ക്കാലികസംവിധാനം മതിയാകും. ഇതൊന്നു കലങ്ങിത്തെളിയുന്നതുവരെ പുതിയ നിയമനങ്ങൾ നടത്താൻ മാനേജർമാർക്ക് അനുമതി നല്കാതിരുന്നാൽ മതി. അദ്ധ്യാപകസംഘടനകളുടെ വിലപേശൽശക്തിയെ മെരുക്കാൻ എന്തെങ്കിലും ചില ഡയറക്ടേറ്റുകൾ ജില്ലാതലത്തിലോ ഉപജില്ലാതലത്തിലോ രൂപീകരിക്കുന്നത് ഒരു മുൻകരുതലായി സ്വീകരിക്കാവുന്നതാണ്.

അതിലേറെ പ്രസക്തമായ കാര്യം അദ്ധ്യാപകരുടെ തൊഴിൽ സമയത്തെക്കുറിച്ചുള്ളതാണ്. തെരഞ്ഞെടുപ്പുകളും സെൻസസും ദുരിതാശ്വാസപ്രവർത്തനവുമല്ലാതെ മറ്റു കാര്യങ്ങൾക്ക് അദ്ധ്യാപകരുടെ സേവനം ഉപയോഗിക്കുന്നില്ല എന്നു സംസ്ഥാനസർക്കാർ ഉറപ്പുവരുത്തണം. കാരണം വിദ്യാഭ്യാസം കുട്ടിയുടെ അവകാശമാണ്. ഗുണനിലവാരമുള്ള വിദ്യാഭ്യാസം വിദ്യാർത്ഥിയുടെ അവകാശമാണെന്ന് കേരളം മുമ്പേ മുദ്രാവാക്യം ഉയർത്തിയതാണ്. പക്ഷെ, എസ്.എസ്.എ. വന്നപ്പോൾ പഠിപ്പിക്കാൻ കുട്ടികളില്ലാതെ പ്രൊട്ടക്ഷനിൽ നില്ക്കുന്ന അദ്ധ്യാപകരെ ആ ലാവണത്തിലേക്ക് അടിച്ചുതെളിച്ചാണ് കേരളം ഗുണനിലവാരമുള്ള വിദ്യാഭ്യാസം ഉറപ്പാക്കിയത്. കേരളത്തിൽ ത്രിതലപഞ്ചായത്തുകളിൽ ഏറെയും മെമ്പർമരായിരിക്കുന്നത് സ്വകാര്യസ്ക്കൂൾ അദ്ധ്യാപകരാണ്. അപൂർവ്വം ചിലർ ലീവെടുത്തും ചിലർ പകരം ആളെവെച്ചും ചിലരെല്ലാം രണ്ടിടത്തും ഒരേസമയം പ്രവർത്തിച്ച് പ്രതിഫലം പറ്റിയുമാണ് ജീവിക്കുന്നത്. മെമ്പറല്ലാത്തവർതന്നെ സംഘടനാ പ്രവർത്തനങ്ങളുടെ പേരിൽ സ്വന്തം ജോലി നിർവ്വഹിക്കാൻ സമയമില്ലാതെ കുഴങ്ങുന്നവരാണ്. വനിതാസംവരണംകൂടി നടപ്പിലായാൽ ഇത് ഒന്നുകൂടി വ്യാപകമാവും. പോളിസികൾ രൂപപ്പെടുത്തുന്നവർ രാഷ്ട്രീയക്കാരായതുകൊണ്ട് ഇതു നിലനിർത്താൻവേണ്ടിയാവും ആദ്യത്തെ നീക്കം. ഭരണപ്രതിപക്ഷങ്ങൾ ഏകകണ്ഠമായി അഭിപ്രായം രൂപപ്പെടുത്തുന്ന ഒരേയൊരു കാര്യം മെമ്പർമാരുടെ ശമ്പളവർദ്ധനവാണെന്ന് ഓർക്കുക. ചർച്ചകൾ നഷ്ടക്കച്ചവടത്തിലേക്കും സ്വാശ്രയസ്ഥാപനങ്ങളുടെ അധികാരം കമ്മറ്റികൾ കവർന്നെടുക്കുന്നതിനെക്കുറിച്ചും മാത്രമാവുന്നത് വെറുതെയല്ല.

യു.ജി.സി. ഏർപ്പെടുത്തിയപ്പോൾ ഉണ്ടായ കാഴ്ചപ്പാടില്ലായ്മയും സ്വജനപക്ഷപാതവും നിക്ഷിപ്തതാല്പര്യങ്ങളും ഏറെക്കുറെ തരിപ്പണമാക്കിയ വിദ്യാഭ്യാസരംഗത്ത് പുതിയ പരിഷ്ക്കരങ്ങൾ വരുമ്പോൾ നമ്മുടെ ആസൂത്രണമില്ലായ്മയും പിടിപ്പുകേടും ഒരിക്കൽക്കൂടി തെളിയിക്കുന്ന തരത്തിലുള്ള ഉപരിപ്ലവമായ ചർച്ചകളല്ല കേരളം ആവശ്യപ്പെടുന്നത്. ഏറ്റവും ചുരുങ്ങിയത് പത്തു വർഷമെങ്കിലും മുന്നോ

ട്ടുകാണുന്ന തരത്തിൽ ഗൗരവമായ ചർച്ചകൾ വേണം. പക്ഷെ, ആവശ്യത്തിന് ലൈഫ് ബോട്ടില്ലാതെ, മുങ്ങിക്കൊണ്ടിരിക്കുന്ന കപ്പലിലെ ജനങ്ങളെ സമാശ്വസിപ്പിക്കാൻ സംഗീതം പൊഴിക്കുന്ന *ടൈറ്റാനിക്കി*ലെ ദൃശ്യത്തെയാണ് കേരളത്തിലെ വിദ്യാഭ്യാസചർച്ചകൾ ഓർമ്മിപ്പിക്കുന്നത്.

(2010 മെയ് 14, *സമകാലികമലയാള*ത്തിൽ പ്രസിദ്ധീകരിച്ചത്)

■

പള്ളിക്കൂടത്തിൽ എത്ര മലയാളം

ഏതു മലയാളമാണ് മലയാളം? ഈ ചോദ്യത്തിന് ഉറച്ചൊരുത്തരം പറയുക പ്രയാസമാണ്. മലയാളത്തിന്റെയെന്നല്ല ഏതാണ്ടെല്ലാ ഭാഷയുടെ കാര്യത്തിലും സ്ഥിതി മറ്റൊന്നാവില്ല. ഓരോ സമൂഹത്തിനും സാംസ്ക്കാരികസവിശേഷത കാരണം വിനിമയത്തിന്റെ അനവധിതലങ്ങൾ ഉണ്ടാകും. അതിനോരോന്നിനും പറ്റിയ ഭാഷാരീതികളും കാണും. നിത്യജീവിതത്തിലെ ഓരോരോ സന്ദർഭസാഹചര്യങ്ങൾക്കനുസരിച്ച് വ്യത്യസ്തമായ ഭാഷാപ്രയോഗരീതിയാണ് നാമെല്ലാം ഉപയോഗിക്കുന്നത്. കുഞ്ഞുങ്ങളോടൊപ്പം കളിക്കാനും സമപ്രായക്കാരോടൊപ്പം സൊള്ളാനും കോടതിയിൽ ന്യായങ്ങൾ പറയാനും ഓഫീസിൽ കാര്യങ്ങൾ നടത്താനും സർക്കാരിലേക്ക് അപേക്ഷ ബോധിപ്പിക്കാനും തെരുവിൽ എതിരാളിയെ ശകാരിക്കാനും ഉള്ളുരുകി പ്രാർത്ഥിക്കാനും പൊതുയോഗത്തിൽ സംസാരിക്കാനും ക്ലാസ്സുമുറിയിൽ സംവദിക്കാനും സുഹൃത്തിന് കത്തെഴുതാനും ഓഫീസിൽനിന്ന് അവധിയെടുക്കാനും ടെലിവിഷനിൽ പരിപാടികൾ അവതരിപ്പിക്കാനും മറ്റും മറ്റുമായി അനവധിയനവധി രീതികൾ മലയാളത്തിനുണ്ട്. അവയിൽത്തന്നെ ഓരോ പ്രദേശത്തിനും ജാതിക്കും പ്രായത്തിനും സാമൂഹികമാന്യതയ്ക്കും അനുസരിച്ച് ഭേദങ്ങൾ കാണും. വേഷഭൂഷാദികൾ പോലെ; ആചാരവിശ്വാസങ്ങൾ പോലെ; ആഹാരനീഹാരാദികൾ പോലെ... കോട്ടയം മലയാളം, കണ്ണൂർ മലയാളം, മാപ്പിളമലയാളം, തിയ്യമലയാളം, ലക്ഷദ്വീപുമലയാളം, ഓഫീസ് മലയാളം, ആധാരമലയാളം, ആൺമലയാളം, പെൺമലയാളം, ശിശുമലയാളം, ഹോസ്റ്റൽമലയാളം എന്നിങ്ങനെ മലയാളങ്ങൾ പലതുണ്ട്. ഇതിലേതെങ്കിലും ഒന്നാണ് മലയാളം അഥവാ ഒന്നുമാത്രമാണ് മലയാളം എന്നു വിധിയെഴുതാൻ കഴിയില്ല. ജീവത്തായ ഏതൊരു ഭാഷയ്ക്കും ഇങ്ങനെ പലധാരകൾ, പലഭേദങ്ങൾ ഉണ്ടാവുകതന്നെ ചെയ്യും. അവയെല്ലാം കൂടിയാണ് ഒരു ഭാഷയെന്ന പേരിൽ അറിയപ്പെടുന്നത്. ഭാഷ സമൂഹത്തിന്റെ ബോധത്തിലാണ് ഉള്ളതെന്ന വിശദീകരണം നല്കിയത് സ്വിസ്സ് ഭാഷാശാസ്ത്രജ്ഞനായ സൊസ്യൂറാണ്. അതിനെ അദ്ദേഹം ലാംഗ് എന്നുവിളിച്ചു. ആ ലാംഗ് ഉപയോഗിക്കുന്ന ഓരോരുത്തരും പ്രയോഗിക്കുന്നത് പരോൾ ആണെന്നും അദ്ദേഹം പറഞ്ഞു. ഭാഷയെ ലാംഗ് എന്ന സിദ്ധാന്തവും പരോൾ എന്ന പ്രയോഗവുമായി വിഭജിച്ചു.

പലരീതികളിൽ ഒന്ന് നല്ലത് മറ്റൊന്ന് തീയത് എന്നോ ഒന്ന് മാന്യമായത് മറ്റത് അമാന്യമായത് എന്നോ ചില വിശ്വാസങ്ങൾ സമൂഹ

ത്തിനുണ്ടാകും. ഭാഷാപരമെന്നതിനെക്കാൾ സാമൂഹികവും സാംസ്ക്കാരികവും രാഷ്ട്രീയവുമായ സംഗതികളാലാണ് അത്തരം വിശ്വാസങ്ങൾ പുലർന്നു പോരുന്നത്. ഉദാഹരണത്തിന് ടി.വി. അവതാരകർ ഉപയോഗിക്കുന്ന മലയാളം മലയാളമേയല്ല എന്നും അതു മലയാളത്തെ കൊലയ്ക്കുകൊടുക്കുന്ന ഒരു പ്രയോഗമാണെന്നും ചിലർ വാദിക്കുമ്പോൾത്തന്നെ ചിലർ അതിന്റെ ആരാധകരായി മാറുന്നു. ഒരുപക്ഷെ പഴയതലമുറയും പുതിയതലമുറയും ഇതിന്റെ വിരുദ്ധചേരികളിൽ സാമാന്യമായി അണിനിരന്നെന്നും വരാം. അത്തരം വിശ്വാസങ്ങൾ ഓരോകാലത്തും ഉണ്ടായിരുന്നു; ഇനിയും ഉണ്ടാവുകയും ചെയ്യും. അതെല്ലാം മലയാളം ജീവത്ഭാഷയാണെന്നതിന്റെ പല തെളിവുകളിൽ ഒന്നു മാത്രം.

ഒരു ഭാഷയുടെ വ്യത്യസ്തപ്രയോഗങ്ങൾ തമ്മിൽ വാശിയോ ശത്രുതയോ കല്പിക്കുന്നത് ആരോഗ്യകരമായ കാര്യമല്ല. കാരണം അവയേക്കാരോന്നിനുമുള്ള ധർമ്മങ്ങൾ മറ്റൊന്നിന് നിർവ്വഹിക്കാനാവില്ല. ശുനകപുത്രാ എന്നു വിളിച്ചാൽ അതിന് തെറിയുടെ ധർമ്മം അനുഷ്ഠിക്കാൻ കഴിഞ്ഞെന്നു വരില്ല. മലയാളത്തെ സംബന്ധിച്ച് വാമൊഴിയും വരമൊഴിയും തമ്മിലും മാനകമായ പൊതുമലയാളവും ഭാഷാഭേദങ്ങളും തമ്മിലും വർഗ്ഗസമരങ്ങൾ നിലനില്ക്കുന്നു എന്ന തരത്തിൽ ചില വാദങ്ങളുണ്ട്. ഈയടുത്ത കാലത്തായി ചിലർ വാമൊഴിമഹത്വത്തെപ്പറ്റി വാചാലരാവുന്നത് കണ്ടുവരുന്നു. അവയെ പരിശോധിക്കുകയാണിവിടെ.

പ്രാന്തവല്കൃതജനസമൂഹങ്ങളുടെ പ്രാധാന്യം ഉയർത്തിക്കൊണ്ടുവരുന്ന സാംസ്ക്കാരികപഠനങ്ങളുടെ പരിസരത്തിലാണ് വാമൊഴിമഹത്വവും ഘോഷിക്കപ്പെടുന്നത് എന്ന് തോന്നുന്നു. മലയാളസിനിമയിൽ മാനകഭാഷയ്ക്കു തുല്യമായ സ്ഥാനം ഭാഷാഭേദത്തിന് നല്കുന്നതിന്റെ തുടക്കമാണ് *രാജമാണിക്ക*ത്തിലെ മമ്മൂട്ടിയുടെ സംഭാഷണഭാഷ എന്നു വിലയിരുത്തപ്പെട്ടിട്ടുണ്ട്. *മായാവി, തുറുപ്പുഗുലാൻ, കറുത്തപക്ഷികൾ* തുടങ്ങിയ ചിത്രങ്ങളും ഇതിന് ഉദാഹരണമായി പറയാം. ഭാഷാഭേദങ്ങൾ സിനിമയിൽ ഉപയോഗിച്ചിരുന്നത് ഹാസ്യതാരങ്ങളാണ്. കുതിരവട്ടം, മാള, ജഗതി തുടങ്ങിയ സ്ഥലപ്പേരുകൾ താരങ്ങളുടെ വിളിപ്പേരാകുന്നതിൽ ഭാഷാഭേദങ്ങളുടെ ഈ സ്വാധീനംകൂടിയുണ്ടാവാം. ചിരിയുണർത്താൻ വേണ്ടി ബോധപൂർവ്വമായിത്തന്നെ അവർ മിക്കപ്പോഴും അവതരിപ്പിക്കുന്നത് സമൂഹത്തിലെ പരിഹാസ്യമായ വേഷങ്ങളാണ്. എന്നതിനാൽ ഭാഷാഭേദങ്ങളുടെ പ്രയോഗം മാന്യമായ ഒന്നായി ഗണിക്കപ്പെട്ടിരുന്നില്ല എന്നു വ്യക്തം.

മമ്മൂട്ടി പ്രാദേശികഭാഷാഭേദം മൊഴിയുമ്പോൾ ആ ഭാഷാഭേദത്തിന് നായകപദവി ലഭിക്കുന്നു എന്ന വാദം അത്ര സൂക്ഷ്മമല്ല. കാരണം മേൽപ്പറഞ്ഞ സിനിമകളിലെല്ലാം നായകന്റെ വേഷഭൂഷാദികൾതന്നെ കോമാളിത്തം നിറഞ്ഞവയാണ്. *രാജമാണിക്ക*ത്തിലെ കൂളിംഗ് ഗ്ലാസ്സും കളർജുബ്ബയും ഒറ്റക്കണ്ണും പോത്തുകച്ചവടവും എല്ലാം അതിന്റെ ചിഹ്നങ്ങളാണ്. കമ്പനിയുടെ മീറ്റിംഗിൽ അയാളുടെ പെരുമാറ്റം മുഴുവൻ അനൗചിത്യംകൊണ്ട് പരിഹാസം ജനിപ്പിക്കുന്നതാണ്. നിരക്ഷരൻ

എന്ന നിലയിൽ സാമൂഹ്യമാന്യതയുടെ വിരുദ്ധപക്ഷത്താണ് അയാൾ നിലകൊള്ളുന്നത്. ഫുൾ സ്യൂട്ടിലായിരുന്നു മമ്മൂട്ടി പ്രത്യക്ഷപ്പെടുന്ന തെങ്കിൽ അയാൾ നേടുന്ന വിജയത്തിന് അപ്രതീക്ഷിതത്വം ഉണ്ടാവു മായിരുന്നില്ല; ആ ചിത്രത്തിൽ യാതൊരു പുതുമയും ഉണ്ടാകുമായി രുന്നില്ല. അതായത് പരിഹാസ്യമായ വേഷവിധാനത്തിൽ പ്രത്യക്ഷ പ്പെടുന്ന ഒരു കഥാപാത്രത്തിന് മാന്യമായ ഭാഷ ഇണങ്ങുകയില്ല എന്ന തിനാൽ ആ പരിഹാസ്യതയെ ഒന്നുകൂടി പൊലിപ്പിക്കാനാണ് ആ പ്രത്യേകഭാഷാരീതി ഉപയോഗിച്ചിരിക്കുന്നത്. ഭാഷാഭേദത്തെ അമാ ന്യമായി പ്രതിഷ്ഠിക്കുന്ന പതിവുനിലപാടുതന്നെയാണ് രാജമാണി ക്കവും പുലർത്തുന്നത്. *ദി കിംഗി*ലെ കലക്ടറോ *പഴശ്ശിരാജ*യിലെ കേരളവർമ്മയോ ഒന്നും ഭാഷാഭേദങ്ങൾ സംസാരിക്കാത്തത് ആ കഥാ പാത്രങ്ങളുടെ നിലവാരം പോകുമെന്നതിനാലാണ്. മരണത്തെക്കുറിച്ച് ഫിലോസഫിക്കലായി പഴശ്ശിത്തമ്പുരാൻ പറയുന്ന വാക്യങ്ങൾ ഭാഷാ ഭേദത്തിലൂടെ പകരാനാവില്ലെന്നുകൂടിയാണ് അത് വെളിവാക്കുന്നത്. അതിൽ മമ്മൂട്ടി സ്വീകരിച്ചിരിക്കുന്ന ശൈലീകൃതമായ അഭിനയവും സംഭാഷണാവതരണവുംതന്നെ തെളിവ്. വിവാഹവേളയിൽ ലുങ്കിയും ബനിയനുമിട്ട് പ്രത്യക്ഷപ്പെടുന്നതുപോലെയിരിക്കും അത്. അല്ലെങ്കിൽ ചന്ദ്രലേഖയിൽ ഓഫീസ് മേലധികാരിയായി വേഷമിടുന്ന ശ്രീനിവാസൻ ബെൽറ്റിനു പകരം ചൂടി കെട്ടിയതുപോലെ. അധസ്ഥിതവർഗ്ഗത്തിന്റെ വേഷശൈലിയാണ് ലുങ്കിയും ബനിയനും എന്നു കല്പിച്ച് അതിനെ പ്രോത്സാഹിപ്പിക്കാൻ സാംസ്കാരികവിമർശകർ തയ്യാറായിക്കാണു ന്നില്ല. ഭാഷയുടെ കാര്യത്തിൽ മാത്രം ഇത്തരം വാദങ്ങൾ വരുന്നതിന്റെ പൊരുളെന്താണ്.

മാനകഭാഷയ്ക്ക് തീർച്ചയായും രാഷ്ട്രീയമുണ്ട്. അധികാരവുമായി ചേർന്നുതന്നെയാണ് അത് രൂപപ്പെടുന്നതും പ്രവർത്തിക്കുന്നതും. അതൊന്നും കീഴാളർക്ക് ഗുണകരമായെന്നും വരില്ല. അതൊക്കെ പരി ഹരിക്കേണ്ടതുമാണ്. പക്ഷെ അതെല്ലാം വരേണ്യർക്കുവേണ്ടി സംവ രണം ചെയ്യുകയാണോ പരിഹാരം. അതിനെ അന്യമെന്ന് കരുതി അക റ്റിനിർത്തുമ്പോൾ ഫലത്തിൽ ആ അധികാരത്തെയും രാഷ്ട്രീയത്തെയും പ്രബലപ്പെടുത്തുകയാണ് ചെയ്യുന്നത്. സ്വന്തം അടിമത്തത്തെയോ പിന്നോക്കാവസ്ഥയെയോ ഉറപ്പിക്കുകയാണ് ചെയ്യുന്നത്. മറിച്ച് അത് പഠിച്ചെടുക്കുമ്പോൾ അതിന്റെ സാംസ്കാരികപാരമ്പര്യത്തെ കൈവ ശപ്പെടുത്തുക മാത്രമല്ല അതിന്റെ അധികാരരാഷ്ട്രീയത്തിലേക്ക് പടയോ ട്ടം നടത്തുകകൂടിയാണ് ചെയ്യുന്നത്. അങ്ങനെ ആ ഭാഷയിൽ വിനി മയം നടത്തുന്നതുവഴി തന്റെ തനതുപദങ്ങൾക്കും സംസ്കാരത്തി നും മാനകഭാഷയിൽ സ്ഥാനംകൊടുക്കുകയാണ് ചെയ്യുന്നത്. മാനക ഭാഷ വരേണ്യഭാഷയാണ് എന്ന് വിശേപ്പിക്കപ്പെടുന്നുണ്ട്. വരേണ്യമാ യത്, മാന്യമായത് ആദിവാസികൾക്കു പറ്റില്ല എന്ന് ആദിവാസികൾ ക്കുവേണ്ടി മറ്റാരെങ്കിലും വാദിക്കുന്നത് വഞ്ചനയാണ്. ജീവിതത്തിന്റെ മറ്റെല്ലാ മേഖലകളിലും മാന്യമായതിനുവേണ്ടി പരക്കം പായുന്നവർ തന്നെ ഭാഷയിൽമാത്രം മാന്യമായതിനെതിരേ തിരിയുന്നതിന്റെ അർ

ത്ഥമെന്താണ്. വെള്ളക്കോളർ ഉദ്യോഗങ്ങളാണ് മാന്യമായത് എന്ന വിശ്വാസം പുലർത്തുന്ന ജനസമൂഹത്തിൽ കൃഷിപ്പണിക്കും കായികാദ്ധ്വാനമുള്ള പണികൾക്കും ആളെ കിട്ടാതെ വരുന്നത് സ്വാഭാവികമാണ്. വെള്ളക്കോളർ ഉദ്യോഗങ്ങൾ സവർണ്ണമായതിനാൽ ആദിവാസികളും പ്രാന്തവല്കൃതരും അവ ഉപേക്ഷിച്ച് കായികാദ്ധ്വാനമുള്ള പണികൾ മാത്രം സ്വീകരിക്കണമെന്ന് വാദിക്കുന്നതുപോലെയാണ് ഈ ഭാഷാവാദം. ഒട്ടും പുരോഗമനപരമല്ലെന്നു മാത്രമല്ല അത്യന്തം പിന്തിരിപ്പനുമാണ് ഈ സമീപനം. വാമൊഴിപ്രേമികളും ഉയർത്തുന്നത് ഇതേ വാദമാണ്.

വാമൊഴിപ്രചാരകർ ധാരാളമുണ്ടെങ്കിലും ഏതെങ്കിലും വാമൊഴിപ്രേമി തന്റെ വാദം വാമൊഴിരീതിയിൽ അവതരിപ്പിച്ചു കണ്ടിട്ടില്ല. വാമൊഴിവഴക്കത്തെക്കുറിച്ച് കെ.ഇ.എൻ. വാചാലനാകുന്നത് കറകളഞ്ഞ സവർണ്ണഭാഷയിലാണ്. എഴുത്തിൽ മാത്രമല്ല പ്രസംഗത്തിലും അദ്ദേഹം *മിണ്ടിപ്പറേന്ന ബാശേല് ഒരു ബായക്കേം മിണ്ടീക്കില്ല. അമ്മയെക്കാരു ഞായം മോക്കൊരു ഞായം.*

വിജ്ഞാനകൈരളിയിൽ (2010 ഏപ്രിൽ ലക്കം) രാജേന്ദ്രൻ ചെറുപൊയ്ക പച്ചമലയാളം നിഘണ്ടു എന്ന പേരിൽ പ്രസിദ്ധീകരിച്ച ഒരു ലേഖനമുണ്ട്. അതിൽ ഒരിടത്തും എന്താണ് പച്ചമലയാളം എന്നതുകൊണ്ട് താൻ ഉദ്ദേശിക്കുന്നതെന്ന് വ്യക്തമാക്കുന്നില്ല. അദ്ദേഹത്തിന്റെ രീതി ഇങ്ങനെയാണ്: ''*നിഘണ്ടുക്കളിൽനിന്നും അനാവശ്യപദങ്ങളെ ഇറക്കിവിടുക്ഷതന്നെ വേണം. മലയാളഭാഷാശരീരത്തിൽ വളരുന്ന ഇത്തിളുകൾ വെട്ടിമാറ്റിയാലേ ഭാഷ പുഷ്ടിപ്പെടുകയുള്ളൂ. ഭാഷ മരിക്കുന്നേ എന്നു നിലവിളിച്ചിട്ടു കാര്യമില്ല. മറ്റ് ഭാഷകളിൽനിന്നും കടമെടുക്കാൻ മടിയില്ല. എന്നാൽ ഇവിടുത്തെ ദളിതരുടെ, ആദിവാസികളുടെ ഭാഷയെ തമസ്കരിക്കുന്നു. പാർശ്വവൽക്കരിക്കുന്നു. ഈ ഇരട്ടത്താപ്പ് അവസാനിപ്പിച്ചിട്ട് മതി കപടഭാഷാസ്നേഹം. ഇൻസ്റ്റിറ്റ്യൂട്ട്, അതോറിറ്റി തുടങ്ങി എത്രയോ ഇംഗ്ലീഷ് പദങ്ങൾ അതേപടി ഉപയോഗിക്കുന്നതിൽ ഒരു കൂസലുമില്ലാത്ത നമ്മളാണ് ഈ നാട്ടിൽ പ്രചാരത്തിലുള്ള ഒന്നാന്തരം പച്ച മലയാള പദങ്ങളെ പടിക്കു പുറത്തു നിറുത്തുന്നത്.*'' ആദിവാസി/ദളിത് പദങ്ങളാണ് പച്ചമലയാളം എന്നാണ് ഇതിൽനിന്ന് വിചാരിക്കേണ്ടത്. അത് പദതലത്തിൽ മാത്രമുള്ള ഒന്നായി വേണം കരുതാൻ. ഇരിക്കട്ടെ, *ഇൻസ്റ്റിറ്റ്യൂട്ട്, അതോറിറ്റി* തുടങ്ങി എത്രയോ ഇംഗ്ലീഷ് പദങ്ങൾ അതേപടി ഉപയോഗിക്കുന്നതിൽ പരിഭവിക്കുന്ന ലേഖകൻ അവയ്ക്കുള്ള പച്ചമലയാളം വാക്കുകൾ ഒന്നും പരാമർശിക്കുന്നില്ല. ഈ ലേഖനത്തിൽ അവയെ പരാമർശിക്കാത്തത് തമസ്കരണവും പാർശ്വവല്ക്കരണവും ആകുമോ എന്നു വ്യക്തമല്ല. പച്ചമലയാളത്തിലെ 38 പദങ്ങളാണ് അദ്ദേഹം സാമ്പിളായി നല്കിയിരിക്കുന്നത്. അതിന് സമാനാർത്ഥകമായ മലയാളപദവും ദുഷ്ക്കരമലയാളപദവും ആണ് പട്ടികയാക്കി നല്കിയിരിക്കുന്നത്. *ആഗ്രഹം - അഭിലാഷം - തൃഷ്ണ* എന്നിങ്ങനെ യഥാക്രമം ഉദാഹരണം. (കൊതി, പൂതി തുടങ്ങിയവ എന്തുകൊണ്ടോ ഒഴിവാക്കിയിരിക്കുന്നു.) പച്ചമലയാളത്തിന്റെ കോളത്തിൽ വരുന്ന മുപ്പത്തെട്ടെണ്ണത്തിൽ ഏതൊക്കെ

യാണ് ആദിവാസിഭാഷകളിലെ പദമെന്നു സൂചിപ്പിച്ചിട്ടില്ല. ആദിവാസിഭാഷകളിലേതാണ് അവയെല്ലാമെങ്കിൽ, ഓരോന്നും ഏതേതൊക്കെ ഭാഷകളിലേതാണെന്ന് മനസ്സിലാക്കാൻ പഴുതില്ല. ഉദാഹരണത്തിന് *ആഗ്രഹം* ആദിവാസി ഭാഷാപദമാണോ? ഏതേതൊക്കെ ഭാഷകളിൽ ഇതുപയോഗിക്കുന്നുണ്ട്. *തൃഷ്ണ* എന്നതിന് സമാനമായ അർത്ഥമാണോ അവിടെ അതിനുള്ളത്?

നിഘണ്ടു എന്നതിനു പകരം *ഇംഗ്ലീഷ്-മലയാള പദക്കലവറ* എന്നോ *പദശേഖരം* എന്നോ ഉപയോഗിച്ചാൽ സംസ്കൃതാധിപത്യത്തിൽനിന്ന് രക്ഷപ്പെടാം എന്നാണദ്ദേഹത്തിന്റെ വാദം. *നിഘണ്ടു* സംസ്കൃതവും *പദശേഖരം* പച്ചമലയാളവുമാണ് എന്ന കാര്യത്തിൽ അദ്ദേഹത്തിന് സംശയമേതുമില്ല. ''*സംസ്കൃതവൽക്കരിക്കപ്പെട്ട മലയാളമാണ് ശരിക്കും പാർശ്വവൽക്കരിക്കപ്പെട്ടവന്റെ ഭാഷയ്ക്ക് ഭീഷണി. കഠിനമലയാളത്തിന്റെ പൊങ്ങച്ചത്തിൽനിന്ന് പച്ചമലയാളത്തിലേക്ക് ഇറങ്ങിവന്നാൽ കേരളത്തിൽ എവിടെയും നിലവിലുള്ള ആദിവാസിഭാഷ എളുപ്പത്തിൽ മനസ്സിലാക്കാം*'' (പുറം.39). ഇറങ്ങിവരാൻ പാകത്തിൽ പച്ചമലയാളം താഴെയാണെന്നും സംസ്കൃതവല്ക്കരിക്കപ്പെട്ട ഭാഷ മേലെയാണെന്നും അദ്ദേഹത്തിനുറപ്പുണ്ട്.

ലേഖനമെഴുതാൻ അദ്ദേഹം ഉപയോഗിക്കുന്നത് പച്ചമലയാളമല്ല. കാര്യം പറയാൻ ഇതൊക്കെ വേണം. പക്ഷെ അതിനെ കുറ്റം പറയുകയും വേണം. എന്നാൽ പതിവുരീതിവിട്ട് പച്ചമലയാളത്തിൽ എഴുതാൻ അദ്ദേഹം ഒരു ശ്രമം നടത്തുന്നുണ്ട്. (വാമൊഴിയിൽ പദങ്ങൾ കഴിയുന്നത്ര ചേർന്നാണു വരികയെങ്കിലും പച്ചമലയാളത്തിലെഴുതുമ്പോൾ മാനകമലയാളത്തിൽ ചേർത്തെഴുതുന്നവകൂടി വേറിട്ടാണ് കാണുന്നത്. അത് ഒരുപക്ഷെ കമ്പ്യൂട്ടറിൽ ടൈപ്പു ചെയ്ത ആളുടെയും പ്രൂഫുനോക്കിയ ആളുടെയും പിഴവാകാനും മതി. ബ്രാക്കറ്റിലായി പച്ചമലയാളത്തിന് തത്തുല്യമായ മലയാളമോ ദുഷ്ക്കരമലയാളമോ നൽകിയത് ശ്രദ്ധിക്കുക) ''*വളരെ ലളിതമായ വാക്കുകൾ വേണ്ടെന്നു വച്ചിട്ടാണ് (ഉപേക്ഷിച്ചിട്ടാണ്) നമ്മൾ മോടി കൂട്ടാൻവേണ്ടി, പല വാക്കുകളും (പദങ്ങളും) ഉപയോഗിക്കുന്നത്. എല്ലാ മലയാളിക്കും പഠിപ്പുള്ളവനും (സാക്ഷരൻ) പഠിപ്പില്ലാത്തവനും (നിരക്ഷരൻ) ഒന്നുപോലെ അറിയാൻ (ഗ്രഹിക്കാൻ) കഴിയുന്ന തരത്തിൽ മലയാളം കൈകാര്യം ചെയ്യുന്നതാണ് ഭാഷയുടെ വളർച്ചയ്ക്ക് ഏറ്റവും നന്ന്. ഈ കുറിപ്പ് എഴുതാൻ ഒത്തിരി സമയം വേണ്ടി വന്നു. പച്ചമലയാളം എന്നിട്ടും ശരിയായില്ല. വർഷങ്ങളായി ഉപയോഗിച്ചു വന്ന വരേണ്യ മലയാളം ഉള്ളിൽ ആഴത്തിൽ ഉറച്ചു പോയി. മലയാളത്തിന് പുതിയൊരു ചുറുചുറുക്ക് നൽകണമെങ്കിൽ വളരെ കരുതലോടെ എഴുതുകയും പറയുകയും വേണം. വലിയൊരു പറ്റം ആളുകൾക്ക് അറിയാൻ പറ്റാത്ത തരത്തിലാണ് മലയാളം എഴുതുകയും പറയുകയും ചെയ്യുന്നത്*'' (പുറം 38–39). ഇത്രയും ഉദ്ധരിച്ചത് ഈ മേഖലകളിലുള്ള ആശയകാലുഷ്യങ്ങൾക്കെല്ലാം കൂടിയുള്ള ഉദാഹരണങ്ങൾ ഇതിൽ സുലഭമായി കാണുന്നതിനാലാണ്. രണ്ടു വാക്യമെഴുതിയതിൽ അഞ്ചുപദങ്ങൾക്കേ മലയാളത്തിലോ ദുഷ്ക്കരമലയാളത്തിലോ സമാനപദങ്ങൾ നല്കാൻ

കഴിഞ്ഞിട്ടുള്ളൂ. എന്നുവെച്ചാൽ പച്ചമലയാളത്തിന്റെ പദസമ്പത്തിനു മുമ്പിൽ മറ്റുള്ളവ വെറും ദരിദ്രം. അതു പ്രകാരം പച്ചമലയാളത്തിലെ ഴുതാനാണ് എളുപ്പം സാധിക്കേണ്ടത്. പക്ഷെ അത് വളരെ പ്രയാസ മുള്ള കാര്യമാണെന്ന് അദ്ദേഹം ഏറ്റുപറയുന്നു.

സാക്ഷരനും നിരക്ഷരനും ഒന്നുപോലെ അറിയാൻ കഴിയണമെ ങ്കിൽ അത് വാമൊഴി ആയേ പറ്റൂ. വരമൊഴി സാക്ഷരർക്ക്, വായിക്കാ നറിയാവുന്നവർക്ക് മാത്രമേ തിരിയൂ. അഥവാ ഏതെഴുത്തും മലയാ ളികളെ മുഴുവൻ മുന്നിൽ കാണുന്നില്ല, അത് ഉന്നം വെക്കുന്നത് സാക്ഷരരെ മാത്രമാണ്. *വിജ്ഞാനകൈരളി* പോലെ അംഗീകൃതമായ ഗവേഷണപ്രസിദ്ധീകരണത്തിൽ മാത്രമല്ല ഏതു പ്രസിദ്ധീകരണത്തിൽ വരുന്ന ലേഖനവും സാക്ഷരരിൽ ഒരു ചെറിയവിഭാഗത്തെ മാത്രമേ അഭിസംബോധന ചെയ്യുന്നുള്ളൂ. ഇനി പ്രസംഗത്തിലാണെങ്കിൽ മല യാളത്തിലെ വലിയൊരു പറ്റം ആളുകൾ ശ്രോതാക്കളാകുമ്പോൾ വാ മൊഴി മാനകമായിത്തീരും. സ്വന്തം വീട്ടിലോ നാട്ടിലോ ഏതാനും ആൾക്കാരോടാണ് സംവദിക്കുന്നതെങ്കിൽ തനതു വാമൊഴിയല്ലാതെ മാനകമലയാളവാമൊഴി ഉപയോഗിക്കുക പതിവില്ല. അങ്ങനെ ഉപയോ ഗിക്കുന്നവർ പരിഹാസം വിളിച്ചുവരുത്തും. ചോറുതിന്നുന്നതിനിടെ *മാതാവേ അല്പം ജലം തരൂ* എന്നു പറഞ്ഞാൽ ഏതുവീട്ടിൽനിന്നും അടിയാണ് കിട്ടുക. പകരം *വെള്ളം* എന്നു മാത്രം പറഞ്ഞാൽ മതി, കാര്യം സാധിക്കും.

ആനുകാലികങ്ങളിലും മറ്റും വരുന്ന ലേഖനങ്ങൾ മാത്രമല്ല വിദ്യാ ഭ്യാസവകുപ്പ് അച്ചടിച്ചു പുറത്തിറക്കുന്ന ഹാൻഡ് ബുക്കുകളും ചോ ദ്യക്കടലാസുകളും കണ്ടാൽ വാമൊഴി എന്തോ പുതിയ ഒരു സംഭവ മാണെന്ന് വായനക്കാർ ധരിച്ചുവശാകും. മാത്രമല്ല, ഹാൻഡ് ബുക്കു കളും ചോദ്യപ്പേപ്പറുകളും താരതമ്യം ചെയ്താൽ മലയാളത്തിന് മാത്രമുള്ളതാണ് വാമൊഴി എന്നും ഇംഗ്ലീഷിലും ഹിന്ദിയിലും അറ ബിയിലും ഉറുദുവിലും മറ്റും അതൊന്നും സംഗതമല്ല എന്നും തോന്നും. വ്യക്തികൾ അത്തരം വാദങ്ങളുമായി വരുന്നത് മനസ്സിലാക്കാം, എന്നാൽ വിദ്യാഭ്യാസവകുപ്പുപോലെ ഭാഷാസൂത്രണത്തിൽ വളരെ നിർണ്ണായ കമായ ധർമ്മം അനുഷ്ഠിക്കേണ്ടതായ സ്ഥാപനങ്ങൾപോലും വാമൊ ഴിപ്രചാരകരാകുന്നതിന്റെ പൊരുൾ വ്യക്തമല്ല. ലിപിയും എഴുത്തും വിദ്യാഭ്യാസവും ഒന്നുമില്ലാത്ത ജനസമൂഹങ്ങളിൽപ്പോലും നിലനില് ക്കുന്നതും തലമുറകളിലൂടെ കൈമാറിപ്പോരുന്നതുമായ വാമൊഴിയെ ക്കുറിച്ച് വിദ്യാഭ്യാസവകുപ്പ് ഉൽക്കണ്ഠപ്പെടേണ്ട കാര്യമെന്താണ്? ഒരു ഭാഗത്ത് മലയാളം സമ്പൂർണ്ണമായ അക്കാദമികഭാഷയാണെന്നും അതി നാൽ ഏതു വിഷയവും മലയാളത്തിൽ കൈകാര്യം ചെയ്യുന്ന മലയാ ളസർവ്വകലാശാലകൾ വേണമെന്നും വാദം ഉയരുമ്പോൾ മറുഭാഗത്ത് മലയാളം എന്നാൽ നിലവാരപ്പെട്ട മാനകമലയാളമല്ല വാമൊഴിയാണ് എന്ന പ്രചരണവും നടക്കുന്നു. കേരളത്തിൽ ജീവിക്കുന്ന മലയാളിക ൾക്കാകട്ടെ മാതൃഭാഷ ഒരു പരിഗണനാവിഷയംപോലുമല്ലതാനും.

ഉദാഹരണത്തിന് ഇപ്രാവശ്യം പ്ലസ് വൺ മലയാളം പരീക്ഷയ്ക്ക് വന്ന അഞ്ചാമത്തെ ചോദ്യമിങ്ങനെയാണ്:

തെണ്ടന്മാരേക്കാളും മീതീണ് മോളെ അരിപിട്ത്തക്കാര്! മ്മള് പാവങ്ങള്ടെ പിച്ചച്ചട്ടീന്ന്ണ് അവർ കയ്യിട്ടാ വാരാ. വല്യോമ്മാര്യൊന്നും അവർ തൊട്ല്യ. ഇതൊക്കെ എന്തൂട്ട് അരിപിട്ത്തം? ഇപ്പ യുദ്ധൊന്നൂല്യല്ലോ?

വാമൊഴിയുടെ സമർഥമായ ഉപയോഗം ആലാഹയുടെ പെൺമക്കൾ എന്ന നോവലിന്റെ ചാരുത വർദ്ധിപ്പിക്കുന്നു. പ്രതികരിക്കുക.

ഈ ചോദ്യംകൊണ്ട് എന്താണ് അർത്ഥമാക്കുന്നത്? *ആലാഹയുടെ പെൺമക്കൾ* എന്ന നോവൽ 'വാമൊഴി'യിലാണ് 'എഴുതി'യതെന്നോ? അതല്ല, നോവലിൽ ആഖ്യാനങ്ങൾ വരമൊഴിയിലും കഥാപ്രത്രങ്ങളുടെ സംഭാഷണങ്ങൾ വാമൊഴിയിലുമാണ് എഴുതുന്നതെന്നോ? അതോ സംഭാഷണങ്ങൾ വാമൊഴിയോട് സാദൃശ്യമുള്ള രൂപത്തിൽ എഴുതുന്നത് *ആലാഹയുടെ പെൺമക്കൾ* എന്ന നോവലിൽ കാണുന്ന ഒരു പുതുമയാണെന്നോ? ഇനി, തൃശ്ശൂർ പ്രദേശത്ത് ആളുകൾ നിത്യജീവിതത്തിൽ ഉപയോഗിക്കുന്ന ഭാഷണങ്ങൾ എഴുത്തിൽ വരുമ്പോൾ പാടേ മാറിപ്പോകുന്നു എന്നാണോ അർത്ഥമാക്കുന്നത്? *അവർ* എന്നെഴുതിയിരിക്കുന്നത് ചുരുങ്ങിയത് *അവര്* എന്നെങ്കിലും എഴുതേണ്ടതാണ്, *ഇതൊക്കെ* എന്നത് *ദൊക്കെ* എന്നും, *യുദ്ധം* എന്നത് *യുദ്ദം* എന്നും എഴുതേണ്ടതാണ് എന്ന തരത്തിലുള്ള വ്യത്യാസങ്ങൾ ഉദാഹരണം. അതോ ഈ നോവലിന്റെ ചാരുത വാമൊഴിയാണ് അല്ലെങ്കിൽ വാമൊഴിയല്ല എന്നാണോ പ്രതികരിക്കേണ്ടത്.

ഒരു പരീക്ഷാക്രമത്തിന്റെ പതിവുരീതികൾ വിട്ട് അല്പം ചുഴിഞ്ഞാലോചിച്ചാൽ ഒരന്തവും കുന്തവുമില്ലാത്ത ഒന്നായി മുന്നിൽ നില്ക്കും ഈ ചോദ്യം. ഒന്നാമത് ചാരുത എന്നതിനെ വാമൊഴി വരമൊഴി എന്നീ വ്യവച്ഛേദനം കൊണ്ട് വിശദീകരിക്കാനാകില്ല. അതിനു വേണ്ടത് സൗന്ദര്യശാസ്ത്രത്തെ അടിസ്ഥാനമാക്കിയ വിലയിരുത്തലാണ്. രണ്ടാമത് ഈ എഴുതിയിരിക്കുന്നത് വാമൊഴിയാണോ അതോ വാമൊഴിയെ സൂചിപ്പിക്കാനായി ചെറിയവ്യതിയാനങ്ങൾ വരുത്തിയ അസ്സൽ വരമൊഴിയാണോ? വാമൊഴി എഴുതിക്കഴിഞ്ഞാൽപ്പിന്നെ അതെങ്ങനെ വാമൊഴിയായി നില്ക്കും, എഴുതപ്പെടുന്നതോടെ അത് വരമൊഴിയാവില്ലേ? വാമൊഴിയുടെ കേമത്തം കാണിക്കാനാണ് ഈ ചോദ്യമെങ്കിൽ വരമൊഴി കേമമാണെന്നു വാദിക്കുന്നതുപോലെതന്നെ യുക്തിരഹിതമാണ് വാമൊഴി കേമമാണെന്നു വാദിക്കുന്നതും.

വാമൊഴിയെക്കുറിച്ചുള്ള ഒരു ചോദ്യമുണ്ട് എന്നതിന്റെ പേരിൽ ഇങ്ങനെ അടച്ചുപറയേണ്ടതുണ്ടോ എന്നു സംശയിക്കാം. ഒറ്റപ്പെട്ട ഒരു ചോദ്യമല്ല ഒരു പോളിസിതന്നെയാണിത്. ഉദാഹരണത്തിന് ഈ വർഷത്തെ എട്ടാം ക്ലാസ്സിലെ കൊല്ലപ്പരീക്ഷയ്ക്ക് വന്ന അഞ്ചാമത്തെ ചോദ്യം നോക്കൂ.

കുറിപ്പ് തയ്യാറാക്കുക

–"ന്റെ മോൻ ഇപ്പോ ഈ ദേസം മാത്തിരേ നന്നാക്കൻ ബിചാരിച്ചിട്ടുള്ളൂ? അതോ അയല് ദേസൂം കൂടി നന്നാക്കാൻ കരുതീട്ടുണ്ടോ?" മൗലവി. (പടച്ചോന്റെ ചോറ്).

മൗലവി ഇങ്ങനെ ചോദിച്ചിരുന്നുവെങ്കിലോ? "എന്റെ മകന് ഇപ്പോൾ ഈ ദേശം മാത്രമേ നന്നാക്കാൻ വിചാരിക്കുന്നുള്ളൂ...? അതോ അയൽ ദേശം കൂടി നന്നാക്കാൻ കരുതിയിട്ടുണ്ടോ?" ഈ രണ്ടു സംഭാഷണ രീതികളും പരിശോധിച്ചുകൊണ്ട് ഭാഷയുടെ ഭംഗിയെക്കുറിച്ച് കുറിപ്പ് തയ്യാറാക്കുക.

പാഠപുസ്തകത്തിൽ അച്ചടിച്ചിരിക്കുന്നതുപോലെയല്ല ചോദ്യപ്പേപ്പറിൽ കാണുന്നത്. *"ന്റെ മോൻ ഇപ്പോ ഈ ദേസം മാത്തിരേ നന്നാക്കൻ ബിചാരിച്ചിട്ടുള്ളൂ; അതോ അയല്ദേസൂംകൂടി നന്നാക്കാൻ കരുതിയിരിക്കുന്നോ?"* എന്നാണ് പുസ്തകത്തിൽ. സെമിക്കോളൻ മാറ്റി ചോദ്യചിഹ്നമാക്കിയിരിക്കുന്നു ചോദ്യക്കടലാസ്സിൽ. *അയല്ദേസോം* കൂടി എന്നത് പിരിച്ച് മൂന്നു കഷണമാക്കിയിരിക്കുന്നു. *കരുതിയിരിക്കുന്നോ* എന്നത് *കരുതീട്ടുണ്ടോ* എന്നാക്കിമാറ്റി. മാത്രമല്ല സംഭാഷണത്തെ അച്ചടിഭാഷയിലേക്കു മാറ്റിയപ്പോൾ *ന്റെ മോൻ* എന്നതിനു പകരം *എന്റെ മകന്* എന്ന് ഉദ്ദേശികാവിഭക്തിയിലാണ് പ്രയോഗിച്ചിരിക്കുന്നത്. അത് വാക്യത്തിൽ കുഴപ്പങ്ങളുണ്ടാക്കിയിട്ടുമുണ്ട്. ഭാഷാപരമായി ചോദ്യക്കടലാസ്സിന്റെ സൂക്ഷ്മതക്കുറവ് അവരുടെ നിലപാടിന്റെ സൂചകമാണ്.

ഈ ചോദ്യത്തിന് എന്തുത്തരമെഴുതിയാലും പ്രശ്നമല്ല. പക്ഷെ ഉത്തരം ഭാഷയുടെ ഭംഗിയെക്കുറിച്ചായിരിക്കണം. ഒന്ന് ഉറൂബെന്ന പ്രശസ്തസാഹിത്യകാരൻ എഴുതിയത്. മറ്റേത് ഏതോ ഒരാൾ അതിൽനിന്ന് തട്ടിക്കൂട്ടിയത്. സംഭാഷണഭാഷയുടെ ഭംഗി പ്രാദേശിക രൂപം ധ്വനിപ്പിക്കുന്നതാണ് എന്നാണുദ്ദേശിക്കുന്നതെങ്കിൽ അതിനെതിരായ തെളിവും കഥയിലുണ്ട്.

മൗലവി പോയി കുറച്ചു കഴിഞ്ഞപ്പോൾ, ഞാനും മുഹമ്മദും പരസ്പരം നോക്കി ഒന്നമർത്തിപ്പിടിച്ചു ചിരിച്ചു. എന്നിട്ട്, അന്നത്തെ പത്രത്തിലൂടെ കണ്ണോടിച്ചു. വാർത്തകൾ ഓരോന്നായി വായിച്ചുതീർന്നു. മുഹമ്മദ് നിശ്ശബ്ദനായി ഇരുന്നു കേൾക്കുകയാണ്. ജീവിതപ്രശ്നങ്ങൾ കൂടുതൽ സങ്കീർണ്ണമായിവരുകയാണ് എന്നു ഞാൻ മുഹമ്മദിനോടു പറഞ്ഞു.

"നേരാണ് "

"ഇനിയുള്ള കാലം എങ്ങനെ കഴിഞ്ഞുകൂടും?"

"കഴിഞ്ഞുകൂടുകതന്നെ" എന്നു മുഹമ്മദ് പറഞ്ഞു.

"അപ്പോ, മുഹമ്മദ് എന്നും ഇങ്ങനെ കഴിയാനാണോ വിചാരിക്കുന്നത്?"

"പിന്നെ എന്തു ചെയ്യാനാ?"

"എന്തെങ്കിലും ജോലി നോക്കിക്കൂടേ?"

"നമ്മളെ പടച്ചോന് നമ്മുടെമേൽ ഒരുത്തരവാദിത്വമില്ലേ?"

"ഉണ്ടായിരിക്കാം"

മുഹമ്മദും കഥയിലെ ആഖ്യാതാവും തമ്മിലുള്ള സംഭാഷണമാണിത്. ഇതിനെ ചോദ്യക്കടലാസ്സിലേതുപോലെ അച്ചടിമലയാളത്തി

ലേക്കു മാറ്റിയാലും വലിയ വ്യത്യാസം വരില്ല. അതേസമയം ഈ സംഭാഷണങ്ങളെ വാമൊഴിരൂപത്തോടു ഇണങ്ങുന്നവിധത്തിൽ മാറ്റിയെഴുതിയാൽ വ്യതാസങ്ങൾ കൂടും. അതെന്താണ് ഒരു കഥാകൃത്ത് സംഭാഷണത്തിന് രണ്ടിടത്ത് വ്യത്യസ്തമായ രണ്ടുരീതികൾ ഉപയോഗിക്കുന്നത്. മൗലവിയെന്ന കഥാപാത്രത്തിന്റെ സ്വഭാവം സംഭവങ്ങളിലൂടെയും ആഖ്യാനത്തിലൂടെയും മാത്രമല്ല അദ്ദേഹത്തിന്റെ സവിശേഷമായ ഭാഷാപ്രയോഗത്തിലൂടെയും വ്യക്തമാക്കുകയാണ് ഉറൂബ് ചെയ്യുന്നത്. അതിൽനിന്നു വ്യത്യസ്തമാണ് മുഹമ്മദിന്റെയും കഥയിലെ ആഖ്യാതാവിന്റെയും സ്വഭാവമെന്നാണ് അവരുടെ സംഭാഷണങ്ങൾ മറ്റൊരു തരത്തിൽ എഴുതിയിരിക്കുന്നതിന്റെ ഉദ്ദേശ്യം. കഥാപാത്രത്തിന്റെ സ്വഭാവാവിഷ്ക്കരണത്തിൽ സംഭാഷണവൈചിത്ര്യങ്ങൾ സമർത്ഥമായുപയോഗിക്കുന്ന രചനാതന്ത്രത്തെക്കുറിച്ചല്ല ചോദ്യം. കാരണം സാഹിത്യഭംഗിയെക്കുറിച്ചല്ല ചോദ്യമുണ്ടാക്കിയിരിക്കുന്നത്. അതിനുപകരം സംഭാഷണഭാഷയ്ക്കതിരെ എഴുത്തുഭാഷയെ പ്രതിഷ്ഠിക്കുകയാണ്. ഇതിൽ സംഭാഷണഭാഷയ്ക്ക് ഭംഗി കൂടുതലാണ് എന്ന ഉത്തരം മുൻകൂറായി ഉറപ്പിക്കുന്നുണ്ട്. ഇതിന്റെ പ്രത്യയശാസ്ത്രധർമ്മങ്ങൾ പരിശോധിക്കപ്പെടേണ്ടതാണ്.

പ്രശ്നാധിഷ്ഠിത പാഠ്യപദ്ധതിയിൽ പ്രാദേശികമായ അനുഭവങ്ങൾ പ്രധാനമാണ് എന്നു പറയുന്ന ഹാൻഡ്ബുക്കിൽ പ്രാദേശികമായി തയ്യാറാക്കപ്പെടുന്ന വായനാസാമഗ്രികൾക്ക് മുഖ്യപരിഗണന നല്കണമെന്നും സ്കൂൾ-ക്ലസ്റ്റർ-പഞ്ചായത്ത് തലങ്ങളിൽ ഇതിനുള്ള കൂട്ടായ്മകൾ പ്രവർത്തിക്കണമെന്നും നിർദ്ദേശിക്കുന്നുണ്ട്. നാട്ടുഭാഷാപദങ്ങൾ അന്യം നില്ക്കുന്നതിനെതിരെ പ്രവർത്തിക്കാൻ അത് ആഹ്വാനം ചെയ്യുന്നുണ്ട്. അതിലെല്ലാമുപരി, അഞ്ചുവയസ്സിനിടെ കുട്ടി സ്വാഭാവികമായി വാമൊഴി ആർജ്ജിക്കുന്ന അതേരീതിയിലാവണം ഭാഷാപഠനം എന്ന് അർത്ഥശങ്കയ്ക്കിടയില്ലാതെ പാഠ്യപദ്ധതി ചട്ടക്കൂടും ഹാൻഡ്ബുക്കുകളും ആണയിടുന്നുണ്ട്. എല്ലാംകൂടി നോക്കിയാൽ ദേശീയതയെക്കതിരെ പ്രദേശികത, മാനകഭാഷയെക്കതിരെ ഭാഷാഭേദം, എഴുത്തുഭാഷയെക്കതിരെ സംസാരഭാഷ എന്നിങ്ങനെയുള്ള നിലപാടുകൾ പാഠ്യപദ്ധതി പുലർത്തുന്നുണ്ട് എന്നു വ്യക്തമാകും. അതിന്റെ ചോദ്യക്കടലാസ്സിലുള്ള പ്രത്യക്ഷീകരണമായിട്ടുവേണം ഈ ചോദ്യങ്ങളെ കണക്കാക്കാൻ.

ആദിവാസിവിദ്യാർത്ഥികൾക്ക് മലയാളത്തിൽ വിഷയങ്ങൾ പഠിക്കാൻ പ്രയാസം നേരിടുന്നതിനാൽ ഒരു വിഭാഗം ചെറുപ്പക്കാർ ആദിവാസിഭാഷാപദങ്ങൾ എഴുതിപ്പിച്ചുകൊണ്ട് ഈ പ്രശ്നത്തിന് പരിഹാരം ആരായുന്നതായി മുമ്പ് ഒരു ചാനലിൽ വാർത്ത വന്നിരുന്നു. തികച്ചും പ്രോത്സാഹജനകമാണ് ഈ സംരംഭം. പക്ഷെ, എഴുത്ത് പഠിക്കനുള്ള ഒരു ഉപാധി മാത്രമായേ അതിനെ കണക്കാക്കാൻ പറ്റൂ. എഴുത്തു പഠിച്ചുകഴിഞ്ഞാൽ ക്രമേണ മാനകമലയാളം പരിചയിക്കുകയും അതിലേക്ക് മാറുകയും വേണം. അല്ലെങ്കിൽ അവർ നേടിയ വിദ്യാഭ്യാസം ഒരു പരിധിവരെ നിഷ്ഫലമായിത്തീരും. കാരണം വളരെ ചെറിയ ഒരു പ്രദേശത്ത് ഒതുങ്ങി നില്ക്കുന്ന ഒരു ഭാഷയിൽ സാക്ഷ

രനാകുന്ന ഒരാൾക്ക് കേരളത്തെ മൊത്തത്തിൽ എഴുത്തിലൂടെ അഭിസംബോധനചെയ്യാനാവില്ല. ആ ഭാഷയിൽ ഒരു ഗവേഷണപ്രബന്ധം എഴുതണമെന്നു കരുതുക. ഇംഗ്ലീഷിലെ പുസ്തകങ്ങളെ ആശ്രയിക്കുമ്പോൾ ഉദ്ധരണികൾ വിവർത്തനം ചെയ്തു ചേർക്കുന്നതുപോലെ മലയാളത്തിലെ പഠനങ്ങളും വിവർത്തനം ചെയ്യേണ്ടിവരും. (അതിനുമാത്രമുള്ള പദസമ്പത്തും പദനിർമ്മാണരീതിയും അതിനുണ്ടാവണം.) അതിനുവേണ്ടി മലയാളം വായിക്കാൻ പഠിക്കണം. അങ്ങനെ ചെയ്ത് പ്രബന്ധം രചിച്ചാൽത്തന്നെ അത് ആ ഭാഷാസമൂഹത്തിനു മാത്രമേ മനസ്സിലാകുകയുള്ളൂ; അതും ആ ഭാഷയിൽ എഴുത്തും വായനയും അറിയുന്നവർക്കു മാത്രം. അതുപോലെയുള്ള മറ്റുഭാഷക്കാർക്കുപോലും അതു മനസ്സിലാവില്ല. ആലോചിച്ചുനോക്കൂ, വയനാട്ടിലെ ഒരു ആദിവാസിഗോത്രത്തിൽനിന്നു വരുന്ന ഗവേഷണപ്രബന്ധം ഇടുക്കിയിലെയോ പാലക്കാട്ടെയോ മാത്രമല്ല വയനാട്ടിലെതന്നെ മറ്റ് ആദിവാസഗോത്രങ്ങൾക്കുപോലും മനസ്സിലാകാതെ വരുന്ന അവസ്ഥ. അത് മൂല്യനിർണ്ണയത്തിന് അയയ്ക്കുകയാണെങ്കിൽ അത്രതന്നെ വലുപ്പത്തിൽ മാനകമലയാളത്തിലുള്ള വ്യാഖ്യാനവും വേണ്ടിവരും.

വാമൊഴിയും വരമൊഴിയും ഒന്നിനു പകരം മറ്റൊന്ന് എന്ന തരത്തിൽ ഉപയോഗിക്കാൻ കഴിയില്ല. രണ്ടിനും വ്യത്യസ്തധർമ്മങ്ങളാണുള്ളത്. സൂക്ഷ്മമായി പറഞ്ഞാൽ വാമൊഴിയെ ഒരിക്കലും വരമൊഴിയിലേക്ക് പകരാനാവില്ല. കാരണം ഏതൊരു ഭാഷയുടെയും വാമൊഴിയിൽ ഒരു സമൂഹം ഉപയോഗിക്കുന്ന ശബ്ദങ്ങൾ അനവധിയാണ്. ഒരാൾതന്നെ ഒരേ ശബ്ദം പലപ്പോഴും ആവർത്തിക്കുന്നില്ല. എഴുത്തിലാകട്ടെ ഓരോ ഭാഷയും നിശ്ചിതമായ ചിഹ്നങ്ങൾ മാത്രമേ ഉപയോഗിക്കുന്നുള്ളൂ. ഉച്ചാരണശബ്ദങ്ങളെ ചിത്രമാക്കുന്ന ലിപിവ്യവസ്ഥയിൽ ഇംഗ്ലീഷിലെപ്പോലെ വർണ്ണമാലയോ മലയാളത്തിലെപ്പോലെ അക്ഷരമാലയോ ഉപയോഗിക്കും. അവ നിശ്ചിതങ്ങളാണ്. ഇംഗ്ലീഷിൽ സ്മാൾ ലെറ്ററും ക്യാപിറ്റൽ ലെറ്ററുമായി 52 ലിപികൾ; കൂടാതെ കോമപോലെയുള്ള ചിഹ്നങ്ങളും. (അവിടെ സ്പെല്ലിംഗ് എന്നത് വലിയ പ്രശ്നമാണ്.) മലയാളത്തിൽ അടിസ്ഥാനക്ഷരങ്ങൾ 51 എന്ന കാര്യത്തിൽ തർക്കങ്ങളുണ്ടാവാം. അടിസ്ഥാനാക്ഷരങ്ങളായ അക്ഷരമാലയും സ്വരചിഹ്നങ്ങളും കൂട്ടക്ഷരവും എല്ലാം ചേർന്നാലും അത് നിശ്ചിതസംഖ്യയാണ്. സംക്ഷേപവേദാർത്ഥം അച്ചടിക്കാൻ 1128 ചിഹ്നങ്ങൾ ഉണ്ടാക്കിയിട്ടാണത്രെ. എഴുത്തിലെ നിശ്ചിതചിഹ്നങ്ങളിലേക്ക് ഭാഷയെ ചുരുക്കാനുള്ള സങ്കേതമാണ് സ്വനിമം എന്ന് പൈക്ക് (Pike , *Phonemics: A Technique for Reducing Languages in to Writing* 1954) നിരീക്ഷിച്ചത് ഇവിടെ പ്രസക്തമാണ്. സംസാരിക്കുന്നത് സ്വനങ്ങളെയാണെങ്കിൽ എഴുതുന്നത് സ്വനിമങ്ങളുടെ പ്രതിനിധാനങ്ങളെയാണ് എന്നുപറയാം. ഒന്നു കൂടി വ്യക്തമാക്കിയാൽ പറയുന്നത് ഉപസ്വനങ്ങളെയാണ് എഴുതുന്നത് സ്വനിമങ്ങളെയും. *വടകര* എന്നു പറഞ്ഞുകേട്ട സായിപ്പ് അതിനെ എഴുതിയത് *ബഡഗര* (badagara) എന്നാണ്. പറയുന്നത് *ബഢേര* എന്നപോലെയെങ്ങാനാണ്. അത് ഒന്നുകൂടി വ്യക്തമാക്കാൻ ആവശ്യപ്പെട്ടാൽ അതിലെ അക്ഷരങ്ങൾ തെളിയുംവിധം *ബടഗര*

എന്നു പറഞ്ഞാലും മലയാളത്തിൽ എഴുതുന്നത് *വടകര* എന്നാണ്. സ്വരങ്ങൾക്കിടയിലാവുമ്പോൾ 'ട'കാരവും 'ക'കകാരവും നാദിത്വം കലർത്തി 'ഡ'യോടും 'ഗ'യോടും അടുത്തുനില്ക്കുന്ന വിധത്തിലാണ് മലയാളികൾ പൊതുവെ ഉച്ചരിക്കുന്നത്. സ്വരങ്ങൾക്കിടയിൽ വരുമ്പോൾ ഖരങ്ങൾക്കുണ്ടാകുന്ന ഈ മാറ്റം മലയാളികൾക്ക് ശീലമായതിനാൽ പ്രവചനീയമാണത്. അവയെ അതാത് സ്വനിമങ്ങളുടെ ഉപസ്വനങ്ങൾ എന്നു വിളിക്കാം. ചുരുക്കത്തിൽ, ഉച്ചരിക്കുന്നത് ഉപസ്വനങ്ങൾ ആണെങ്കിലും എഴുതുമ്പോൾ അവയുടെ സ്വനിമങ്ങളെ സൂചിപ്പിക്കാനാണ് ശ്രമിക്കുന്നത്. ഉപസ്വനങ്ങൾ എഴുതുക പ്രയാസമാണ്. *ബഡഗര* എന്നെഴുതുമ്പോൾത്തന്നെ സ്വനിമങ്ങളെയാണ് നാമെഴുതുന്നത്. *വടകര* എന്നതിനും *ബഡഗര* എന്നതിനും ഇടയിലെവിടെയെല്ലാമോ ആണ് നാം പറയുന്ന ശബ്ദങ്ങൾ നിലകൊള്ളുന്നത്. അത് എഴുതിക്കാണിക്കാനാവില്ല. കൊച്ചുകുഞ്ഞിന്റെ മൊഴിയോ കൊഞ്ഞുള്ള ആളുടെ സംഭാഷണമോ (അപ്പുക്കിളിയുടെ മാതവേത്താ എന്ന വിളി ഓർക്കുക) എഴുതുന്നതുപോലെയിരിക്കും അത്. സിങ്ങ്, സിങ്, സിംഗ്, സിംഹ് എന്നിങ്ങനെ മറ്റുഭാഷകളിലെ പദത്തെ മലയാളത്തിൽ പലതരത്തിൽ എഴുതുന്നത് മറ്റൊരുദാഹരണം. അതായത് വാമൊഴി അങ്ങനതന്നെ എഴുതാൻ കഴിയില്ല. എന്നാൽ മാനകമലയാളത്തിൽനിന്ന് വ്യത്യസ്തമായ രീതിയിൽ എഴുതിക്കാണിച്ചുകൊണ്ട് അതിനെ സൂചിപ്പിക്കാനാകും. മലയാളത്തിലെ അക്ഷരമാല അനുവദിക്കുന്നിടത്തോളം മാറ്റങ്ങളേ സാദ്ധ്യമാകൂ. അതാണ് സി.വി.യുടെ സംഭാഷണരചനാചാതുര്യത്തെ പ്രതിപാത്രം ഭാഷണഭേദം എന്നു വിശേഷിപ്പിക്കുന്നതിന്റെ സാഹചര്യം. സി.വി.രാമൻ പിള്ളയും വി.ടി.ഭട്ടതിരിപ്പാടും കെ.ടി. മുഹമ്മദും വൈക്കം മുഹമ്മദ് ബഷീറും കെ.ജെ. ബേബിയും ഉത്തമനും മറ്റും അതാത് ഭാഷാഭേദങ്ങളുടെ പ്രത്യേകതകൾ സൂചിപ്പിക്കുന്ന തരത്തിൽ മാനകമലയാളത്തെ, അഥവാ മലയാളത്തിന്റെ എഴുത്തു രീതിയെ പരുവപ്പെടുത്തി ഉപയോഗിക്കുകയാണ് ചെയ്തിട്ടുള്ളത്. (സംസ്കൃതനാടകങ്ങളിൽ ചില കഥാപാത്രങ്ങൾക്കുവേണ്ടി എഴുതുന്ന പ്രാകൃതപ്രയോഗങ്ങൾ കൃത്രിമമായുണ്ടാക്കുന്നതാണെന്ന ടി.ബി. വേണുഗോപാലപ്പണിക്കരുടെ നിരീക്ഷണം ഓർക്കുക.) അതൊന്നും ഭാഷാഭേദങ്ങളുടെ തത്സ്വരൂപങ്ങളല്ല. അതാത് ഭാഷാഭേദം പരിചയമുള്ളവർക്ക് അതെളുപ്പത്തിൽ വായിക്കാൻ കഴിഞ്ഞേക്കും. സാറാജോസഫിന്റെ *ആലാഹയുടെ പെൺമക്കൾ* തൃശൂരുകാർക്കും ഉറൂബിന്റെ *പടച്ചോന്റെ ചോറ്* മലപ്പുറത്തുകാർക്കും കെ.ജെ. ബേബിയുടെ *മാവേലിമന്റം* വയനാട്ടുകാർക്കും എളുപ്പം വഴങ്ങിക്കിട്ടിയെന്നുവരാം.

വാമൊഴിയാണ് പ്രധാനമെങ്കിൽ എഴുത്തില്ലാതെ ഭാഷ രേഖപ്പെടുത്താനുള്ള ടേപ്പ് റിക്കാർഡർ പോലുള്ള വല്ല സംവിധാനവുമാകും നല്ലത്. വാമൊഴിയുടെ ശുദ്ധിയെക്കുറിച്ചുള്ള സങ്കല്പവും അതു നിലനിർത്താനുള്ള തത്രപ്പാടും മൗലികവാദത്തിൽ കുറഞ്ഞൊന്നുമല്ല. മലയാളികൾക്ക് പൊതുവായി ഒരു മലയാളത്തിനുവേണ്ടിയാണ് ഭാഷാസൂത്രണം ശ്രമിക്കുക. അത് നിലവാരപ്പെട്ട ഭാഷയായിരിക്കും എന്ന കാര്യത്തിൽ സംശയമില്ല. ദൈനംദിനജീവിതത്തിലെ കാര്യങ്ങൾ നട

ത്താൻ മാത്രമല്ല ജ്ഞാനത്തെയും ദർശനത്തെയും ശാസ്ത്രത്തെയുമെല്ലാം ഉൾക്കൊള്ളാൻ പാകത്തിൽ വികസിച്ച നിലവാരപ്പെട്ട ഭാഷയായിരിക്കും അത്. ദൈനംദിനമായ കാര്യങ്ങൾക്കായി ഒരു സമൂഹത്തെ അതിന്റെ മാതൃഭാഷ പ്രത്യേകം പഠിപ്പിക്കേണ്ടതില്ല. പ്രത്യേകിച്ച് ഒരാസൂത്രണവും അതിനാവശ്യമില്ല. കാരണം എഴുത്തില്ലാത്ത അനവധി ഭാഷകൾ ഭൂമുഖത്ത് നിലനില്ക്കുന്നുണ്ട്. ഒരു ജനസമൂഹത്തിന് നിലവാരപ്പെട്ട ഭാഷയില്ല എന്നതിന്റെ അർത്ഥം ആ സമൂഹം അത്രയേറെ അപരിഷ്ക്കൃതമാണ് എന്നാണ്. നഗ്നരായി മലയാളികൾ നടന്ന കാലത്തെക്കുറിച്ച് നമുക്കോർമ്മയില്ലെങ്കിലും സ്ത്രീകളും പുരുഷന്മാരും അർദ്ധനഗ്നരായി നടന്ന കാലം പ്രായമുള്ളവരുടെ ഓർമ്മകളിലെങ്കിലുമുണ്ട്. തനിമനിലനിർത്താൻ ആ രീതിയിലേക്ക് തിരിച്ചുപോകണമെന്ന് വ്യക്തികൾക്ക് വാദിക്കാനുള്ള അവകാശമുണ്ട്. പക്ഷെ, സർക്കാർ അതു പ്രോത്സാഹിപ്പിക്കുന്ന നിലപാടുമായി മുന്നേറുന്നത് അപകടകരമായിരിക്കും. ജീവിതത്തിന്റെ എല്ലാവശങ്ങളിലും നിലവാരപ്പെടാൻ വേണ്ടിയാണ് ഏതൊരാസൂത്രണവും നടത്തുന്നത്. പോയ മഹാത്മാക്കൾ അങ്ങനെ ശ്രമിച്ചിരുന്നതിനാലാണ് നമുക്ക് എഴുത്തിന്റെ ഒരു സമ്പന്നപാരമ്പര്യം ഉണ്ടായത്. അത്തരം പൊതുഭാഷയുടെ പേരിലാവും എഴുത്തച്ഛനെ ഭാഷാപിതാവെന്നു വിശേഷിപ്പിക്കുന്നത്. കാസർഗോട്ടുകാരനും കോഴിക്കോട്ടുകാരനും തൃശ്ശൂരുകാരനും തിരുവനന്തപുരത്തുകാരനും പരസ്പരം മനസ്സിലാകാത്ത വ്യത്യസ്തവാമൊഴികളാണ് പ്രോത്സാഹിപ്പിക്കുന്നതെങ്കിൽ അതിനെയാണ് വിഭാഗീയത, ഛിദ്രത എന്നെല്ലാം പറയുന്നത്. അനവധി ഭാഷകളുടെ സംഗമഭൂമിയായ ഇന്ത്യയിൽ ഭരണകാര്യത്തിനും മറ്റുമായി ഒരു പൊതുവിനിമയഭാഷ (lingua franca) ആവശ്യമാകുമ്പോൾ ഇംഗ്ലീഷിനെ സ്വീകരിക്കുന്നതുപോലെ നമ്മുടെ കുട്ടികളെല്ലാം അവരവരുടെ പ്രദേശികഭാഷാഭേദത്തിലെ വാമൊഴികളാണ് പഠിക്കുന്നതെങ്കിൽ കേരളത്തിനും ഒരു പൊതുവിനിമയ ഭാഷ ആവശ്യമായിവരും. സ്വാഭാവികമായും അതിന് എളുപ്പം സ്വീകരിക്കപ്പെടുക ഇംഗ്ലീഷാവും. അതായത് ഭരണഭാഷ മലയാളമാക്കണമെന്ന സർക്കാരിന്റെ സങ്കല്പത്തിനെതിരെയുള്ള ഏറ്റവും ശക്തമായ നീക്കമായിരിക്കും വിദ്യാലയങ്ങൾ ഭാഷാഭേദങ്ങളെയും വാമൊഴിയെയും പ്രോത്സാഹിപ്പിക്കുക എന്നത്. അതുതന്നെയാണ് വിദ്യാഭ്യാസവകുപ്പിന്റെ ചുമതല എന്നു ഏറ്റുപറഞ്ഞുകളയുമോ എന്നാണ് പേടിക്കേണ്ടത്. അതല്ലെങ്കിൽ മാനകഭാഷ പഠിപ്പിക്കുന്നതിൽ തങ്ങൾ പരാജയപ്പെടുമെന്ന് മുൻകൂട്ടി കണ്ട് എത്തിച്ചേർന്ന ഒരു രക്ഷാകവചമായി മാത്രമേ വിദ്യാഭ്യാസവകുപ്പിന്റെ ആസൂത്രിതമായ ഈ വാമൊഴിപ്രേമത്തെ മനസ്സിലാക്കാൻ കഴിയൂ.

(2010 ജൂലൈ ലക്കം *പച്ചക്കുതിര*യിൽ പ്രസിദ്ധീകരിച്ചത്)

■

വിവർത്തനം പാഠ്യപദ്ധതിയിൽ

മലയാളത്തിന്റെ ആധുനികീകരണത്തിൽ പ്രധാനപങ്ക് വഹിച്ചത് പാശ്ചാത്യചിന്താലോകവുമായുള്ള പരിചയമാണ്. സാഹിത്യത്തിലെ വിവിധ ജനുസ്സുകൾ മലയാളത്തിൽ പ്രചാരം നേടിയതോടൊപ്പം ആധുനികശാസ്ത്രവും മാനവികവിഷയങ്ങളുമെല്ലാം കേരളത്തിൽ സുപരിചിതമാകുന്നത് പാശ്ചാത്യരീതിയിലുള്ള പുതിയ വിദ്യാഭ്യാസപദ്ധതിയുടെ ആവിർഭാവത്തിന്റെ ഫലമായാണ്. അതിലേക്ക് മലയാളിസമൂഹം ചുവടുമാറ്റുന്ന ചരിത്രഘട്ടത്തിൽ നേരിട്ട ഏറ്റവും വലിയ പ്രശ്നം ശാസ്ത്ര-മാനവികവിഷയങ്ങളിൽ പാഠപുസ്തകങ്ങളില്ല എന്നതായിരുന്നു. ഗുണ്ടർട്ടിന്റെയും കേരളവർമ്മ വലിയ കോയിത്തമ്പുരാന്റെയും മറ്റും നേതൃത്വത്തിൽ പാഠപുസ്തകക്കമ്മറ്റികൾ അതിനുവേണ്ടി കഠിനമായി പരിശ്രമിക്കുകയുണ്ടായി. ജ്ഞാനമേഖലകൾ ഉൾക്കൊള്ളാൻ പാകത്തിൽ മലയാളത്തെ സജ്ജമാക്കുകയായിരുന്നു അവരേറ്റെടുത്ത വെല്ലുവിളി. അന്നുമുതലിന്നുവരെ വിദ്യാഭ്യാസമേഖലയിൽ പാഠപുസ്തകങ്ങളുടെ നിർമ്മാണത്തിൽ ആശ്രയിക്കുന്നത് വിവർത്തനത്തെയാണ്. മലയാളത്തിന്റെ ജ്ഞാനമേഖലകളുടെ പശ്ചാത്തലത്തിൽ പാഠപുസ്തകത്തിലെ വിവർത്തനത്തിൽ നേരിടുന്ന പ്രശ്നങ്ങളെ പരിശോധിക്കുകയാണ് ഈ പ്രബന്ധത്തിൽ.

ഇന്ത്യയിലെവിടെയും വിവർത്തനം ചെയ്തുണ്ടാക്കുന്ന പാഠപുസ്തകങ്ങൾ സാങ്കേതികപദങ്ങളിലും വാക്യരീതികളിലും കാണിക്കുന്ന ശാഠ്യങ്ങൾ പാഠ്യവിഷയങ്ങളെ കഠിനവും വിരസവുമാക്കിയതായി നരസിംഹറാവു (*Mother Tounge Education Theory and Practice*, Narasimha Rao, K.V.V.L.2000) നിരീക്ഷിച്ചിട്ടുണ്ട്. കേരളത്തിലെ പാഠപുസ്തകങ്ങളുടെ കാര്യത്തിൽ ഈ നിരീക്ഷണം തികച്ചും ശരിയാണ്. പാഠപുസ്തകങ്ങളിൽ മാത്രമല്ല ശാസ്ത്ര-മാനവികവിഷയങ്ങളിലുള്ള മറ്റുപുസ്തകങ്ങളിലും സ്ഥിതി ഭേദമായിരുന്നില്ല. സ്വയം ബോദ്ധ്യപ്പെടാത്ത സിദ്ധാന്തങ്ങളെ ഗൗരവഭാവത്തിൽ എടുത്തു പെരുമാറുന്നതിനെതിരെ കുറ്റിപ്പുഴ കൃഷ്ണപ്പിള്ളയെപ്പോലുള്ളവർ പണ്ടേതന്നെ വിമർശനമുന്നയിച്ചിരുന്നു.

യൂറോപ്പിൽ ആധുനികപഠനവിഷയങ്ങൾ രൂപപ്പെട്ടത് നൂറ്റാണ്ടുകൾ നീണ്ട സാമൂഹികപ്രക്രിയയുടെ ഫലമായാണ് എന്നും അത്തരം ചിന്താപ്രക്രിയകളിലൂടെ കടന്നുപോയിട്ടില്ലാത്തതിനാൽ ആശയങ്ങളെ ഇറക്കുമതി ചെയ്യുകയാണ് കേരളത്തിൽ സംഭവിച്ചതെന്നും രൂപേഷ് കാപ്പിയിൽ (*ഗ്രന്ഥാലോകം* 2010 നവംബർ പുറം 37-42) നിരീക്ഷിക്കുന്നു.

അതുകൊണ്ടുതന്നെ *''ശാസ്ത്രത്തിന്റെയും സാമൂഹികശാസ്ത്രത്തിന്റെയും മാനവികവിഷയങ്ങളുടെയും ചിന്തകളെ പൂർണ്ണമായും വെളിവാക്കുന്ന മികച്ച ഭാഷ ഇവിടെ രൂപപ്പെട്ടില്ല. സാങ്കേതികപദാവലികളുടെ ലളിതമായ വിവർത്തനങ്ങൾ നമുക്കുമുമ്പിൽ വലിയ കടമ്പകളായി അവശേഷിച്ചു. ..... ഉപയോഗിക്കപ്പെട്ട പദങ്ങളാകട്ടെ പലതും സാധാരണവായനക്കാർക്ക് മനസ്സിലാകാത്ത സംസ്കൃതജഡിലമായവയുമായിരുന്നു. ഒരു ഭാഗത്ത് ഇംഗ്ലീഷിനേയും മറുഭാഗത്ത് സംസ്കൃതപാരമ്പര്യത്തെയും സ്വീകരിച്ച വരേണ്യവിഭാഗമായിരുന്നു ഇത്തരം പദാവലികൾ സൃഷ്ടിച്ചത് എന്നതാണ് ഈ അവസ്ഥയ്ക്ക് കാരണമായത്''* എന്ന് അദ്ദേഹം കൂട്ടിച്ചേർക്കുന്നു.

പദാനുപദമോ വാക്യാനുവാക്യമോ ആയ വിവർത്തനം പാഠപുസ്തകത്തിന്റെ കാര്യത്തിൽ ദീക്ഷിക്കേണ്ടതില്ല. മറിച്ച്, ആശയത്തെ സരളവും കണിശവുമായി വിവരിക്കുകയും വിശദീകരിക്കുകയുമാണ് വിവർത്തനത്തിൽ സ്വീകരിക്കാവുന്ന രീതി. എന്നാൽ പലപ്പോഴും ഈ രീതി മറന്നുകൊണ്ടാണ് പാഠപുസ്തകങ്ങൾ തയ്യാറാക്കിപ്പോന്നത്. സാങ്കേതികപദങ്ങളുടെ കാര്യത്തിൽ കടുത്ത നിഷ്ക്കർഷ പുലർത്താനാണ് ശ്രമിച്ചത്. അതോടൊപ്പം വാക്യങ്ങൾ മലയാളശൈലിയിലായിരിക്കണമെന്ന നിലപാട് കൈമോശം വരികയും ചെയ്തു. ഗ്രാഡ്വേറ്റുകൾ അവരവരുടെ വിഷയം മലയാളത്തിൽ എഴുതിക്കൊണ്ട് ഭാഷാപോഷണത്തിനായി യത്നിക്കണമെന്ന് വളരെ പണ്ടുതന്നെ (എ.ആർ. രാജരാജവർമ്മ, *പ്രബന്ധസംഗ്രഹം* എന്ന പുസ്തകത്തിൽ) ആഹ്വാനം ചെയ്തിരുന്നു. അതേ ആഹ്വാനം ഇന്നും തികച്ചും പ്രസക്തമാണ്. മലയാളത്തെ സംബന്ധിച്ച് ഏറ്റവും നൂതനമായ വിഷയങ്ങളിൽപ്പോലും ഗ്രാഹ്യമുള്ള ധാരാളം ആളുകളുണ്ടെങ്കിലും അത്തരം വിഷയങ്ങൾ കൈകാര്യം ചെയ്യാനുള്ള നിലയിലേക്ക് മലയാളഭാഷയെ സജ്ജമാക്കാൻ കഴിഞ്ഞിട്ടില്ല. ശാസ്ത്ര-മാനവികവിഷയങ്ങളിൽ മാത്രമല്ല ഭാഷയുടെ മറ്റുമേഖലകളിലും സ്ഥിതി വിഭിന്നമല്ല. അതുകൊണ്ടാണ് ഔദ്യോഗികഭാഷയായി പ്രവർത്തിക്കാൻ മലയാളത്തിന് പ്രയാസപ്പെടേണ്ടിവരുന്നത്. തീർച്ചയായും ഭാഷാപഠനത്തിന്റെ ചില പോരായ്മകളിലേക്കുകൂടി ഈ പ്രശ്നം വിരൽ ചൂണ്ടുന്നുണ്ട്.

വിവർത്തനങ്ങളുടെ അതിപ്രസരം മലയാളത്തിന്റെ വാക്യരചനാരീതികളെ സാരമായി ബാധിക്കുന്നുണ്ട് എന്ന് മുമ്പേ നിരീക്ഷിക്കപ്പെട്ടതാണ്. സഞ്ജയൻ സ്വതസിദ്ധമായ പരിഹാസത്തിലും *മലയാളശൈലിയിൽ* കുട്ടിക്കൃഷ്ണമാരാർ തനതായ ഗൗരവത്തിലും ഇത് ചൂണ്ടിക്കാട്ടിയിട്ടുണ്ട്. ഉത്തരാധുനികസാഹിത്യവിമർശനത്തിന്റെ കാലത്തും ഭാഷ ദുർഗ്രഹമാകുന്നതിനെക്കുറിച്ചുള്ള വേവലാതികൾ ആവിഷ്ക്കരിക്കപ്പെട്ടിട്ടുണ്ട്. (ബോധപൂർവ്വമായിത്തന്നെ ഭാഷാക്ലിഷ്ടത വരുത്തുന്നത് ഉത്തരാധുനിക സൈദ്ധാന്തികരുടെ ഒരു തന്ത്രമാണെന്ന് ഇംഗ്ലീഷിൽ പരാതി പറഞ്ഞത് ഓർക്കുക.) ഇംഗ്ലീഷിൽനിന്ന് മലയാളത്തിലേക്ക് വിവർത്തനം ചെയ്ത ഒരു ഭാഗം മറ്റാരെങ്കിലും പിൻവിവർത്തനത്തിലൂടെ ഇംഗ്ലീഷിലാക്കിയാൽ കിട്ടുന്നത് വിചിത്രമായ കാര്യങ്ങളായിരിക്കും എന്നായിരിക്കുന്നു സ്ഥിതി. കേരളത്തിലെ സ്ക്കൂൾപാഠ

പുസ്തകങ്ങളെയും ഹയർസെക്കണ്ടറിയിലെ ചോദ്യക്കടലാസ്സുകളെയും മുൻനിർത്തി ഇത് പരിശോധിക്കുകയാണിവിടെ.

വിവർത്തനം ചെയ്യുന്നതിന്റെ ഉദ്ദേശ്യമെന്താണ് എന്ന കാതലായ കാര്യം പലപ്പോഴും മറന്നുപോകുന്നു എന്നതാണ് പ്രധാനപ്രശ്നം. ഹയർസെക്കണ്ടറി ചോദ്യപ്പേപ്പറിലെ ഉദാഹരണം നോക്കാം. ഒന്നാം വർഷത്തെ ഇംപ്രൂവ്മെന്റ് പരീക്ഷക്കുള്ള 2010 സപ്തംബറിലെ ചോദ്യക്കടലാസ്സിൽ ഇങ്ങനെ കാണുന്നു. Malayalam version of the questions is also provided. കുട്ടികൾക്കുള്ള പൊതുനിർദ്ദേശങ്ങളുടെ കൂട്ടത്തിൽ *ചോദ്യങ്ങൾ മലയാളത്തിലും നല്കിയിട്ടുണ്ട്* എന്ന് ഇത് വിവർത്തനം ചെയ്തിരിക്കുന്നു. ഇവിടെ നല്കിയിരിക്കുന്ന വിവർത്തനം ശരിയാണെന്ന കാര്യത്തിൽ തർക്കമില്ല. എന്നാൽ അത് വിവർത്തനം ചെയ്യേണ്ടുന്നതായിരുന്നോ എന്നചോദ്യം പ്രസക്തമാണ്. 2009-ലെ ചോദ്യങ്ങളിൽ പൊതുനിർദ്ദേശങ്ങൾ മലയാളത്തിൽ നല്കിയിരുന്നില്ല എന്നും ശ്രദ്ധിക്കേണ്ടതാണ്. പഠനമാദ്ധ്യമം ഇംഗ്ലീഷായ സ്ഥിതിക്കും പൊതുനിർദ്ദേശങ്ങൾ എല്ലാ വിഷയത്തിന്റെ ചോദ്യങ്ങളിലും ഉണ്ടാകുമെന്നതിനാൽ പരിചിതമാണ് എന്ന നിലയ്ക്കും അവ വിവർത്തനം ചെയ്യാതിരിക്കുന്നതിൽ കുഴപ്പമില്ലെന്നു പറയാം. ചെയ്തേതീരൂ എന്നാണെങ്കിൽ ഇതിന്റെ വിവർത്തനം *ചോദ്യങ്ങൾ ഇംഗ്ലീഷിലും നല്കിയിട്ടുണ്ട്* എന്നല്ലേ വേണ്ടിയിരുന്നത്. വാക്കിനെ മാനദണ്ഡമാക്കുകയാണെങ്കിൽ *മലയാളത്തെ മലയാള*മെന്നുതന്നെ വിവർത്തനം ചെയ്യും. അതിന്റെ പ്രയോജനത്തെയാണ് കണക്കാക്കുന്നതെങ്കിൽ *മലയാളം* എന്നതിന്റെ വിവർത്തനം *ഇംഗ്ലീഷ്* എന്നാകും. വിദ്യാഭ്യാസമേഖലയിൽ വിവർത്തനം ചെയ്യുമ്പോൾ അതിന്റെ ഉദ്ദേശ്യവും പ്രയോജനവുമാണ് മുഖ്യമായി പരിഗണിക്കേണ്ടത്.

സാങ്കേതികപദങ്ങൾ

ശാസ്ത്ര-മാനവികവിഷയങ്ങളിൽ സാങ്കേതികപദങ്ങളെക്കുറിച്ചാണ് പൊതുവെ ഉല്ക്കണ്ഠപ്പെടാറ്. പദതലത്തിലുള്ള ഉല്ക്കണ്ഠ യഥാർത്ഥത്തിൽ അത്രയേറെ പ്രസക്തമല്ല എന്നുകാണാം. മലയാളത്തെ സംബന്ധിച്ചിടത്തോളം പദനിർമ്മാണത്തിന് സ്വന്തമായ രീതികൾ ഇന്ന് പ്രയോഗത്തിൽ കാണാറില്ല. അതിനാൽ നേരെ സംസ്കൃതത്തിൽച്ചെന്ന് പദങ്ങൾ തപ്പിയെടുത്തോ ഏച്ചുകെട്ടിയോ കൊണ്ടുവരുന്ന രീതിയാണ് നാം പിന്തുടരുന്നത്. (ഭാഷാഗോത്രപരമായി ഇംഗ്ലീഷും സംസ്കൃതവും തമ്മിലുള്ള അടുപ്പം ഈ രീതി സ്വീകരിക്കുന്നതിന്റെ എളുപ്പമായി ഐ.സി. ചാക്കോ പണ്ടേ ചൂണ്ടിക്കാട്ടിയിട്ടുണ്ട്.) പദനിർമ്മിതിക്ക് സംസ്കൃതത്തെ ആശ്രയിക്കുന്ന രീതി സംസ്കൃതത്തിൽനിന്നുള്ള വിവർത്തനങ്ങളിൽ വളരെ സൗകര്യപ്രദമാണ്. ഉദാഹരണത്തിന്, അലങ്കാര-രസ-ധ്വനിപദ്ധതികൾ മലയാളത്തിലാക്കുമ്പോൾ സാങ്കേതികപദങ്ങൾ തത്സമങ്ങളായി സ്വീകരിക്കാനുള്ള ഈ സൗകര്യം വളരെ പ്രയോജനപ്പെട്ടിട്ടുണ്ട്. എന്നാൽ യൂറോപ്യൻ ഭാഷകളിൽനിന്ന് സാങ്കേതികപദങ്ങൾ സ്വീകരിക്കുമ്പോൾ തത്സമങ്ങളായി സ്വീകരിക്കാൻ പൊതുവെ വിമുഖതയാണ് നാം കാണിച്ചുപോരുന്നത്. പദം സംസ്കൃതത്തിലേ

തായാലും മറ്റേതു ഭാഷയിലേതായാലും അതിൽ വ്യത്യാസമൊന്നും കാണേണ്ടതില്ല. കാരണം സാങ്കേതികപദത്തിന്റെ അർത്ഥം എങ്ങനെ നിഷ്പന്നമായിത്തീരുന്നു എന്നത് വ്യക്തമായാലും ഇല്ലെങ്കിലും അത് വലിയ വ്യത്യാസം ഉണ്ടാക്കുന്നില്ല. രൂഢിയായാലും അല്ലെങ്കിലും പരിചിതവൃത്തങ്ങളിൽ അർത്ഥസംവേദനത്തിന്റെ കാര്യത്തിൽ വ്യത്യാസമൊന്നും കാണിക്കുന്നില്ല.

ദൈനംദിനജീവിതത്തിൽ നാം ഉപയോഗിച്ചുവരാറുള്ള പല പദങ്ങളും തത്സമങ്ങളാണ്. ഉദാഹരണത്തിന് *ടി.വി.* എന്ന പദം. അതിന്റെ പൂർണ്ണരൂപം *ടെലിവിഷൻ* എന്നാണെന്നും അതിലെ *ടെലി* ദൂരത്തെയും *വിഷൻ* കാഴ്ചയെയും കുറിക്കുന്നു എന്നും സാധാരണഭാഷകൻ അറിഞ്ഞിരിക്കണമെന്നില്ല. *ടെലിഫോൺ* എന്നിടത്ത് അതുപോലും ദീക്ഷിക്കാതെ *ഫോൺ* എന്നാണ് മലയാളികൾ പ്രയോഗിക്കുന്നത്. *മൊബൈൽ ഫോൺ* എന്ന സംവിധാനം വരുമ്പോൾ നാം *ഫോണി*നെ ഉപേക്ഷിക്കുകയും *മൊബൈൽ* എന്നു മാത്രം ഉപയോഗിക്കുകയും ചെയ്യുന്നു. *മൊബൈൽ കോർട്ട്, മൊബൈൽ വർക്ക് ഷോപ്പ്* തുടങ്ങിയവ പ്രയോഗത്തിലുണ്ടെങ്കിലും *മൊബൈൽ* എന്നു മാത്രം പറഞ്ഞാൽ മലയാളിക്കത് ഫോണാണ്. അതിന് *മൊബൈൽ* എന്ന ഇംഗ്ലീഷ് വാക്കുമായി ബന്ധമൊന്നുമില്ല. അഥവാ അർത്ഥംകൊണ്ടും പ്രയോഗംകൊണ്ടും അത് പുതിയ ഒരു മലയാളപദമാണ്. ഭാഷകസമൂഹം അവയെ ഉപയോഗിക്കുകയും പരിചയപ്പെടുകയും ചെയ്യുന്നതോടെ അവ മലയാളപദങ്ങളായി സ്വീകരിക്കപ്പെടുന്നു. കാറ്, ബസ്സ്, ബെഞ്ച്, പ്ലേറ്റ്, ഹോസ്പിറ്റൽ, ഇൻജക്ഷൻ, വർക്ക്ഷോപ്പ്, ഇന്റർനെറ്റ് കഫേ, ഫോട്ടോസ്റ്റാറ്റ്, മിസ്ക്കോൾ തുടങ്ങി അനവധി ഉദാഹരണങ്ങൾ. മലയാളിസമൂഹത്തിന്റെ ഭാഷാമനോഭാവം അങ്ങനെയാണ് എന്നതിനാൽ സാങ്കേതികപദങ്ങൾ സ്വീകരിക്കുമ്പോൾ അതേരീതി പിന്തുടരാവുന്നതാണ്.

അതേസമയം സാങ്കേതികപദങ്ങൾ സ്വീകരിക്കുമ്പോൾ ശ്രദ്ധിക്കേണ്ട ചില കാര്യങ്ങൾ ഉണ്ടുതാനും. നാമരൂപത്തിലുള്ള പദം സ്വീകരിക്കുക ഏതു ഭാഷയ്ക്കും എളുപ്പമാവും. ക്രിയാപദങ്ങളിൽ പക്ഷെ അതത്ര സ്വീകാര്യമായിരിക്കില്ല. ചില സാങ്കേതികപദങ്ങൾ സ്വീകരിക്കുമ്പോൾ ഒറ്റ അർത്ഥത്തിൽ മാത്രമേ അതുപയോഗിക്കേണ്ടി വരികയുള്ളൂ. ഉദാഹരണത്തിന് *തർജ്ജമ.* എന്നാൽ പിൽക്കാലത്ത് അതിന്റെ മറ്റു ചില സാദ്ധ്യതകൾ കൂടി ആവശ്യമായി വരുമ്പോൾ ഈ പദം ഉപകരിക്കപ്പെടാതെ പോകും. *വിവർത്തനീയത, വിവർത്തനക്ഷമത* തുടങ്ങിയ ഉപയോഗങ്ങൾക്ക് *തർജ്ജമ* മതിയാവാതെ വരുന്നു. (ഒരു പക്ഷെ *തർജ്ജമീയത, തർജ്ജമാക്ഷമത* എന്നെല്ലാം ശീലിക്കുന്നതോടെ ഇത് പരിഹരിക്കപ്പെട്ടേക്കാം.)

പദതലത്തിൽ മാത്രമല്ല ശബ്ദതലത്തിൽത്തന്നെ ഇത്തരം ചില അസ്കൃതകൾ അനുഭവപ്പെടുന്നുണ്ട്. സമസ്തപദങ്ങൾ ഉണ്ടാക്കുമ്പോൾ *ചന്ദ്രകല* എന്നോ കകാരം ഇരട്ടിച്ച് *ചന്ദ്രക്കല* എന്നോ വേണ്ടത് എന്ന സംശയം ഉദാഹരണം. ചേരുന്നത് രണ്ട് സംസ്കൃതപദങ്ങളാണോ സംസ്കൃതവും മലയളവുമാണോ എന്നതിനെക്കുറിച്ചുള്ള ഒരു ബോധം എവിടെയോ നില്ക്കുന്നതിനാലാണ് ഈ സംശയം ഉണ്ടാകുന്നത്.

പദങ്ങൾ തത്ഭവങ്ങളായി സ്വീകരിക്കുമ്പോൾ ശബ്ദതലത്തിലെ ഈ അസ്കൃതയാണ് നാം പരിഹരിക്കാൻ ശ്രമിക്കുന്നത്. പ്രത്യയങ്ങളും മറ്റും ചേരുമ്പോൾ ഇത് പ്രകടമാകുന്നത് കാണാം. *ഷേക്സ്പിയറോട്*, എന്നപോലെ ഉറപ്പിച്ച് *ഷേക്സ്പിയർക്ക്* എന്നു പറയാനാവില്ല. *ഷേക്സ്പിയറിന്* എന്ന് ഈയിടെ വ്യാപകമായി ഉപയോഗിച്ചു കാണുന്നു.

നമ്മുടെ ഭാഷാവ്യവസ്ഥയോട് ഇണങ്ങുന്ന വിധത്തിൽ ഉപയോഗിക്കുകയാണ് ഉചിതമായ മാർഗ്ഗം. അതിന് മലയാളികൾ ഉപയോഗിച്ചു ശീലിക്കുന്ന പദങ്ങളെല്ലാം മലയാളംതന്നെ എന്ന അയവുള്ള സമീപനമായിരിക്കും നല്ലത്. കംപ്യൂട്ടർ പ്രചരിക്കുന്നതോടെ നാം ഉപയോഗിക്കുന്നപദങ്ങളിൽ പലതും കംപ്യൂട്ടറിലെ പദങ്ങൾകൊണ്ട് പകരം വെക്കുന്നതു കാണാം. *ഫയൽ ഓപ്പൺ ചെയ്തു വ്യൂയിൽപ്പോയി സൂം ചെയ്തു നോക്കാം* എന്നാണ് *ഫയൽ തുറന്ന് കാഴ്ചയിൽപ്പോയി വലുതായിക്കാണാം* എന്നല്ല നാം ഉപയോഗിക്കുന്നത്. മറ്റുപയോഗങ്ങളിൽ നാം വ്യൂയിൽപ്പോയി സൂം ചെയ്യാറില്ല. അതായത് കംപ്യൂട്ടറിന്റെ സവിശേഷപരിസരത്ത് മലയാളികൾ ഉപയോഗിക്കുന്ന ഒരുതരം ഭാഷാഭേദം (റജിസ്റ്റർ) ആയി ഇതിനെ കണ്ടാൽ മതിയാകും. ഭാഷകസമൂഹത്തിന്റെ നിലപാട് ഇങ്ങനെ സാദ്ധ്യമായതെന്തും സ്വീകരിക്കാമെന്നാണെങ്കിൽ അക്കാദമീഷ്യന്മാരും അതേ പാത പിന്തുടരുകയാവും നല്ലത്. പ്ലസ്, മൈനസ്, ഇന്റു. (ഡിവൈഡഡ്) ബൈ എന്നിവയ്ക്ക് അധികം, ന്യൂനം, ഗുണം, ഹരിക്കണം എന്നിങ്ങനെ ഉപയോഗിച്ചിരുന്നു പണ്ട്. എന്നാലിന്ന് യു.പി.വിഭാഗത്തിലെ മലയാളം മീഡിയം ക്ലാസ്സിൽപ്പോലും പഴയപദങ്ങളൊന്നും പ്രചാരത്തിലില്ല. കണക്കു പഠിക്കുന്നതിനെ അത് എന്തെങ്കിലും തരത്തിൽ ദോഷകരമായി ബാധിച്ചു എന്നു പറയാനാവില്ല. അതിനാൽ സാങ്കേതികപദങ്ങളുടെ കാര്യത്തിൽ ഇംഗ്ലീഷിനു പകരം സംസ്കൃതം എന്ന ശാഠ്യം തുടരേണ്ടതുണ്ടോ എന്ന് ആലോചിക്കേണ്ടിയിരിക്കുന്നു. അതും കഴിഞ്ഞ് പരിചിതമായ സംസ്കൃതപദത്തിനു പകരം പുതിയ മലയാളപദം വേണമെന്നായിരിക്കുന്നു പുതിയ രീതി.

പാഠപുസ്തകങ്ങൾ ഈയിടെ സ്വീകരിച്ചിരിക്കുന്ന ചില പദങ്ങൾ ചർച്ച ചെയ്യപ്പെടേണ്ടതുണ്ട്. എട്ടാം ക്ലാസ്സിലെ കണക്കുപാഠത്തിലെ ഒരു ഭാഗം ഇംഗ്ലീഷ് പുസ്തകത്തിലും മലയാളം പുസ്തകത്തിലും നല്കിയിരിക്കുന്നത് ചുവടെ കൊടുത്തിരിക്കുന്നു.

Euclid considers only figures that can be drawn with straight lines and circles; in other words, only figures that can be drawn with a straight rod without markings and a compass. Why is this so? In ancient times, ropes or strings were used for measuring as well as drawing.The two figures that can be easily drawn with rope are straight lines and circles.

വരകളും വൃത്തങ്ങളും ഉപയോഗിച്ച് വരയ്ക്കാവുന്ന രൂപങ്ങൾ മാത്രമേ യൂക്ലിഡ് പരിഗണിക്കുന്നുള്ളൂ. മറ്റൊരു രീതിയിൽപ്പറഞ്ഞാൽ വളവില്ലാത്ത, നീളങ്ങളൊന്നും അടയാളപ്പെടുത്താത്ത ഒരു വടിയും (straight- edge)കോമ്പസും കൊണ്ട് വരയ്ക്കാവുന്ന രൂപങ്ങൾമാത്രം.

എന്തുകൊണ്ടാണിങ്ങിനെ?പണ്ടുകാലത്ത് നീളമളക്കാനും, വരവരയ്ക്കാനുമെല്ലാം ചരടോ കയറോ ആണ് ഉപയോഗിച്ചിരുന്നത്. കയർ ഉപയോഗിച്ച് വരയ്ക്കാവുന്നത് വരയും വട്ടവുമാണ്.

വരയും വട്ടവും എന്ന പ്രയോഗം പുതിയതാണ്. മുമ്പ് *രേഖ/രേഖാഖണ്ഡം, വൃത്തം* എന്നെല്ലാമാണുപയോഗിച്ചിരുന്നത്. *രേഖ* എന്നതിന് നേരെയുള്ള, സാങ്കേതികമായാണെങ്കിൽ ഋജുവായ എന്നു കൂടി ധ്വനിയുണ്ട്. *വര* വളഞ്ഞും പുളഞ്ഞും പോകാം. ഈ പദങ്ങൾ പ്രചരിപ്പിക്കുന്നത് *വൃത്തം, രേഖ* തുടങ്ങിയവ സുപരിചിതമായിക്കഴിഞ്ഞ ശേഷമാണ് എന്നതാണ് വിചിത്രം. ഖണ്ഡികയുടെ തുടക്കത്തിൽ circles എന്നത് *വൃത്തങ്ങൾ* എന്നാണ് വിവർത്തനം ചെയ്തിരിക്കുന്നത്. ഒടുവിലാകുമ്പോൾ അത് *വട്ട*മാകുന്നു.

കണക്കിൽ മുമ്പുപയോഗിച്ചിരുന്ന *വിസ്തീർണ്ണം*, വ്യാപ്തം തുടങ്ങിയ പദങ്ങൾ ഉപേക്ഷിച്ച് *പരപ്പളവ്, ഉള്ളളവ്* തുടങ്ങിയ പദങ്ങൾ സ്വീകരിച്ചിരിക്കുന്നു. ഇംഗ്ലീഷറിയാത്ത സാമാന്യജനങ്ങൾപോലും *വല്യ ഒരേരിയ മൂപ്പര് സ്വന്താക്കി* എന്നെല്ലാം പറഞ്ഞുതുടങ്ങിയ കാലത്താണ് ഈ പരിഷ്ക്കരണം. പഴയതലമുറയുടെ വാക്കിൽനിന്ന് പുതിയ തലമുറയെ വിച്ഛേദിക്കുന്നു എന്നതാണീ പുതുപ്രയോഗമുണ്ടാക്കുന്ന ഒരു ദോഷം. മറ്റൊന്ന് ഫിസിക്സിൽ ഇപ്പോഴും *വിസ്തീർണ്ണം* എന്നുതന്നെ ഉപയോഗിച്ചുവരുന്നു. ഒരേ കാര്യത്തിന് രണ്ടു സാങ്കേതികപദങ്ങൾ കുട്ടി പഠിച്ചുവെക്കേണ്ടിവരുന്നു എന്നത് ശരിയല്ല. മാത്രമല്ല ഹയർസെക്കണ്ടറിയിലെത്തുമ്പോൾ *ഏരിയ* എന്ന വാക്കും പഠിക്കേണ്ടിവരും. *പരപ്പളവ്* എന്ന സമസ്തപദം തനി മലയാളമാണെന്നാണ് വാദമെങ്കിൽ *വെള്ളം, ചൂട്* തുടങ്ങിയ പദങ്ങൾ മലയാളിക്ക് നിത്യപരിചയമായ കാലത്ത് എന്തിനാണ് *ജലം താപം* തുടങ്ങിയ പദങ്ങൾ ഉപയോഗിച്ചത് എന്ന ചോദ്യം വരാം. ഹൈഡ്രജനും ഓക്സിജനും ചേർന്ന് വെള്ളമുണ്ടാകുന്നു എന്ന പ്രയോഗത്തിന് സൂക്ഷ്മത പോരെന്നു വരും. വെള്ളമെന്നത് കിണറ്റിലും പുഴയിലും മഴയിലും ലഭിക്കുന്ന ഒരനുഭവമാണ്. അതിന്റെ അനുഭവാത്മകമായ വൈകാരികാംശങ്ങളെ ചോർത്തിക്കളയുന്നു *ജലം* എന്ന പദം. (ആത്മീയവ്യവഹാരങ്ങളിൽ അതിന് വൈകാരികമായ വിവക്ഷകളുണ്ടെന്ന കാര്യം വിസ്മരിക്കുന്നില്ല.) സാമാന്യവ്യവഹാരങ്ങളിൽ അതിന് പ്രത്യക്ഷയാഥാർത്ഥ്യമെന്നതിനേക്കാൾ ആദർശപരമായ ഒരസ്തിത്വം ഈ ശബ്ദംകൊണ്ട് സിദ്ധിക്കുന്നുണ്ട്. ശാസ്ത്രപ്രതിപാദനത്തിൽ അത് പ്രസക്തവുമാണ്. ഉദാഹരണത്തിന് ജലത്തിൽ സോപ്പ് ലയിക്കുന്നു എന്ന വാക്യം വെള്ളത്തിൽ സോപ്പ് കലങ്ങുന്നു എന്ന് പറയാൻ ചിലയിടങ്ങളിൽ പ്രയാസമുണ്ട്. സോപ്പ് പതയാത്ത വെള്ളമാണ് *കഠിനജലം.* എന്ന് തിരിച്ച് കഠിനജലത്തെ നിർവ്വചിക്കാൻ കഴിയും. *കഠിനവെള്ളം* എന്നോ *കട്ടിവെള്ളം* എന്നോ ഉള്ള പ്രയോഗം ഈ ധർമ്മം അനുഷ്ഠിക്കുമോ എന്നു സംശയമാണ്. *ജല*വും *വെള്ള*വും സമാർത്ഥപ്രയോഗങ്ങളല്ല. അഥവാ ജലം ശാസ്ത്രവ്യവഹാരത്തിൽ ഒരു സാങ്കേതികപദമാണ്. ഏതൊരു സാധാരണക്കാരനും ഒറ്റക്കേൾവിയിൽ മനസ്സിലാകുന്നതാകണം സാങ്കേതികപദം എന്നല്ല സ്വീകരിക്കേണ്ട നിലപാട്. നിത്യജീവിതത്തിലെ സാധാ

രണമായ അർത്ഥപ്രയോഗങ്ങളിൽനിന്ന് വ്യത്യസ്തമായ പ്രയോഗാർത്ഥമാണ് സാങ്കേതികപദങ്ങക്ക് വേണ്ടത്. അതിന്റെ അർത്ഥം കുറേക്കൂടി സൂക്ഷ്മവും കൃത്യവുമായിരിക്കണം. മഴക്കാറുള്ളതിനാലാണോ ഭയങ്കര താപം/ടെംപറേച്ചറ്! എന്ന് സാമാന്യമായി പ്രയോഗിക്കുമ്പോൾ പരിഹാസം തോന്നുന്നത് ഇതിനാലാണ്.

വാക്യരീതി

പാഠപുസ്തകത്തിന്റെ കാര്യത്തിൽ പഴയതുപോലെ നേരിട്ട് വിവർത്തനം ചെയ്യുന്ന രീതി മാറിയിരിക്കുന്നു. ആശയങ്ങൾ ഏതെല്ലാമാണെന്ന് തീരുമാനിച്ചുറപ്പിച്ചശേഷം അത് കുട്ടികൾക്ക് എളുപ്പത്തിൽ മനസ്സിലാകാനും പഠനപ്രവർത്തനങ്ങൾ ചെയ്യാനും പാകത്തിൽ ലളിതമായ ഭാഷയിൽ അവതരിപ്പിക്കുന്ന സ്വതന്ത്രമായ രീതിയാണ് പുതിയ കാലത്ത് ഉപയോഗിക്കുന്നത്. ഇംഗ്ലീഷിലും മലയാളത്തിലും ഉള്ള ഒരു മാതൃക (എട്ടാം ക്ലാസ്സിലെ സോഷ്യൽ സയൻസ് പുസ്തകം) പരിശോധിക്കാം.

A student from Greenland writes: Most part of my country is covered with heavy snow round the year. As vegetation, we can spot only a few trees and moss. The area which has heavy snow covering is called ? ‘Thundra’. We live in the less snowy coastal regions. 6°C is the normal temperature here. But it is even colder as you go further north towards the North Pole. 7°C is the highest temperature we get during the summer. Only a few animals like Polar Bear, Reindeer etc. survive here. Whales and Zeals live in the seas. We catch small fish for food. Have you heard of houses built using snowblocks? In olden days, we Eskimos mainly used to live in these types of houses called Igloo.

ഗ്രീൻലാൻഡിലെ ഒരു വിദ്യാർത്ഥി എഴുതുന്നു: *എന്റെ നാട്ടിലെ അധികം പ്രദേശത്തും വർഷംമുഴുവൻ മഞ്ഞു മൂടിക്കിടക്കുന്നു. വളരെക്കുറച്ചു മരങ്ങളും പായലുകളും മാത്രമാണ് ഇവിടെ സസ്യങ്ങളായി കാണാൻ കഴിയുന്നത്. വളരെ ആഴത്തിൽ മഞ്ഞുമൂടിക്കിടക്കുന്ന ഈ പ്രദേശത്തെ ‘തുന്ദ്ര’ എന്നു പറയുന്നു. മഞ്ഞ് അധികമില്ലാത്ത തീരപ്രദേശങ്ങളിലാണ് ഞങ്ങൾ ജീവിക്കുന്നത്. ഇവിടെ പൂജ്യത്തിനു താഴെ ആറ്ഡിഗ്രി സെൽഷ്യസ് (6°C) താപനിലയാണ് സാധാരണമായി അനുഭവപ്പെടുന്നത്. എന്നാൽ വടക്കോട്ട് ഉത്തരധ്രുവത്തിനോടടുത്ത് ഇതിനെക്കാൾ വളരെ തണുപ്പാണ്. വേനൽക്കാലത്ത് ഞങ്ങൾക്ക് ലഭിക്കുന്ന ഏറ്റവും കൂടുതൽ ചൂട് ഏഴ് ഡിഗ്രി സെൽഷ്യസാണ്. ധ്രുവക്കരടി, റെയിൻഡീർ മുതലായ വളരെക്കുറച്ച് ഇനം മൃഗങ്ങൾ മാത്രമാണ് ഇവിടെ ജീവിക്കുന്നത്. തിമിംഗലങ്ങളും സീലുകളും കടലിൽ ജീവിക്കുന്നു. ചെറിയ മത്സ്യങ്ങളെ ഞങ്ങൾ ഭക്ഷണത്തിനായി ഉപയോഗിക്കുന്നു. മഞ്ഞുകട്ടകൾ കൊണ്ട് ഉണ്ടാക്കിയ വീടുകളെക്കുറിച്ച് കേട്ടിട്ടുണ്ടോ? ഞങ്ങൾ എസ്കിമോകൾ പണ്ട് കൂടുതലും ഇഗ്ലു എന്നറിയപ്പെടുന്ന ഇത്തരം വീടുകളിലാണ് താമസിച്ചിരുന്നത്.*

ഇവിടെ ഏറെക്കുറെ പദാനുപദവിവർത്തനമാണ് കാണുന്നത്. ആദ്യം മലയാളമുണ്ടാക്കി ഇംഗ്ലീഷിലേക്ക് വിവർത്തനം ചെയ്തതാണോ അതോ

തിരിച്ചാണോ എന്നു വ്യക്തമല്ല. ഏതായാലും ഇത് വിരസമാണെന്ന കാര്യത്തിൽ എതിരഭിപ്രായം ഉണ്ടാകുമെന്ന് തോന്നുന്നില്ല. പക്ഷെ വിവർത്തനത്തിൽ എന്തെങ്കിലും പിഴവുവന്നു എന്ന് പറയാനാവുകയുമില്ല. പിന്നെ എന്താണിവിടുത്തെ പ്രശ്നം? വാക്യങ്ങൾ ഓരോന്നും ശരിയായിരിക്കാം. പക്ഷെ അവ കൂടിച്ചേരുമ്പോൾ വായനയ്ക്ക് ഒരൊഴുക്ക് കിട്ടുന്നില്ല. അവിടുത്തെ ഭാഷ മലയാളമായിരുന്നെങ്കിൽ ഒരു സ്ക്കൂൾ കുട്ടി ഈ വിവരങ്ങൾ എങ്ങനെ എഴുതുമായിരുന്നു എന്നാലോചിച്ചാൽ പല ഉത്തരങ്ങളും ലഭിക്കും. പക്ഷെ അതിലൊന്നുപോലും ഈ രീതിയിലാവില്ല എന്നുറപ്പ്. ഭാഷയുടെ നൈസർഗ്ഗികമായ ഒഴുക്ക് വായനയുടെ രസത്തിനുവേണ്ടി ഉണ്ടാക്കുന്ന ഒരു കാവ്യാലങ്കാരമല്ല. അർത്ഥഗ്രഹണത്തെ അനായാസമാക്കുന്ന എന്തോ അതിലുണ്ട്. അതുണ്ടെങ്കിൽ മാത്രമേ സ്വന്തം ചുറ്റുവട്ടത്തെ സമാനമായ അനുഭവങ്ങളുമായി അബോധപൂർവ്വമായ ഒരു താരതമ്യം സാദ്ധ്യമാവുകയുള്ളൂ.

ഈ പാഠഭാഗത്തിന് മറ്റൊരു വിവർത്തനം പരീക്ഷിച്ചു നോക്കാം. ഇതാണ് ശരിയായ വിവർത്തനമെന്ന നിലയിലല്ല ഇതു ചെയ്യുന്നത്. മറിച്ച് വസ്തുതകൾ കൃത്യവും വ്യക്തവുമായി പ്രതിപാദിക്കാൻ മസിലുപിടിച്ച ഭാഷതന്നെ വേണമെന്നില്ല എന്ന വാദത്തെ പരിശോധിക്കാനാണീ സാഹസം.

ഞങ്ങളുടെ നാട് മഞ്ഞിന്റെ നാടാണ്. കൊല്ലം മുഴുവൻ അത് മഞ്ഞുമൂടിക്കിടക്കും. അതിനിടയിൽ അങ്ങിങ്ങായി ഏതാനും മരങ്ങളും ചില പായലുകളും മറ്റും കാണും. സസ്യങ്ങൾ എന്നു പറയാൻ ഇവിടെ അത്രയൊക്കെയേ ഉള്ളൂ. (ചെടികൾ എന്നു പറയുമ്പോൾ സാങ്കേതികാർത്ഥം കിട്ടിയെന്നുവരില്ല) മറ്റു ജീവജാലങ്ങളും കുറച്ചേയുള്ളൂ. ധ്രുവക്കരടി, റെയിൻഡീർ എന്നിങ്ങനെ ഏതാനും മൃഗങ്ങൾ. കടലിലാണെങ്കിൽ തിമിംഗലങ്ങളും സീലുകളും. ഭക്ഷണത്തിന് കടലിലെ ചെറിയ മീനുകൾതന്നെ ശരണം.

വളരെ കട്ടിയിൽ മഞ്ഞുമൂടിക്കിടക്കുന്ന ചില സ്ഥലങ്ങളുണ്ട് ഇവിടെ. ഞങ്ങളതിനെ 'തുന്ദ്ര' എന്നാണ് പറയുക. മഞ്ഞ് കുറഞ്ഞ തീരപ്രദേശങ്ങളിലാണ് ഞങ്ങൾ ജീവിക്കുന്നത്. എന്നിട്ടുതന്നെ ഭയങ്കര തണുപ്പാണ്. നല്ലവേനലിൽ കിട്ടുന്ന ചൂട് ഏഴ് ഡിഗ്രിസെൽഷ്യസാണ്. സാധാരണമായ അന്തരീക്ഷതാപം പൂജ്യത്തിനും താഴെയാണ്. നെഗറ്റീവ് ആറ് ഡിഗ്രി സെൽഷ്യസ് (-6° C). അത് പക്ഷെ ഞങ്ങൾക്ക് ചൂടാണ്. കാരണം കുറച്ചുകൂടി വടക്കോട്ട് പോയാൽ ഉത്തരധ്രുവമാണ്. അവിടെ ഇതിനെക്കാൾ കൊടിയ തണുപ്പാണ്.

അങ്ങനെയൊക്കെയാണെങ്കിലും മഞ്ഞുകട്ടകൾകൊണ്ട് വീടുണ്ടാക്കാൻ ഞങ്ങൾ വിരുതന്മരാണ്. മഞ്ഞുവീടുകൾക്ക് ഇഗ്ലൂ എന്നാണ് പറയുക. ഞങ്ങൾ എസ്കിമോകൾ പണ്ടൊക്കെ ഇത്തരം വീടുകളിൽത്തന്നെയാണ് ജീവിച്ചുപോന്നത്.

എന്തിനാണീ കത്ത് എഴുതിച്ചേർത്തിരിക്കുന്നത്? ഗ്രീൻലാൻഡ് ഉത്തരധ്രുവത്തിനടുത്ത പ്രദേശമാണ്. ധ്രുവപ്രദേശം തണുപ്പുകൂടിയ മേഖലയാണ്. അവിടുത്തെ അന്തരീക്ഷതാപം സാധാരണയായി -6 ഡിഗ്രി

സെൽഷ്യസാണ്. വളരെക്കുറച്ചുതരം സസ്യങ്ങളും ജന്തുക്കളുമാണ വിടെ അധിവസിക്കുന്നത്. അവിടുത്തെ മനുഷ്യരായ എസ്കിമോകൾ പണ്ടുകാലത്ത് ജീവിച്ചിരുന്നത് മഞ്ഞുകൊണ്ട് നിർമ്മിച്ച ഇഗ്ലു എന്ന റിയപ്പെടുന്ന വീടുകളിലാണ്. ഇത്രയും വസ്തുതകളും വിവരങ്ങളുമാ ണല്ലോ ഈ പാഠഭാഗംകൊണ്ട് വ്യക്തമാക്കപ്പെടേണ്ടത്. അതിന് ഇത്ത രത്തിലുള്ള ഭാഷാരീതി തടയിടുന്നില്ല. സാങ്കേതികമായി അവതരി പ്പിക്കേണ്ട വിവരങ്ങളും വസ്തുതകളും ഒഴുക്കുള്ള ഭാഷയിൽ ആകു മ്പോൾ ചോർന്നു പോകുന്നില്ല.

പിന്നെ എന്തുകൊണ്ടാണ് അത്തരം സമീപനം പാഠപുസ്തകങ്ങ ളിൽ നടപ്പാകാത്തത്? ഈ ചോദ്യത്തിന്റെ ഉത്തരം അല്പം കുഴഞ്ഞു മറിഞ്ഞതാണ്. കാരണം അത്തരം പാഠപുസ്തകങ്ങൾ തയ്യാറാക്കുന്ന വർ തങ്ങളുടെ വിഷയം പഠിച്ചുവന്ന മലയാളം ആയാസകരമായിരുന്നു എന്നതിനാൽ അതവരുടെ സ്വാഭാവികമായ ഭാഷാരീതിയായി മാറുന്നു. ആ വിഷയങ്ങളിലുള്ള ഉന്നതപഠനമാകട്ടെ ഇംഗ്ലീഷിലൂടെ ആയിരുന്നു താനും. അത്തരം വിഷയങ്ങൾ മലയാളഭാഷയിൽ ആവിഷ്ക്കരിക്കു ന്നതിനുള്ള ശ്രമമാകട്ടെ പാഠപുസ്തകരചനയിൽ ഒതുങ്ങി നില്ക്കു ന്നതുമാണ്. അതുകൊണ്ട് വല്ലാത്ത ഒരു ചാക്രികപരിണാമം ഈ പ്രശ്നത്തിൽ അന്തർഭവിച്ചിരിക്കുന്നു.

ഇതിനുള്ള പരിഹാരം പാഠപുസ്തകരചയിതാക്കൾ അതിനുപുറമെ മറ്റുതരത്തിലുള്ള രചനകളിൽക്കൂടി ഏർപ്പെടുകയാണ്. പത്രാധിപരുടെ കത്രിക വീഴാത്ത ബ്ലോഗുകൾ പോലുള്ള മാദ്ധ്യമങ്ങളെ ഉപയോഗിച്ച് അത്തരം കമ്യൂണിറ്റികൾ വികസിപ്പിച്ചെടുക്കാൻ ഇന്ന് പ്രയാസങ്ങളൊ ന്നുമില്ല. മറ്റൊന്ന് ഓരോ വിഷയത്തിന്റെയും പാഠപുസ്തകക്കമ്മറ്റിയിൽ ഒന്നോ രണ്ടോ ലാംഗേ്വജ് എഡിറ്റർമാരെ നിർബ്ബന്ധമായും ഉൾപ്പെടു ത്തുക എന്നതാണ്. അതാത് വിഷയങ്ങളിൽ ബിരുദം നേടിയശേഷം ഭാഷാസാഹിത്യത്തിൽ ബിരുദാനന്തരബിരുദം നേടിയ ധാരാളം പേ രുണ്ട് (അദ്ധ്യാപകർതന്നെ) കേരളത്തിൽ. അവരെ ലാംഗേ്വജ് എഡി റ്റർമാരായി തിരഞ്ഞെടുക്കാവുന്നതാണ്.

ഇനി മറ്റു ചില വിവർത്തനങ്ങൾ നോക്കാം.

1. *Non-sampling errors are more serious than sampling errors- why? Distinguish between sampling and non-sampling errors. സാമ്പിളിങ്ങ് പിഴവുകളെക്കാൾ ഗൗരവമേറിയതാണ് നോൺസാമ്പിളിങ്ങ് പിഴവുകൾ എന്തുകൊണ്ട്?*

2. *Range is easy to calculate but it is not free from limitations. What are its limitations? റെയ്ഞ്ചിന്റെ പരിമിതികൾ എന്തെല്ലാം?*

3. *Find the intervals in which f(x) is increasing or decreasing. f(x) ഏത് ഇന്റർവെലിൽ ആണ് ഇൻക്രീസിംഗ് അല്ലെങ്കിൽ ഡിക്രീസിംഗ് എന്ന് കണ്ടെത്തുക.*

ഇവിടെ ഒരു അധികസഹായമായിട്ടാണ് ചോദ്യം മലയാളത്തിലും നല്കുന്നത്. ഫലത്തിൽ അത് ദുരിതമായിത്തീരുന്നു. വാക്യഘടന

യോ വ്യാകരണമോ ആണ് ഇവിടെ മുഖ്യമായും വിവർത്തനം ചെയ്യ പ്പെടുന്നത്. ഒന്നാമത്തെയും രണ്ടാമത്തെയും ചോദ്യത്തിലെ വിശദാം ശങ്ങൾ വിട്ടുകളയുന്നതിനുള്ള യുക്തിയെന്താണ്? മൂന്നാമത്തെ ചോ ദ്യത്തിന്റെ സ്ഥിതി അതിലും കഷ്ടമാണ്. ഇൻക്രീസിംഗ് അല്ലെങ്കിൽ ഡിക്രീസിംഗ് എന്നത് സാങ്കേതികപദമല്ല. മാത്രമല്ല അതിന്റെ തത്സമ ങ്ങൾ മലയാളത്തിന്റെ രീതിക്കിണങ്ങുകയുമില്ല. കാരണം അവയെ ക്രിയാപദങ്ങളായിവേണം പരിഗണിക്കാൻ. ക്രിയാപദങ്ങളിൽ തത്സമ ങ്ങൾ പക്ഷെ അത്ര സ്വീകാര്യമായിരിക്കില്ല. മലയാളത്തിൽ നാം സ്വീക രിച്ചിട്ടുള്ള ക്രിയാപദങ്ങൾ ശ്രദ്ധിച്ചാൽ അവയെല്ലാം അർത്ഥംകൊണ്ട് ക്രിയയും രൂപംകൊണ്ട് നാമവും എന്നു വിശേഷിപ്പിക്കാൻ പാകത്തി ലാണെന്നു കാണാം. നടുവിനയെച്ചരൂപത്തിൽ ക്രിയകൾ നാമമായും ക്രിയയായും പ്രത്യക്ഷപ്പെടാം എന്ന് കേരളപാണിനിതന്നെ അഭിപ്രായപ്പെട്ടിട്ടുണ്ട്. (അറികമലേശ്വര, പറക ശരിയല്ല, പറകവേണം, പറകന ല്ലൂ). അനുപ്രയോഗങ്ങളിലൂടെ കാലം, പ്രകാരം തുടങ്ങിയ പരിഷ്ക്കാ രങ്ങൾ ചെയ്യുന്ന മലയാളത്തിന്റെ സവിശേഷത ഉപയോഗിച്ചാണ് വാക്യ ത്തിൽ നാം സമർത്ഥമായി ക്രിയാർത്ഥങ്ങൾ തത്സമമായി ആവിഷ്ക്ക രിക്കുന്നത്. അടിക്കുക, ചെയ്യുക, കഴിക്കുക തുടങ്ങിയ ചില അനുപ്രയോഗങ്ങളാണ് അതിന് നാം പൊതുവെ ഉപയോഗിക്കുന്നത്. അപ്പോൾ മലയാളത്തിന്റെ രീതിയിൽ ഇൻക്രീസ് ചെയ്യുന്നത് അല്ലെ ങ്കിൽ ഡിക്രീസ് ചെയ്യുന്നത് എന്നു മാറ്റിയാൽ അതിന്റെ കാര്യം മന സ്സിലാവും.

സാധാരണസംഭാഷണങ്ങളിൽപ്പോലും ചില ഇംഗ്ലീഷ് പ്രയോഗ ങ്ങൾ ഉപയോഗിക്കുമ്പോൾ നമ്മുടെ വാക്യഘടന അവയെ സ്വാധീ നിക്കുന്നതു കാണാം. *ഡാറ്റ, ഫർണിച്ചർ* തുടങ്ങിയവ മലയാളത്തിലാ കുമ്പോൾ വീണ്ടും ബഹുവചനപ്രത്യയം ചേർത്ത് *ഡാറ്റകൾ, ഫർണി ച്ചറുകൾ* എന്നു പ്രയോഗിക്കും. *ഒന്നാമത്തെ പന്തിൽത്തന്നെ അയാൾ ബൗൾഡായി* എന്നു പറയുമ്പോൾ *ബൗൾഡ്* എന്ന ഭൂതകാലരൂപമാണ് നാമുപയോഗിക്കുന്നതെങ്കിലും വാക്യപൂർത്തിക്ക് *ആയി* എന്ന ഭൂതകാ ലരൂപം കൂടി ചേർക്കേണ്ടിവരുന്നു. *ഈവൺ ഒരു കുട്ടി പോലും വന്നില്ല, അറ്റ് ലീസ്റ്റ് ഒരു നല്ല വാക്കെങ്കിലും പറഞ്ഞുകൂടേ* എന്നിങ്ങനെ *ഈവൺ പോലും, അറ്റ് ലീസ്റ്റ് എങ്കിലും* എന്നിങ്ങനെയും ആവർത്തനങ്ങൾ സാധാരണമാണ്. അതായത് മലയാളവാക്യവ്യവസ്ഥയ്ക്ക് ഇണങ്ങും വിധമാണ് മറ്റുഭാഷാപദങ്ങൾ പ്രയോഗിക്കേണ്ടത് എന്ന് ഭാഷാപരമായ ഒരബോധം നമ്മെ ഭരിക്കുന്നുണ്ട്. അതു വാക്യം സൃഷ്ടിക്കുമ്പോഴാ യാലും സ്വീകരിക്കുമ്പോഴായാലും. ഇത് പാലിക്കാതിരിക്കുമ്പോൾ ചോദ്യങ്ങൾ മലയാളലിപിയിലെഴുതിയ ഏതോ അജ്ഞാതഭാഷയാ യിത്തീരുന്നു. ചുരുങ്ങിയപക്ഷം അപരിചിതത്വത്തിന്റെ ഒരങ്കലാപ്പെ ങ്കിലും അത് സൃഷ്ടിക്കുന്നുണ്ട്. അതുകൊണ്ടുതന്നെ അധികസഹായം എന്ന ഉദ്ദിഷ്ടകാര്യം നടക്കാതെ പോകുന്നു.

ഇത് വളരെ പ്രധാനപ്പെട്ട സംഗതിയാണ്. കാരണം കുട്ടിക്ക് വിഷയം അറിയാം. പക്ഷെ കുട്ടി പത്താം ക്ലാസ്സുവരെ പഠിച്ചത് മലയാളത്തിലാ യതിനാൽ പെട്ടെന്ന് ഇംഗ്ലീഷിലേക്ക് ചുവടുമാറ്റാൻ പ്രയാസം ഉണ്ടാ

യേക്കാം. അതിന് കുട്ടിയെ സഹായിക്കാനാണ് ഈ വിവർത്തനം. ഫലത്തിൽ കുട്ടിക്ക് വശമില്ലാത്തത് വിഷയമല്ല ഇംഗ്ലീഷാണ്. അതിനുള്ള പരിഹാരമായാണ് വിവർത്തനം നല്കുന്നതെങ്കിൽ തീർച്ചയായും അതിൽ സാങ്കേതികപദങ്ങൾ വിവർത്തനം ചെയ്യുകയാണ് വേണ്ടത്. അതോടൊപ്പം ബ്രായ്ക്കറ്റിൽ അതിന്റെ ഇംഗ്ലീഷ് കൂടി നല്കുകയായിരിക്കും നല്ലത്. അതിനു നല്ല വഴി ചോദ്യങ്ങൾ മലയാളത്തിൽ തയ്യാറാക്കുകയും എന്നിട്ട് അത് ഇംഗ്ലീഷിലേക്ക് വിവർത്തനം ചെയ്യുകയുമാണ്. കാരണം വാക്യം മലയാളരീതിയിൽ രൂപപ്പെടാൻ അതുപകരിക്കും.

മേൽക്കാണിച്ച പ്രശ്നങ്ങളിലെല്ലാം ഭാഷാപഠനത്തിന്റെ പോരായ്മയിലേക്ക് ഒരു ചൂണ്ടുവിരൽ ഒളിഞ്ഞുകിടപ്പുണ്ട്. പത്തുവർഷം മലയാളം മീഡിയത്തിൽ വിവിധവിഷയങ്ങൾ പഠിച്ചിട്ടും ഹൈസ്ക്കൂൾവരെ ഒന്നാം ഭാഷയായും പിന്നീടങ്ങോട്ട് രണ്ടാം ഭാഷയായും മലയാളം പഠിച്ചിട്ടും തനിക്കറിയാവുന്ന കാര്യങ്ങൾ മലയാളശൈലിയിൽ അവതരിപ്പിക്കാൻ മലയാളികൾക്കു കഴിയുന്നില്ല എന്ന കാര്യം വളരെ ഗൗരവത്തോടെ കാണേണ്ടുന്ന ഒന്നാണ്. ഭാഷാപഠനത്തിൽ വാക്യരചനയുടെ മലയാളരീതികൾക്ക് പ്രാധാന്യം നല്കുന്ന ഒരു സമ്പ്രദായം ആവിഷ്ക്കരിച്ചു നടപ്പിലാക്കേണ്ടതുണ്ട് എന്നാണ് അത് സൂചിപ്പിക്കുന്നത്. അതുവഴങ്ങിക്കിട്ടിയാൽ തനിക്കറിയാവുന്ന കാര്യങ്ങൾ വിവർത്തനം ചെയ്യുക എന്നതായിരിക്കില്ല; പകരം ആ കാര്യങ്ങൾ മലയാളത്തിൽ ആവിഷ്ക്കരിക്കുകയാവും നാം സ്വീകരിക്കുന്ന മാർഗ്ഗം. അപ്പോൾ സാങ്കേതികപദങ്ങൾ സ്വാഭാവികമായ തത്സമങ്ങളായി പ്രയോഗിക്കുന്നതിൽ അസ്വാഭാവികത അനുഭവപ്പെടില്ല.

(നാഷനൽ ട്രാൻസലേഷൻ മിഷൻ, സി.ഐ.ഐ.എൽ. മൈസൂർ, കേരള ഹിസ്റ്റോറിക്കൽ റിസർച്ച് സൊസൈറ്റി, കേരള സാഹിത്യ അക്കാദമി എന്നിവയുടെ സംയുക്താഭിമുഖ്യത്തിൽ 2011 ജനുവരിയിൽ തൃശൂർ സാഹിത്യ അക്കാദമി ഹാളിൽ നടത്തിയ ദേശീയസെമിനാറിൽ അവതരിപ്പിച്ച പ്രബന്ധം)

ഭാഷാപാഠ്യപദ്ധതി: ചില അടിസ്ഥാനപ്രശ്നങ്ങൾ

"അലങ്കാരം, ഛന്ദസ്സ്, സാരസ്യം ഒക്കെ പഠിപ്പിക്കുന്ന ആൾ എന്നു ലളിതമായി വിചാരിക്കും. അങ്ങനെയല്ല. പദച്ഛേദം, പദാർത്ഥം, വാച്യാർത്ഥം, ധ്വനി, ഭാവം, ശബ്ദത്തിന് കാവ്യത്തിലെ പ്രസക്തി ഇങ്ങനെ പഠിപ്പിക്കുമ്പോൾ ഒരു കാര്യത്തിന് അനേകതലങ്ങളുണ്ടാകാം എന്ന വലിയ അറിവാണ് അവിടെനിന്നു കിട്ടുന്നത്... ..ഒരു പക്ഷെ എന്റെ ജീവിതത്തിലെ ഏറ്റവും നല്ല പഠനം അതായിരിക്കണം"

ഇങ്ങനെപറഞ്ഞത് ഏതെങ്കിലും സാഹിത്യകാരനല്ല; ഒരു ശാസ്ത്രജ്ഞനാണ്. ഇ.സി.ജി. സുദർശൻ. പ്രകാശത്തെക്കാൾ വേഗതകൂടിയ ടാക്കിയോണുകളെ കണ്ടെത്തിയ ലോകപ്രശസ്തനായ മലയാളി. ആ പഴയ മലയാളം ക്ലാസ്സുകളാണ് ഫിസിക്സിലെ പുതിയ കണ്ടുപിടുത്തങ്ങളിലേക്ക് തന്നെ നയിച്ചത് എന്നാണദ്ദേഹത്തിന്റെ വിചാരം:

".... മാങ്ങ താഴേക്കുവീഴുന്നതിനു പിന്നിൽ പല നിയമങ്ങൾ ഇരിപ്പുണ്ട് എന്നറിയുംപോലെയാണ് ഈ കാവ്യങ്ങളും. വാച്യാർത്ഥം മനസ്സിലാക്കുമ്പോഴും അതിനു പിന്നിൽ അർത്ഥങ്ങൾ വന്നുനില്ക്കുന്നു." (കെ.എം. വേണുഗോപാൽ, *ഭാഷാപോഷിണി*, 2008).

ഭാഷാപഠനത്തിന്റെ സാദ്ധ്യത എത്രത്തോളം വിശാലമാണ് എന്നതിന് തെളിവാണ് ഇ.സി.ജി. സുദർശന്റെ വാക്കുകൾ. അവ പക്ഷെ ഗൃഹാതുരമായ ഒരു പഴങ്കഥ മാത്രമാണിപ്പോൾ. മലയാളം അദ്ധ്യാപകരെക്കുറിച്ച് ഇനിയാരെങ്കിലും ഇത്തരം ബഹുമാനം പ്രകടിപ്പിക്കാൻ സാദ്ധ്യതയില്ല. നമ്മുടെ വിദ്യാഭ്യാസം പൊതുവെയും, ഭാഷാപഠനം വിശേഷിച്ചും മാറിപ്പോയിരിക്കുന്നു. അലങ്കാരം, ഛന്ദസ്സ്, സാരസ്യം, പദച്ഛേദം, പദാർത്ഥം, വാച്യാർത്ഥം, ധ്വനി, ഭാവം എന്നിവയെല്ലാം ക്ലാസ് മുറികളിൽനിന്ന് പുറത്താക്കപ്പെട്ടിരിക്കുന്നു. അതും അർത്ഥത്തിന്റെ അനന്തമായ കേളികളെക്കുറിച്ചുള്ള സിദ്ധാന്തങ്ങൾ ചൂടപ്പം പോലെ വിറ്റുപോകുന്ന പുതിയ കാലത്ത്. കാലക്രമത്തിൽ സ്വാഭാവികമായുണ്ടായ ജീർണ്ണതയുടെ ഫലമായല്ല ഈ മാറ്റം. വളരെ ആസൂത്രിതമായി നടപ്പിലാക്കിയതാണത്. ഏതാനും ജില്ലകളിൽ പരീക്ഷിച്ച ഡി.പി.ഇ.പി യിൽത്തുടങ്ങി എൽ.പി., യു.പി., ഹൈസ്ക്കൂൾ വഴി ഹയർസെക്കണ്ടറിവരെ അതെത്തിയിരിക്കുന്നു. ഉന്നതവിദ്യാഭ്യാസത്തിലാകട്ടെ ചോയ്സ് ബെയ്സ്ഡ് ക്രെഡിറ്റ് ആന്റ് സെമസ്റ്റർ സമ്പ്രദായം എന്ന അവതാരവും രംഗപ്രവേശം ചെയ്തുകഴിഞ്ഞു. ഓരോ വർഷവും പുതിയ പുതിയ പരിഷ്ക്കാര(പരീക്ഷണ)ങ്ങളും ഒപ്പം പുതിയ പുതിയ വിവാദങ്ങളും എന്നാണ് നമ്മുടെ വിദ്യാഭ്യാസത്തിന്റെ ഗതി.

പാഠ്യപദ്ധതിപരിഷ്ക്കരണത്തിന്റെ ദൂരവ്യാപകമായ പ്രത്യാഘാതങ്ങൾ പലതലങ്ങളിൽ പരിശോധിക്കേണ്ടുന്ന വിഷയമാണെങ്കിലും മലയാളഭാഷാപഠനത്തെ മുൻനിർത്തി പാഠ്യപദ്ധതിപരിഷ്ക്കാരത്തിന്റെ സൈദ്ധാന്തികപരികല്പനകളിലെ ചില വൈരുദ്ധ്യങ്ങൾ പരിശോധിക്കാൻ മാത്രമാണ് ഈ പ്രബന്ധത്തിൽ മുതിരുന്നത്.

ഭാഷാപഠനത്തെക്കുറിച്ചുള്ള അവകാശവാദം

മലയാളഭാഷാപഠനം വളരെ മെച്ചപ്പെട്ടിട്ടുണ്ട് എന്നും അത് സൈദ്ധാന്തികമായ അടിത്തറയുടെ പിൻബലത്തിലാണെന്നും പരിഷ്ക്കർത്താക്കൾ അവകാശപ്പെടുന്നു. വ്യത്യസ്ത ക്ലാസ്സുകളിലേക്കുള്ള അദ്ധ്യാപകസഹായികളിൽ ഇങ്ങനെ ആവർത്തിക്കുന്നു: *''1997 - മുതൽ സംസ്ഥാനത്തു പാഠ്യപദ്ധതി പരിഷ്ക്കരണം നടപ്പാക്കിയതിന്റെ ഭാഗമായി ഭാഷാപാഠപുസ്തകങ്ങൾ, പഠനരീതി, മൂല്യനിർണ്ണയം എന്നിവയിൽ സമഗ്രമായ മാറ്റം വരുത്തുകയുണ്ടായി. ഇതു ഭാഷാപഠനം മെച്ചപ്പെടുത്താൻ സഹായകമായിട്ടുണ്ട്. ഭാഷ ഉല്പാദിപ്പിക്കാൻ സഹായകമായ അന്തരീക്ഷമൊരുക്കിക്കൊണ്ട് പഠനം ആസൂത്രണം ചെയ്യുന്ന രീതി പ്രക്രിയാധിഷ്ഠിത പാഠ്യപദ്ധതി പ്രദാനം ചെയ്യുന്നു. വിദ്യാർത്ഥികളിലെ സർഗ്ഗാത്മകത ഉണർത്തുന്നതിന് ഈ പാഠ്യപദ്ധതി സഹായിച്ചിട്ടുണ്ട്. ഓർമ്മ പരിശോധിക്കുന്ന ചോദ്യരീതിയിൽനിന്നു ഭാഷാശേഷികളും ചിന്താപ്രക്രിയയും പരിഗണിക്കുന്ന ചോദ്യങ്ങൾക്കു പ്രാധാന്യം നല്കുന്ന പരീക്ഷാരീതി നിലവിൽ വന്നു.''* ഈ പ്രസ്താവനയിൽ ശ്രദ്ധിക്കേണ്ട കാര്യങ്ങളിവയാണ്. 1. 1997-നു ശേഷം ഭാഷാപഠനം മെച്ചപ്പെട്ടിട്ടുണ്ട്. 2. ഓർമ്മ പരിശോധിക്കുന്ന സമ്പ്രദായം ഒഴിവാക്കിയിരിക്കുന്നു. 3. മാറ്റം സമഗ്രമാണ്. 4. ഭാഷ ഉപയോഗിക്കാൻ അവസരം നല്കുന്നു.

1. മെച്ചം ഈ ഭാഷാപഠനം

പാഠ്യപദ്ധതിപരിഷ്ക്കരണം ഭാഷാപഠനം മെച്ചപ്പെടുത്താൻ സഹായകമായിട്ടുണ്ട് എന്നത് വെറുമൊരു പ്രസ്താവന മാത്രമാണ്. തെളിവുകളൊന്നുമില്ല. 1990-ൽ അമേരിക്കയിൽ നടപ്പാക്കിയ ഭാഷാസമഗ്രതാപദ്ധതിയെയും ജ്ഞാനനിർമ്മിതിവാദത്തെയും കുറിച്ച് അനവധി വിമർശനങ്ങൾ സർവ്വകലാശാലാതലത്തിലുള്ള പഠനങ്ങളായി ഉണ്ടായിട്ടുണ്ട്. മിക്കതും ഇന്റർനെറ്റിൽ ലഭ്യമാണ്. കേരളത്തിലാകട്ടെ, പഴയവരെ അപേക്ഷിച്ച് ഭാഷയുടെ ഏതേതുതലങ്ങളിൽ എത്രത്തോളം പുതിയകുട്ടികൾ മെച്ചപ്പെട്ടിട്ടുണ്ട് എന്ന് ഏതെങ്കിലും പഠനത്തിലൂടെ തെളിയിക്കപ്പെട്ടിട്ടില്ല. *മലയാളം ഒന്നാംഭാഷയായി പഠിക്കുമ്പോഴുള്ള പ്രശ്നങ്ങൾ* എന്ന പിഎച്ച്.ഡി. പ്രബന്ധത്തിൽ (സോമനാഥൻ പി.) രണ്ടുപദ്ധതികളിൽപ്പെട്ടവരുടെയും എഴുത്തുഭാഷയെ താരതമ്യം ചെയ്തിട്ടുണ്ട്. സ്വനിമം, അക്ഷരം, പദം, വാക്യം തുടങ്ങി ഭാഷയുടെ വ്യത്യസ്തതലങ്ങളിൽ പുതിയപദ്ധതിയിലുള്ളവർ വളരെ പിന്നിലാണ് എന്നാണ് അതിൽനിന്ന് വ്യക്തമായത്.

പുതിയപദ്ധതിയിൽപ്പെട്ട വിദ്യാർത്ഥികളെ മാത്രം നിരീക്ഷിച്ച് വിദ്യാഭ്യാസവകുപ്പ് ചില പഠനങ്ങൾ നടത്തിയെന്നു കേൾക്കുന്നുണ്ടെങ്കിലും ഫലങ്ങൾ പ്രസിദ്ധീകരിച്ചിട്ടില്ല. സ്വകാര്യമായി ചിലർ നടത്തിയ വെളിപ്പെടുത്തലുകൾ ആശാവഹമായ എന്തെങ്കിലും മാറ്റമുണ്ടായതായി ചൂണ്ടിക്കാണിക്കുന്നില്ല. കെ.ടി. അഷ്റഫ് മാധ്യമം ആഴ്ചപ്പതിപ്പിൽ ഇങ്ങനെ എഴുതിയിരിക്കുന്നു. 2005-ൽ മലപ്പുറം ജില്ലയിൽ വിജയഭേരി പദ്ധതി നടത്തിയ പഠനത്തിൽ എട്ടാം ക്ലാസ്സിലെത്തിയ കുട്ടികളിൽ 55 ശതമാനം പേർക്കും ശരിക്ക് മലയാളം എഴുതാനും വായിക്കാനും അറിയില്ലെന്ന് കണ്ടെത്തി. ബത്തേരി ഡയറ്റ് 2008-ൽ നടത്തിയ പഠനത്തിൽ നാലാം ക്ലാസ്സിലെ 62.7 ശതമാനം പേരാണ് മലയാളത്തിൽ പിന്നാക്കമായവർ. മലപ്പുറം ഡയറ്റ് 2009-ൽ നടത്തിയ പഠനത്തിൽ 67 ശതമാനം കുട്ടികൾക്കും മലയാളത്തിൽ നിലവാരം പുലർത്താനായില്ലെന്നാണ് കണ്ടത് (2011, ഫെബ്രുവരി 28: 28). മലയാളം അദ്ധ്യാപകർക്കായി ഈ മാർച്ചുമാസത്തിൽ കോഴിക്കോട്ടു നടത്തിയ ഇൻ സർവ്വീസ് കോഴ്സിൽ ഭൂരിഭാഗം അദ്ധ്യാപകരും ചൂണ്ടിക്കാട്ടിയ പ്രധാനപ്രശ്നം കുട്ടികൾക്ക് എഴുതാനും വായിക്കാനും അറിയില്ലെന്നതാണ്. പങ്കെടുത്തവരിൽ രണ്ടുപേർക്ക് മാത്രമാണ് വിരുദ്ധാഭിപ്രായം ഉണ്ടായിരുന്നത്. അതിൽ ഒരാൾ പാഠപുസ്തകക്കമ്മറ്റിയംഗമാണ്.

2. ഓർമ്മകളില്ലാതിരിക്കണം

മറ്റൊരു കാര്യം ഓർമ്മയെ പുറന്തള്ളുന്നതാണ്. പുതിയപദ്ധതിയിൽ ഓർമ്മ പരിശോധിക്കപ്പെടുന്നില്ല എന്നു വളരെ അഭിമാനപൂർവ്വം പറയുന്നു. ഓർമ്മ പരിശോധിക്കാതിരിക്കുക ഏതെങ്കിലും പഠനപദ്ധതിയുടെ മെച്ചമായി പറയാൻ കഴിയുമോ? ഓർമ്മയില്ലെങ്കിൽ പിന്നെ പഠനം കൊണ്ട് എന്തു പ്രയോജനമാണുള്ളത്. ഓർമ്മനാശം, കർണ്ണശാപം പോലെ, നേടിയ കഴിവുകളെയത്രയും നിരാധാരമാക്കിക്കളയില്ലേ? എന്തുകൊണ്ടാണ് പുതിയപദ്ധതി ഓർമ്മയെ ശത്രുപക്ഷത്ത് നിർത്തുന്നത്?

എന്തടിസ്ഥാനത്തിലാണെന്നറിയില്ല, വ്യവഹാരമനശ്ശാസ്ത്രം സമം കാണാപ്പാഠം എന്ന് ഒരു സമവാക്യം പാഠ്യപദ്ധതി നിർമ്മിച്ചു വെച്ചിരിക്കുന്നു. എന്നിട്ട് അതിനെതിരെ യുദ്ധം പ്രഖ്യാപിക്കുന്നു. പുതിയ രീതിയിൽ *''വിദ്യാർത്ഥികൾ അറിവു മാത്രം നേടിക്കൊണ്ടിരിക്കുന്ന നിസ്സംഗ നിരീക്ഷകരല്ല. അവർ ഇന്നത്തെ സങ്കീർണമായ(?) സമൂഹത്തിന്റെ പ്രവർത്തനങ്ങളിൽ തങ്ങളുടേതായ രീതിയിൽ പങ്കെടുക്കുന്നുണ്ട്; ക്ലാസ് മുറിക്കകത്തും പുറത്തുമുള്ള അനുഭവങ്ങളുടെ അടിസ്ഥാനത്തിൽ ആശയങ്ങളും അഭിപ്രായങ്ങളും രൂപീകരിക്കുന്നുണ്ട്. ഏതുപോലെയെന്നാൽ, നീന്തൽവിദ്യ കാണാപ്പാഠം പഠിച്ച ആൾ നീന്താൻ തുടങ്ങുമ്പോൾ തിരിച്ചറിയുന്ന ഒരു കാര്യമുണ്ട് - തനിക്ക് നീന്തലിനെക്കുറിച്ച് ഒന്നുമറിയില്ല എന്ന്. നീന്തലിനെക്കുറിച്ചുള്ള ചോദ്യോത്തരപാഠ പഠനം നിഷ്പ്രയോജനമാവുന്നത് അത് നീന്തലിനെക്കുറിച്ച് പ്രതിപാദിക്കാത്തതുകൊണ്ടല്ല. അതിൽ നീന്തുക എന്ന മനുഷ്യപ്രവർ*

ത്തനത്തിന്റെ യഥാർഥ സത്ത അടങ്ങുന്നില്ല എന്നതുകൊണ്ടാണ്.'' അധ്യാപകസഹായി കാണിക്കുന്ന ഈ ഉദാഹരണം വളരെ വിചിത്രമായിരിക്കുന്നു. വിവരിച്ചിരിക്കുന്ന കാര്യമല്ല ഉദാഹരിക്കുന്നത്. അറിവിനോടൊപ്പം ക്ലാസ് മുറിക്കകത്തുനിന്നും പുറത്തുനിന്നുമായി നേടുന്ന അനുഭവങ്ങളും ആശയരൂപീകരണവുമാണ് പ്രതിപാദ്യം. അതുമായി ഒരു ബന്ധവുമില്ലാത്തതാണ് നീന്തൽപഠനത്തിന്റെ ഉദാഹരണം. നീന്തൽവിദ്യ പഠിച്ച് നീന്തലിനെക്കുറിച്ച് തനിക്ക് ഒന്നുമറിയില്ല എന്നു മനസ്സിലാക്കുന്നതാണോ സമൂഹത്തിന്റെ പ്രവർത്തനങ്ങളിൽ തങ്ങളുടേതായ രീതിയിൽ പങ്കെടുക്കൽ! നീന്തലറിയാവുന്ന ആളും അറിയാത്ത ആളും സമൂഹത്തിന്റെ പ്രവർത്തനങ്ങളിൽ തങ്ങളുടേതായ രീതിയിൽ പങ്കെടുക്കുന്നില്ലേ?

നീന്തലിനെക്കുറിച്ച് കാണാപ്പാഠമായോ നേരിട്ടു നിരീക്ഷിച്ചോ പഠിച്ച ആൾ നീന്താൻ ശ്രമിച്ചാൽ അപകടമുണ്ടാകും. നീന്തലിനെക്കുറിച്ച് പഠിച്ചിട്ടേയില്ലാത്ത എന്നാൽ നീന്താനറിയാവുന്ന, നീന്തുക എന്ന മനുഷ്യപ്രവർത്തനത്തിന്റെ യഥാർഥ സത്ത മനസ്സിലാക്കിയ, ഒരാൾ നീന്താൻ ശ്രമിച്ചാൽ കുഴപ്പമൊന്നുമില്ല. വാദം ഇതാണെങ്കിൽ സമാനമായ മറ്റൊരുദാഹരണം നോക്കാം. രോഗത്തെക്കുറിച്ച് പഠിച്ച എന്നാൽ രോഗിയല്ലാത്ത ഒരാൾ ചികിത്സ നടത്തിയാൽ അപകടമാവും. രോഗത്തെക്കുറിച്ച് പഠിച്ചിട്ടേയില്ലാത്ത എന്നാൽ രോഗിയായ ഒരാൾ ചികിത്സ നടത്തിയാൽ കുഴപ്പമില്ല. ചികിത്സ നടത്തേണ്ടത് രോഗമില്ലാത്ത ഡോക്ടറല്ല, ഡോക്ടറല്ലാത്ത രോഗിയാണെന്നാവും എത്തിച്ചേരാവുന്ന ഒരു നിഗമനം. ഇവിടെ പ്രശ്നം നീന്തലോ പഠനമോ ഒന്നുമല്ല. കാണാപ്പാഠം, ചോദ്യോത്തരപാഠപഠനം എന്നിവയെ എതിർക്കണം അത്രമാത്രം. അതാണല്ലോ വ്യവഹാരമനശ്ശാസ്ത്രം! പുതിയ പാഠ്യപദ്ധതി ഊർജ്ജം നേടുന്നത് ബിഹേവിയറിസമെന്ന വ്യവഹാരമനശ്ശാസ്ത്രത്തെ എതിർസ്ഥാനത്ത് പ്രതിഷ്ഠിക്കുന്നതിലൂടെയാണ്. ഇങ്ങനെ ഒരു അപരത്തെ ശത്രുസ്ഥാനത്ത് പ്രതിഷ്ഠിക്കുമ്പോൾ വസ്തുനിഷ്ഠമായ സമീപനത്തിനു പകരം (അന്ധ)വിശ്വാസപരമായ നിലപാടുകൾക്ക് മുൻകൈ ലഭിക്കുമെന്നതാണ് ദുരന്തം.

മാറ്റത്തിന്റെ സമഗ്രത

ബിഹേവിയറിസം എന്ന ജ്ഞാനമേഖല അടിമുടി വിദ്യാഭ്യാസവിരുദ്ധമായതും തീണ്ടാപ്പാടകലെ നിർത്തേണ്ടതുമാണ് എന്ന വീക്ഷണമാണിവിടെയുള്ളത്. അതേസമയം പുതിയപദ്ധതിക്ക് ഈ നിലപാട് വിജയകരമായി നടപ്പാക്കാൻ ഇതുവരെ കഴിഞ്ഞിട്ടുമില്ല. പതിനൊന്നു വർഷക്കാലം ബിഹേവിയറിസത്തിനെതിരെ വാളെടുത്തിട്ടും കേരളത്തിലെ പാഠ്യപദ്ധതി അതിൽനിന്നു വിമുക്തമായില്ല. ബിഹേവിയറിസ്റ്റ് ബോധനരീതികളുടെ ഭൂതങ്ങൾ 2008 വരെ പിന്തുടർന്നുപോരുന്നുണ്ടെന്ന് ഭീതിയോടെ പുതിയ പാഠ്യപദ്ധതിയുടെ പുതിയ വക്താക്കൾ പ്രഖ്യാപിക്കുന്നു! ഇംഗ്ലീഷിന്റെ ഹാൻഡ് ബുക്ക് ഇത് സാക്ഷ്യപ്പെടുത്തുന്നു The curriculum revision of 1997 was based on the principles of modern psychology, linguistics and experiential pedagogy. However in the learning of English certain principles of behaviorism like imitation and repetition were still followed എന്ന് അർത്ഥശങ്കയ്ക്കിടയില്ലാതെ തന്നെ പ്രസ്താവിച്ചിട്ടുണ്ട്.

പാഠ്യപദ്ധതിയുടെ കാര്യത്തിൽ വിദ്യാഭ്യാസവകുപ്പിനുതന്നെ ആശയക്കുഴപ്പമുണ്ട്. *"മൂർത്തത്തിൽനിന്ന് അമൂർത്തത്തിലേക്കും അറിയുന്നതിൽനിന്ന് അറിയാത്തതിലേക്കും ഉള്ള പ്രയാണമാണ് വിദ്യാഭ്യാസമെന്ന സാമാന്യതത്ത്വത്തെ ആസ്പദമാക്കിയാണ് പഠനം മുന്നേറുന്നത്"* എന്ന് അദ്ധ്യാപകസഹായി പറയുന്നു. പഴയപദ്ധതിയിൽനിന്ന് ഇത് അടിസ്ഥാനപരമായി ഭിന്നിക്കുന്നില്ല എന്നതാണ് വാസ്തവം. *"പ്രകടനത്തിന് മുമ്പ് സ്വീകരണം, കാഴ്ചയ്ക്കുമുമ്പ് കേൾവി, വായനയ്ക്ക് മുമ്പ് വചനശിക്ഷണം, അകന്ന സ്മൃതിക്കു മുമ്പ് നിരന്തരസ്മൃതി, വ്യക്തിയത്നത്തിന് മുമ്പ് സംഘയത്നം എന്നും അറിയാവുന്നതിൽനിന്ന് അറിയാത്തതിലേക്ക്, മൂർത്തമായതിൽനിന്ന് അമൂർത്തമായതിലേക്ക്, വിശേഷമായതിൽനിന്ന് സാമാന്യത്തിലേക്ക്, ലഘുവായതിൽനിന്ന് സങ്കീർണ്ണമായതിലേക്ക്, അപഗ്രഥനത്തിൽനിന്ന് ഉദ്ഗ്രഥനത്തിലേക്ക്, അനുഭവസിദ്ധമായതിൽനിന്ന് യുക്തിയുക്തമായതിലേക്ക്, വാസ്തവികതയിൽനിന്ന് പ്രാതിനിധ്യത്തിലേക്ക്, അടുത്തുള്ളതിൽനിന്ന് അകലെയുള്ളതിലേക്ക്"* എന്നും മറ്റും ബിഹേവിയറിസ്റ്റു കാലത്തെ അദ്ധ്യാപനപരിശീലനത്തിനുള്ള പഴയ പാഠപുസ്തകങ്ങളിൽ (പരമേശ്വരൻപിള്ള, 1991) ചില ക്രമങ്ങൾ അക്കമിട്ടു നല്കിയതു കാണാം. വിദ്യാഭ്യാസം സമൂലം മാറിയിട്ടും തത്വങ്ങൾ പഴയതുതന്നെ. എന്തായാലും 2009 മുതൽ പഠനപ്രവർത്തനങ്ങളിൽ അനുകരണമോ ആവർത്തിക്കുന്ന അഭ്യാസമോ ഉണ്ടാവില്ല എന്നു കരുതാമോ?

എന്തുകൊണ്ടാണ് ഇവർ ബിഹേവിയറിസത്തിന്റെ ശത്രുക്കളാവുന്നത്? കേരളത്തിലെ വിദ്യാഭ്യാസപദ്ധതി ഏറെക്കുറെ ജീർണ്ണിച്ചു കഴിഞ്ഞ ഒരു ഘട്ടത്തിൽ, ഒരു പരിഷ്ക്കരണം അത്യാവശ്യമാണെന്ന് ആർക്കും തോന്നുന്ന ഘട്ടത്തിലാണ് 1997-ൽ പരിഷ്ക്കരണം തുടങ്ങുന്നത്. അതിന്റെ വക്താക്കൾ ഉയർത്തിയ വിമർശനം യഥാർത്ഥത്തിൽ ബിഹേവിയറിസത്തിന്റെ സിദ്ധാന്തങ്ങൾക്കെതിരായിരുന്നില്ല; കേരളത്തിലെ അതിന്റെ ജീർണ്ണപ്രയോഗത്തിനെതിരെയായിരുന്നു. ബിഹേവിയറിസ്റ്റ് പദ്ധതി ഓർമ്മശക്തിയെമാത്രം പരീക്ഷിക്കുന്ന ഒന്നാണെന്ന വിമർശനം ഉദാഹരണം. ബിഹേവിയറിസ്റ്റ് രീതിയിൽ ബ്ലൂംസിന്റെ ടാക്സോണമി എന്നറിയപ്പെടുന്ന പിരമിഡിൽ അറിവ്, ഗ്രഹണം, ധാരണ, പ്രയോഗം, നൈപുണി, തുടങ്ങി പല തലത്തിലുള്ള ബോധനോദ്ദേശ്യങ്ങളുണ്ടെന്നും അത് ശിശുകേന്ദ്രിതമായ പദ്ധതിയാണെന്നും ബിഹേവിയറിസ്റ്റുകൾ അവകാശപ്പെട്ടിരുന്നു. പക്ഷെ ബിഹേവിയറിസം ഓർമ്മ മാത്രമാണെന്ന ശക്തമായ പ്രചാരമുണ്ടായി. (ഇവിടെ പ്രയോഗത്തിലിരുന്നത് മുഖ്യമായും അതുതന്നെയായതിനാൽ ആ വാദം പരക്കെ സ്വീകരിക്കപ്പെടുകയും ചെയ്തു.) ബിഹേവിയറിസത്തിന്റെ ജീർണ്ണപ്രയോഗങ്ങൾക്കെതിരെ കൺസ്ട്രക്റ്റിവിസത്തിന്റെ സിദ്ധാന്തങ്ങൾ ഉപയോഗിച്ചുള്ള വിമർശനമാണ് അന്നുമുതലിന്നുവരെ നാം തുടർന്നുപോരുന്നത്. അതിനുപകരം കേരളത്തിലെ ബിഹേവിയ

റിസത്തിന്റെ പ്രയോഗങ്ങളെ ഇവിടെ നടപ്പിലാക്കിയ കൺസ്ട്രക്റ്റിവിസത്തിന്റെ പ്രയോഗങ്ങളുമായി താരതമ്യം ചെയ്താൽ ഇപ്പോഴുന്നയിക്കുന്ന വാദങ്ങൾ നിരത്താനാവില്ലെന്ന് ബോദ്ധ്യപ്പെടും.

ഭാഷാപഠനം – പൊതുസമീപനം

പുതിയ പദ്ധതി മുന്നോട്ടുവെക്കുന്ന പുതുമയെന്താണ്? പാഠ്യപദ്ധതി അടിമുടി മാറിയതിന്റെ അടിസ്ഥാനം 'ഭാഷ ഉല്പാദിപ്പിക്കാൻ സഹായകമായ അന്തരീക്ഷമൊരുക്കുകയാണത്രെ'. എന്നുവെച്ചാൽ മുമ്പൊന്നും ഭാഷ ഉല്പാദിപ്പിക്കാനുള്ള അവസരം ഉണ്ടായിരുന്നില്ല എന്നാണു സൂചന. കേരളത്തിലെ ഒരു വിദ്യാഭ്യാസപദ്ധതി പുതിയ മലയാളപഠനരീതി ഭാഷ ഉല്പാദിപ്പിക്കാൻ അവസരമൊരുക്കുന്നു എന്ന് വലിയ നാട്യത്തിൽ പ്രഖ്യാപിക്കുമ്പോൾ നാമെന്താണ് മനസ്സിലാക്കേണ്ടത്? ഇവിടെ 'ഭാഷ' എന്നതുകൊണ്ട് വിവക്ഷിക്കുന്നത് എന്താണ്?

പുതിയ ഭാഷാപഠനസമീപനത്തെക്കുറിച്ചുള്ള നിലപാടുകൾ കെ. സി. എഫി.ലും തുടർന്ന് 2009–ലെ അദ്ധ്യാപകസഹായികളിലും ഇങ്ങനെ ക്രോഡീകരിച്ചിരിക്കുന്നു: ''*വ്യവഹാരമനശ്ശാസ്ത്രത്തിൽ അധിഷ്ഠിതമായ ഭാഷാപഠനരീതിയുടെ സ്ഥാനത്ത് കുട്ടിയുടെ നൈസർഗികമായ ഭാഷാശേഷി ഉപയോഗപ്പെടുത്തുന്ന സമീപനമായാണ് പുതിയപാഠ്യപദ്ധതി അവതരിപ്പിച്ചത്. ഭാഷ ഉല്പാദിപ്പിക്കുന്നതിനുള്ള കുട്ടിയുടെ കഴിവുകളും സിദ്ധികളും ഉപയോഗപ്പെടുത്തുകയും ഭാഷ ഉപയോഗിച്ച് ദൈനംദിന വ്യവഹാരങ്ങളും സർഗാത്മകപ്രകടനങ്ങളും നടത്തുന്നതിന് അവസരം നല്കുകയും ചെയ്യുന്നതാണ് ഈ രീതി. വിഗോട്സ്കി, ബ്രൂണർ തുടങ്ങിയ സാമൂഹികജ്ഞാനനിർമിതിവാദികളുടെ ആശയങ്ങളും ഭാഷാശാസ്ത്ര രംഗത്ത് നോം ചോംസ്കി നടത്തിയ കണ്ടെത്തലുകളുമാണ് ഈ സമീപനത്തിന്റെ പ്രധാന അടിത്തറകളിൽ ഒന്ന്. ഇതോടൊപ്പം കുട്ടിയെ കേന്ദ്രീകരിച്ചുള്ള വിദ്യാഭ്യാസപ്രക്രിയയെക്കുറിച്ച് വിദേശത്തും കേരളത്തിലും നടത്തിയ പരീക്ഷണങ്ങളുടെ അനുഭവങ്ങളും വളരെ പ്രധാനപ്പെട്ടതാണ്. പൊതുവിൽ സാമൂഹിക ജ്ഞാനനിർമ്മിതിവാദം, ചോംസ്കി ആവിഷ്കരിച്ച സർവഭാഷാവ്യാകരണസിദ്ധാന്തം, ഗസ്റ്റാൾട്ട് മനശ്ശാസ്ത്രം, ശിശുകേന്ദ്രീകൃത വിദ്യാഭ്യാസ കാഴ്ചപ്പാടുകൾ, മാനവികതാദർശനം എന്നിവയുടെ സമന്വയത്തിൽ നിന്ന് ഉരുത്തിരിഞ്ഞുവന്ന ഭാഷാസമഗ്രതാദർശനമാണ് ഇപ്പോൾ ഭാഷാ പഠനത്തിന്റെ അടിത്തറയായി വർത്തിക്കുന്നത് എന്നു കാണാം.*''

ഈ ഖണ്ഡികയെ സൂക്ഷ്മമായി അപഗ്രഥിച്ചാൽ പുതിയ പാഠ്യപദ്ധതിയുടെ ശക്തിയും ദൗർബ്ബല്ല്യങ്ങളും വെളിവാകും. ''*വ്യവഹാരമനശ്ശാസ്ത്രത്തിൽ അധിഷ്ഠിതമായ ഭാഷാപഠനരീതിയുടെ സ്ഥാനത്ത് കുട്ടിയുടെ നൈസർഗികമായ ഭാഷാശേഷി ഉപയോഗപ്പെടുത്തുന്ന സമീപനമായാണ് പുതിയപാഠ്യപദ്ധതി അവതരിപ്പിച്ചത്*'' എന്ന ആദ്യവാക്യം പരിശോധിക്കാം. കുട്ടിക്ക് നൈസർഗികമായ ഭാഷാശേഷിയുണ്ട്. അതിനെ വിദ്യാഭ്യാസത്തിൽ ഉപയോഗിക്കാൻ വ്യവഹാരമനശ്ശാസ്ത്രം

ഒരുക്കമായിരുന്നില്ല. പുതിയ പദ്ധതി അതിനു മുതിരുന്നു. അതിനാൽ ഭാഷാപഠനത്തിൽ കാതലായ വ്യത്യാസം സംഭവിച്ചിരിക്കുന്നു.

വാസ്തവത്തിൽ കുട്ടിയുടെ നൈസർഗ്ഗികമായ ഭാഷാശേഷി എന്നത് 1997-നു മുമ്പുള്ള ഭാഷാപഠനപദ്ധതിക്ക് തികച്ചും അജ്ഞാതമായിരുന്നോ? അല്ലെന്നതിന് എരുമേലി പരമേശ്വരൻപിള്ളയുടെ മലയാളഭാഷാദ്ധ്യാപനം എന്ന പുസ്തകത്തിൽ വ്യക്തമായ തെളിവുണ്ട്: *"മാതൃഭാഷ കുട്ടികൾ സ്വാഭാവികമായി പഠിക്കുന്നു. അതിനു പ്രത്യേകമായ പരിശീലനമൊന്നും നൽകേണ്ടതില്ല. ഒരർത്ഥത്തിൽ ഈ ആശയം ശരിയാണ്. വിദ്യാലയത്തിൽ പോകാത്തവരും മറ്റുവിധത്തിൽ അഭ്യസനം നേടാത്തവരുമായ ആളുകൾ മാതൃഭാഷയിൽ സംസാരിക്കുന്നു. മറ്റുള്ളവർ പറയുന്നത് മനസ്സിലാക്കുന്നു. വ്യക്തമായ ധാരണാശക്തിയും ബുദ്ധിവികാസവും അവർക്കുണ്ട്. എഴുതാൻ അവർക്ക് വശമില്ലായിരിക്കാം. കാരണം ലേഖനവിദ്യ പ്രത്യേകമായ അഭ്യസനംകൊണ്ട് പഠിക്കേണ്ടതാണ്. അതിന് മറ്റൊരാളുടെ സഹായം വേണം. ലേഖനവിദ്യ അറിയില്ലെങ്കിലും വചനരൂപത്തിൽ ഭാഷ കൈകാര്യം ചെയ്യാൻ കഴിയുന്നവർ വളരെയുണ്ട് നമ്മുടെ നാട്ടിൽ. നൈസർഗികമായി വന്നതാണ് ഈ കഴിവ്. നിരന്തരമായ പരിചയവും സാമൂഹികബന്ധവും ഈ കഴിവ് വർദ്ധിപ്പിക്കുന്നു"* (പരമേശ്വരൻപിള്ള, 1991, (ഒന്നാം പതിപ്പ് 1966):76). കുട്ടിക്ക് നൈസർഗികമായ ഭാഷാശേഷിയുണ്ടെന്നുതന്നെയാണ് പറയുന്നത്. എല്ലാവരിലും ഉള്ളതാണത്. അതിനാൽ നൈസർഗ്ഗികമായ ഭാഷാശേഷിയെ വിദ്യാഭ്യാസത്തിന്റെ ലക്ഷ്യമായി ഗണിച്ചിരുന്നില്ല. എന്നാൽ പുതിയ പദ്ധതി അതിനെ ഭാഷാപഠനത്തിനായി ഉപയോഗിക്കുന്നു എന്നതാണു വ്യത്യാസം.

എന്നാൽ, നൈസർഗ്ഗികഭാഷാശേഷി എന്താണെന്നോ, അത് എങ്ങിനെയാണ് വിദ്യാലയങ്ങളിലെ ഭാഷാപഠനത്തിൽ ഉപയോഗിക്കുന്നതെന്നോ വ്യക്തമാക്കിയിട്ടില്ല. കെ. സി. എഫി.ലോ അദ്ധ്യാപകസഹായികളിലോ ശാസ്ത്രസാഹിത്യപരിഷത്തിന്റെ പുസ്തകത്തിലോ ഒരിടത്തും അതിനെക്കുറിച്ച് വിശദീകരണമോ നിർദ്ദേശമോ കാണുകയില്ല. ചുമ്മാ ചില അവകാശവാദങ്ങൾ പറഞ്ഞ് പുകമറ സൃഷ്ടിക്കുന്ന പുത്തൻ പാഠ്യപദ്ധതിവക്താക്കളുടെ വാചകമടിയുടെ ഒരു മാതൃകയാണിത്. ഭാഷപഠനത്തിന്റെ ലക്ഷ്യവും മാർഗ്ഗവും പ്രഖ്യാപിക്കുന്നിടത്തും ഈ കാലുഷ്യം കാണാം. *"ഭാഷ ഉല്പാദിപ്പിക്കുന്നതിനുള്ള കുട്ടിയുടെ കഴിവുകളും സിദ്ധികളും ഉപയോഗപ്പെടുത്തുകയും ഭാഷ ഉപയോഗിച്ച് ദൈനംദിന വ്യവഹാരങ്ങളും സർഗാത്മകപ്രകടനങ്ങളും നടത്തുന്നതിന് അവസരം നല്കുകയും ചെയ്യുന്നതാണ് ഈ രീതി."* എന്താണ് ഈ പ്രസ്താവനയുടെ പൂർവ്വകല്പന? ഒന്നാം ക്ലാസ്സിലെത്തുന്നതുവരെ കേരളത്തിലെ കുട്ടികൾക്ക് ദൈനംദിനവ്യവഹാരത്തിൽ ഏർപ്പെടാൻ കഴിയുന്നില്ല എന്നാണോ? അതോ പഴയമട്ടിൽ പഠിച്ചവർക്കൊന്നും ദൈനംദിനവ്യവഹാരത്തിൽ ഏർപ്പെടാൻ കഴിഞ്ഞിരുന്നില്ല എന്നോ?

കാലുഷ്യങ്ങൾ പെട്ടെന്നു തീരുന്നതല്ല. അത് അടിത്തറയായി സിദ്ധാന്തം സ്വീകരിക്കുന്നിടത്തുതന്നെ തുടങ്ങുന്നതാണ്. പക്ഷെ സിദ്ധാന്തങ്ങളെക്കുറിച്ചാണ് പുതിയ പാഠ്യപദ്ധതി ഊറ്റം കൊള്ളുന്നത്.

പ്രയോഗത്തെക്കുറിച്ച് പുതിയ പദ്ധതിക്കും സ്വയംമതിപ്പു പോരാ എന്ന് കെ.സി.എഫ് സാക്ഷ്യപ്പെടുത്തുന്നു: *"സൈദ്ധാന്തികതലത്തിൽ ഏറ്റവും ശക്തവും നവീനവുമായ കാഴ്ചപ്പാടുകൾ അവതരിപ്പിക്കുന്നുണ്ടെങ്കിലും പുതിയഭാഷാസമീപനം പ്രയോഗതലത്തിൽ ഇനിയും മെച്ചപ്പെടേണ്ടതുണ്ടെന്ന് പഠനങ്ങൾ തെളിയിക്കുന്നു."*

ഏതാണ് ആ പഠനങ്ങൾ എന്നോ ആരാണ് അത് നടത്തിയതെന്നോ അതിലെ കണ്ടെത്തലുകൾ എന്തൊക്കെയാണെന്നോ വ്യകതമാക്കിയിട്ടില്ല. ഇങ്ങനെ പ്രചരണങ്ങളിൽ ഒതുങ്ങിപ്പോയതുകൊണ്ടുണ്ടായ പ്രധാനദോഷം കേരളത്തിലെ വിദ്യാഭ്യാസയാഥാർത്ഥ്യത്തെ ഒരിക്കലും അഭിസംബോധനചെയ്യാൻ നമുക്കായില്ല എന്നതാണ്. അനുഭവയാഥാർത്ഥ്യങ്ങളെ അഭിമുഖീകരിക്കാത്ത ഏതെങ്കിലും പദ്ധതിക്ക് നിലനില്ക്കുന്ന പ്രശ്നങ്ങളെ പരിഹരിച്ച് ഗുണാത്മകമായി മുന്നേറാൻ കഴിയുമോ?

ഭാഷാപഠനത്തിലെ സൈദ്ധാന്തികപ്രശ്നങ്ങൾ

മാതൃഭാഷയായാലും മറ്റുഭാഷകളായാലും, പുതിയ പാഠ്യപദ്ധതിയിലെ ഭാഷാപഠനത്തിന്റെ അടിസ്ഥാനം ചോംസ്കിയുടെ സർവ്വഭാഷാവ്യാകരണസിദ്ധാന്തമാണ്. *"പൊതുവിൽ സാമൂഹിക ജ്ഞാനനിർമ്മിതിവാദം, ചോംസ്കി ആവിഷ്കരിച്ച സർവഭാഷാവ്യാകരണ സിദ്ധാന്തം, ഗസ്റ്റാൾട്ട് മനശ്ശാസ്ത്രം, ശിശുകേന്ദ്രീകൃത വിദ്യാഭ്യാസ കാഴ്ചപ്പാടുകൾ, മാനവികതാദർശനം എന്നിവയുടെ സമന്വയത്തിൽ നിന്ന് ഉരുത്തിരിഞ്ഞുവന്ന ഭാഷാസമഗ്രതാദർശനമാണ് ഇപ്പോൾ ഭാഷാ പഠനത്തിന്റെ അടിത്തറയായി വർത്തിക്കുന്നത്"* എന്ന് സിദ്ധാന്തത്തെക്കുറിച്ച് വ്യക്തമായിത്തന്നെ പറഞ്ഞിട്ടുണ്ട്.

സിദ്ധാന്തങ്ങൾ കുറെ നിർവ്വചനങ്ങൾ മാത്രമായി മനസ്സിലാക്കുന്നത് ഏതെങ്കിലും പദ്ധതി ആസൂത്രണം ചെയ്തു നടപ്പാക്കുന്നതിന് ഉതകുകയില്ല. പാതിവെന്തസിദ്ധാന്തങ്ങൾ സിദ്ധാന്തങ്ങളൊന്നുമില്ലാത്തതിനേക്കാൾ ദോഷകരമായിട്ടാണ് മാറുക. കേരളത്തിലെ ഭാഷാപഠനം എന്നും അനുഭവിക്കുന്ന ഒരു പ്രശ്നമാണിത്. ഉദ്ദേശ്യാധിഷ്ഠിത ബോധനം മുന്നോട്ടുവെക്കുന്ന പാഠാസൂത്രണം അദ്ധ്യാപക പരിശീലനപരീക്ഷയിൽ മാത്രമാണ് പ്രസക്തം. അദ്ധ്യാപനജീവിതത്തിൽ അത് കടലാസിൽ ഒതുങ്ങുന്ന ഒരു ചടങ്ങുമാത്രം. പത്തിരുപതുവർഷം പഠിച്ചുകൊണ്ടേയിരുന്നവർക്കുതന്നെ അദ്ധ്യാപകപരിശീലനത്തിൽ പഠനത്തെക്കുറിച്ചു പഠിക്കുന്നത് താല്പര്യമില്ലാത്ത കാര്യമായി മാറുന്നത് അതുകൊണ്ടാണ്. പിന്നീടൊരിക്കലും പ്രയോഗത്തിൽ വരാത്തതും മറ്റൊന്നുകൊണ്ടല്ല. അതേ വിധിതന്നെയാണ് പുതിയ വിദ്യാഭ്യാസപദ്ധതിയും നേരിടുന്നത്. പത്തുമുപ്പതുവർഷംകൊണ്ട് ബിഹേവിയറിസ്റ്റ് പദ്ധതിക്കുണ്ടായതിനെക്കാൾ ജീർണ്ണത വെറും പത്തുവർഷംകൊണ്ട് പുതിയപദ്ധതിക്ക് ആർജ്ജിക്കാനായത് വസ്തുയാഥാർത്ഥ്യങ്ങളെ നിരീക്ഷിക്കുന്നതിനു പകരം പ്രചരണപരിപാടിയിൽ മാത്രം വിശ്വസിച്ചതുകൊണ്ടാണ്.

ബിഹേവിയറിസം മുന്നോട്ടുവെച്ച ഭാഷാപഠനവാദത്തെ ചോംസ്കി നിശിതമായി വിമർശിക്കുകയും ഭാഷാർജ്ജനമെന്ന ആശയം അവതരിപ്പിക്കുകയും ചെയ്തത് ഭാഷാശാസ്ത്രചരിത്രത്തിലെ ഒരു വഴിത്തിരിവാണ്. എങ്കിലും സർവഭാഷാവ്യാകരണസിദ്ധാന്തം മാതൃഭാഷാപഠനത്തിൽ പ്രയോഗിക്കുന്നതിന്റെ ഔചിത്യവും ദൈനംദിനവ്യവഹാരങ്ങൾക്കായി ഭാഷാപഠനത്തെ ആസൂത്രണം ചെയ്യുന്നതിന്റെ സാംഗത്യവും പരിശോധിക്കേണ്ടതാണ്. കാരണം, ഭാഷാവിദ്യാഭ്യാസവുമായി ബന്ധപ്പെട്ടല്ല ചോംസ്കിയുടെ വിമർശനങ്ങൾ രൂപംകൊള്ളുന്നത്. അതുകൊണ്ടുതന്നെ ചോംസ്കിയുടെ സിദ്ധാന്തം, അത് എത്രമേൽ കുറ്റമറ്റതായാലും ശരി, അതുമായി നേരിട്ട് ബന്ധപ്പെടാത്ത മറ്റൊരു മേഖലയിൽ നടപ്പിലാക്കുന്നത് സൂക്ഷിച്ചുവേണം. വിദ്യാഭ്യാസത്തിന്റെ സവിശേഷമേഖലയിൽ പ്രയോഗിക്കാനായി ആ സിദ്ധാന്തങ്ങളെ വഴക്കിയെടുക്കേണ്ടതുണ്ട്.

ഭാഷാപഠനവും ഭാഷാർജ്ജനവും

മറ്റേതു വിഷയവും പഠിക്കുന്നതിനു സമാനമായാണ് ഭാഷാപഠനവുമെന്നാണ് ബിഹേവിയറിസ്റ്റുകൾ വിശദീകരിച്ചത്. അവരെ സംബന്ധിച്ച് അനുകരണവും ആവർത്തനവും പ്രബലനവുംതന്നെ അതിന്റെ വഴികൾ. മുതിർന്നവർ പറയുന്നത് കേട്ട് അനുകരിച്ചും ആവർത്തിച്ചും ശിശു ഭാഷ പഠിക്കുന്നു. സ്കിന്നറുടെ *'വെർബൽ ബിഹേവിയർ'* എന്ന പുസ്തകത്തെ വിമർശിച്ചുകൊണ്ട് ഈ നിലപാടുകൾക്കെതിരെ ചോംസ്കി ചില ചോദ്യങ്ങളുന്നയിച്ചു. ലോകത്തെവിടെയും മനുഷ്യശിശു അനായാസമായി ഭാഷ പഠിച്ചെടുക്കുന്നു. അഞ്ചുവയസ്സാകുമ്പോഴേക്കും കുട്ടി തന്റെ ചുറ്റുവട്ടത്തുള്ള ഭാഷ (മാതൃഭാഷ എന്നു പൊതുവെ പറയും) നേടിയെടുത്തിരിക്കും. കുട്ടിക്ക് കേൾക്കാനാവുന്ന ഭാഷ മിക്കപ്പോഴും പരിമിതികളുള്ളതും അപൂർണ്ണവുമാണ്. എന്നാൽ കുട്ടി ഈ പരിമിതികളെ അനായാസം അതിജീവിക്കുന്നു. അനുകരണവും ആവർത്തനവും ഉപയോഗിച്ച് ഇതിനെ വിശദീകരിക്കാനാവില്ല.

ശിശു തന്റെ ചുറ്റുവട്ടത്തുള്ള ഭാഷ പഠിക്കുന്നത് മറ്റുവിഷയങ്ങൾ പഠിക്കുന്നതുപോലെയല്ല. അതിനെ ഭാഷാപഠനം (Language Learning) എന്നല്ല ഭഷാർജ്ജനം (Language Acquisition) എന്നാണ് ചോംസ്കി വിളിക്കുന്നത്. ചോംസ്കിയെ സംബന്ധിച്ച്, ഭാഷയുടെ രചനാനിയമങ്ങളാണ് ശിശു സ്വായത്തമാക്കുന്നത്. തന്റെ ചുറ്റുവട്ടത്ത് പ്രയോഗത്തിലിരിക്കുന്ന ഭാഷ (ഒന്നിൽക്കൂടുതൽ ഭാഷകൾ പ്രയോഗത്തിലുള്ള ചുറ്റുപാടാണെങ്കിൽ ആ ഭാഷകളത്രയും) സ്വായത്തമാക്കാനുള്ള മാനസികസിദ്ധിയുമായാണ് ഓരോ മനുഷ്യശിശുവും ജനിച്ചുവീഴുന്നതുതന്നെ. ഭാഷാർജ്ജനത്തിനുമാത്രമായി മനുഷ്യന് ഒരു സിദ്ധിയുണ്ട്. ഭാഷാർജ്ജനസിദ്ധി (Language Acquisition Device) എന്നാണതിന് അദ്ദേഹം ആദ്യം നല്കിയ പേര്.

ശിശുവിന്റെ ഭാഷാർജ്ജനോപാധി ഏതെങ്കിലും ഒരു ഭാഷയ്ക്കു മാത്രമുള്ളതല്ല മറിച്ച് സാർവ്വഭാഷികമാണ്. മാത്രമല്ല, വ്യത്യസ്തമായ മാതൃഭാഷകൾ പഠിക്കുന്നതിനായി ലോകത്തിലെവിടെയുമുള്ള ശിശു

ക്കൾ സമാനമായ ഘട്ടങ്ങളിലൂടെയാണ് കടന്നുപോകുന്നത്. ഭാഷാർജ്ജനോപാധി(LAD)യെത്തന്നെയാണ് ചോംസ്കി പിന്നീട് സർവ്വഭാഷാവ്യാകരണം എന്നു വിളിക്കുന്നത്. *''സർവ്വഭാഷാവ്യാകരണം സഹജമാണ്. ഭ്രൂണാവസ്ഥയിൽനിന്ന് കോശങ്ങൾ വളരുന്നത് ആസൂത്രിതമായാണ്. മനുഷ്യഭ്രൂണം രണ്ടു ചിറകുകളെയല്ല കൈകളെയാണ് വികസിപ്പിച്ചെടുക്കുന്നത്. അത് ജീനുകളിൽ രേഖപ്പെട്ടിരിക്കുന്നു. അതുപോലെ മനുഷ്യന്റെ ഭാഷാർജ്ജനോപാധിയും ജനിതകമുദ്രിതമാണ്. ലൈംഗികാവയവംപോലെ ചിലത് വികാസം പ്രാപിക്കുന്നതും നിർവ്വീര്യമാകുന്നതും വളർച്ചയുടെ ചില പ്രത്യേകഘട്ടങ്ങളിലാണ്. ഭാഷയുടെ കാര്യത്തിലും ഇതുപോലെയാണ് സംഭവിക്കുന്നത് ''*(Chomsky,-2006: 55). അതിലെ നിയമങ്ങളും പരമാത്രകളും തന്റെ ചുറ്റുവട്ടത്തുമുള്ള ഭാഷയിലെ, അത് ഏതായാലും, എത്രയായാലും ശരി, അവയിലെ ഭാഷാവസ്തുതകളെ അപഗ്രഥിക്കാനും രചനാനിയമങ്ങൾ കണ്ടെത്താനുമുള്ള ഒരു ഉപാധിയാണ്. അല്ലാതെ ഏതെങ്കിലും ഭാഷയുടെ വ്യാകരണമല്ല. ഭാഷാസാഹചര്യത്തിൽനിന്ന് നാമങ്ങളെയും ക്രിയകളെയും വേർതിരിച്ചറിയാൻ ശിശുവിന് കഴിയുന്നുണ്ടെങ്കിൽ അവയെ തിരിച്ചറിയാനുള്ള എന്തോ ഉപാധി ശിശുവിന് മുൻകൂറായി ലഭിച്ചിട്ടുണ്ടാവണം. മാനസികമായ ഒരു സോഫ്റ്റ്വെയറാണത് എന്നു പറയാം. ഈ സിദ്ധി ഉള്ളതുകൊണ്ടാണ് വളരെ പരിമിതമായ ഉദാഹരണങ്ങളിൽ നിന്നുപോലും ഭാഷാസാകല്യത്തെ അനായാസം ഉൾക്കൊള്ളാൻ ഏതൊരു ശിശുവിനും കഴിയുന്നത്.

മനുഷ്യമസ്തിഷ്കത്തിൽ ഭാഷാർജ്ജനത്തിനുള്ള പ്രത്യേകസിദ്ധിയെ വിശദീകരിക്കാൻ ചോംസ്കി ഉദാഹരിക്കുന്നത് മൃഗങ്ങളിൽ നടത്തിയ പരീക്ഷണത്തെത്തന്നെയാണ്. സസ്തനികളുടെ കാഴ്ചശക്തിയെക്കുറിച്ചറിയാൻ പൂച്ചകളിൽ നടത്തിയ ഒരു പരീക്ഷണത്തെയാണ് അദ്ദേഹം ഉപജീവിക്കുന്നത്. ജനിച്ച് രണ്ടാഴ്ചയോളം പൂച്ചക്കുഞ്ഞിന്റെ കണ്ണുകൾ മൂടിക്കെട്ടിയാൽ പിന്നീട് അതിന് കാഴ്ചശക്തി ലഭിക്കുകയില്ല. ആദ്യത്തെ രണ്ടാഴ്ചകളിൽ അതിന്റെ കണ്ണിൽ കുത്തനെയുള്ള പാറ്റേണുകൾമാത്രം ലഭിക്കത്തക്കവിധം എന്തെങ്കിലും ഘടിപ്പിച്ചാൽ അതിന്റെ മസ്തിഷ്കത്തിൽ ചില പ്രത്യേകതരം കോശങ്ങളാണ് രൂപംകൊള്ളുക. വിലങ്ങനെയുള്ള പാറ്റേണുകൾ മാത്രം ലഭിച്ചാൽ രൂപപ്പെടുന്നത് മറ്റൊരുതരം കോശങ്ങളാണ്. മസ്തിഷ്കവളർച്ചയുടെ ഘട്ടങ്ങളിൽ കാഴ്ചാനുഭവം ലഭിച്ചില്ലെങ്കിൽ അത് ഗുരുതരമായ പ്രശ്നങ്ങൾ സൃഷ്ടിക്കും. ഭാഷാർജ്ജനഘട്ടത്തിൽ ശിശുവിന്റെ മസ്തിഷ്കവളർച്ചയെക്കുറിച്ച് വ്യക്തമാക്കാൻ ഇത്തരം പരീക്ഷണങ്ങൾക്ക് കഴിഞ്ഞേക്കും. എന്നാൽ മനുഷ്യശിശുക്കളുടെ കാര്യത്തിൽ അത്തരം നിയന്ത്രിതപരീക്ഷണങ്ങൾ നടത്തുന്നത് അധാർമ്മികവും മനുഷ്യവകാശലംഘനവുമാണ്. അതിനാൽ സൈദ്ധാന്തികമായ ഊഹത്തെ മാത്രമേ നമുക്ക് ആശ്രയിക്കാൻ കഴിയൂ (Chomsky, 2006: 55-56) എന്നാണദ്ദേഹം പറയുന്നത്.

ചുറ്റുവട്ടത്തുള്ള ഭാഷ അനായാസം ആർജ്ജിക്കാൻ സർവ്വഭാഷാവ്യാകരണം എന്ന സിദ്ധി സഹായിക്കുമെന്നു പറയുമ്പോൾ ഏതു

പ്രായത്തിലും മനുഷ്യന് അത് സാദ്ധ്യമാണ് എന്ന് അർത്ഥമാക്കുന്നില്ല. പൂച്ചകളുടെ കാഴ്ചശക്തിയുടെ വികാസത്തിന് കാഴ്ചാനുഭവവും മസ്തിഷ്കവളർച്ചയും തമ്മിലുള്ള പ്രതിപ്രവർത്തനം അനുപേക്ഷണീയമാണ് എന്നതുപോലെ ഭാഷാർജ്ജനത്തിന് മനുഷ്യശിശുവിന്റെ മസ്തിഷ്ക വളർച്ചയുടെ ചില ഘട്ടത്തിൽ ഭാഷയെന്ന ബാഹ്യപ്രചോദനം അനിവാര്യമാണ്. പത്തുപന്ത്രണ്ടുകൊല്ലം ചെന്നായ വളർത്തിയ മനുഷ്യക്കുട്ടിയെ കണ്ടെത്തിയപ്പോൾ അതിന് ചെന്നായ ഉണ്ടാക്കുന്നതുപോലെ ചില ശബ്ദങ്ങളുണ്ടാക്കാനല്ലാതെ ഭാഷാശബ്ദങ്ങളുണ്ടാക്കാൻ കഴിഞ്ഞിരുന്നില്ല. തുടർന്ന് ആ കുട്ടിയെ ഭാഷ പഠിപ്പിക്കാനുള്ള തീവ്രശ്രമങ്ങൾ പലതും നടത്തിയെങ്കിലും അവയൊന്നും ഫലപ്രദമായില്ല. ഏതാനും വാക്കുകൾ പറയാനല്ലാതെ സുഗമമായ ഭാഷാപ്രയോഗത്തിന് ആ കുട്ടിക്കു കഴിഞ്ഞില്ല. ഭാഷാർജ്ജനത്തിന് ഒരു ഭാഷാസമൂഹത്തിന്റെ സാന്നിദ്ധ്യം അത്യന്താപേക്ഷിതമാണ് എന്നു തെളിയിക്കുന്നതാണ് ഈ സംഭവം. അതിന്റെയെല്ലാം വെളിച്ചത്തിലാണ് വളർച്ചയുടെ ചില ഘട്ടങ്ങൾ താണ്ടിക്കഴിഞ്ഞാൽ മനുഷ്യശിശുവിന്റെ ഭാഷാർജ്ജനശേഷി മന്ദീഭവിക്കുന്നു എന്ന് ചോംസ്കി പറഞ്ഞത്. നാലഞ്ചുവയസ്സോടെ അതിന്റെ ഒന്നാം ഘട്ടം പൂർത്തിയാകുന്നു. പത്തുപതിമൂന്നു വയസ്സോടെ രണ്ടാം ഘട്ടവും. അതിനുശേഷവും ഒരു രണ്ടാം ഭാഷ (വിദേശഭാഷ) മനുഷ്യനു പഠിച്ചെടുക്കാനാകും. എന്നാൽ അതിൽ ദൈനംദിനമായ ചില കാര്യങ്ങൾ പറയാമെന്നല്ലാതെ മാതൃഭാഷയിലേതുപോലുള്ള വഴക്കം സാദ്ധ്യമാകില്ല എന്നാണ് ചോംസ്കിയുടെ അഭിപ്രായം.

ഭാഷ പഠിച്ചെടുക്കുമ്പോൾത്തന്നെ കുട്ടി അതുവരെ കേട്ടിട്ടില്ലാത്ത വാക്യങ്ങൾ കേട്ടുമനസ്സിലാക്കുകയും സ്വന്തമായി പ്രയോഗിക്കുകയും ചെയ്യുന്നു. ഇതിനെയാണ് ഭാഷയുടെ സർഗ്ഗാത്മകത എന്നു വിശേഷിപ്പിക്കുന്നത്. അതായത് ഭാഷ ആർജ്ജിക്കുമ്പോൾ കുട്ടി നേടുന്നത് അതുവരെ കേട്ടിട്ടേയില്ലാത്ത വാക്യങ്ങൾ പ്രയോഗിക്കാനുള്ള സർഗ്ഗശേഷിയാണ്. നിത്യജീവിതത്തിലെ ഓരോ സന്ദർഭത്തിലും ആവശ്യാനുസരണം ഈ കഴിവ് കുട്ടി (മുതിർന്നവരും) പ്രയോഗിക്കുന്നു. സ്റ്റീവൻ പിങ്കർ ഇക്കാര്യം വ്യക്തമാക്കുന്നുണ്ട്. "In the 1950s the social sciences were dominated by behaviorism, the school of thought popularized by John Watson and B. F. Skinner. Mental terms like 'know' and 'think' were branded as unscientific; 'mind' and 'innate' were dirty words. Behavior was explained by a few laws of stimulus-response learning that could be studied with rats pressing bars and dogs salaivating to tones. But Chomsky called attention to two fundamental facts about language. First, virtually every sentence that a person utters or understands is a brand-new combination of words, appearing for the first time in the history of the universe. Therefore a language cannot be a repertoire of responses; the brain must contain a recipe or program that can build unlimited set of sentences out of a finite list of words. That program may be called a mental grammar (not to be confused with pedagogical or stylistic "grammars," which are just guides to etiquette of written prose)" (Pnker, 2000:8-9). (മെന്റൽ ഗ്രാമർ ഭാഷാർജ്ജനത്തെ സഹായിക്കുമെന്നു പറയുമ്പോൾത്തന്നെ അത് വിദ്യാഭ്യാസത്തിനും എഴുത്തുപഠിക്കുന്നതിനുമുള്ള വ്യാകരണമായി തെറ്റിദ്ധരിച്ചുപോകരുതെന്ന് അദ്ദേഹം നല്കുന്ന മുന്നറിയിപ്പ് പ്രത്യേകം ശ്രദ്ധിക്കേണ്ടതാണ്.)

അനുകരണസിദ്ധാന്തപ്രകാരം ഭാഷയ്ക്ക് സർഗ്ഗാത്മകമാകാൻ കഴിയില്ല. പഠിച്ചതേ പാടൂ എന്നാണല്ലോ അതിന്റെ രീതി. പഠിക്കാത്തതും അതുവരെ കേൾക്കാത്തതും പാടണമെങ്കിൽ അനുകരണമല്ല സർഗ്ഗാത്മകതയാണ് വേണ്ടത്. എന്നാൽ കേരളത്തിലെ പാഠ്യപദ്ധതി സർഗ്ഗാത്മകതയെ മനസ്സിലാക്കിയത് മറ്റൊരു തരത്തിലാണെന്ന് കരുതേണ്ടിയിരിക്കുന്നു. കുട്ടികൾ എഴുതിയ കഥകളും കവിതകളും മറ്റും ചൂണ്ടിയാണ് അവരുടെ സർഗ്ഗാത്മകതാവാദങ്ങൾ ഉയരുന്നത്. അതിനെ സർഗ്ഗസാഹിത്യം എന്നുതന്നെയാണ് വിളിക്കുന്നത്. റോമൻ യാക്കോബ്സണെപ്പോലുള്ളവർ ഭാഷാശാസ്ത്രത്തിന്റെ സങ്കല്പനങ്ങളുപയോഗിച്ച് സർഗ്ഗസാഹിത്യത്തെ വിലയിരുത്താനുള്ള ശ്രമങ്ങളിൽ ഏർപ്പെടുകയുണ്ടായി. ചോംസ്കിയൻരീതിയിൽ ഏതൊരു ഭാഷാപ്രയോഗവും സർഗ്ഗാത്മകമാണ്. സ്വാഭാവികമായും ദൈനംദിനവ്യവഹാരങ്ങളെല്ലാം സർഗാത്മകപ്രകടനങ്ങളാണ് എന്നു വരുന്നു. കേട്ടു മനസ്സിലാക്കുന്നതിനെയും പറഞ്ഞു ഫലിപ്പിക്കുന്നതിനെയും ചോംസ്കി ഭാഷാപ്രകടനം (Linguistic performance) എന്നാണ് വിളിക്കുന്നത്. ഭാഷാപ്രകടനത്തിന് സഹായിക്കുന്നത് കുട്ടിയുടെ ഭാഷാജ്ഞാനം (Linguistic competence) ആണ്. ഈ ഭാഷാജ്ഞാനത്തെത്തന്നെയാണ് *'ഭാഷ ഉല്പാദിപ്പിക്കുന്നതിനുള്ള കുട്ടിയുടെ കഴിവുകളും സിദ്ധികളും'* എന്നു വിശദമാക്കുന്നത്. അതായത് പുതിയപാഠ്യപദ്ധതി വലിയ ഘോഷത്തോടെ *'ഭാഷ ഉല്പാദിപ്പിക്കുന്നതിനുള്ള കുട്ടിയുടെ കഴിവുകളും സിദ്ധികളും ഉപയോഗപ്പെടുത്തുകയും ഭാഷ ഉപയോഗിച്ച് ദൈനംദിന വ്യവഹാരങ്ങളും സർഗാത്മകപ്രകടനങ്ങളും നടത്തുന്നതിന് അവസരം നല്കുകയും ചെയ്യുന്നതാണ് ഈ രീതി'* എന്നു പറയുന്നതിന്റെ കാര്യം ലളിതമായി പറഞ്ഞാൽ കുട്ടിക്ക് സംസാരഭാഷയിൽ ഉരിയാടാൻ അവസരം നല്കുന്നു എന്നാണ് കിട്ടുക. വിദ്യാഭ്യാസം ലഭിച്ചതും അല്ലാത്തതുമായ ഓരോ കുട്ടിയും സാമാന്യമായി അതാണ് ചെയ്തുകൊണ്ടിരിക്കുന്നത്. അതുതന്നെയാണ്, അല്ലെങ്കിൽ അതു മാത്രമാണ്, ആസൂത്രിതമായി നടപ്പാക്കുന്ന ഒരു വിദ്യാഭ്യാസപദ്ധതിയുടെ ലക്ഷ്യമെന്ന് അഭിമാനപൂർവ്വം പ്രഖ്യാപിക്കുന്നത് എന്തൊരു നാണക്കേടാണ്.

സാമാന്യബുദ്ധിയുള്ള ആരെങ്കിലും ഇങ്ങനെയൊരു പ്രഖ്യാപനം അച്ചടിച്ചു വിതരണം ചെയ്യുമോ? കേരളത്തിൽ ഏറ്റവുമധികം തെറ്റായി അവതരിപ്പിക്കപ്പെട്ട ചിന്തകൻ ഒരുപക്ഷെ ചോംസ്കിയായിരിക്കും. അദ്ദേഹത്തിന്റെ പേരിൽ ലോകത്ത് മറ്റെവിടെയെങ്കിലും മാതൃഭാഷാവിദ്യാഭ്യാസം ഇങ്ങനെ താറുമാറായിട്ടുണ്ടാകുമോ എന്ന കാര്യം സംശയമാണ്. ബിഹേവിയറിസ്റ്റുകളുടെ ഭാഷാപഠനത്തെയും ചോംസ്കിയുടെ ഭാഷാർജ്ജനത്തെയും വ്യവച്ഛേദിച്ചറിയുന്നതിൽ പരിഷ്കർത്താക്കൾക്ക് ഗുരുതരമായ വീഴ്ച സംഭവിച്ചിട്ടുണ്ട്.

ഭാഷാർജ്ജനവും ഭാഷാവിദ്യാഭ്യാസവും

പുതിയപാഠ്യപദ്ധതിയുടെ സൈദ്ധാന്തികർ ചോംസ്കിയെ അവലംബിക്കുന്നു എന്നു പ്രഖ്യാപിക്കുകയും ഭാഷാപഠനം, ഭാഷാർജ്ജനം എന്നീ പദങ്ങളെ ഒരേ അർത്ഥത്തിൽ ഉപയോഗിക്കുകയും ചെയ്യുന്നു. എന്നാൽ ഭാഷാപഠനവും ഭാഷാർജ്ജനവും ഒന്നല്ലെന്ന് ചോംസ്കി വ്യക്തമാക്കുന്നുണ്ട്. It seems now reasonably well-established, that there is a special component of the human brain (call it 'the language faculty'), that is specifically dedicated to language. The subsystem of the brain (or mind, from the abstract perspective), has an initial state which is genetically determined, like all other components of the body: the kidney, circulatory system and so on.... The language faculty 'grows' from the initial state through childhood, reaching a relatively steady state at some stage of maturation. This is the process of language acquisition, sometimes misleadingly called 'language learning'. The process seems to bear little resemblance to what is called 'learning'..." (Chomsky, 1996:13). ജന്മനാ ലഭിച്ച ഭാഷാസിദ്ധി ശൈശവകാലത്ത് അത്ഭുതകരമായി പ്രവർത്തിക്കുന്നതിനാൽ ഭാഷയുടെ ആദ്യ പടവിൽനിന്ന് അത് അതിവേഗം വളരുകയും താരതമ്യേന സ്ഥിരമായ ഒരു ഘട്ടത്തിലെത്തുന്നതോടെ വളർച്ച ഏതാണ്ട് പൂർത്തിയാക്കുകയും ചെയ്യുന്നു. ഭാഷാർജ്ജനമെന്ന ഈ പ്രതിഭാസത്തെ പലപ്പോഴും ഭാഷാപഠനമായി തെറ്റിദ്ധരിക്കാറുണ്ട്. എന്നാൽ രണ്ടും തമ്മിൽ വിശേഷിച്ച് സാമ്യമോ ബന്ധമോ ഇല്ല എന്ന് അദ്ദേഹം അർത്ഥശങ്കയ്ക്കിടയില്ലാതെ വ്യക്തമാക്കുന്നുണ്ട്.

വസ്തുതകൾ വളരെ സ്പഷ്ടമായിരിക്കുന്നു. എന്നിട്ടും നമ്മുടെ വിദ്യാഭ്യാസദാർശനികർ ഭാഷാർജ്ജനവും ഭാഷാപഠനവും തമ്മിൽ വ്യവച്ഛേദിക്കുന്നില്ല എന്നു മാത്രമല്ല രണ്ടുസംജ്ഞയും വിവേചനമില്ലാതെ മാറിമാറി ഉപയോഗിക്കുകയും ചെയ്യുന്നു. പൊതുവിദ്യാഭ്യാസം സ്വയം ഏറ്റെടുത്തിരിക്കുന്ന കേരളശാസ്ത്രസാഹിത്യപരിഷത്തിന്റെ പുസ്തകത്തിൽ ഡോ. കെ. എൻ. ആനന്ദന്റെ (2003)*'ഭാഷാശാസ്ത്രത്തിലെ ചോംസ്കിയൻ വിപ്ലവ'*ത്തിലെ പല വിവരങ്ങളും അതേപടി എടുത്തുചേർക്കുകയാണ് ചെയ്തിട്ടുള്ളത്. *''ചോംസ്കിയൻ മാതൃകയിലുള്ള രചനാന്തരണ പ്രജനനവ്യാകരണം ഉടലെടുത്തതുമുതൽ മുന്നോട്ടുവെച്ചിട്ടുള്ള ആശയമാണ് മനുഷ്യമനസ്സിൽ അഥവാ, മസ്തിഷ്കത്തിൽ ഭാഷയ്ക്കുവേണ്ടി നീക്കിവെച്ചിട്ടുള്ള ഒരു ഘടകമുണ്ടെന്നുള്ളത്. മനുഷ്യന് ജന്മസിദ്ധമായ ഇതിനെ ഭാഷാപഠനസംവിധാനം (Language Acquisition Device-LAD) എന്നാണ് ആദ്യകാലത്തു വിശേഷിപ്പിച്ചത്''* എന്ന് *'ഭാഷാർജ്ജന'*ത്തെ *'ഭാഷാപഠന'*മെന്നാണ് വിവർത്തനം ചെയ്ത് എഴുതിയിരിക്കുന്നത്. അതിനെ കുറിക്കാൻ മലയാളത്തിൽ സാങ്കേതികപദമില്ലാത്തതല്ല ഇവിടുത്തെ പ്രശ്നം. സാങ്കേതികപദമുള്ള ഇംഗ്ലീഷിലായാലും സ്ഥിതി വിഭിന്നമല്ല. ഡോ. കെ.എൻ. ആനന്ദന്റെ Tuition to Intuition എന്ന പുസ്തകത്തിലും കാണുന്നു ഇതേ നിലപാട്. In fact they were not aware that they were *learning* languages other than their mother tongue. ഉദ്ധരിച്ചിരിക്കുന്ന വാക്യത്തിന്റെ തുടർച്ചയായി വരുന്ന ഖണ്ഡികയിൽ സ്റ്റീഫൻ ക്രാഷനെ ഉപജീവിച്ചു കൊണ്ട് ഭാഷയുടെ പഠനവും ആർജ്ജനവും തമ്മിലുള്ള വ്യത്യാസമാണ് വിശദീകരിക്കുന്നത്. As first observed by Stephen Krashen(1978), the expression "language learning includes two clearly distinct, though rarely understood, concepts. One involves receiving information about language, transforming it into knowledge through intellectual effort and storing it through memorization. The other involves developing the skill of interacting with foreigners to understand them and speak their language. The first concept is called language learning, while the other is referred to as language acquisition. തൊട്ടടുത്ത വരിയിൽ പഠനവും ആർജ്ജനവും തമ്മിലുള്ള വ്യത്യാസം പ്രതിപാദിക്കാനിരിക്കുമ്പോൾപ്പോലും അദ്ദേഹം ഉപയോഗിക്കുന്നത് acquiring എന്നല്ല learning എന്നാണ്. പഠനവും ആർജ്ജനവും രണ്ടാണെന്നു വിശദീകരിക്കുകയും ഒന്നാണെന്ന മട്ടിൽ പ്രയോഗിക്കുകയും ചെയ്യുന്നു ഡോ. കെ. എൻ. ആനന്ദൻ. മാത്രമല്ല ക്രാഷൻ പറയുന്ന രണ്ടുരീതികളിൽ ഒന്നായ ഭാഷാപഠന (language learning)ത്തെ പാടേ നിരാകരിക്കുകയും ചെയ്യുന്നു. കാരണം ലളിതമാണ്; ചോംസ്കിയൻ ഭാഷാശാസ്ത്രത്തിൽ ഭാഷാപഠനം വിഷയമല്ല. താൻ ക്രാഷനെയല്ല ചോംസ്കിയെയാണ് ഉപജീവിക്കുന്നതെന്ന് വരുത്തിത്തീർക്കാനുള്ള ശ്രമത്തിന്റെ ഭാഗമായി വേണം ഇതിനെ കരുതാൻ.

സംസാരവും എഴുത്തും

ബിഹേവിയറിസ്റ്റുകളുടെ ഭാഷാപഠനം ഭാഷാർജ്ജനത്തെയും ഭാഷാവിദ്യാഭ്യാസത്തെയും രണ്ടായി കാണുന്നില്ല. എന്നാൽ ചോംസ്കിയുടെ ഭാഷാർജ്ജനം എന്ന പ്രയോഗം ഭാഷാവിദ്യാഭ്യാസത്തെ ഉൾക്കൊള്ളുന്നേയില്ല. ചോംസ്കി പറയുന്നത് ശിശുവിന്റെ ചുറ്റുവട്ടത്തുള്ള സംസാരഭാഷയെക്കുറിച്ചാണ്. അഞ്ചുവയസ്സോടെ ഒരു സാധാരണ മനുഷ്യശിശു അത് ആർജ്ജിച്ചു കഴിഞ്ഞിരിക്കും. അതിനുശേഷമാണ് ലോകത്തെവിടെയും (ഭാഷാ)വിദ്യാഭ്യാസം ആരംഭിക്കുന്നത്. ഔപചാരികമായ ഭാഷാപഠനം യഥാർത്ഥത്തിൽ സംസാരഭാഷയെയല്ല ഉന്നം വെക്കുന്നത്, മറിച്ച് എഴുത്തുഭാഷയെയാണ്. (വിദ്യാരംഭത്തിന് മലയാളത്തിൽ എഴുത്തിനിരുത്തുക എന്നാണ് അക്ഷരാർത്ഥത്തിൽ നാം പറഞ്ഞുവരുന്നത്. എഴുത്തുപള്ളിയും ഓത്തുപള്ളിയും വ്യത്യസ്തമാണെന്ന് ഓർക്കുക.) ഭാഷാർജ്ജനത്തിന് ജന്മസിദ്ധിയുണ്ട് എന്നു വാദിക്കുന്ന ചില കോഗ്നിറ്റിവിസ്റ്റുകൾതന്നെ ഇക്കാര്യം ചൂണ്ടിക്കാണിച്ചിട്ടുണ്ട്. ബ്ലാങ്ക് സ്ലേറ്റ് എന്ന പുസ്തകത്തിൽ ഇങ്ങനെ പറയുന്നു: *"സംസാരഭാഷ സ്വാഭാവികമായി സ്വയമാർജ്ജിക്കാനുള്ള സിദ്ധി ശിശുക്കൾ പ്രദർശിപ്പിക്കുന്നുണ്ട്. എന്നാൽ എഴുത്തും വായനയും പഠിക്കാൻ തീവ്രമായ പരിശീലനം കൂടിയേ തീരൂ"* (Pinker, 2002:76). കേരളത്തിലെ പുതിയവിദ്യാഭ്യാസപദ്ധതിയുടെ പശ്ചാത്തലത്തിലും ഇത്

നിരീക്ഷിക്കപ്പെട്ടിട്ടുണ്ട്. ഭാഷാർജ്ജനവും ഭാഷാപഠനവും ഒന്നല്ല എന്നും ഭാഷാബോധനത്തിൽ മാനകരൂപങ്ങളിലുള്ള ചിട്ടയായ പരിശീലനം ആവശ്യമാണെന്നും വി. ആർ. പ്രബോധചന്ദ്രൻ വ്യക്തമാക്കിയിട്ടുണ്ട് (1999: 116–31). *"പ്രത്യേക പരിശീലനമൊന്നുമില്ലാതെ സ്വായത്തമാവുന്ന ഭാഷയാണ് അവന്റെ/അവളുടെ മാതൃഭാഷ. ഈ അർഥത്തിലാണ് മാതൃഭാഷ ആരും ആരെയും പഠിപ്പിക്കേണ്ടതില്ല, അതു താനേ പഠിഞ്ഞുകൊള്ളും എന്നു ഭാഷാശാസ്ത്രം പറയാറ്. പക്ഷെ ഭാഷാശാസ്ത്രപരിചയം വേണ്ടുവോളമില്ലാത്ത പലരും പലമട്ടിൽ തെറ്റിദ്ധരിച്ചിട്ടുള്ള ഒരു പ്രസ്താവമാണിത്"* (പ്രബോധചന്ദ്രൻ 1999:117). *"ജൈവികവൃത്തിയായ ഭാഷാർജ്ജനത്തെയും അഭ്യസ്തവൃത്തിയായ പ്രത്യേകഭാഷാപഠനത്തെയും വേർതിരിച്ചു കാണണം. ഒന്ന് സിദ്ധിയാണ്, മറ്റത് പഠനവും"* എന്ന് കെ.എം. പ്രഭാകരവാരിയരും (2007:100) നിരീക്ഷിച്ചിട്ടുണ്ട്.

ഔപചാരികപഠനം എഴുത്തിനും വായനയ്ക്കുമാണ് ഊന്നൽ നല്കുന്നതെങ്കിൽ ഭാഷാർജ്ജനത്തിൽ ഭാഷണത്തിനും ശ്രവണത്തിനുമാണ് ഊന്നൽ ലഭിക്കുന്നത്. ആദർശലേഖക-പഠിതാവ് (ideal writer-reader) എന്നല്ല ആദർശഭാഷക-ശ്രോതാവ് (ideal speaker-hearer) എന്നാണ് ചോംസ്കി പ്രയോഗിക്കുന്നത്. എഴുത്തറിയാത്തവനെയാണ് നിരക്ഷരൻ എന്നു പറയുക; ഭാഷ അറിയാത്തവനെയല്ല. ഭാഷ പറയാത്തവനെ ഊമയെന്നാണു പറയുക.

സംസാരഭാഷ എഴുത്തുഭാഷ എന്നിങ്ങനെ ഭാഷയെ വിഭജിക്കുന്നതിൽ സംസാരഭാഷയ്ക്ക് പ്രാമാണ്യം നല്കുകയാണ് ബിഹേവിയറിസ്റ്റുകളും അമേരിക്കൻ ഘടനാവാദികളും ചെയ്തത്. ബ്ലൂം ഫീൽഡിനെപ്പോലുള്ളവർ ആ മാർഗ്ഗത്തിൽ വളരെ മുന്നേറി. എഴുത്തോ ലിപികളോ ഇല്ലാത്ത അമേരിക്കൻ ഗോത്രഭാഷകളെയാണ് ബ്ലൂം ഫീൽഡും കൂട്ടരും പഠിച്ചത്. ബിഹേവിയറിസത്തെയും അമേരിക്കൻഘടനാവാദികളെയും നിരാകരിക്കുന്നു എന്ന് ആണയിടുന്നുണ്ടെങ്കിലും പുതിയപാഠ്യപദ്ധതി സംസാരഭാഷയെ മാത്രം പരിഗണിക്കുന്ന നിലപാടാണ് പിൻപറ്റുന്നത്. അദ്ധ്യാപകസഹായിയിൽ ഇങ്ങനെ പറയുന്നു: *"പ്രശ്നാധിഷ്ഠിത പാഠ്യപദ്ധതിയിൽ പ്രാദേശികമായ അനുഭവങ്ങൾ പ്രധാനമാണ്. പ്രാദേശികമായ പ്രശ്നങ്ങളും അതുമായി ബന്ധപ്പെട്ട രേഖകളും സാമഗ്രികളും പാഠങ്ങളും ചേരുമ്പോൾ പാഠ്യപദ്ധതി കൂടുതൽ മിഴിവുറ്റതാവും. സ്കൂൾ - ക്ലസ്റ്റർ - പഞ്ചായത്ത് തലങ്ങളിൽ ഇതിനുള്ള കൂട്ടായ്മകൾ പ്രവർത്തിക്കണം... പാർശ്വവൽക്കരിക്കപ്പെടുന്നവരെ സംബന്ധിച്ച് സാംസ്കാരികമായ സവിശേഷതകളും ഭാഷാപരമായ തനിമയും നിലനിർത്തിക്കൊണ്ടുതന്നെ പഠനം രൂപകൽപ്പന ചെയ്യാൻ പാഠ്യപദ്ധതിവഴി അങ്ങേയറ്റം ശ്രമിക്കണം."* വാമൊഴിഭേദങ്ങളെക്കുറിച്ച് അവർ വാചാലരാകും. അതിനവർ കൂട്ടു പിടിക്കുന്നത് ചോംസ്കിയെ ആണെന്നതാണ് വിചിത്രം. ഭാഷാഭേദങ്ങൾ രാഷ്ട്രീയ കാരണങ്ങളാലാണ് നിർണ്ണയിക്കപ്പെടുന്നത് എന്നാണ് ചോംസ്കിയുടെ അഭിപ്രായം. ഭാഷാഭേദങ്ങളെന്നല്ല ഇന്നു നാം പറയുന്ന വ്യത്യ

സ്ത ഭാഷകൾ തമ്മിൽത്തന്നെ പുറമേ കാണുന്ന വ്യത്യാസങ്ങൾ പ്രസക്തമല്ല എന്നാണ് ചോംസ്കി വാദിക്കുന്നത്. ചോംസ്കിയുടെ പ്രശസ്തമായ വാക്യം - *മനുഷ്യനോളം ബുദ്ധിയുള്ള ഒരു അന്യഗ്രഹജീവി ഭൂമിയിൽ പര്യടനം നടത്തിയാൽ ലോകത്തെവിടെയും മനുഷ്യവർഗ്ഗം ഒരേ ഭാഷയാണ് സംസാരിക്കുന്നത് എന്നായിരിക്കും പറയുക* - എന്നത്രേ. ഭാഷകൾ തമ്മിലുള്ള വൈജാത്യങ്ങൾ ഉപരിതലത്തിൽ മാത്രമുള്ളതാണ്. അടിത്തട്ടിൽ, വ്യാകരണതലത്തിൽ അവ തികച്ചും സമമോ സമാനമോ ആണ്. ഇങ്ങനെയൊക്കെയാണ് കാര്യങ്ങളെന്നിരിക്കിലും സ്വന്തം ഭാഷാഭേദത്തിൽ സംസാരിക്കാനുള്ള, അതും ദൈനംദിനവ്യവഹാരത്തിനുള്ള, ശേഷിയാണ് ഓരോ കുട്ടിയും നേടേണ്ടതെന്ന നിലപാടാണ് കേരളത്തിലെ പാഠ്യപദ്ധതി അതിന്റെ ആദർശമായി കരുതുന്നത്. അതാകട്ടെ ഓരോ കുട്ടിയും സ്ക്കൂളിലെത്തും മുമ്പേതന്നെ നേടിക്കഴിഞ്ഞതാണു താനും.

പഠനമോ പീഡനമോ

എഴുത്തും വായനയും പഠിച്ച് അതിലൂടെ മനുഷ്യവർഗ്ഗം ഇതുവരെ ആർജ്ജിച്ചിരിക്കുന്ന ജ്ഞാനവിജ്ഞാനങ്ങളുടെ അനുപമമായ അപാരലോകത്തിലേക്ക് പ്രവേശിക്കുകയാണ് വിദ്യാഭ്യാസത്തിന്റെ ലക്ഷ്യം. എഴുത്തുഭാഷ ശിശുവിന് സ്വയമേവ ആർജ്ജിച്ചെടുക്കാവുന്നതല്ല. അതിന് ബോധനവും പരിശീലനവും ആവശ്യമാണ്. അതുകൊണ്ട് തങ്ങളുടെ വിദ്യാഭ്യാസത്തിന്റെ അടിസ്ഥാനം ഭാഷാർജ്ജനമാണ് എന്ന് ആരെങ്കിലും അവകാശപ്പെട്ടാൽ അതിന്റെ അർത്ഥം നേരത്തെ നേടിക്കഴിഞ്ഞ ഒരു കാര്യം നേടാനായി കുട്ടികളെ അവർ അനാവശ്യമായി പീഡിപ്പിക്കുന്നു എന്നു മാത്രമാണ്. സ്ക്കൂളിൽപ്പോയാലും കുട്ടികൾ പഠിക്കേണ്ടത് സംസാരഭാഷയാണ് എന്ന വിദ്യാഭ്യാസവിരുദ്ധമായ നിലപാടാണ് അത് പ്രചരിപ്പിക്കുന്നത്.

സംസാരഭാഷയുടെ കാര്യത്തിൽ നൂറുശതമാനം കുട്ടികളും വിജയിക്കുന്നുണ്ട്. ഓരോ കുട്ടിയും നൂറുശതമാനം വിജയം നേടുന്നുമുണ്ട്. എഴുത്തുഭാഷയിൽ ഇത് അപ്രാപ്യമാണ്. അതു തെളിയിക്കാൻ നാം നടത്തുന്ന പരീക്ഷയുടെ രീതി അല്പം മാറ്റി നോക്കിയാൽ മതി. രണ്ടു മണിക്കൂർ എഴുത്തു പരീക്ഷയ്ക്കു പകരം രണ്ടുമണിക്കൂർ വാമൊഴി പരീക്ഷ. ഓരോ കുട്ടിയെയും കോളർ മൈക്ക് ഘടിപ്പിച്ച് പുറത്തേക്കു വിടുക. രണ്ടുമണിക്കൂറിനിടെ കുട്ടി പറയുന്നതെല്ലാം റിക്കാഡു ചെയ്യുക. വിലയിരുത്താൻവേണ്ടി അതു വീണ്ടും കേൾക്കുക. ഓരോ സന്ദർഭത്തിലും- ക്ലാസ്സിലെ സഹപാഠികളോടും അദ്ധ്യാപകരോടും ബസ്സിലെ കണ്ടക്ടറോടും അങ്ങാടിയിലെ ആളുകളോടും വീട്ടിലുള്ളവരോടും മറ്റും മറ്റും- ഉചിതമായ രീതിയിൽ സംസാരിച്ചിട്ടുണ്ടോ എന്നു പരിശോധിക്കുക. ക്ലാസ്സിലെ മുഴുവൻ കുട്ടികൾക്കും എ പ്ലസ് ഗ്രേഡു ലഭിക്കുമെന്ന കാര്യത്തിൽ സംശയമേതും വേണ്ടാ. അതു പക്ഷെ വിദ്യാഭ്യാസത്തിന്റെ മേന്മയായി കരുതിക്കൂടാ. കാരണം ഇതേ പരീക്ഷണം സ്ക്കൂൾപ്രവേശനം നേടിയിട്ടില്ലാത്ത ഒരു അഞ്ചുവയസ്സുകാരന്റെ (അല്ലെങ്കിൽ ഒരു നിരക്ഷരന്റെ) പരിചിതവൃത്തത്തിനുള്ളിൽ

വെച്ചു നടത്തിയാലും ഇതേ ഫലം കിട്ടും. അവരുടെ വിഷയങ്ങളും അവയുടെ ഗഹനതയും വ്യത്യാസപ്പെട്ടേയ്ക്കും എന്നു മാത്രം. എഴുത്തിൽ ഈ നേട്ടം കൈവരിക്കുക എളുപ്പമല്ല. അതായത് ശിശുവിന്റെ ഭാഷാർജ്ജനം സംസാരഭാഷയുടെ കാര്യമാണ്, എഴുത്തുഭാഷയിൽ അതു സാദ്ധ്യമല്ല എന്നർത്ഥം.

അങ്ങനെ വരുമ്പോൾ കേരളത്തിലെ പുതിയ പദ്ധതി മുന്നോട്ടുവെക്കുന്ന മലയാളപഠനം തികച്ചും അനാവശ്യമായ ഒരു പ്രക്രിയയാണ് എന്നത്രെ അവർ വാദിക്കുന്നത്. കേരളത്തിലെ മലയാളാദ്ധ്യാപകർക്കു ശമ്പളം കിട്ടുക എന്നതല്ലാതെ മറ്റെന്തെങ്കിലും ഉദ്ദേശ്യം അതിനുണ്ടാവുക സാദ്ധ്യമല്ല. എന്നിട്ടും കേരളത്തിലെ കുട്ടികൾ ചിലരെങ്കിലും മലയാളം എഴുതാനും വായിക്കാനും പഠിച്ചിട്ടുണ്ടെങ്കിൽ വിദ്യാസമ്പന്നരായ രക്ഷിതാക്കൾ വീട്ടിൽ വെച്ചോ ട്യൂഷൻ വഴിയോ അവരെ പഠിപ്പിക്കുന്നതുകൊണ്ടാവണം. അതല്ലെങ്കിൽ ഈ പറയുന്ന സിദ്ധാന്തങ്ങൾ നടപ്പിലാക്കുന്നതിൽ നാം പരാജയപ്പെടുന്നതുകൊണ്ടുള്ള ഭാഗ്യമായി വേണം അതിനെ കരുതാൻ.

ഭാഷാർജ്ജനത്തിന്റെ തത്വങ്ങളെ തൃപ്തികരമായി വിശദീകരിക്കാൻ കഴിഞ്ഞില്ല എന്ന ഒറ്റക്കാരണത്താൽ ബിഹേവിയറിസത്തിന്റെ ഉൾക്കാഴ്ചകളെ അപ്പാടെ വിദ്യാഭ്യാസത്തിൽനിന്നും പടിയിറക്കുന്നതു ശരിയാണോ എന്നും പരിശോധിക്കേണ്ടതാണ്; ഭാഷാർജ്ജനവും ഭാഷാദ്ധ്യയനവും വ്യത്യസ്തകാര്യങ്ങളായ സ്ഥിതിക്ക് പ്രത്യേകിച്ചും. ബിഹേവിയറിസം അത്രയ്ക്ക് വിദ്യാഭ്യാസവിരുദ്ധമായ ഒരു സംഗതിയായിരുന്നെങ്കിൽ അതുപ്രകാരം പഠിച്ചുവന്നവർക്ക് എങ്ങനെയാണ് പുതിയ ചിന്തകളും അറിവുകളും പഠിച്ചെടുക്കാനും അതിനുവേണ്ടി വാദിക്കാനും കഴിയുക. മനഃപാഠം മാത്രമാണ് അതിന്റെ തന്ത്രമെങ്കിൽ ബിഹേവിയറിസത്തിനുശേഷം പഴയ അറിവുകളുടെ പുനരുല്പാദനം മാത്രമായിരുന്നു നടക്കേണ്ടിയിരുന്നത്. അതാകുമായിരുന്നു അറിവിന്റെ അവസാനം.

അക്ഷരപഠനം- ഒരു താരതമ്യം

ബിഹേവിയറിസത്തെ തുടർന്നുണ്ടായ ജ്ഞാനപദ്ധതികളെത്തന്നെയാണ് നാം ആശ്രയിക്കേണ്ടത് എന്ന കാര്യത്തിൽ സംശയമൊന്നുമില്ല. അതുപക്ഷെ ബിഹേവിയറിസത്തിന്റെ പ്രസക്തമായ അംശങ്ങളെപ്പോലും നിരാകരിക്കുന്ന തരത്തിൽ ഒരു ഇല്ലം ചുടലായി മാറുന്ന വെറും കക്ഷിരാഷ്ട്രീയമായി അധഃപതിച്ചുകൂടാ. ഉദാഹരണത്തിന് ഹാൻഡ്ബുക്കിലെ However in the learning of English certain principles of behaviorism like imitation and repetition were still followed. എന്ന വാദം നോക്കാം.

പഴയപാഠ്യപദ്ധതിയിൽ പദമെഴുത്തുരീതിയാണ് അനുവർത്തിച്ചുപോന്നത്. 'തറ പറ' രീതി എന്നു പറയാം. *തറ, പറ* എന്നു വ്യത്യസ്തപദങ്ങളിൽ ഒരേ അക്ഷരം (പുസ്തകത്തിൽ അതിനു പ്രത്യേകനിറവുമായിരിക്കും) ആവർത്തിച്ചുവരുന്നു. അദ്ധ്യാപകർ എഴുതിക്കാണിക്കുന്നത് അനുകരിച്ച്, പലപ്പോഴും കൈപിടിച്ചെഴുതിച്ചുകൊണ്ട്, ആവർ

ത്തിച്ചാണ് കുട്ടികൾ എഴുത്തു പഠിക്കുന്നത്. റ യാണ് മലയാളത്തിലെ ഏറ്റവും ലളിതമായ ലിപി. ലളിതമായതിൽനിന്ന് സങ്കീർണ്ണമായതിലേക്ക് എന്നാണതിന്റെ വളർച്ച. ഒടുവിൽ അകാരാദിക്രമത്തിൽ അക്ഷരമാലയത്രയും കുട്ടി പഠിച്ചെടുക്കുന്നു. അതിനിടെ വള്ളിപുള്ളികൾ ഉൾപ്പെടുന്ന ഉപലിപികളും ചില്ലുകളും കൂട്ടക്ഷരങ്ങളും പഠിച്ചെടുക്കുന്നു. ഒറ്റയൊറ്റയായ വസ്തുതകളായി (അക്ഷരങ്ങളായി) ഭാഷയെ പഠിക്കുവാനാകില്ല എന്നതിനാൽ ബിഹേവിയറിസത്തിന്റെ അക്ഷരപഠനരീതി അപര്യാപ്തമാണ് എന്നെല്ലാമാണ് ഇതിനെതിരെ ഉന്നയിക്കപ്പെട്ട വിമർശനങ്ങൾ.

ഇന്നതു മാറി കുട്ടിയുടെ പേരും പരിചിതമായ മറ്റു പേരുകളും എഴുതിയാണ് അക്ഷരങ്ങളെ പരിചയപ്പെടുന്നത്. ഓരോ അക്ഷരവും വെച്ച് പരിചയമുള്ള പദങ്ങൾ എഴുതുന്നതാണ് അടുത്തഘട്ടം. എഴുതുന്ന പദങ്ങൾ വ്യത്യസ്തമാണെങ്കിലും പുതിയരീതിയും പിന്തുടരുന്നത് പദമെഴുത്തുരീതിതന്നെയാണ്. മുമ്പുണ്ടായിരുന്ന ലളിതമായതിൽനിന്ന് സങ്കീർണ്ണമായതിലേക്ക് എന്ന ക്രമം അവിടെ ദീക്ഷിക്കുന്നില്ല എന്നുമാത്രം. പരിചിതമായതിൽനിന്ന് അപരിചിതമായതിലേക്ക് എന്ന ബിഹേവിയറിസ്റ്റ് ക്രമംതന്നെ കാണുകയും ചെയ്യാം. അദ്ധ്യാപിക എഴുതുന്നത് അനുകരിക്കുകയും ആവർത്തിക്കുകയുംതന്നെയാണ് അതിന്റെ രീതി. അതില്ലാതെ ഒറ്റത്തവണ കാണുകയോ കേൾക്കുകയോ ചെയ്യുമ്പോഴേക്കും അക്ഷരങ്ങളെ തിരിച്ചറിയാനും എഴുതാനും പ്രയാസമാണ്. ആവർത്തനത്തിന് ചിലപ്പോൾ അക്ഷരക്കാർഡുകൾ കണ്ടെത്തുക, ക്രമത്തിൽ അടുക്കുക തുടങ്ങിയ കളികളെ ആശ്രയിക്കുമെന്നു മാത്രം. അക്ഷരക്കാർഡുകൾ യഥാർത്ഥത്തിൽ ഒറ്റയൊറ്റതന്നെയാണ്. ആവർത്തനവും അനുകരണവും ഇനിമേലിൽ വിദ്യാഭ്യാസത്തിലുണ്ടാവുകയില്ല എന്ന ഹാൻഡ്ബുക്കിലെ വാദം വിശ്വസിച്ചാൽ ഇനിമേലിൽ അക്ഷരപഠനം ഉണ്ടാവില്ല എന്നായിരിക്കും വന്നുകൂടുന്ന അർത്ഥം. അക്ഷരമാല എഴുതിക്കുക എന്ന യാന്ത്രികരീതി പക്ഷെ പുതിയപദ്ധതി അനുവർത്തിക്കുന്നില്ല. പകരം നിഘണ്ടുപരിശോധന - നിർമ്മാണം തുടങ്ങിയ പ്രവർത്തനങ്ങളിലൂടെ അകാരാദിക്രമവും അക്ഷരമാലയും കുട്ടി സ്വയം കണ്ടെത്തുന്നതാണ് ജ്ഞാനനിർമ്മിതിയുടെ രീതി. (ഇതിനെ ചോംസ്കിയുടെ രീതി എന്നു വിളിക്കാനാവില്ല.) സൈദ്ധാന്തികമായി ഈ രീതി കൂടുതൽ മെച്ചപ്പെട്ടതാണെന്ന കാര്യത്തിൽ സംശയമില്ല. കാര്യക്ഷമതയും സൂക്ഷ്മതയും അതിനു കൂടും. അപ്പോഴും ആവർത്തനവും പരിശീലനവുംതന്നെയാണ് അതിന്റെ രീതികൾ എന്നതു മറന്നുകൂടാ. പക്ഷെ ആ വഴി പഠിച്ചുവന്നവർ അക്ഷരത്തെറ്റുകൾ വരുത്തുന്നതിന്റെ തോത് അപകടകരമായി വർദ്ധിച്ചിരിക്കുന്നു എന്ന് ആർക്കും പെട്ടെന്ന് ബോദ്ധ്യപ്പെടും.

അനുകരണവും ആവർത്തനവുംതന്നെയാണ് ഇവിടെയും നടക്കുന്നത്. എന്നിട്ടും നമ്മുടെ പുതിയ വിദ്യാഭ്യാസചിന്തകർ ആവർത്തനവും അനുകരണവും വിദ്യാഭ്യാസവിരുദ്ധമാണെന്ന് പ്രചരിപ്പിക്കുന്നു. ചെറിയചെറിയ ഭാഗങ്ങളായല്ല, അർത്ഥപൂർണ്ണമായ വാക്യങ്ങളായാണ് എഴുത്തുഭാഷ പഠിക്കുന്നതെന്ന് അവകാശവാദം മുഴക്കുന്നു. പരിഷ

ത്തിന്റെ പുസ്തകത്തിൽ ആവർത്തനത്തെ നിരാകരിക്കുന്നതു കാണുക: *''ഭാഷാവസ്തുതകളുമായി ഇടപഴകാൻ കഴിയുന്ന പുനരനുഭവങ്ങൾ നിരന്തരം സൃഷ്ടിക്കലാണ് ഭാഷാക്ലാസ്സിൽ നടക്കേണ്ടത്. ഭാഷാവ്യവസ്ഥ സ്വായത്തമാക്കാൻ കുട്ടിക്കു കഴിയണമെങ്കിൽ ആവർത്തനമല്ല ആവശ്യം''* (പുറം224). *'പുനരനുഭവങ്ങൾ നിരന്തരം സൃഷ്ടിക്കുക'* എന്നു പറഞ്ഞാൽ കുഴപ്പമില്ല അതിനു പകരം *'ആവർത്തനം'* എന്നെങ്ങാൻ പറഞ്ഞുപോയാൽ സംഗതി ബിഹേവിയറിസവും വിദ്യാഭ്യാസവിരുദ്ധവുമാകും. ഭാഷാവസ്തുതകൾ എന്നു പറഞ്ഞാൽ ഭാഷാവ്യവസ്ഥ എന്ന് അർത്ഥം ലഭിക്കുമോ? തീർന്നില്ല, *''ഭാഷാവസ്തുതകളെ വേർപെടുത്തി പഠിക്കാൻ ശ്രമിക്കുന്നതും ഗുണം ചെയ്യില്ല. ഭാഷാവസ്തുതകൾ കൂട്ടങ്ങളായി പഠിക്കുന്നതു വഴിയാണ് ഭാഷാപഠനം നടക്കുന്നത്''* എന്നെഴുതിയതിന്റെ തുടർച്ചയായി *''ഭാഗത്തിൽ നിന്ന് സമഗ്രതയും സമഗ്രതയിൽ നിന്ന് ഭാഗങ്ങളും രൂപപ്പെടുത്താനുള്ള കഴിവ് ഭാഷാപഠനത്തിൽ ആന്തരികമായി ഉണ്ട്''* (:224) എന്നു കൂട്ടിച്ചേർക്കുന്നു. എങ്കിൽ ഭാഷാവസ്തുതകൾ വേറിട്ടു പഠിച്ചാലും ഈ കഴിവു കൊണ്ട് ഭാഷാപഠനം സുഗമമായി നടക്കുമെന്നല്ലേ വന്നുകൂടുന്നത്. സ്വയം ബോദ്ധ്യപ്പെട്ടല്ല ദാർശനികർ സംസാരിക്കുന്നതെന്നു മാത്രമാണ് ഇത്തരം വൈരുദ്ധ്യങ്ങളിൽനിന്നു വെളിപ്പെടുന്നത്. ബിഹേവിയറിസത്തെ ശത്രുപക്ഷത്തു നിർത്തുന്ന ശാഠ്യം ഒഴിവാക്കിയാൽ ഇത്തരം കാര്യങ്ങളിൽ ന്യായീകരണങ്ങൾ കാണാനായുള്ള പെടാപ്പാടുകളെങ്കിലും ഒഴിവാക്കാം. വിദ്യാഭ്യാസപ്രവർത്തകരുടെ ശ്രദ്ധ ഗുണപരമായ കാര്യങ്ങളിലേക്കു തിരിക്കാനും അതുപകരിക്കും.

ബിഹേവിയറിസത്തെ ശത്രുപക്ഷത്തു നിർത്തി ഒരു മന്ത്രവാദം നടത്തുകയല്ലാതെ അതിനുശേഷമുണ്ടായ ഭാഷാസിദ്ധാന്തങ്ങളെ വിലയിരുത്തി വിദ്യാഭ്യാസത്തിൽ അവയുടെ പ്രസക്തി കണ്ടെത്തി പ്രയോഗിക്കാനുള്ള നേരിയ പരിശ്രമങ്ങൾപോലും പുതിയപാഠ്യപദ്ധതിക്കാരുടെ ഭാഗത്തുനിന്ന് ഇതുവരെ ഉണ്ടായിട്ടില്ല. അല്ലായിരുന്നെങ്കിൽ ഭാഷാശാസ്ത്രത്തിന്റെ വെള്ളപ്പാച്ചലിൽ മുങ്ങിപ്പോയ വ്യാകരണം എന്ന വാക്കിനെ വീണ്ടെടുത്ത ചോംസ്കിയുടെ പേരിലുള്ള ഒരു പാഠ്യപദ്ധതി വ്യാകരണപഠനത്തെ അയിത്തപ്പാടകലെ നിർത്തുമായിരുന്നില്ല. വ്യാകരണം എന്ന വാക്കിനെ മാത്രമല്ല അതിന്റെ സത്തയെയും ചോംസ്കി വീണ്ടെടുക്കുന്നുണ്ട്. പാണിനിയുടെ സംസ്കൃതവ്യാകരണഗ്രന്ഥമായ പാണിനീയത്തെയാണ് തന്റെ പ്രജനകവ്യാകരണത്തിന് (Generative Grammar) മികച്ച മാതൃകയായി അദ്ദേഹം ഉയർത്തി കാട്ടുന്നത്. (ഘടനാവാദിയും ബിഹേവിയറിസ്റ്റുമായ ബ്ലൂം ഫീൽഡ് പോലും മനുഷ്യബുദ്ധിയുടെ എക്കാലത്തെയും മികച്ച സ്മാരകമെന്നാണ് പാണിനീയത്തെ വിശേഷിപ്പിച്ചത്.) ഇതൊക്കെയാണെങ്കിലും വ്യാകരണം എന്ന വാക്കുകേട്ടാൽ കേരളത്തിലെ പുതിയപാഠ്യപദ്ധതിക്കാർക്ക് മേലാകെ ചൊറിഞ്ഞുവരും. അവർ ചോംസ്കിയെ പഠിക്കുകയല്ല തങ്ങളുടെ താല്പര്യങ്ങൾക്കായി ചോംസ്കിയൻ ഭാഷാദർശനങ്ങളെ തെറ്റായി വ്യാഖ്യാനിക്കുകയും അദ്ധ്യാപകസമൂഹത്തിന് അതിന്റെ പൊരുൾ ഒരിക്കലും ലഭിക്കാതിരിക്കാനെന്നോണം അതിനെ

നിഗൂഢവല്ക്കരിക്കുയുമാണ് ചെയ്യുന്നത്. ഇതത്രെ പുതിയ പാഠ്യപദ്ധതി കേരളത്തിലെ ഭാഷാവിദ്യാഭ്യാസത്തോടു ചെയ്യുന്ന ഏറ്റവും വലിയ വഞ്ചന.

കേരളത്തിലെ ഭൂരിപക്ഷം കുട്ടികൾക്കും മലയാളം എഴുതാനറിയില്ലെന്ന വസ്തുതയാണ് വിദ്യാഭ്യാസവകുപ്പുതന്നെ നടത്തിയതും ഫലം പുറത്തുവിടാത്തതുമായ പഠനങ്ങളിൽനിന്ന് വ്യക്തമാകുന്നത് എന്ന് പലകോണുകളിൽനിന്ന് ആക്ഷേപം ഉയരുന്നുണ്ടെങ്കിൽ അതത്രയും ചോംസ്കിയുടെ സർവ്വഭാഷാവ്യാകരണസിദ്ധാന്തപ്രകാരം ആസൂത്രണം ചെയ്തു നടപ്പാക്കുന്ന വിദ്യാഭ്യാസപദ്ധതിയുടെ വിജയമാണ്. കെ.സി.എഫിൽ പറയുന്ന *''സൈദ്ധാന്തികതലത്തിൽ ഏറ്റവും ശക്തവും നവീനവുമായ കാഴ്ചപ്പാടുകൾ അവതരിപ്പിക്കുന്നുണ്ടെങ്കിലും പുതിയഭാഷാസമീപനം പ്രയോഗതലത്തിൽ ഇനിയും മെച്ചപ്പെടേണ്ടതുണ്ടെന്ന് പഠനങ്ങൾ തെളിയിക്കുന്നു''* എന്ന വാക്യം തിരിച്ചാണ് പ്രയോഗിക്കേണ്ടത്. സൈദ്ധാന്തികതലത്തിലുള്ള പ്രശ്നങ്ങൾ അതേപടി പ്രയോഗത്തിൽ വരുത്താൻ വിദ്യാഭ്യാസവകുപ്പിന് കഴിഞ്ഞിട്ടുണ്ട്. വിദ്യാഭ്യാസപരിഷ്ക്കാരത്തെ വകവെക്കാത്ത ഒരു ന്യൂനപക്ഷം ഇതിനെ അതിജീവിച്ച് മലയാളമെഴുതാൻ പഠിച്ചുകളഞ്ഞു എന്നൊരു പോരായ്മയുണ്ടെങ്കിലും.

വാൽക്കഷ്ണം.

*ഭാഷാപോഷിണി*യിൽ പ്രസിദ്ധീകരിച്ച ഇ.സി.ജി.സുദർശന്റെ അഭിപ്രായം കണ്ട് തൃശ്ശൂരിലെ ഒരു സ്ക്കൂളിലെ മലയാളാദ്ധ്യാപകർ കുട്ടികളെക്കൊണ്ട് 2000 കത്തുകൾ എഴുതിച്ചു. *''പദച്ഛേദം, പദാർത്ഥം, വാച്യാർത്ഥം, ധ്വനി, ഭാവം, ശബ്ദത്തിന് കാവ്യത്തിലെ പ്രസക്തി ഇങ്ങനെ പഠിപ്പിക്കുമ്പോൾ ഒരു കാര്യത്തിന് അനേകതലങ്ങളുണ്ടാകാം എന്ന വലിയ അറിവാണ് അവിടെനിന്നു കിട്ടുന്നത്.'' അതിനാൽ അലങ്കാരം, ഛന്ദസ്സ്, സാരസ്യം ഒക്കെ പഠിക്കാനുള്ള അവസരം ഞങ്ങൾക്കുകൂടി ലഭിക്കാനായി അതെല്ലാം പാഠ്യപദ്ധതിയിൽ ഉൾപ്പടുത്താനുള്ള നടപടി കൈക്കൊള്ളണമെന്ന്* വിദ്യാഭ്യാസവകുപ്പിനോടോ എസ്.സി.ഇ.ആർ.ടി.യോടോ അഭ്യർത്ഥിക്കുന്നവയായിരുന്നില്ല അതിലൊന്നുപോലും. പകരം ശാസ്ത്രജ്ഞനായ സുദർശന്റെ മാതൃഭാഷാഭിമാനത്തെ അഭിനന്ദിച്ചുകൊണ്ട് എഴുതിയതാണവ. കത്തുകളത്രയും ദൃശ്യമാദ്ധ്യമങ്ങളെ വിളിച്ചുവരുത്തി ആഘോഷപൂർവ്വം അദ്ദഹത്തിന് അയച്ചുകൊടുക്കുകയാണ് ചെയ്തത്.

സഹായകഗ്രന്ഥങ്ങൾ

കെ.സി.എഫ് 2007

വിവിധക്ലാസ്സുകളിലേക്ക് അദ്ധ്യാപകർക്കുള്ള കൈപ്പുസ്തകങ്ങൾ

അമേരിക്കയിലെ വിദ്യാഭ്യാസത്തെക്കുറിച്ചുള്ള വ്യത്യസ്ത വെബ്സൈറ്റുകൾ

അഷ്റഫ്. കെ. ടി. 2011, 'പൊതുവിദ്യാഭ്യാസം തോല്ക്കുമ്പോൾ' (*മാധ്യമം ആഴ്ചപ്പതിപ്പ്*, 2011 ഫെബ്രുവരി,28, മാർച്ച് 7)

ആനന്ദൻ കെ.എൻ. 2003, *ഭാഷാശാസ്ത്രത്തിലെ ചോംസ്കിയൻ വിപ്ലവം* കേരളഭാഷാ ഇൻസ്റ്റിറ്റ്യൂട്ട്.

കേരളശാസ്ത്രസാഹിത്യപരിഷത്ത്, (പ്രസാ.) 2006, *വിദ്യാഭ്യാസപരിവർത്തനത്തിന് ഒരാമുഖം*, തൃശൂർ.

പ്രബോധചന്ദ്രൻ, വി. ആർ. 1999, *മലയാളം മലയാളിയോളം* കേരളഭാഷാഇൻസ്റ്റിറ്റ്യൂട്ട്, തിരുവനന്തപുരം.

പരമേശ്വരൻപിള്ള, എരുമേലി. 1966, 1991 *മലയാളഭാഷാദ്ധ്യാപനം* നാഷനൽ ബുക്ക് സ്റ്റാൾ കോട്ടയം

പ്രഭാകരവാരിയർ, കെ. എം. 2007, *ഭാഷാശാസ്ത്രവിവേകം* വള്ളത്തോൾ വിദ്യാപീഠം, ശുകപുരം.

വേണുഗോപാലപ്പണിക്കർ, ടി. ബി. 1987, *നോം ചോംസ്കി* വിശ്വദർശനപ്രസിദ്ധീകരണം, തൃശൂർ.

വേണുഗോപാൽ, കെ.എം. 2008, 'ഫിസിക്സിലെ ധ്വനിസിദ്ധാന്തം', *ഭാഷാപോഷിണി*, സപ്തംബർ 2008)

സോമനാഥൻ പി. 2008, മലയാളം ഒന്നാംഭാഷയായി പഠിക്കുമ്പോഴുള്ള പ്രശ്നങ്ങൾ പിഎച്ച്.ഡി. പ്രബന്ധം (അപ്രകാശിതം) കാലിക്കറ്റ് സർവ്വകലാശാല.

Anandan, K. N. 2006, *Tuition to Intuition: the Constructivist Perspective on Second Language Pedagogy, Transcend*, Chinakkel, Calicut University.

Bloomfield, Leonard 1964, *Language* Motilal Banarsdass, Delhi.

Chomsky Noam 2006, (Eds.Nirmalangshu mukherji,Bibudhendra narayan Patnaik, Rama Kant Agnihotri) *The Architecture of Language Oxford University press.*

Chomsky, Noam 1996, *Powers and Prospects* Madhyam Books, New Delhi.

Pnker, Steven. 2000, *The Language Instinct, How the Mind Creates Language*, Harper Perennial modern classic New York.

Pinker, Steven 2002, *The Blank Slate*: The Modern Denial of Human Nature

Skinner, B. F. 1957, *Verbal Behaviour* Application Century Crafts

(2011 മാർച്ചിൽ ചങ്ങനാശ്ശേരി എസ്.ബി. കോളേജ് മലയാളവിഭാഗം നടത്തിയ ദേശീയസെമിനാറിൽ അവതരിപ്പിച്ച പ്രബന്ധം)

■

വ്യാകരണപഠനം പ്രായോഗികപഠനം

ഭാഷാശുദ്ധി പരിശോധിക്കാൻ കെല്പുള്ള ആളുകളില്ലാത്തതാണ് തന്റെ വാരികയിൽ അത്തരം പിശകുകൾ കുറയ്ക്കുന്നതിനുള്ള പ്രായോഗികബുദ്ധിമുട്ട് എന്നാണ് കേരളത്തിലെ ഒരു പ്രമുഖ വാരികയുടെ പത്രാധിപർ പറഞ്ഞത്. കുട്ടികൃഷ്ണമാരാർ പ്രൂഫു നോക്കിയതിന്റെ ഫലമാണ് *മലയാളശൈലി* എന്ന പുസ്തകം. മലയാളഭാഷയിലും സാഹിത്യത്തിലും ബിരുദവും ബിരുദാനന്തര ബിരുദവും നേടിയവർപോലും നന്നായി മലയാളം എഴുതാൻ കഴിവുള്ളവരാകുന്നില്ല. ഗവേഷണപ്രബന്ധങ്ങളിൽപ്പോലും ഭാഷാപരമായ പിഴവുകൾ ധാരാളമായി കണ്ടുവരുന്നു. വ്യാകരണപഠനം ഫലപ്രദമല്ല എന്നാണ് ഇതൊക്കെ ചൂണ്ടിക്കാണിക്കുന്നത്. ഭാഷാപഠനത്തെ വെറും സാഹിത്യപഠനമായി കരുതിപ്പോരുന്നത് കാര്യങ്ങളെ കൂടുതൽ സങ്കീർണ്ണമാക്കുകയും ചെയ്യുന്നു. വ്യാകരണപഠനം ഒഴിവാക്കാനാവാത്ത ഒരു തിന്മയായി മാറിയിരിക്കുന്നു. അതിനൊരു ബദൽ കണ്ടുപിടിക്കുകയാകട്ടെ എളുപ്പമല്ലതാനും.

കണക്കും വ്യാകരണവുമാണ് പണ്ടുമുതലേ വിദ്യാർത്ഥികൾ കീറാമുട്ടികളായി കണക്കാക്കുന്നത്. ഒരർത്ഥത്തിൽ രണ്ടിനെയും ഭാഷയെന്നു വിളിക്കാം. ഭാഷകളുടെ പ്രത്യേകത അതു പഠനവിഷയമാകുന്നതോടൊപ്പം പാഠ്യേതരമായ സാധാരണവ്യവഹാരങ്ങൾക്കുകൂടി ഉപയോഗിക്കുന്നു എന്നതാണ്. ഇടവഴിയിലൂടെ ഓടുന്ന ഒരു കുട്ടി വഴിയിലേക്കു ഞാന്നുനില്ക്കുന്ന മരക്കൊമ്പു കാണുമ്പോൾ തന്റെ ഓട്ടത്തിന്റെ വേഗതയും വഴിയുടെ നീളവും മരക്കൊമ്പിന്റെയും തന്റെയും ഉയരവും എല്ലാം കണക്കുകൂട്ടുന്നുണ്ട്. എത്രാമത്തെ ചുവടിലായിരിക്കും താൻ ആ മരക്കൊമ്പിനെ കടന്നുപോവുകയെന്നു കൃത്യമായി കണക്കാക്കുന്ന കുട്ടിക്കു മാത്രമേ അതിൽ തലയിടിക്കാതെ കുനിഞ്ഞുകൊണ്ട് അതിനടിയിലൂടെ ഓടിപ്പോകാൻ കഴിയുകയുള്ളൂ. അതായത് അക്കങ്ങളിലേക്കു മാറ്റിയില്ലെങ്കിലും എല്ലാം കണക്കുകൂട്ടി തിട്ടപ്പെടുത്തിക്കൊണ്ടാണ് നിത്യജീവിതത്തിലെ പല പ്രശ്നങ്ങളെയും നാം അഭിമുഖീകരിക്കുന്നത്. എന്നാൽ ഇതേ പ്രശ്നത്തെ പരീക്ഷയ്ക്കുള്ള ചോദ്യമായി ലഭിക്കുമ്പോൾ പലരും ഉത്തരത്തിലേക്കൊന്ന് ആലോചിക്കാൻപോലും കഴിയാതെ വിയർക്കുന്നു. കണക്കല്ല അക്കങ്ങളിലേക്ക് അവയെ രൂപാന്തരംചെയ്യിച്ചുകൊണ്ട് തികച്ചും സിംബോളിക്കായ അതിന്റെ കളികളാണ് പൊതുവെ പ്രയാസകരമായി ഗണിച്ചുപോരുന്നത് എന്നു തോന്നുന്നു. ഭാഷയുടെ കാര്യത്തിലും സമാന

മാണ് നാം അനുഭവിക്കുന്ന പ്രയാസം. നിത്യജീവിതത്തിൽ ഭാഷ ഉപയോഗിക്കുന്നതിൽ പൊതുവെ ഒരു പ്രയാസവും അനുഭവിക്കുന്നില്ല. എന്നാൽ ഭാഷയെക്കുറിച്ച് ചോദിക്കുമ്പോൾ പൊടുന്നനെ എല്ലാം പ്രയാസകരമായി മാറുന്നു. നിത്യപരിചയമുള്ള സാധാരണകാര്യങ്ങളെക്കുറിച്ചുള്ള ചോദ്യങ്ങളെല്ലാം ഇത്തരത്തിൽ പ്രയാസകരമാണ് എന്നതാണ് വാസ്തവം. നടക്കുക എന്നാൽ എന്താണ്? മേശയെ എങ്ങനെ നിർവ്വചിക്കാം? തുടങ്ങിയ ചോദ്യങ്ങൾ വളരെ സരളമാണെങ്കിലും ഉത്തരം ഒട്ടും സരളമല്ല എന്നു കാണാം. നമുക്കു നന്നായി അറിയാവുന്നതെല്ലാം കൃത്യവും വ്യക്തവുമായി വിശദീകരിക്കാൻ കഴിയണമെന്നില്ല എന്നു ചുരുക്കം. വ്യാകരണമാകട്ടെ ഭാഷയെക്കുറിച്ച് ഭാഷയിലൂടെയുള്ള പഠനമാണ്.

ബിഹേവിയറിസ്റ്റുമനഃശാസ്ത്രത്തിന്റെ ഭാഷാപഠനസങ്കല്പങ്ങളെ അട്ടിമറിച്ചുകൊണ്ടാണ് ശിശുവിന്റെ ഭാഷാർജ്ജനത്തെക്കുറിച്ചുള്ള സിദ്ധാന്തങ്ങൾ രൂപപ്പെട്ടത്. ശിശു തന്റെ ചുറ്റുവട്ടത്തുമുള്ള ഭാഷ പ്രത്യേകിച്ച് ബാഹ്യസഹായമൊന്നുമില്ലാതെതന്നെ സ്വാഭാവികമായി പഠിച്ചെടുക്കുന്നു. ഭാഷാർജ്ജനസിദ്ധിയെന്നും സർവ്വഭാഷാവ്യാകരണമെന്നും വിളിക്കുന്ന ഒരു സിദ്ധി മനുഷ്യശിശുവിന് ജന്മനാ ഉണ്ട്. ഈ സിദ്ധി ഉപയോഗിച്ച് തന്റെ ചുറ്റുവട്ടത്തുമുള്ള ഭാഷയുടെ രചനാനിയമങ്ങൾ സ്വായത്തമാക്കുകയാണ് ഭാഷാർജ്ജനത്തിൽ സംഭവിക്കുന്നത്. സാർവ്വലൗകികഭാഷാനിയമങ്ങളും അതതുഭാഷയുടെ സവിശേഷനിയമങ്ങളും കണ്ടെത്തി പ്രയോഗിക്കാൻ സഹായിക്കുന്ന ഒരു മാനസിക സോഫ്റ്റുവെയറാണ് അതെന്നു പറയാം. ലോകത്തെവിടെയും മനുഷ്യശിശു ഭാഷാർജ്ജനത്തിനായി സമാനമായ പടവുകളിലൂടെ സമാനമായവേഗത്തിൽ കടന്നുപോകുന്നു. അങ്ങനെ ശിശു ഒരു ഭാഷയുടെ കാമ്പു വ്യാകരണം കണ്ടെത്തുന്നു. ശിശുവിന്റെ ജീവിതചുറ്റുപാടിൽ ഒന്നിൽക്കൂടുതൽ ഭാഷകളുണ്ടെങ്കിൽ അവയത്രയും സ്വാഭാവികമായി സ്വാംശീകരിക്കാൻ ശിശുവിന് കഴിയും.

ഭാഷാർജ്ജനപ്രക്രിയ തികച്ചും അനിച്ഛാപൂർവ്വകവും സ്വാഭാവികവുമാണ്. ജനിച്ചുവീണയുടനെ ഒരു പശുക്കുട്ടി തള്ളയുടെ അകിടുതിരയുന്നതിൽ എന്നപോലെ ജീവശാസ്ത്രപരമായി ചിട്ടപ്പെടുത്തിയ ഒന്നാണ് ഭാഷാർജ്ജനം. അതിന്റെ ഒന്നാംഘട്ടം അഞ്ചുവയസ്സോടെയും രണ്ടാംഘട്ടം പന്ത്രണ്ടുപതിമൂന്നുവയസ്സിനിടെയും പൂർത്തിയാകുമെന്ന് ചോംസ്കി പറയുന്നു. അതിനുശേഷവും ഒരാൾക്ക് ഭാഷ സ്വാംശീകരിക്കാനാവുമെങ്കിലും അവയ്ക്കൊന്നും ഒന്നാംഭാഷയുടെ/കളുടെ അഥവാ ഭാഷാർജ്ജനസിദ്ധി ഉപയോഗിച്ചു നേടുന്ന ഭാഷകളുടെ അതേ വഴക്കം ലഭിക്കുകയില്ല. നമ്മുടെ വിഷയം ഭാഷാർജ്ജനമല്ല വ്യാകരണപഠനമാണ്. ഭാഷാർജ്ജനത്തിൽ വ്യാകരണമാണ് നേടുന്നതെങ്കിലും വ്യാകരണപഠനത്തിൽ അതിനെ അതേപടി പ്രയോഗിക്കുന്നത് യുക്തിസഹമാവില്ല. നേരത്തെ കണക്കിനെക്കുറിച്ചു പറഞ്ഞപോലെ ഭാഷാവ്യാകരണം നമുക്കറിയാവുന്നതാണെങ്കിലും അതുകൊണ്ടുമാത്രം വ്യാകരണപഠനം ലളിതമാകുന്നില്ല.

കണക്കിന്റെ കാര്യത്തിലെന്നപോലെ വ്യാകരണപഠനത്തിന്റെ കാര്യത്തിലും ഭാരതം വളരെയധികം മുന്നേറിയ ഒരു പ്രദേശമായിരുന്നുവെന്ന് നമുക്കറിയാം. ബ്ലൂംഫീൽഡും ചോംസ്കിയും മറ്റും പാണിനിയെ അത്യന്തം ആദരവോടെയാണ് നോക്കിക്കാണുന്നത്. പരമ്പരാഗതമായ അറിവ് വേണ്ടുവോളമുണ്ട് എന്നത് വിദ്യാർത്ഥികളെ സംബന്ധിച്ച് എപ്പോഴും ഗുണകരംതന്നെ ആവണമെന്നില്ല. മലയാളത്തിന്റെ കാര്യത്തിൽ ലീലാതിലകത്തിൽ ഉപയോഗിക്കുന്നത് സൂത്രരീതിയാണ്. സൂത്രങ്ങളിലാകട്ടെ അതിന്റെ പൂർവ്വാപരക്രമം വളരെ പ്രധാനമാണ്. കേരളപാണിനീയം രണ്ടാംപതിപ്പിൽ സൂത്രരീതിവിട്ട് കാരികാരീതി അവലംബിക്കുന്നു. സൂത്രത്തെക്കാൾ വിശദമാണ് കാരിക. കാവ്യരസത്തിന് പ്രാധാന്യമില്ലാത്ത പദ്യമാണല്ലോ അത്. പദ്യം കാര്യങ്ങളെ ഋജുവായി പ്രതിപാദിക്കുകയല്ല ഓർമ്മിക്കാനുള്ള സൗകര്യമുണ്ടാക്കുകയാണ് ചെയ്യുന്നത്. ക്രമമായി ഓർത്തുവെക്കുക എന്നത് നമ്മുടെ വ്യാകരണപഠനത്തിൽ എന്നും പ്രധാനമായിരുന്നു എന്നു കാണാം. ആധുനികവിദ്യാഭ്യാസത്തിന്റെ കാലത്തും ഈ പതിവ് നാം ഉപേക്ഷിച്ചില്ല.

ശാസ്ത്രപഠനങ്ങളിൽ നേരിട്ടുള്ള പരീക്ഷണങ്ങൾക്ക് പ്രാധാന്യം കൈവരുന്നുണ്ട്. പ്രാക്ടിക്കൽ എന്നാണ് അതിനെ വിളിക്കുന്നത്. എങ്കിലും സാൾട്ട് അനാലിസിസിൽ ഓർമ്മകളെ ആശ്രയിക്കുന്നതാണ് നമ്മുടെ രീതി. ശാസ്ത്രവും നമുക്ക് ഒരന്ധവിശ്വാസം മാത്രമായിത്തീരുന്നത് അതുകൊണ്ടാണെന്നു തോന്നുന്നു. എന്തായാലും നമ്മുടെ വിദ്യാഭ്യാസപദ്ധതിയിൽ മനഃപാഠം എന്നത് വളരെ പ്രധാനമാണ്. ക്രമേണ അത് തീർത്തും യാന്ത്രികമായിത്തീരുകയും ചെയ്തു.

യഥാർത്ഥത്തിൽ നിയന്ത്രിതസാഹചര്യങ്ങളുടെ പരീക്ഷണശാലകളില്ലാതെതന്നെ, ജീവിതത്തിലെ മൂർത്തസാഹചര്യങ്ങളിലെമ്പാടും പ്രാക്ടിക്കൽ ഉള്ളതാണ് ഭാഷാപഠനം. എന്നിട്ടും ഭാഷാപഠനത്തിൽ നമുക്ക് പ്രാക്ടിക്കൽ ഇല്ലാതെ പോയത് വളരെ വിചിത്രമായ കാര്യമാണ്. വ്യാകരണപഠനത്തെ സംബന്ധിച്ച ഏറ്റവും പ്രധാനമായ പോരായ്മയാണിത്.

മലയാളത്തെ സംബന്ധിച്ച് വ്യാകരണപഠനം എന്നത് ബിരുദത്തിനും മറ്റും ഭാഷാസാഹിത്യത്തെ ഐച്ഛികമായി എടുക്കുമ്പോൾ നേരിടേണ്ടുന്ന ഒരു കയ്പാണ്. സാഹിത്യത്തിന്റെ മധുരത്തെ ബോദ്ധ്യപ്പെടുത്താനുള്ള ആപേക്ഷികസാന്നിദ്ധ്യം മാത്രം. അതുകൊണ്ടുതന്നെ വിദ്യാർത്ഥികളെ സംബന്ധിച്ച് പണ്ടേ നിലനില്ക്കുന്നതും പരമ്പരയായി തുടർന്നുപോരുന്നതുമാണ് വ്യാകരണപ്പേടി. വ്യാകരണപഠനത്തെ സംബന്ധിച്ച് ആദ്യമേ മാറ്റേണ്ടതും പരമ്പരാഗതമായ ഈ വ്യാകരണപ്പേടിയാണ്.

സന്ധി പഠിക്കുന്ന കുട്ടി കേരളപാണിനീയത്തെ ആശ്രയിച്ച് ആഗമസന്ധി, ആദേശസന്ധി, ദ്വിത്വസന്ധി, ലോപസന്ധി എന്നിങ്ങനെയുള്ള പേരുകൾ പഠിക്കുന്നു. സന്ധി വർണ്ണങ്ങൾ കൂടിച്ചേരുമ്പോഴുണ്ടാകുന്ന മാറ്റങ്ങളാണ് എന്നും പഠിക്കുന്നുണ്ട്. എന്നാൽ അത് ഉച്ചാരണത്തിന്റെ സൗകര്യത്തിനായുള്ളതാണ് എന്നു നാം ഗണിക്കാറില്ല. അതുകൊണ്ട്

മഴയില്ല എന്നതിലെ സന്ധിയേത് എന്ന ചോദ്യത്തിന് ഓർമ്മയിലൊരിടത്തും ഉത്തരം ലഭിക്കാതെ പോകുന്നു. അതിൽ *മ+ഴയില്ല, മഴ+ഇല്ല, മഴയി+ല്ല* എന്നിങ്ങനെ മൂന്നു സാദ്ധ്യതകളാണ് പ്രധാനമായുള്ളത്. അവയുടെ അർത്ഥം എന്തുതന്നെയായാലും *മഴ+ഇല്ല* എന്നു പിരിക്കുമ്പോൾ മാത്രമേ അവിടെ എന്തെങ്കിലും മാറ്റം പ്രകടമാകുന്നുള്ളൂ. അത് ചേർത്തുച്ചരിക്കുമ്പോൾ മലയാളി *മഴയില്ല* എന്നേ പറയുകയുള്ളൂ. ഇങ്ങനെ ഉച്ചാരണത്തിലേക്ക് തിരിഞ്ഞ് സ്വയം പരിശോധിക്കാവുന്നതാണത്. അതിനുപകരം ഒരു റെഡിമെയ്ഡ് ഉത്തരത്തിനായി പരതുമ്പോൾ അതൊരു കുഴപ്പം പിടിച്ച ചോദ്യമായിത്തീരുന്നു. അങ്ങനെ റെഡിമെയ്ഡായി ഉത്തരം കിട്ടുന്നവർക്കുതന്നെ പരാവർത്തനത്തിനോ മറ്റോ പദം പിരിക്കേണ്ടിവരുമ്പോൾ ഈ സന്ധിവിജ്ഞാനം സഹായകരമാവുന്നുമില്ല. അതിനാൽ സന്ധി അറിയുന്നത് ഏതോ മാന്ത്രികതയായി കരുതുന്നു. *മഴയില്ല* എന്നതിന് നാം കണ്ട മൂന്നു സാദ്ധ്യതകൾ ക്ലാസ്സുകളിൽ ഒരിക്കൽപ്പോലും അവതരിപ്പിക്കപ്പെടാറില്ല. അതായത് നമുക്കന്യമായതും ഓർമ്മയിൽനില്ക്കാൻ പ്രയാസകരമായതുമായ ഒന്നായി ഭാഷാപഠനം മാറിപ്പോകുന്നു. ഭാഷാപരമായ ചോദ്യങ്ങളെല്ലാം ഒരാത്മപരിശോധനകൊണ്ട് ഉത്തരം കണ്ടെത്താവുന്നതായതിനാൽ അത് കരതലാമലകം പോലെയാണ് എന്ന ധാരണ ഉണ്ടായാൽ വ്യാകരണപ്പേടിയെ ഇല്ലാതാക്കാൻ കഴിയും.

ഉള്ളിൽനിന്ന് ഉദാഹരണങ്ങൾ കണ്ടെത്തുന്ന രീതി ഭാഷാപഠനത്തിന് വളരെ സഹായകരമാണെങ്കിലും ഭാഷാഭേദവും മാനകഭാഷയും തമ്മിലുള്ള വ്യത്യാസങ്ങളെ ശ്രദ്ധിച്ചില്ലെങ്കിൽ അപകടം വന്നുപിണയാം. ഉച്ചാരണതലത്തിൽ ഭാഷാഭേദവും മാനകഭാഷയും തമ്മിൽ ധാരാളം വ്യത്യാസങ്ങളുണ്ട്. ഭാഷാഭേദവും എഴുത്തും തമ്മിലാകുമ്പോൾ വ്യത്യാസം പിന്നെയും കൂടും. സ്വാഭാവികമായ ഉച്ചാരണത്തിൽ ശബ്ദങ്ങൾ കൂടിച്ചേർന്ന് തിരിച്ചറിയാൻ പറ്റാത്തരീതിയിലാണ് പ്രകടമാകുന്നത്. ഉദാഹരണത്തിന് *മഴയില്ല* എന്നാവില്ല സാധാരണസാഹചര്യത്തിൽ ഒരാൾ പറയുക. ചിലപ്പോൾ *മഴേല്ല* എന്നാവാം. അതുപ്രകാരം ഇകാരം മാറി ദീർഘമായ ഏകാരം വരുന്നതിനാൽ സന്ധി ആദേശമാണെന്നു പറയേണ്ടിവരും. ഭാഷാഭേദങ്ങൾക്കനുസരിച്ച് അതിൽ പിന്നെയും മാറ്റങ്ങൾ വരാം. അതിനാൽ ഉള്ളിലുള്ള ഭാഷയെ അങ്ങനെതന്നെ വ്യാകരണത്തിനുള്ള ഉദാഹരണങ്ങളായി എടുക്കുന്നതിനു മുമ്പ് അവയെ മാനകമലയാളത്തിന്റെ എഴുത്തുവ്യവസ്ഥയിലേക്കു മാറ്റേണ്ടതുണ്ട്. ഭാഷാപഠനത്തിന് അടിസ്ഥാനമാക്കേണ്ടത് എഴുത്തുഭാഷയാണ് എന്ന കാര്യത്തിൽ സംശയത്തിനവകാശമില്ല.

ദൗർഭാഗ്യകരമെന്നുപറയട്ടെ വ്യാകരണപ്പേടി മറച്ചുവെക്കാനായി അതിനെ വ്യാകരണവിദ്വേഷമായി മാറ്റുകയും അത് സുഖകരമായ ഒരു നയമായി സ്വീകരിക്കുകയുമാണ് 1997 മുതൽ കേരളത്തിലെ പാഠ്യപദ്ധതി ചെയ്തുകൊണ്ടിരിക്കുന്നത്. നോംചോംസ്കിയുടെ ഭാഷാശാസ്ത്രപരികല്പനകളാണ് പുതിയഭാഷാപഠനത്തിന്റെ അടിസ്ഥാനം എന്നാണ് കേരളവിദ്യാഭ്യാസചട്ടക്കൂട് അവകാശപ്പെടുന്നത്. അതിനു മുമ്പേതന്നെ പാഠ്യപദ്ധതിയുടെ വക്താക്കൾ ഇത് പ്രചരിപ്പിച്ചിരുന്നു.

അങ്ങനെയെങ്കിൽ പ്രജനകവ്യാകരണമെന്ന ചോംസ്കിയൻ സങ്കല്പത്തിന്റെ പശ്ചാത്തലത്തിൽ വ്യാകരണത്തിന് കൂടുതൽ പ്രധാന്യം ലഭിക്കുകയാണ് വേണ്ടിയിരുന്നത്. എന്നാൽ ശിശുവിന്റെ ഭാഷാർജ്ജനം നൈസർഗ്ഗികമാണെന്ന അദ്ദേഹത്തിന്റെ നിരീക്ഷണങ്ങളെ ഔപചാരികഭാഷാപഠനത്തിന്റെ അടിസ്ഥാനമായി കല്പിക്കുന്ന തികച്ചും യുക്തിരഹിതമായ ഒരു സമീപനമാണ് കേരളത്തിലെ പാഠ്യപദ്ധതിക്കാർ പുലർത്തിപ്പോരുന്നത്. വ്യാകരണം ഉള്ളിലുള്ളതാണെന്നും അതുകൊണ്ടുതന്നെ അത് പ്രത്യേകം പഠിക്കേണ്ടതില്ലെന്നും അവർ പ്രചരിപ്പിച്ചു. ഭാഷ ഉള്ളിലുള്ളതാണെന്ന് അക്ഷരാർത്ഥത്തിൽ മനസ്സിലാക്കാമെങ്കിൽ വ്യാകരണകൃതികൾ സ്വന്തം ആത്മകഥയെന്നപോലെ വായിക്കാൻ കഴിയേണ്ടതാണ്. അതിനുപകരം പുതിയപാഠ്യപദ്ധതി വ്യാകരണപഠനത്തെ മഹാപാപമായിത്തീർക്കുകയാണ് ചെയ്തത്.

മലയാളപഠനത്തിലേക്ക് അയുക്തികവും ആപത്ക്കരവുമായ ഈ സമീപനം വന്ന മാർഗ്ഗവും വളരെ വിചിത്രമാണ്. മാതൃഭാഷ അഥവാ ഒന്നാംഭാഷകൾ ആർജ്ജിക്കുന്ന അതേ പടവുകളിലൂടെ അതേ പ്രക്രിയകളിലൂടെ അനിച്ഛാപൂർവ്വകമായി കടന്നുപോയാൽ രണ്ടാംഭാഷയിലും നൈപുണ്യം നേടാം എന്ന് സ്റ്റീഫൻ ക്രാഷനെപ്പോലുള്ളവർ വാദിക്കുന്നു. അതിനെ പിന്തുടർന്നുകൊണ്ട് മലയാളികളുടെ ഇംഗ്ലീഷുപഠനം രൂപകല്പനചെയ്യണം എന്ന് ഡോ.കെ.എൻ. ആനന്ദൻ നിർദ്ദേശിച്ചു. സ്ലാപ് (Second Language Acquisition Programme)എന്ന പേരിൽ രണ്ടാംഭാഷാർജ്ജനത്തിനായി അദ്ദേഹം ഉണ്ടാക്കിയ ഡി.പി.ഇ.പി. പദ്ധതി ചില മാറ്റങ്ങളോടെ ഇന്നും തുടരുന്നു. ഇംഗ്ലീഷ് പഠനത്തിന്റെ ആ രീതികളുടെ ഫോട്ടോകോപ്പി മലയാളപഠനത്തിലും സ്വീകരിക്കുകയാണ് ആസൂത്രകർ ചെയ്തത്. ഒന്നാംഭാഷയും രണ്ടാംഭാഷയും തമ്മിലുള്ള മൗലികമായ വ്യത്യാസങ്ങളെ പരിഗണിക്കാതെ അതു നടപ്പിലാക്കുന്നതിൽ അവർക്ക് അല്പംപോലും സന്ദേഹമുണ്ടായില്ല. അതിന്റെ ഫലമായി മലയാളിക്കുട്ടികൾ മലയാളം എഴുതുന്നത് അവരുടെ ഇംഗ്ലീഷിന്റെതന്നെ നിലവാരത്തിലായി. ആസൂത്രണം സമ്പൂർണ്ണമായും വിജയിച്ചു. ഫലം പക്ഷെ ഒട്ടും ആശാവഹമല്ലെന്നുമാത്രം. അതിനാൽ സ്ക്കൂൾതലത്തിൽ മലയാളപഠനം നേരിടുന്ന ഏറ്റവും വലിയ വെല്ലുവിളി തികച്ചും അനുചിതവും അയുക്തികവുമായി ഇറക്കുമതിചെയ്ത ഈ പദ്ധതിയെ നിരാകരിക്കുക എന്നതാണ്. അതിന് വ്യാകരണപഠനത്തെ ശിശുസൗഹൃദപരമായ രീതിയിൽ നടപ്പിലാക്കുകയാണ് പോംവഴി.

വ്യാകരണപഠനം സ്ക്കൂൾതലത്തിലായാലും കോളേജുതലത്തിലായാലും യാന്ത്രികമായ മനഃപാഠരീതിയിൽ തുടരുന്നതിൽ അർത്ഥമില്ല. വ്യാകരണപഠനത്തെ ഉപേക്ഷിക്കുകയല്ല വ്യാകരണപ്പേടിയിൽ നിന്ന് രക്ഷപ്പെടാനുള്ള പോംവഴി. പകരം വ്യാകരണപഠനത്തെ പ്രാക്ടിക്കലാക്കുകയാണ്.

പ്രാക്ടിക്കലായ വ്യാകരണപഠനത്തെ രണ്ടുതലത്തിലാണ് കാണേണ്ടത്. ഒന്ന്, പൊതുവിദ്യാഭ്യാസത്തിന്റെ തലത്തിൽ. രണ്ട്, സവിശേഷപഠനത്തിന്റെ തലത്തിൽ. പൊതുവിദ്യാഭ്യാസം എന്നാൽ ഹയർ

സെക്കണ്ടറിവരെയുള്ള തലമാണ്. അവിടെ ത്രിഭാഷാപദ്ധതി പ്രകാരം ഒന്നാം പേപ്പറായ മലയാളം ഐച്ഛികമാണ്; ഹിന്ദി നിർബ്ബന്ധിതവിഷയവും. മലയാളം വേണമെങ്കിൽ പഠിച്ചാൽ മതി. കേരളത്തിലുള്ള മലയാളികളെല്ലാം സ്വമേധയാ മലയാളം തെരഞ്ഞെടുക്കും എന്നു വരണം. അതിന് മലയാളം പഠിച്ചെടുക്കേണ്ട ഒരു വിഷയമെന്ന നിലയിൽ ഗൗരവമാർന്നതാണ് എന്നു തെളിയിക്കപ്പെടണം.

ബിരുദതലത്തിൽ ചില വിഷയങ്ങളുടെ സവിശേഷമായ പഠനമാണ് ഉദ്ദേശിക്കുന്നതെങ്കിലും ഭാഷകൾ പൊതുവായി പഠിക്കേണ്ടവതന്നെയാണ്. അതിനാൽ ബിരുദതലത്തെക്കൂടി പൊതുവിദ്യാഭ്യാസത്തിന്റെ തലത്തിൽ ഉൾപ്പെടുത്തേണ്ടതാണ്.

സവിശേഷമായതലം എന്നതുകൊണ്ട് ഉദ്ദേശിക്കുന്നത് ബിരുദബിരുദാനന്തരതലങ്ങളിൽ ഐച്ഛികവിഷയമായി മലയാളം സ്വീകരിക്കുന്നവരെ ഉദ്ദേശിച്ചാണ്. പൊതുവിദ്യാഭ്യാസത്തെ സംബന്ധിച്ചിടത്തോളം പ്രയോഗികമലയാളമാണ് സ്വീകരിക്കേണ്ടത്. സവിശേഷപഠനത്തിൽ അതിന്റെ സൈദ്ധാന്തികവശവും പരിഗണിക്കേണ്ടതുണ്ട്.

ഔപചാരികവിദ്യാഭ്യാസത്തിൽ എഴുത്തുമലയാളമാണ് പഠിക്കേണ്ടത്. ഇന്ന് പൊതുവിദ്യാലയങ്ങളിൽ നടക്കുന്നത് മലയാളപഠനമല്ല. വ്യവഹാരരൂപങ്ങൾ എന്ന പേരിൽ ഇന്ന് പഠിപ്പിക്കുന്നത് എഴുത്തുമലയാളമാണെന്നു പറയാൻ കഴിയില്ല. എഴുത്തുമലയാളത്തിൽ വ്യാകരണം സംസാരത്തിലേതിനെക്കാൾ പ്രസക്തമാണ്. വ്യാകരണം ഒരു പ്രത്യേകവിഷയമായി പഠിപ്പിക്കുകയല്ല വേണ്ടത്. അസന്ദിഗ്ദ്ധമായ രീതിയിൽ മലയാളമെഴുതാനാണ് കുട്ടികൾ പഠിക്കേണ്ടത്. അതുകടുകിടതെറ്റാതെ വ്യാകരണനിയമങ്ങൾ പാലിക്കണം എന്ന് ശഠിക്കേണ്ടതില്ല. അങ്ങിനെ ശഠിക്കാൻ കഴിയാത്തതരത്തിലാണ് ഇന്ന് മലയാളത്തിന്റെ സ്ഥിതി എന്നത് മറ്റൊരു കാര്യം. അതിലുപരി പരിശീലിച്ചുറച്ചുപോയ വാമൊഴിയിൽനിന്ന് അസന്ദിഗ്ദ്ധമായ വരമൊഴിമലയാളത്തിലേക്ക് കുട്ടികൾ മാറിവരുകയാണ് വേണ്ടത്. അതിനാൽ എൽ.പി.ക്ലാസ്സുകളിൽ അതതുപ്രദേശത്തെ ഭാഷാഭേദത്തിൽനിന്ന് മാനകമലയാളം എങ്ങനെയെല്ലാം വ്യത്യാസപ്പെടുന്നു എന്ന് ബോദ്ധ്യപ്പെടണം. മലയാളമെഴുത്തിന്റെ സവിശേഷതകൾ പ്രയോഗത്തിൽ വരുത്താൻ കുട്ടികൾക്കു കഴിയണം. ലിപിപഠനത്തോടൊപ്പം പൂർണ്ണവിരാമം പോലുള്ള സുപ്രധാനമായ ചിഹ്നങ്ങളും സന്ധിയുടെ രീതികളും സമസ്തപദങ്ങളുടെ പ്രാധാന്യവും നന്നെച്ചെറിയ ക്ലാസ്സിലേ കുട്ടികൾക്ക് തിരിച്ചറിയാനാകണം. യൂ.പി. ക്ലാസ്സുകളിൽ മലയാളത്തിന്റെ വിഭക്തിപ്രത്യയങ്ങളും ലിംഗവചനാദികളും കാലപ്രത്യയങ്ങളും ഉറപ്പിക്കാൻ കഴിയണം. ഹൈസ്ക്കൂൾക്ലാസ്സുകളിൽ അനുപ്രയോഗങ്ങളും വാക്യരീതികളുമാണ് പരിചയിക്കേണ്ടത്.

എൽ.പി.യിൽ ലിപിയും ചിഹ്നങ്ങളുമാണ് മുഖ്യം. യൂ.പിയിൽ രൂപിമങ്ങളിൽ വഴക്കം നേടണം. ഹൈസ്ക്കൂളിൽ വാക്യം അടിസ്ഥാനമായി നില്ക്കണം. പത്താം ക്ലാസ്സിലെത്തുമ്പോഴേക്കും മലയാളത്തിന്റെ രചനാന്തരണരീതികൾ സ്വായത്തമാക്കാൻ കഴിയണം. സങ്കീർണ്ണവാക്യങ്ങൾ സ്വാഭാവികമായി പ്രയോഗിക്കാനുള്ള ശേഷിയാവണം ലക്ഷ്യം.

അതിന് വ്യാകരണത്തിന്റെ പദാവലികൾ പഠിപ്പിക്കുകയല്ല വഴി. പകരം ഒന്നാം ക്ലാസ്സുമുതൽ കുട്ടിയുടെ ഭാഷാപ്രയോഗത്തെ കുറ്റമറ്റതാക്കുക എന്നതാണ് ലക്ഷ്യമായി പ്രതിഷ്ഠിക്കേണ്ടത്. അവരുടെ ഭാഷയെ വിലയിരുത്തുകയാണ് ചെയ്യേണ്ടത്. ശരിയായി ഭാഷ പ്രയോഗിക്കുമ്പോൾ അയാൾക്ക് വ്യാകരണപരമായ അറിവുണ്ടെന്നാണ് വ്യക്തമാകുന്നത്. അതുകൊണ്ട് പാഠപുസ്തകത്തിലെ വിഷയം എന്തായാലും കുട്ടിയുടെ എഴുത്ത് മലയാളമാണെന്ന് ഉറപ്പുവരുത്തുകയാണ് മലയാളത്തിന്റെ പ്രാക്ടിക്കൽ. ഈ അടിത്തറ നേടിയിട്ടായിരിക്കണം കുട്ടി പത്താംക്ലാസ്സ് കടന്നുപോകുന്നത്.

ഹയർസെക്കണ്ടറിയിൽ വ്യാകരണത്തെ സാങ്കേതികപദാവലികളടക്കം സാമാന്യമായി പരിചയപ്പെടുത്തണം. അവരാണ് നാളത്തെ സ്ക്കൂളദ്ധ്യാപകരാവുന്നത്. അതു പക്ഷെ ആഴത്തിലുള്ള വ്യാകരണ പഠനമായി ഗണിക്കേണ്ടതില്ല. അതോടൊപ്പം കവിതയിലും മറ്റുമുള്ള സവിശേഷമായ വാക്യപ്രയോഗങ്ങൾ എങ്ങനെ വ്യാകരണത്തെ മറികടന്നുകൊണ്ട് ഭാഷയെ ഊർജ്ജസ്വലമാക്കുന്നു എന്ന തരത്തിലുള്ള കാഴ്ചകൾ ലഭിക്കുകയും വേണം. പൊതുവിദ്യാഭ്യാസത്തിൽ ഉടനീളം ഭാഷാപഠനം തന്റെതന്നെയുള്ളിലുള്ള ഭാഷാജ്ഞാനവുമായി തട്ടിച്ചു നോക്കുന്ന തരത്തിലായിരിക്കണം അതിന്റെ ബോധനരീതി. ഒരർത്ഥത്തിൽ ഉള്ളിലുള്ള ഉദാഹരണങ്ങൾകൊണ്ട് ഓരോ ഘട്ടത്തിലും പഠിക്കുന്ന കാര്യങ്ങളെ ഉറപ്പിക്കാൻ കഴിയണം.

ഇങ്ങനെ നേടുന്ന പ്രായോഗികജ്ഞാനവുമായിട്ടായിരിക്കും ഒരു കുട്ടി ബിരുദത്തിന് മലയാളം ഐച്ഛികമായി എടുക്കുക. അവന്റെ മലയാളത്തെ സിദ്ധാന്തങ്ങളുടെ വെളിച്ചത്തിൽ പുനപ്പരിശോധിക്കാനും ചരിത്രപരമായ പരിണാമങ്ങളെ സാമാന്യമായി തിരിച്ചറിയാനും ഉതകുന്ന വിധത്തിലുള്ള പഠനമാണ് ഈ ഘട്ടത്തിൽ ആവശ്യം. മലയാളം ബി.എ. കഴിഞ്ഞുവരുന്ന ഒരാൾക്ക് ഒരു ലാംഗ്വേജ് എഡിറ്ററായി പ്രവർത്തിക്കാൻ കഴിയണം. കൂടുതൽ സ്വീകാര്യമായ പ്രയോഗം ഏതെന്നു നിശ്ചയിക്കാൻ മാത്രമുള്ള സിദ്ധാന്തജ്ഞാനം അയാൾക്കുണ്ടാവണം. ബിരുദാനന്തരതലത്തിൽ ഭാഷയുടെ മേഖലയിൽ കൂടുതൽ ആഴത്തിലുള്ള അറിവ് നേടാൻ പാകത്തിലുള്ള അടിസ്ഥാനം ബിരുദം കഴിയുമ്പോഴേക്കും ഉറച്ചിരിക്കണം. ബിരുദാനന്തരബിരുദം ഭാഷാഗവേഷണങ്ങളിലേക്ക് കണ്ണു തുറക്കലാവണം.

നമ്മുടെ ഭാഷാവിദ്യാഭ്യാസം പുതിയപ്രവണതകളെക്കുറിച്ച് തികച്ചും അജ്ഞതയിലാണെന്നതാണ് വാസ്തവം. ഭാഷാകമ്പ്യൂട്ടിംഗിൽ മലയാളമെവിടെയെത്തിയിരിക്കുന്നു എന്ന് നമ്മുടെ ബോർഡ് ഓഫ് സ്റ്റഡീസുകൾക്ക് ധാരണയുണ്ടെന്നു തോന്നുന്നില്ല. അത്തരം ഒരു പേപ്പർ ഭാഷാപഠനത്തിൽ ഉൾപ്പെടുത്തേണ്ട കാലം അതിക്രമിച്ചിരിക്കുന്നു. കാരണം ആ മേഖലയിൽ പ്രവർത്തിക്കുന്നവർ സൂക്ഷ്മവും കൃത്യവുമായ വ്യാകരണകാര്യങ്ങളെക്കുറിച്ച് തലപുകച്ചുകൊണ്ടിരിക്കുകയാണ്.

ഭാഷയിൽ ബിരുദങ്ങളൊന്നുമില്ലാത്ത ഒരു വിഭാഗം ചെറുപ്പക്കാർ ഇന്ന് മലയാളവ്യാകരണത്തെക്കുറിച്ച് ഉത്സുകരാണ് എന്നത് മറ്റൊരു യാഥാർത്ഥ്യമാണ്. മലയാളത്തിന്റെ വികസനം ഭാഷാകമ്പ്യൂട്ടിംഗുമായി

ബന്ധപ്പെട്ടാണ് കിടക്കുന്നത്. ആ രംഗത്തേക്കു വന്ന ചെറുപ്പക്കാരിൽ ഭൂരിഭാഗവും ബി. എ. മലയാളമോ എം. എ. മലയാളമോ ഉള്ളവരല്ല. ഐ.ടി.മേഖലയിൽ ഗ്രാഹ്യമുള്ള അവർ മലയാളത്തിനായി അക്ഷീണം പ്രവർത്തിക്കുന്നു. മലയാളം സ്പെൽ ചെക്ക്, ഗ്രാമർ ചെക്ക്, തുടങ്ങിയ പല മേഖലകളിലും ഇതിനോടകംതന്നെ വമ്പിച്ച മുന്നേറ്റങ്ങളുണ്ടായിട്ടുണ്ട്. മലയാളവ്യാകരണത്തെക്കുറിച്ച് അവർ ഉത്സുകരാകുന്നത് ഈ പശ്ചാത്തലത്തിലാണ്. ഡിജിറ്റലായി ലഭിക്കുന്ന മലയാളപുസ്തകങ്ങളിൽ പ്രധാനം കേരളപാണിനീയമാകുന്നത് വെറുതെയല്ല.

വ്യാകരണപഠനം മനഃപാഠമെന്ന സാമ്പ്രദായികരീതിയിൽനിന്ന് മാറാനുള്ള സുവർണ്ണാവസരമാണു ഇന്നത്തെ സാഹചര്യം ഒരുക്കുന്നത്. മൂന്നു മണിക്കൂർ നീളമുള്ള ഒരു പരീക്ഷയിൽ അഭിമുഖീകരിക്കേണ്ട ഒരു ഒഴിയാബാധയായല്ല, തങ്ങളുടെ നിത്യജീവിതത്തിൽ പരിഹരിക്കേണ്ട ഒരു സജീവപ്രശ്നമായാണ് കമ്പ്യൂട്ടിംഗ് മേഖലയിൽ വ്യാകരണത്തെ കരുതിപ്പോരുന്നത്. ആ രംഗം നേരിടുന്ന പ്രധാനപ്രശ്നം ഭാഷാപണ്ഡിതർ കമ്പ്യൂട്ടിംഗ് മേഖലയിൽ തല്പരരല്ല എന്നതാണ്. കമ്പ്യൂട്ടറുമായി ഇണങ്ങിയ തലമുറയാണ് ഇപ്പോൾ ബിരുദപഠനത്തിനായി എത്തിക്കൊണ്ടിരിക്കുന്നത്. അതിനാൽ ഭാഷാകമ്പ്യൂട്ടിംഗ് സിലബസ്സിൽ ഉൾപ്പെടുത്തേണ്ടത് സൈബർമലയാളത്തിന്റെ വികാസത്തിനെന്ന പോലെ വ്യാകരണപഠനത്തെ നെടുനിദ്രയിൽ നിന്നുണർത്തുന്നതിനും അത്യന്താപേക്ഷിതമാക്കിയിരിക്കുന്നു.

(2011 പട്ടാമ്പി സംസ്കൃത കോളേജ് മലയാളവിഭാഗം നടത്തിയ സദേശീയസെമിനാറിൽ അവതരിപ്പിച്ചത്)

■

ഒന്നാം പേപ്പർ + രണ്ടാം പേപ്പർ= ഇമ്മിണിബെല്യ മലയാളം

സ്ക്കൂളുകളിൽ മലയാളപഠനം നിർബ്ബന്ധമാക്കിക്കൊണ്ട് സർക്കാറുത്തരവ് വന്നിരിക്കുന്നു. എസ്.സി.ഇ.ആർ.ടി. നിയോഗിച്ച കമ്മറ്റി നല്കിയ എട്ടുനിർദ്ദേശങ്ങൾ സർക്കാർ അതേപടി അംഗീകരിക്കുകയായിരുന്നു. അവയിൽ ഒന്നാമത്തെ നിർദ്ദേശം മാത്രമാണ് പൊതുവിദ്യാലയങ്ങളെ സംബന്ധിച്ച് പ്രസക്തമായത്. *"പാഠ്യപദ്ധതി പരിഷ്ക്കരണത്തിന്റെ ഭാഗമായി ഹൈസ്ക്കൂൾ ക്ലാസ്സുകളിലേക്ക് രൂപപ്പെടുത്തിയിട്ടുള്ള അടിസ്ഥാനപാഠാവലികൾ മേൽപ്പറഞ്ഞവിഭാഗം (ഒന്നാംഭാഷയുടെ ഒന്നാം പേപ്പറായി അറബിക്, ഉറുദു, സംസ്കൃതം തുടങ്ങിയവയിൽ ഒന്ന് പഠിക്കുന്ന) വിദ്യാർത്ഥികളുടെ മലയാളഭാഷാപഠനം ശക്തിപ്പെടുത്താൻ പര്യാപ്തമാണെങ്കിലും അനുവദിച്ചിട്ടുള്ള പിരീഡുകൾ ഈ പുസ്തകം പഠിക്കുന്നതിന് തികയുന്നില്ല. അതിനാൽ നിലവിലുള്ള ഒന്നാം പേപ്പർ മാറ്റമില്ലാതെ നിലനിർത്തിക്കൊണ്ട് രണ്ടാം പേപ്പറിന് മൂന്ന് പിരീഡ് അനുവദിക്കണം. മലയാളം ഉൾപ്പെടെ ഒന്നാം പേപ്പറായി പഠിക്കുന്ന എല്ലാ കുട്ടികൾക്കും ഈ സൗകര്യം ഉറപ്പുവരുത്തണം."* നിലവിലുള്ള മലയാളപഠനത്തിന്റെ ശക്തിദൗർബ്ബല്യങ്ങളെയും ആസൂത്രണത്തിന്റെ രീതിവിശേഷങ്ങളെയും ഈ നിർദ്ദേശം എങ്ങനെ വരച്ചിടുന്നു എന്നാണ് ഇവിടെ പരിശോധിക്കുന്നത്.

കേരളത്തിൽ മഹാഭൂരിപക്ഷം വരുന്നത് സ്റ്റേറ്റ് സിലബസ്സ് പിന്തുടരുന്ന പൊതുവിദ്യാലയങ്ങളാണ്. അവിടെ മലയാളം രണ്ടാംപേപ്പറിന്റെ രണ്ടു പിരീഡ് ഇപ്പോൾത്തന്നെ നിർബ്ബന്ധിതമാണ്. ഈ ഉത്തരവുപ്രകാരം അത് മൂന്ന് പിരീഡാക്കണം. അതായത്, സി.ബി.എസ്.ഇ. തുടങ്ങി സ്റ്റേറ്റ് സിലബസ്സിന് പുറത്തുള്ള സ്ക്കൂളുകളിൽ കമ്മറ്റിയുടെ നിർദ്ദേശങ്ങൾ എന്തെല്ലാം പ്രത്യാഘാതങ്ങളുണ്ടാക്കിയാലും കേരളത്തിലെ മുഖ്യധാരയിൽപ്പെട്ട മഹാഭൂരിപക്ഷം വരുന്ന പൊതുവിദ്യാലയത്തെ സംബന്ധിച്ച് ഉത്തരവിൽ പ്രസക്തമായത് അധികമായി വരുന്ന ഒരു പിരീഡ് മാത്രമാണെന്നർത്ഥം.

1997-ലെ പരിഷ്ക്കാരം വരുന്നതിനും മുമ്പേ പത്താംക്ലാസ്സിലെ രണ്ടാം പേപ്പറിന്റെ പാഠപുസ്തകമായിരുന്ന *പാത്തുമ്മയുടെ ആട്* ഈ വർഷമാണ് മാറുന്നത്. വിദ്യാഭ്യാസരംഗം അടിമുടി പരിഷ്ക്കരിച്ചെങ്കിലും മലയാളത്തിന് രണ്ട് പേപ്പർ എന്ന രീതി മാറ്റിയിരുന്നില്ല. അഞ്ചാറുവർഷം മുമ്പാണ് അതിന്റെ ഘടന മാറ്റിയത്. അഞ്ചാം ക്ലാസ്സിൽ തുടങ്ങിയ

മാറ്റം ഓരോവർഷം ഓരോ ക്ലാസ്സുകടന്ന് ഈ വർഷം പത്താം ക്ലാസ്സിലെത്തുകയാണ്. മലയാളം രണ്ടാംപേപ്പറിൽ ഏറ്റവും അവസാനം വന്ന ഈ മാറ്റത്തെത്തുടർന്ന് ഉണ്ടാക്കിയ പാഠപുസ്തകത്തെയാണ് പുതിയ നിർദ്ദേശത്തിന്റെ കാര്യത്തിൽ കമ്മറ്റി പരിഗണിച്ചത്. മൂന്നുപിരീഡ് കൊണ്ടു മാത്രം കാര്യക്ഷമമായി പഠിപ്പിക്കാൻ കഴിയുന്ന മലയാളം രണ്ടാംപേപ്പർ രണ്ടുപിരീഡുകൊണ്ട് ശ്ലോകത്തിൽ കഴിക്കാൻ തുടങ്ങിയിട്ട് അഞ്ചാറുവർഷമായി എന്നു ചുരുക്കം. മറ്റൊരു വിധത്തിൽ പറഞ്ഞാൽ ഇക്കാലമത്രയും മലയാളം രണ്ടാംപേപ്പർ പഠിച്ചുവന്ന കുട്ടികൾക്ക് ആഴ്ചയിൽ ഒരുപീരീഡിന്റെ കുറവുണ്ടായിരുന്നു എന്ന് സർക്കാർ ഏറ്റുപറയുന്നു. ആഴ്ചയിൽ ഒരു പിരീഡ് എന്നാൽ ഒരദ്ധ്യയന വർഷത്തിൽ നാല്പതിൽച്ചോടെ വരും. പരിഷ്ക്കാരം നടപ്പിലായതു മുതൽ ആകെ കൂട്ടിയാൽ ഇരുനൂറിലേറെ പിരീഡ്.

പിരീഡ് കുറവ് എന്നു പറയുന്നതുതന്നെയാണല്ലോ പുസ്തകം വലുത് എന്നു പറയുന്നതിന്റെയും സാരം. എന്തെങ്കിലും കാരണവശാൽ പാഠപുസ്തകം വലുതായിപ്പോയെന്നു കരുതുക, അതിലെ ചില ഭാഗങ്ങൾ ഒഴിവാക്കിക്കൊണ്ട് അനുവദിച്ച പിരീഡുകൾക്കുള്ളിൽ പഠിപ്പിച്ചു തീർക്കാനുള്ള സാഹചര്യമൊരുക്കുകയാണ് സരളമായ പരിഹാരം. പീരീഡിലെ കമ്മിയെ അങ്ങനെ അതിജീവിക്കാനാകുമോ എന്ന് കമ്മറ്റി ആലോചിച്ചിട്ടുണ്ടായിരിക്കുമെന്നുറപ്പ്. പക്ഷെ അങ്ങനെയൊന്ന് ശുപാർശ ചെയ്തിട്ടില്ല. എന്നുവെച്ചാൽ ഏതെങ്കിലും ഭാഗം ഒഴിവാക്കിയാൽ പിന്നെ ഉദ്ദിഷ്ടഫലം കിട്ടില്ല എന്നർത്ഥം. കുറവുവന്ന ഒരു പിരീഡുകൊണ്ട് അപരിഹാര്യമായ നഷ്ടങ്ങൾ ഉണ്ടാകുമെന്നാണല്ലോ അതിൽനിന്ന് മനസ്സിലാക്കേണ്ടത്. ഈ നഷ്ടം കഴിഞ്ഞ അഞ്ചാറുവർഷമായി പഠിച്ചുപോരുന്ന കുട്ടികളെ എങ്ങനെയെല്ലാമാണ് ബാധിച്ചിരിക്കുക?

ആരാണിതിനുത്തരവാദികൾ; പഠിപ്പിച്ച അദ്ധ്യാപകരോ പാഠപുസ്തക നിർമ്മാതാക്കളോ? പാഠപുസ്തകം ആസൂത്രണം ചെയ്യുന്നതിന്റെ ഏറ്റവും അടിസ്ഥാനപരമായ തത്ത്വം അതിന് അനുവദിക്കപ്പെട്ട പിരീഡിനുള്ളിൽ പഠിപ്പിച്ചു തീർക്കാനാകുമെന്ന് ഉറപ്പാക്കുകയാണല്ലോ. അതുപോലും പരിഗണിക്കാതിരുന്ന പാഠപുസ്തകനിർമ്മാതാക്കൾ കുറ്റക്കാരാണെന്നതിൽ സംശയമില്ല. തങ്ങൾക്കു കിട്ടിയ പുസ്തകം പഠിപ്പിച്ചുതീർക്കാൻ നാല്പതോളം പിരീഡുകൾ കൂടിവേണം എന്ന് പരാതിപ്പെടാതിരുന്ന അദ്ധ്യാപകർക്കുമില്ലേ ഉത്തരവാദിത്തം. ഈ ഉത്തരവു വരുന്നതുവരെ അവരത് തിരിച്ചറിഞ്ഞിരുന്നില്ല എന്നതാണ് വാസ്തവമെങ്കിൽ അതു പുറത്തുപറയാൻ കൊള്ളുന്ന കാര്യമല്ല. കാരണം, പരിഷ്ക്കരണം എന്തുതന്നെയായാലും അതൊന്നും ഫലത്തിൽ യാതൊരു വ്യത്യാസവുമുണ്ടാക്കുകയില്ല എന്നല്ലേ അത് പച്ചയ്ക്ക് വിളിച്ചു പറയുന്നത്.

ഒരു കൊല്ലംകൊണ്ട് പഠിപ്പിച്ചു തീർക്കാനാവാത്ത പാഠപുസ്തകം ആസൂത്രണം ചെയ്തവരുടെ പേരിൽ എന്ത് ശിക്ഷാനടപടിയാണ് സ്വീകരിക്കേണ്ടത് എന്നു ശുപാർശ ചെയ്യാൻ റിപ്പോർട്ട് സമർപ്പിച്ച കമ്മറ്റിക്ക് അധികാരമുണ്ടോ എന്നറിയില്ല. എന്തായാലും അതിനുത്തരവാദികളായ

എസ്.സി.ഇ.ആർ.ടി ഉദ്യോഗസ്ഥർക്കെതിരെ നടപടി കൈക്കൊള്ളേണ്ടതാണ്. അതിൽ പങ്കാളികളായ മറ്റ് അംഗങ്ങൾ തീർച്ചയായും പിന്നീടുള്ള പാഠപുസ്തകക്കമ്മറ്റികളിൽ അംഗങ്ങളാവാൻ അർഹരല്ല. മാതൃഭാഷാസ്നേഹം മൂത്ത് ഓരോ പുതിയ പാഠപുസ്തകം നിർമ്മിക്കുമ്പോളും ഓരോ പിരീഡ് കൂട്ടി, പണ്ട് ഒട്ടകം ടെന്റു പിടിച്ച പോലെ സ്ക്കൂളിൽ ആകെ മലയാളം രണ്ടാംപേപ്പർ മാത്രമാക്കിക്കളയില്ല എന്നാരുകണ്ടു! ശിക്ഷാനടപടി കൈക്കൊള്ളണമെന്ന് ശുപാർശചെയ്തിട്ടില്ലെങ്കിൽ സംശയിക്കേണ്ടത് കമ്മറ്റിയുടെ ഉദ്ദേശ്യശുദ്ധിയെയാണ്. പക്ഷെ കമ്മറ്റിയംഗങ്ങൾ അത്ര മോശം വ്യക്തികളൊന്നുമല്ല. എന്നല്ല, പ്രസിദ്ധരും തികഞ്ഞ മാതൃഭാഷാപ്രണയികളുമാണവർ എന്ന കാര്യത്തിൽ ആർക്കും സംശയമുണ്ടാവില്ല. അപ്പോൾപ്പിന്നെ ഈ നിർദ്ദേശം രൂപപ്പെടാനുണ്ടായ സാഹചര്യമെന്താണ്? മറ്റു പുസ്തകങ്ങൾക്കൊന്നുമില്ലാത്ത ഈ കമ്മി മലയാളം രണ്ടാം പേപ്പറിന് മാത്രമുണ്ടായതെങ്ങിനെയാണ്?

1997–ൽ സമഗ്രമായ പരിഷ്ക്കാരം വരുന്നതുവരെ മലയാളത്തിന്റെ ഒന്നാംപേപ്പറും രണ്ടാംപേപ്പറും തമ്മിൽ കാതലായ ചില വ്യത്യാസങ്ങളുണ്ടായിരുന്നു. അഞ്ചാം ക്ലാസ്സുമുതൽ മലയാളപഠനത്തിന് രണ്ടു പേപ്പർ. ആഴ്ചയിൽ നാലുപിരീഡുള്ള ഒന്നാംപേപ്പർ ഓപ്ഷനലാണ്; കുട്ടിക്ക് വേണമെങ്കിൽ പഠിച്ചാൽ മതി. മലയാളം, സംസ്കൃതം, അറബി, ഉറുദു മുതലായ ഒരുകൂട്ടം ഭാഷകളിൽനിന്ന് ഒന്ന് കുട്ടിക്ക് യഥേഷ്ടം തിരഞ്ഞെടുക്കാം. ഒന്നാംപേപ്പറായി ഏതുഭാഷ സ്വീകരിച്ചാലും രണ്ടാം പേപ്പറായി മലയാളം പഠിക്കാതെ രക്ഷയില്ല. അതാണ് നിർബ്ബന്ധിതമലയാളം. അതിന് ആഴ്ചയിൽ രണ്ടു പിരീഡ്. അതിനുണ്ടാക്കിയ പാഠപുസ്തകങ്ങൾ നിശ്ചിതപിരീഡുകൊണ്ട് പഠിപ്പിച്ചു തീർക്കാവുന്നവയായിരുന്നു. അങ്ങനെ കേരളത്തിലെ പൊതുവിദ്യാലയത്തിലെ മഹാഭൂരിപക്ഷം കുട്ടികളും മലയാളം ഒന്നും രണ്ടും പേപ്പറുകൾ പഠിച്ചുപോന്നു. മറ്റേതെങ്കിലും ഭാഷ പഠിക്കാൻ സൗകര്യമുള്ള കുറേ സ്ക്കൂളുകളിലെ കുറച്ചുപേർ മലയാളമല്ലാത്ത ഒരു ഭാഷ ഒന്നാംപേപ്പറായും മലയാളം രണ്ടാംപേപ്പറായും പഠിച്ചു.

നാലു പിരീഡുള്ള ഓപ്ഷനൽ മലയാളം സവിശേഷപഠനമായിരുന്നു. ഭാഷയെക്കുറിച്ചും സാഹിത്യത്തെക്കുറിച്ചുമുള്ള ഗൗരവമായ പഠനമാണത്. മലയാളസാഹിത്യത്തിലെ നാഴികക്കല്ലുകൾ മിക്കതും അവിടെ പഠനവിഷയമാണ്. അത് പഠിക്കുന്നവർ എഴുത്തച്ഛന്റെയും ആശാന്റെയും മറ്റും കവിതകളുടെ കുറേ വരികളെങ്കിലും ഹൃദിസ്ഥമാക്കിയിരിക്കും. അവയുടെ അർത്ഥവും അർത്ഥാന്തരങ്ങളും ഭാവവും അറിഞ്ഞനുഭവിച്ചിരിക്കും. അതുപോലെ കഥകളും നിരൂപണങ്ങളും പരിചയപ്പെടും. പദ്യത്തെ എങ്ങനെയാണ് കൊളുത്തഴിച്ച് ഇഴപിരിച്ച് മനസ്സിലാക്കേണ്ടതെന്നും ഭാഷയിലെ സന്ധിയും സമാസവും എങ്ങനെയാണു പെരുമാറുന്നതെന്നും മറ്റും തിരിച്ചറിയും. ഭാഷയെയും വ്യാകരണത്തെയും സാഹിത്യത്തെയും സംസ്ക്കാരത്തെയും സാമാന്യം ഭേദപ്പെട്ട നിലയിൽ പരിചയപ്പെടുകയാണ് ഒന്നാംപേപ്പറിന്റെ പഠനലക്ഷ്യം. പാഠപുസ്തകവുമായി നേരിട്ടുബന്ധമുള്ളതായിരിക്കും പരീക്ഷയിലെ

മുഴുവൻ ചോദ്യങ്ങളും. കുട്ടികൾ നേടേണ്ടുന്ന ഭാഷാശേഷികളെ ഓരോ ക്ലാസ്സിന്റേയും നിലവാരമനുസരിച്ച് ക്രമീകരിച്ച് പത്തുവർഷംകൊണ്ട് എഴുത്തുഭാഷയിലും സാഹിത്യത്തിലും നിലവാരപ്പെട്ട ജ്ഞാനം ലഭിക്കാൻ പാകത്തിൽ ആസൂത്രണം ചെയ്ത ബൃഹത്തായ ഒരു പദ്ധതിയാണത്.

രണ്ടാം പേപ്പറാകട്ടെ മറ്റുഭാഷകൾ തിരഞ്ഞെടുത്ത കുട്ടികൾക്ക് മലയാളത്തിൽ നിർബ്ബന്ധമായും ലഭിച്ചിരിക്കേണ്ട സാമാന്യമായ അറിവുകളെ ഉദ്ദേശിച്ചുള്ളതാണ്. കുട്ടിക്ക് പരസഹായമില്ലാതെ വായിച്ച് മനസ്സിലാക്കാനും ആസ്വദിക്കാനും പറ്റിയതാവും അതിലെ സാഹിത്യം. നോൺ ഡീറ്റയിൽഡ് സ്റ്റഡി ആണവിടെ നടക്കേണ്ടത്. സാഹിത്യമല്ല അതിൽ മുഖ്യമെന്ന് ഉപപാഠപുസ്തകം എന്ന പേരുതന്നെ സൂചിപ്പിക്കുന്നു. പരീക്ഷയ്ക്ക് വരുന്ന ചോദ്യങ്ങളിൽ ഉപപാഠപുസ്തകത്തിലേത് 48 ശതമാനമേ ഉണ്ടാവൂ. ബാക്കി രചനാപ്രവർത്തനങ്ങൾക്കുള്ളതാണ്. വ്യത്യസ്തമായ ആവശ്യങ്ങൾക്ക് വൃത്തിയായും വെടിപ്പായും മലയാളം ഉപയോഗിക്കാനുള്ള ശേഷിയാണ് അതിലൂടെ നേടേണ്ടത്. പ്രസംഗം, നിവേദനം, പൊതുവായ വിഷയത്തിൽ ഉപന്യാസം, കത്ത്, അവധാരണം, സംഗ്രഹം തുടങ്ങിയവയാണ് അതിലെ ചേരുവകൾ. ഇന്നത്തെ രീതിയിൽ പറഞ്ഞാൽ ഡിസ്കോഴ്സുകൾ.

മലയാളം ഒന്നാംപേപ്പർ പഠിക്കുന്നവരും അല്ലാത്തവരും രണ്ടാം പേപ്പർ നിർബ്ബന്ധമായി പഠിക്കേണ്ടതിനാൽ വ്യത്യസ്തമായ പഠനലക്ഷ്യവും മാർഗ്ഗങ്ങളുമാണ് അവയ്ക്കുണ്ടായിരുന്നത്. അഥവാ ഒന്നാം പേപ്പറിന്റെ ഒരാവർത്തനമായല്ല രണ്ടാംപേപ്പർ വിഭാവനം ചെയ്യപ്പെട്ടിരുന്നത്. ഒന്നാംപേപ്പറായി മലയാളം പഠിക്കുന്നവരെ സംബന്ധിച്ച് രണ്ടാംപേപ്പർ അതിന്റെ പൂരണമാണ്. മറ്റുഭാഷകൾ പഠിക്കുന്നവരെ സംബന്ധിച്ച് മലയാളത്തിലെ സാമാന്യമായ ഡിസ്ക്കോഴ്സുകളിൽ ധാരണയുണ്ടാക്കലാണ് രണ്ടാംപേപ്പറിന്റെ ലക്ഷ്യം. (അന്നത്തെ വിദ്യാഭ്യാസത്തിൽ ഇതെല്ലാം അതേ വിധം നടപ്പിലായി എന്നല്ല, ലക്ഷ്യമിട്ടിരുന്നു എന്നാണ് പറയുന്നത്. പുതിയപദ്ധതിയാകട്ടെ ഇവയെ ലക്ഷ്യമായിപ്പോലും കല്പിക്കുന്നില്ല എന്നതാണ് ശ്രദ്ധിക്കേണ്ട വസ്തുത.)

ഒന്നാംഭാഷയായ മലയാളത്തിന്റെ രണ്ടു പേപ്പറുകൾ എന്ന അതേ ക്രമമാണ് രണ്ടാംഭാഷയായ ഇംഗ്ലീഷിന്റെ കാര്യത്തിലും പാലിച്ചിരുന്നത്. ഇംഗ്ലീഷ് ഒന്നാംപേപ്പറിന് ഓപ്ഷനുകൾ ഒന്നുമില്ലെന്നു മാത്രം വ്യത്യാസം. രണ്ടാംഭാഷയായ ഇംഗ്ലീഷിന്റെ കാര്യത്തിലാണ് പരിഷ്ക്കർത്താക്കൾ ആദ്യം മാറ്റം വരുത്തിയത്. അതിൽ ഏറ്റവും അഭിനന്ദനീയമായ ഒരു കാൽവെപ്പുണ്ട്. ഇംഗ്ലീഷിൽ ബിരുദമുള്ളവരായിരിക്കണം ഹൈസ്ക്കൂൾ ക്ലാസ്സുകളിലെ ഇംഗ്ലീഷദ്ധ്യാപകരെന്ന് നിയമം കൊണ്ടുവന്നു. സുചിന്തിതവും സുധീരവുമായ നടപടിയാണത്.

അതേസമയം ചില സിദ്ധാന്തങ്ങളുടെ പേരുപറഞ്ഞ് തങ്ങൾക്കു ബോദ്ധ്യപ്പെട്ട നിലവാരത്തിൽ ഇംഗ്ലീഷ് പഠനത്തിൽ സമഗ്രമായ അഴിച്ചുപണിയാണ് 1997-ൽ പരിഷ്ക്കർത്താക്കൾ നടത്തിയത്. അതിന്റെ സൈദ്ധാന്തികാടിത്തറ ഡി.പി.ഇ.പി.ക്കുവേണ്ടി ഡോ.കെ.എൻ.ആനന്ദൻ പരീക്ഷിച്ച പദ്ധതിയായിരുന്നുവെന്ന് അദ്ദേഹത്തിന്റെ റ്റ്യൂഷൻ

റ്റു ഇൻസ്റ്റ്യൂഷൻ എന്ന പുസ്തകം നോക്കിയാൽ ബോദ്ധ്യപ്പെടും. ആ നിലപാടുകളിൽനിന്ന് പൂർണ്ണമായും രക്ഷപ്പെടാൻ കേരളത്തിലെ ഭാഷാ പഠനത്തിന് ഇതുവരെ കഴിഞ്ഞിട്ടില്ല. ഭാഷാപഠനം സാഹിത്യപഠനമല്ല മറിച്ച് കമ്യൂണിക്കേഷൻ സ്കില്ലുകളാർജ്ജിക്കലാണ്; പഠനമല്ല ആർജ്ജ നമാണതിന്റെ അടിസ്ഥാനം; വ്യാകരണം പഠിപ്പിക്കുന്നത് കുട്ടിയെ കുരുതികൊടുക്കലാണ്; ചുവന്ന മഷിയാണ് ഭാഷാവിദ്യാഭ്യാസത്തിന്റെ ആജന്മശത്രു; ഭാഷാപഠനത്തിൽനിന്ന് ഓർമ്മയെ ചാക്കിൽക്കെട്ടി നാടുകടത്തേണ്ടതാണ്... എന്നൊക്കെയായിരുന്നു വാദം. ഭാഷാപഠന ത്തിന് ഒരു ഉത്തമമാതൃകയായി അദ്ദേഹം ചൂണ്ടിക്കാട്ടുന്നത് കോവ ളത്ത് കടല വിൽക്കുന്ന ഒമ്പതുകാരനായ പളനിയെന്ന സാങ്കല്പികക ഥാപാത്രത്തെയാണ്. പള്ളിക്കൂടത്തിന്റെ പടിപോലും കണ്ടിട്ടില്ലാത്ത അവൻ ഒരുമാതിരി യൂറോപ്യൻഭാഷകളിലൊക്കെ കടല വിൽക്കുന്നു. അതിനുമാത്രമുള്ള ഇംഗ്ലീഷും ഫ്രഞ്ചും സ്പാനിഷുമൊക്കെ അവനറി യാം. അതൊന്നും ആരുമവനെ പഠിപ്പിച്ചതല്ല; സ്വയം ആർജ്ജിച്ചതാണ്. അതുതന്നെയാണ് സ്ക്കൂളിലും നടക്കേണ്ടത്. ആരും പഠിപ്പിക്കരുത്.

അങ്ങനെ പരിഷ്ക്കരണത്തിന്റെ ഭാഗമായി പാഠ്യപദ്ധതിയിൽനിന്ന് വ്യാകരണവും സാഹിത്യവും നിഷ്ക്കാസിതമായി. പകരം കടയിലും കവലയിലും ഉപയോഗിക്കേണ്ട ഡിസ്ക്കോഴ്സുകളായി പാഠ്യവിഷയം. സവിശേഷപഠനം അലർജിയായതോടെ ഇംഗ്ലീഷിന്റെ ഒന്നാംപേപ്പറും രണ്ടാംപേപ്പറും എന്ന വിഭജനം അപ്രസക്തമായി. അത് ബോദ്ധ്യപ്പെ ട്ടിട്ടോ എന്തോ, പാഠപുസ്തകം ഒന്നായി ചുരുങ്ങി. ഒപ്പം പഠിക്കാനുള്ള പിരീഡും കുറഞ്ഞു. ഇംഗ്ലീഷ് കൗവിന്റെ പിമ്പേ ഗമിക്കുന്ന ബഹു ഗോക്കളായി മറ്റു ഭാഷകൾ. ജീവത്ഭാഷയല്ലാത്ത സംസ്കൃതംപോലും ഇങ്ങനെയാണ് നമ്മുടെ കുട്ടികൾ പഠിക്കുന്നത്!? പഠനരീതിയിലും ദർശനത്തിലുമെല്ലാം ഇംഗ്ലീഷിനെ പിന്തുടർന്നിരുന്നെങ്കിലും മലയാള ത്തിലെ രണ്ടുപേപ്പറുകളും ചേർത്തുകൊണ്ട് ഒരു പാഠപുസ്തകമാക്കുക എന്ന തന്ത്രം തീരെ പ്രായോഗികമായിരുന്നില്ല. കാരണം അതിന്റെ ഒന്നാംപേപ്പർ ഓപ്ഷനലാണ്. അതിൽ തൊട്ടുകളിച്ചാൽ അക്കളി തീക്കളി അറബിക്കിനെയും സംസ്കൃതത്തെയും ഉറുദുവിനെയുമെല്ലാം പട്ടിണിയാക്കും. അതിനാൽ മാത്രമാണ് മലയാളത്തിന് പിരീഡ് കുറ യാതെ നിന്നത്. പക്ഷെ ഒന്നാംപേപ്പർ രണ്ടാംപേപ്പർ എന്ന വിഭജനത്തിന്റെ തത്വ-പ്രയോഗങ്ങളുടെ അട്ടിമറിതന്നെയാണ് ഫലത്തിൽ മലയാള ത്തിലും ആസൂത്രിതമായി നടത്തിയത്.

പഴയ രണ്ടാംപേപ്പറിൽ ഉൾപ്പെട്ടിരുന്ന രചനാപ്രവർത്തനത്തിലെ കത്ത്, നിവേദനം, ഉപന്യാസം, തുടങ്ങിയവ ഡിസ്കോഴ്സ് എന്ന പേരിൽ ഒന്നാംപേപ്പറിലേക്ക് കുടിയിരുത്തി. അതോടൊപ്പം പത്രവാർത്ത, പോസ്റ്റർ, ബ്രോഷർ, അടിക്കുറിപ്പ്, എഡിറ്റോറിയൽ, നോട്ടീസ്, ഡയറി, തുടങ്ങിയവയും ചേർത്തു. ഗൗരവമാർന്ന ഭാഷാപഠനം ലക്ഷ്യം വെച്ചി രുന്ന ഒന്നാംപേപ്പറിനെ ആലോചനയൊന്നും കൂടാതെ രണ്ടാംപേപ്പറാ ക്കിക്കളയുകയാണ് ചെയ്തത്. സാഹിത്യം മാറി സ്ലെയിറ്റേ സ്ലെയിറ്റേ ഈ കണക്കൊന്നു പറഞ്ഞുതാ എന്ന തരത്തിൽ കുട്ടിപ്പാട്ടുകളായി വരുന്നതും അതിന്റെ തെളിവാണ്. ആകപ്പാടെ പഠനം പാല്പായസമാ

യി. മേദുരാരോഗ്യപ്രദമായ ലഘുതിക്തരസംപോലുമില്ലാത്ത പഞ്ചാര മധുരം.

രണ്ടാംപേപ്പർ പരിഷ്ക്കരിക്കാനായി ഭാഷാഗ്രൂപ്പ് നടത്തിയ സമഗ്ര മായ പഠനത്തിന്റെ വിശേഷങ്ങൾ പ്രേമചന്ദ്രൻ മാതൃഭൂമി ആഴ്ചപ്പ തിപ്പിൽ (2011, 89: 8) രേഖപ്പെടുത്തിയിട്ടുണ്ട്: *ദേശീയപാഠ്യപദ്ധതി ചട്ട ക്കൂടിനനുസരിച്ചു കേരളത്തിലെ പാഠ്യപദ്ധതി നവീകരിക്കുന്നതി നായി രൂപവത്ക്കരിച്ച പതിന്നാലു ഫോക്കസ് ഗ്രൂപ്പുകളിൽ ഒന്നായ ഭാഷാഗ്രൂപ്പ്, നിലനിൽക്കുന്ന മാതൃഭാഷാപഠനത്തെക്കുറിച്ച് സമഗ്രമായ അന്വേഷണം നടത്തിയിരുന്നു. പത്താംതരംവരെ മലയാളം നമുക്ക് ഒന്നാംഭാഷയാണ്. അതോടൊപ്പം, ഒന്നാംഭാഷയായി അറബിക്, ഉറുദു, സംസ്കൃതം തുടങ്ങിയ ഭാഷകൾ തിരഞ്ഞെടുക്കാനുള്ള അവകാശ വും കുട്ടികൾക്ക് ഉണ്ട്.* (ഈ വാക്യങ്ങൾ അല്പം അയഞ്ഞതാണ്. ഒന്നിലധികം ഒന്നാംഭാഷകൾ പഠിക്കാമെന്നു തോന്നിപ്പോകും ഇതു വായിക്കുമ്പോൾ. ഇതാണ് സ്ഥിതിയെങ്കിൽ നിർബ്ബന്ധിതമായ മലയാ ളപഠനം എന്ന സങ്കല്പംതന്നെ ആവശ്യം വരില്ല. വാസ്തവത്തിൽ, തന്നിരിക്കുന്ന പട്ടികയിലെ മലയാളമുൾപ്പെടെയുള്ള ഭാഷകളിൽ ഏതെ ങ്കിലും ഒന്ന്, ഒന്നുമാത്രം, ഒന്നാംഭാഷയുടെ ഒന്നാംപേപ്പറായി തിര ഞ്ഞെടുക്കാമെന്നു മാത്രമല്ലേ വിവക്ഷ? മറ്റേതെങ്കിലും ഭാഷ തെരഞ്ഞ ടുത്താൽ അത് ഒന്നാംപേപ്പറായ മലയാളത്തിനു പകരമായിരിക്കും എന്നു ചുരുക്കം. ഈ ആദേശം വളരെ പ്രധാനമാണ്.) *ഒന്നാംഭാഷയുടെ രണ്ടാംപേപ്പറായി എല്ലാവരും മലയാളം പഠിക്കണം. വിശദമായ ഭാഷാ പഠനം അല്ല ഇവിടെ ഉദ്ദേശിക്കുന്നത്. കുട്ടികൾക്ക് സ്വതന്ത്രമായി വാ യിച്ചു മനസ്സിലാക്കാവുന്ന സാഹിത്യരചനകൾ ആണ് ഉപപാഠപുസ്ത കമായി നിർദ്ദേശിക്കപ്പെടാറുള്ളത്. പുരാണകൃതികളുടെ സ്വതന്ത്രാ ഖ്യാനങ്ങൾ, കഥാസമാഹാരങ്ങൾ, നോവൽ നാടകം മുതലായവ. രച നാപ്രവർത്തനങ്ങളുടെ ഭാഗമായി ഉപന്യാസരചന, പരാവർത്തനം, ആശയവിപുലനം, അവധാരണം മുതലാവയവയിൽ കുട്ടികൾ പരിശീ ലനം നേടണം എന്നാണുദ്ദേശ്യം.* ഇങ്ങനെയെല്ലാം എഴുതിയിട്ടു ണ്ടെങ്കിലും അവർ കാര്യങ്ങൾ എത്രമാത്രം മനസ്സിലാക്കിയിട്ടുണ്ട് എന്ന തിൽ സംശയമുണ്ട്. സമഗ്രത എന്നൊക്കെ പ്രയോഗിക്കുന്നതിനപ്പുറത്തു കാര്യങ്ങൾ ക്ഷമയോടെ പഠിക്കാൻ ഇവർക്കു കഴിഞ്ഞിട്ടുണ്ടോ? ആത്മ പരിശോധന നടത്തേ കാര്യം കൂടിയാണിത്.

പ്രശ്നങ്ങളെ അദ്ദേഹം നിർദ്ധാരണം ചെയ്യുന്നതിങ്ങനെയാണ്: *സ്ക്കൂളുകളിൽ ഏറ്റവും ലാഘവത്തോടെ കൈകാര്യം ചെയ്യപ്പെട്ട വിഷ യമായിരുന്നു മലയാളം രണ്ടാം പേപ്പർ എന്നതായിരുന്നു മറ്റൊരു പ്രയാസം. പലപ്പോഴും മലയാളം അദ്ധ്യാപകരായിരുന്നില്ല രണ്ടാം പേപ്പർ പഠിപ്പിച്ചിരുന്നത്. യാന്ത്രികമായ ചില രചനാപ്രവർത്തനങ്ങൾ ചെയ്യി ക്കുക മാത്രമാണ് മിക്കവാറും ചെയ്തിരുന്നത്.* ഇവിടെ ശ്രദ്ധിക്കേണ്ട വസ്തുത പാഠപുസ്തകത്തിന്റെ ഉള്ളടക്കമോ പ്രതിപാദനമോ ഒന്നും പ്രശ്നമായി കണ്ടെത്തിയിട്ടില്ല എന്നതാണ്. പ്രശ്നങ്ങൾ സൈദ്ധാന്തി കമല്ല, പ്രായോഗികമാണ്; നടത്തിപ്പിലാണ് വീഴ്ചകൾ വരുന്നത്. അദ്ധ്യാപകരുടെ ഉഴപ്പുതന്നെ മുഖ്യം.

മറ്റുചിലതുകൂടി പോരായ്മകളായി കണ്ടെത്തിയിട്ടുണ്ട്: *പാഠഭാഗങ്ങളുടെ സൂക്ഷ്മമായ വിശകലനം ഒട്ടും നടന്നില്ല. കൃതിയുടെ രചനാപരമായ സവിശേഷത, സാമൂഹികമായ ധർമ്മം, അതുണർത്തുന്ന സൗന്ദര്യാനുഭവം എന്നിവയൊന്നും കണ്ടെടുക്കപ്പെട്ടില്ല. ഭാഷാപരമായ മെച്ചപ്പെടുത്തലുകൾക്കും അവസരം ഉണ്ടായിരുന്നില്ല.* ഇവ എങ്ങനെയാണ് രണ്ടാംപേപ്പറിന്റെ പഠനത്തിന്റെ പോരായ്മയായി വരുന്നത് എന്നു വ്യക്തമാകുന്നില്ല. പാഠഭാഗങ്ങളുടെ വിശകലനം, രചനാപരമായ സവിശേഷത തുടങ്ങിയവ കണ്ടെത്താൻ ഉദ്ദേശിച്ചിട്ടില്ലാത്തിടത്ത് അതു നടന്നില്ലെന്നു കുറ്റം പറയുന്നത് എന്തു മര്യാദയാണ്? വ്യത്യസ്തമായ ഉദ്ദേശ്യലക്ഷ്യങ്ങളാണ് രണ്ടാംപേപ്പറിനുള്ളത് എന്നും വിശദമായ ഭാഷാപഠനം അല്ല ഇവിടെ ഉദ്ദേശിക്കുന്നത് എന്നും 'ഭാഷാഗ്രൂപ്പുതന്നെ സമഗ്രമായ അന്വേഷണത്തിലൂടെ തിരിച്ചറിഞ്ഞതാണ്.

മലയാളഭാഷാപഠനം ഗൗരവത്തോടെ നടത്താത്ത ഒരു ന്യൂനപക്ഷം വിദ്യാർത്ഥികൾ മലയാളം മാധ്യമത്തിൽ പ്രയാസം നേരിടുന്നു എന്നുള്ളതാണ് കണ്ടെത്തിയ മറ്റൊരു സംഗതി. "*ഒന്നാംഭാഷയായി അറബിക്, ഉറുദു, സംസ്കൃതം തുടങ്ങിയ ഭാഷകൾ തെരഞ്ഞെടുത്ത കുട്ടികൾക്ക് ഇപ്രകാരം ശരിയായരീതിയിൽ മലയാളം ലഭിക്കാത്തത് മലയാള മാദ്ധ്യമത്തിലൂടെയുള്ള അവരുടെ മൊത്തം പഠനത്തെത്തന്നെ സാരമായി ബാധിക്കുന്നുണ്ടെന്ന് പാഠ്യപദ്ധതി പരിഷ്ക്കരണത്തിനായുള്ള അന്വേഷണത്തിലൂടെ കണ്ടെത്തുകയുണ്ടായി*" എന്ന് പ്രസ്താവിച്ചിരിക്കുന്നു. മലയാളം പഠനമാദ്ധ്യമമായിട്ടും കുറേ കുട്ടികൾക്ക് മലയാളത്തിൽ ശോഭിക്കാനാകുന്നില്ല എന്നത് വസ്തുതയാണെങ്കിൽ, പുതിയ പാഠ്യപദ്ധതിയുടെ അടിസ്ഥാനദർശനമായി സ്വീകരിച്ചിരുന്ന ഭാഷാർജ്ജനവാദത്തിന്റെയും ജ്ഞാനനിർമ്മിതിവാദത്തിന്റെയും കടയ്ക്കലാണ് അത് കത്തിവെക്കുന്നത് എന്ന് ഒന്നാലോചിച്ചാൽ ബോദ്ധ്യപ്പെടും. (ആർജ്ജനമല്ല ബോധപൂർവ്വമായ പഠനമാണ് ഫലപ്രദം എന്നാണല്ലോ അത് തെളിയിക്കുന്നത്.) സ്ക്കൂൾപഠനത്തിൽ ഭാഷാർജ്ജനവാദം പ്രയോഗിക്കുന്നതിലെ പൊള്ളത്തരം മാതൃഭൂമി ആഴ്ചപ്പതിപ്പിൽ വേണുഗോപാലപ്പണിക്കരുമായുള്ള മുഖാമുഖത്തിൽ വ്യക്തമാക്കിയതും ഓർക്കുക. (കേരളത്തിലെ അറിയപ്പെടുന്ന ഭാഷാശാസ്ത്രപണ്ഡിതനും 1987-ൽ നോം ചോസ്കിയെക്കുറിച്ച് മലയാളത്തിലെ ആദ്യത്തെ പുസ്തകമെഴുതിയ ആളുമാണ് പുതിയ പാഠ്യപദ്ധതിക്കാരുടെ ചോംസ്കിയൻവാദങ്ങൾ അടിസ്ഥാനരഹിതമാണെന്ന് വ്യക്തമാക്കിയിരിക്കുന്നത്.)

ഒന്നാംപേപ്പറും പഠനമാധ്യമവും മലയാളമായവരെ അപേക്ഷിച്ച്, മലയാളമാധ്യമത്തിൽ പഠിക്കുന്നവരെങ്കിലും മലയാളം ഒന്നാംപേപ്പർ പഠിക്കാത്ത കുട്ടികൾക്ക് ഭാഷാപരമായ കഴിവുകേടുണ്ടാകുന്നു എന്നതാണ് പ്രശ്നം. മലയാളം ഒന്നാംപേപ്പർ മാത്രമാണ് അവരെ വ്യത്യസ്തരാക്കുന്നത് എന്നർത്ഥം. അതിനാൽ, ഒന്നാംപേപ്പറായി മലയാളം നിർബന്ധിതമാക്കുകയാണ് പരിഹാരം. ഒന്നാംപേപ്പറിലെ ഓപ്ഷൻ എടുത്തുകളയുകതന്നെ വഴി. നേരത്തെ പറഞ്ഞതുപോലെ ചില പ്രായോഗികപ്രശ്നങ്ങൾ തീർച്ചയായും അതിലുണ്ട്. അവ പരിഹരി

ക്കാനുള്ള ആലോചനയാണ് ആവശ്യമായത്. മറ്റുഭാഷകൾ പഠിക്കാൻ താല്പര്യമുള്ളവർക്ക് രണ്ടാംപേപ്പറോ മൂന്നാംഭാഷയോ ഓപ്ഷനലാക്കി അവസരം കൊടുക്കുന്നതിനെക്കുറിച്ച് ആലോചിക്കാമായിരുന്നു. ഐ.ടി.ക്കുവേണ്ടി ഇംഗ്ലീഷ്, സാമൂഹ്യപാഠം, കണക്ക് തുടങ്ങിയ വിഷയങ്ങളുടെ പിരീഡ് അഡ്ജസ്റ്റ് ചെയ്തതുപോലെ എന്തെങ്കിലും മാർഗ്ഗങ്ങൾ തേടാം. (ഈ വർഷമാണെങ്കിൽ, ഐ.ടി.യുടെ മൂന്ന് പിരീഡ് ഓപ്ഷനലായ മറ്റുഭാഷകൾക്കായി നീക്കിവെക്കാമോ എന്നും ആലോചിക്കാം.) എന്നാൽ, ഭാഷാഗ്രൂപ്പ് ശുപാർശ ചെയ്തത് ഒരു ഒളിച്ചുകടത്തലാണ്. ഇതിനു പരിഹാരമായാണ് ഉപപാഠപുസ്തകത്തിനു പകരം സമഗ്രമായ ഒരു അടിസ്ഥാനപാഠാവലി അഞ്ചാംതരം മുതൽ ഇപ്പോൾ നടപ്പിലാക്കിയത്. *കേരളപാഠാവലിയിലേതുപോലെതന്നെ മൂന്നു യൂണിറ്റുകൾ, പത്തോ പന്ത്രണ്ടോ രചനകൾ, ഏറെ പഠനപ്രവർത്തനങ്ങൾ, ഭാഷാപരമായ ശുദ്ധീകരണത്തിനുള്ള അവസരങ്ങൾ, രചനകളുടെ സൂക്ഷ്മമായ പരിശോധനകൾ ഇവയെല്ലാം മറ്റുഭാഷകൾ ഒന്നാംഭാഷയായി പഠിക്കുന്ന കുട്ടികൾക്കും ലഭിക്കത്തക്ക വിധത്തിലാണ് അടിസ്ഥാനപാഠാവലി ആസൂത്രണം ചെയ്തിട്ടുള്ളത്.* രണ്ടാംപേപ്പറിന്റെ പാഠപുസ്തകത്തെ ഒരു ട്രോജൻ കുതിരയാക്കി ഒന്നാംപേപ്പറിലെ വിഭവങ്ങൾ കടത്തുന്ന കുത്സിതതന്ത്രമാണവർ പയറ്റിയത്. അതു പക്ഷെ യുദ്ധം ജയിക്കാനായിരുന്നില്ല എന്നു മാത്രം.

രണ്ടാംപേപ്പർ ലാഘവത്തോടെ, അതും മലയാളാദ്ധ്യാപകരല്ലാത്തവർ, കൈകാര്യം ചെയ്യുന്നതും അതിലെ യാന്ത്രികതയുമൊക്കെയാണല്ലോ പ്രശ്നം. അതിനുള്ള പരിഹാരം മലയാളം അദ്ധ്യാപകർതന്നെ ഗൗരവത്തോടെയും സർഗ്ഗാത്മകമായും ആ പാഠപുസ്തകം പഠിപ്പിക്കുകയും വിദ്യാലയാന്തരീക്ഷം കാര്യക്ഷമമാക്കുകയും ആണെന്ന് കരുതിയെങ്കിൽ നിങ്ങൾക്കു തെറ്റി! യഥാർത്ഥപരിഹാരം, രണ്ടാംപേപ്പറിന്റെ പാഠപുസ്തകത്തിന്റെ കെട്ടും മട്ടും മാറ്റുകയത്രെ. പഠനോദ്ദേശ്യം മറന്ന് അതിനെ മറ്റൊരു ഒന്നാംപേപ്പറാക്കി മാറ്റിക്കളയുക; ഉപപാഠപുസ്തകം മാറ്റി അടിസ്ഥാനപാഠാവലിയാക്കുക. പിന്നെ എത്ര ലാഘവത്തോടെ, ആരുതന്നെ പഠിപ്പിച്ചാലും ശരി പഠിപ്പിച്ചില്ലെങ്കിലും ശരി, ഫലം മികച്ചതായിത്തീരും. വിചിത്രമായിത്തോന്നുന്നുണ്ട് അല്ലേ.

2006-07 വർഷത്തിൽ രണ്ടാം പേപ്പറിൽ മാറ്റങ്ങൾ വരുത്തിയതിന്റെ കാര്യകാരണങ്ങളാണ് പ്രേമചന്ദ്രൻ വിശദമായി രേഖപ്പെടുത്തിയിരിക്കുന്നത്. രണ്ടാംപേപ്പർ കർമ്മംകൊണ്ട് ഒന്നാംപേപ്പറാക്കേണ്ടതിന്റെ പ്രാധാന്യമാണ് അവിടെ ആലോചിച്ചത്. പക്ഷെ, പണ്ട് ഇ.പി.രാജഗോപാലൻ മാതൃഭൂമി ആഴ്ചപ്പതിപ്പിൽ സങ്കടമലയാളം (2007, മാർച്ച് 11) എന്ന ലേഖനത്തിൽ നിരീക്ഷിച്ചപോലെ, നേരത്തെയുണ്ടായിരുന്ന ഒന്നാംപേപ്പറിൽനിന്ന് സാഹിത്യത്തെയും വ്യാകരണത്തെയും കുടിയിറക്കി ഡിസ്ക്കോഴ്സുകളെ വാഴിച്ചുകഴിഞ്ഞിരുന്നു എന്ന കാര്യം പ്രേമചന്ദ്രനും കൂട്ടരും ഓർത്തില്ല. പഴയ രണ്ടാംപേപ്പറിന് തുല്യമായ ഒന്നാക്കി ഒന്നാംപേപ്പറിനെ ഡിസൈൻ ചെയ്തവർതന്നെയാണ് ദശകം ഒന്നു കഴിഞ്ഞപ്പോൾ രണ്ടുപേപ്പറുകളും ഒന്നാക്കിക്കളഞ്ഞത്. 2006-07ൽ അഞ്ചാംക്ലാസ്സിൽ നടത്തിയ ഈ പരിഷ്ക്കരണമാണ് പിച്ചവെച്ച് ഇപ്പോൾ

പത്താംക്ലാസ്സിലെ *പാത്തുമ്മയുടെ ആടിനെ* കശാപ്പുചെയ്തിരിക്കുന്നത്. രണ്ടാം പേപ്പറിൽ അതോടെ നിലവിൽവന്ന പുസ്തകം പഠിപ്പിച്ചു തീർക്കാനാണ് ആഴ്ചയിൽ മൂന്ന് പിരീഡെങ്കിലും വേണം എന്ന് സർക്കാർ ഉത്തരവിറക്കിയത്. ചുരുക്കത്തിൽ മലയാളത്തിന് ഇപ്പോൾ രണ്ട് ഒന്നാംപേപ്പറുകൾ. ഒന്ന് ഓപ്ഷനൽ; അതിന് നാലു പിരീഡ്. മറ്റത് നിർബ്ബന്ധിതം; അതിന് രണ്ടു പിരീഡ്. ഒന്നിൽ എം. മുകുന്ദന്റെ കഥയെങ്കിൽ മറ്റതിൽ ഇ.ഹരികുമാറിന്റെ കഥ. ഒന്നിൽ ആശാന്റെ കവിതയെങ്കിൽ മറ്റതിൽ വൈലോപ്പിള്ളിയുടെ കവിത എന്നു വ്യത്യാസം. പാത്തുമ്മയുടെ ഐഡന്റിറ്റി കാർഡ് തയ്യാറാക്കാനും, എസ്.കെ പൊറ്റക്കാടിന്റെ ഡയറി തയ്യാറാക്കാനും, സാഹിത്യസമാജത്തിന്റെ നോട്ടീസു തയ്യാറാക്കാനും മറ്റുമുള്ള ചോദ്യങ്ങൾ ഒന്നാംപേപ്പർ രണ്ടാം പേപ്പർ എന്ന വ്യത്യാസമില്ലാതെ പരീക്ഷകളിൽ നിറഞ്ഞുനില്ക്കുന്നത് ഈ പാരഡൈം ഷിഫ്റ്റിന്റെ ഫലമായാണ്.

മലയാളത്തിനുമാത്രം ഇതാ ഒരേ തരത്തിലുള്ള പഠനരീതിയും ഉദ്ദേശ്യലക്ഷ്യങ്ങളും വ്യത്യസ്തമായ ഉള്ളടക്കവുമുള്ള രണ്ടുപാഠപുസ്തകങ്ങളും രണ്ടുപേപ്പറും ഉണ്ടായിരിക്കുന്നു. അതോടെ, ഒന്നാംഭാഷയുടെ ഒന്നാംപേപ്പറായി സംസ്കൃതം, അറബി, ഉറുദു തുടങ്ങിയ ഏതുഭാഷ തിരഞ്ഞെടുത്താലും കുട്ടികൾ മലയാളം ഒന്നാംപേപ്പറിന്റെ ഒരു ഒളിപ്പതിപ്പ് പഠിച്ചേ മതിയാവൂ. പക്ഷെ ചിലകാര്യങ്ങൾ പരിഷ്ക്കർത്താക്കൾ ശ്രദ്ധിച്ചില്ല. 1. ഒന്നാംപേപ്പറിന് തുല്യമായി രണ്ടാംപേപ്പർ രൂപകല്പന ചെയ്യുമ്പോൾ അതിനാവശ്യമായ പിരീഡുകൾ നല്കണമെന്ന ലളിതമായ കാര്യം. 2. മലയാളം ഒന്നാംപേപ്പറായി സ്വീകരിക്കുന്ന മഹാഭൂരിപക്ഷം വരുന്ന വിദ്യാർത്ഥികൾ ഫലത്തിൽ ഒന്നാംപേപ്പർ ആവർത്തിച്ചു പഠിക്കേണ്ടിവരും എന്ന ഗൗരവമായ കാര്യം. 3. ഒന്നാംപേപ്പറായി മലയാളം പഠിക്കാതിരിക്കുന്നതിന് പുതിയ ന്യായീകരണം പ്രദാനം ചെയ്യുകയാണ് തങ്ങൾ ചെയ്യുന്നത് എന്ന ആത്മഹത്യാപരമായ കാര്യം.

രണ്ടുപേപ്പറിലും ഗൗരവമായ സാഹിത്യം വരുന്നത് നല്ലതല്ലേ. തീർച്ചയായും നല്ലതുതന്നെ. ഒന്നാം പേപ്പറായി മലയാളം പഠിക്കാത്തവരും ഗൗരവമായ സാഹിത്യം പഠിക്കും. പക്ഷെ ഒന്നാംപേപ്പറായി മലയാളം പഠിക്കുന്നവരോ, അവരെ സംബന്ധിച്ച് വെറുമൊരാവർത്തനം മാത്രമായിരിക്കും നിർബ്ബന്ധിതമലയാളം. ആഴ്ചയിൽ വെറും രണ്ടു പിരീഡ് മാത്രം അടിസ്ഥാനപാഠാവലി (രണ്ടാംപേപ്പർ) പഠിക്കുന്ന കുട്ടികൾ നേടുന്ന അതേ കാര്യങ്ങൾതന്നെയാണ് അതിന്റെ ഇരട്ടി സമയമെടുത്ത് കേരളപാഠാവലി (ഒന്നാം പേപ്പർ) പഠിക്കുന്നവരും നേടുന്നത് എന്നാണ് പ്രേമചന്ദ്രൻ വിശദമായി പറഞ്ഞുവെച്ചതിന്റെ സാരം. അതിനുവേണ്ടിത്തന്നെയാണ് ആ പേപ്പർ ആസൂത്രണം ചെയ്തിരിക്കുന്നത് എന്നാണദ്ദേഹത്തിന്റെ അഭിമാനം. അതപ്പടി അംഗീകരിക്കുന്നു എസ്.സി.ഇ.ആർ.ടി. നിയോഗിച്ച കമ്മറ്റി. അത് വേണ്ടത്ര ഫലപ്രദമാകാൻ ഇപ്പോഴുള്ള രണ്ടുപിരീഡ് പോരാ മൂന്നുവേണം എന്നു മാത്രമാണ് കമ്മറ്റിക്ക് ബോധിപ്പിക്കാനുള്ളത്. ഇതു നടപ്പിലായാൽ അടുത്തവർഷം മുതൽ ഒന്നാംപേപ്പറായി മലയാളം സ്വീകരിക്കുന്നവർ ആ നാലു പിരീഡിനു പുറമെ, മൂന്നു പിരീഡുള്ള നിർബ്ബന്ധിതമായ രണ്ടാം

പേപ്പർകൂടി മൊത്തം ഏഴുപിരീഡ് പഠിക്കേണ്ടിവരുമെന്നർത്ഥം. കൂടുതലായി ഫലം ഒന്നുംതന്നെ ലഭിക്കുകയുമില്ല. എങ്കിൽ സാമാന്യബുദ്ധിയുള്ള ഏതെങ്കിലും കുട്ടി/രക്ഷിതാവ് നാല് പിരീഡുള്ള മലയാളം ഒന്നാംപേപ്പർ തിരഞ്ഞെടുക്കുമോ?

ഒന്നുകൂടി ചുഴിഞ്ഞാലോചിച്ചാൽ, ഏതൊരു കുട്ടിയും അഞ്ചാം ക്ലാസ്സുമുതൽ പത്താംക്ലാസ്സുവരെ ഒന്നാം പേപ്പറായി അറബി, ഉറുദു, സംസ്കൃതം തുടങ്ങിയ ഏതെങ്കിലും ഒരു ഭാഷ നിർബ്ബന്ധമായും പഠിച്ചിരിക്കണം എന്നാണ് കമ്മറ്റി നിർദ്ദേശിക്കേണ്ടിയിരുന്നത്. മലയാളം ഒന്നാംപേപ്പറായി തെരഞ്ഞെടുത്ത് സമയം കളയുന്നതിലും ഭേദമല്ലേ മറ്റേതെങ്കിലും ഒരു ഭാഷ പഠിച്ച് അതിൽ അല്പജ്ഞാനമെങ്കിലും കൈവരിക്കുന്നത്. അതിന്റെ നിലവാരം പ്രേമചന്ദ്രൻ പരിഹസിച്ചിരിക്കുന്നതുപോലെ ആ ഭാഷാപ്രദേശത്തുകാരായ രണ്ടാംക്ലാസ്സുകാരുടേതായാൽപ്പോലും അത് ഗുണകരമല്ലേ. കേരളത്തിലെ മലയാളപഠനത്തിന്റെ നിലവാരത്തെക്കുറിച്ചുതന്നെ ഈ സംശയമുള്ള സ്ഥിതിക്ക് പ്രത്യേകിച്ചും. നിലവിലുള്ള ഭാഷാപഠനത്തെക്കുറിച്ച് ചില ഡയറ്റുകൾ നടത്തിയ പഠനത്തിൽ മലയാളപഠനം അതിദയനീയമാണെന്നു തെളിഞ്ഞതായി മാധ്യമം വാരികയിൽ (2011 ഫെബ്രുവരി 28, മാർച്ച് 7) ഡോ. കെ.ടി. അഷ്റഫ് തുടർച്ചയായി രണ്ടുലക്കത്തിൽ ലേഖനമെഴുതിയിരുന്നു. അതിന് മറുപടിയോ വിയോജനമോ ഒന്നും വന്നതായി അറിയില്ല.

മലയാളം ഒന്നാംപേപ്പറായി പഠിക്കാത്തവർക്കുപോലും വെറും മൂന്ന് പിരീഡുകൊണ്ട് നേടാനാവുന്നതും മലയാളം മാദ്ധ്യമമായി പഠിക്കുന്ന മറ്റുവിഷയങ്ങൾക്കുപോലും ഗുണകരമാവുന്നതുമായ വിധത്തിൽ സൂക്ഷ്മവും വിശദവുമായി മലയാളഭാഷയും സാഹിത്യവും പഠിക്കാനാവുമെങ്കിൽ പിന്നെയെന്തിനാണ് കുട്ടികൾ ഒന്നാം പേപ്പറായി മലയാളം പഠിക്കുന്നത് എന്ന കാതലായ ചോദ്യമുണ്ട്. മലയാളം നിർബ്ബന്ധിതമാക്കാൻ നിയുക്തമായ കമ്മറ്റിക്ക് ആ ചോദ്യം ചോദിക്കാൻ കഴിഞ്ഞില്ല. കമ്മറ്റി ഇങ്ങനെ ഫലേച്ഛകൂടാതെ ഒരു പഠനഭാരം കുട്ടികളിൽ അടിച്ചേല്പിച്ചാണോ തങ്ങളുടെ മാതൃഭാഷാസ്നേഹം വെളിപ്പെടുത്തേണ്ടത്. വിദ്യാഭ്യാസം ഒരാസൂത്രണത്തിന്റെ ഭാഗമാണ് എന്നു സമ്മതിക്കുന്ന ആരും ഒരേ കാര്യത്തിനായി രണ്ടു വ്യത്യസ്തയത്നങ്ങൾ, അതിലൊന്നു നിർബ്ബന്ധിതവും ഒന്നു ഓപ്ഷനലും, ശുപാർശ ചെയ്യില്ല. സാമാന്യബുദ്ധിയുള്ള കുട്ടികളുടെയും രക്ഷിതാക്കളുടെയും സമൂഹത്തിൽ, അതിന്റെ അർത്ഥം, എത്ര കടുത്ത മാതൃഭാഷാസ്നേഹിയായാലും ശരി, ഇനിമേലാൽ ഒന്നാംപേപ്പറായി മലയാളം സ്വീകരിക്കേണ്ടതില്ല എന്നു തന്നെയാണ്.

ഇത്രയും കാലം മറ്റുഭാഷകൾ ഒന്നാംപേപ്പറായി തെരഞ്ഞെടുക്കുന്നത് പലപ്പോഴും അദ്ധ്യാപകരുടെ പണി പോകാതിരിക്കാനായിരുന്നു. അപ്പോൾ നഷ്ടപ്പെടുന്ന മലയാളം അനൗദ്യോഗികമായി മറ്റേതെങ്കിലും വിധത്തിൽ ലഭിക്കാനുള്ള അവസരം ഉറപ്പുവരുത്തണം തുടങ്ങിയ ചില ഡിമാൻഡുകൾ കുട്ടികൾ/രക്ഷിതാക്കൾ വെച്ചിരുന്നു. പക്ഷെ കാലവിപര്യയം സംഭവിച്ചിരിക്കുന്നു. മലയാളം ഒന്നാംപേപ്പറായെടുക്കാൻ ഓഫറുകൾ വെക്കേണ്ടിവരും. ചേരുന്ന മുഴുവൻപേർക്കും എ പ്ലസ്, നൂറിൽ

നൂറ് സ്ക്കോർ തുടങ്ങിയ അക്കാദമികവാഗ്ദാനങ്ങളും പുസ്തകം, കുട, ബാഗ്, സ്ക്കൂൾബസ്സ്, തുടങ്ങിയ ഭൗതികവാഗ്ദാനങ്ങളും. അപ്പോഴാണ് മനസ്സറിഞ്ഞ് എണ്ണീടുകാർക്കുമിതുതാൻ ഗതി സാദ്ധ്യമെന്തുകണ്ണീരിനാൽ എന്നെല്ലാമുള്ള ജ്ഞാനം ഉല്പാദിപ്പിക്കുക. കമ്മറ്റിയുടെ നിർദ്ദേശങ്ങൾ പുനപ്പരിശോധിക്കേണ്ടതാണ്. അത് മലയാളം ഒന്നാംപേപ്പർ പഠിക്കുന്നവരെ, പഠിപ്പിക്കുന്നവരെയും, അപമാനിക്കുന്നു.

മലയാളത്തെ സ്നേഹിക്കുന്നവർ പക്ഷെ ആലോചിക്കേണ്ടുന്ന സുപ്രധാനമായ സംഗതിയുണ്ട്. പാഠ്യപദ്ധതിപരിഷ്ക്കരണത്തിൽ ഭാഷാപഠനത്തിന് നഷ്ടമായതെന്താണ്? എന്തുകൊണ്ടാണത് സംഭവിച്ചത്? തിരിഞ്ഞുനടക്കാവുന്ന ദൂരമാണോ നാം താണ്ടിക്കഴിഞ്ഞിരിക്കുന്നത്?

പാഠ്യപദ്ധതിപരിഷ്ക്കരണത്തിന്റെ സിദ്ധാന്തംതന്നെ വേറെയായിരുന്നു. ഭാഷ, സാഹിത്യം തുടങ്ങിയവയുടെ പഠനം പഴഞ്ചനും ഉപയോഗശൂന്യവുമായി അവർ കരുതി. പഴഞ്ചനായത് മാറ്റേണ്ടതാണെന്ന ധാരണയിൽ കവിഞ്ഞ് പഴയതെന്തായിരുന്നുവെന്ന് പഠിച്ചതിന്റെ ഒരു തെളിവും വെളിവും മാറ്റങ്ങളിൽ കാണാൻ കഴിയില്ല. ഭാഷാപഠനത്തിലെ പഴഞ്ചൻ പ്രവണതകളായ വ്യാകരണപഠനവും വൃത്തപഠനവും അലങ്കാരപഠനവുമെല്ലാം ഏഴയലത്തുപോലും കടന്നുവരാൻ പാടില്ലാത്ത പാപങ്ങളായി വിലയിരുത്തിയ വിദ്വാന്മാരാണ് പരിഷ്കാരത്തിനു മുന്നിലുണ്ടായിരുന്നത്. കവിതയും കഥയും നാടകവുമെല്ലാം സാമൂഹിക പാഠങ്ങളാണെന്ന ധാരണയും ഭാഷയിൽ ശരിതെറ്റുകളുടെ പ്രശ്നങ്ങളൊന്നുമില്ലെന്ന മൂഢവിശ്വാസവുമൊക്കെയായിരുന്നു അവരുടെ കൈമുതൽ. ഭാഷയുടെ ആന്തരനിയമങ്ങളറിയുക, സാഹിത്യത്തിന്റെ സൗന്ദര്യാത്മകരൂപീകരണത്തെ വ്യാഖ്യാനിക്കുവാൻ ശ്രമിച്ച പൂർവ്വികരുടെ സിദ്ധാന്തങ്ങളിലേക്ക് നോട്ടമയക്കുക തുടങ്ങിയ കാര്യങ്ങളാണ് വ്യാകരണപഠനത്തിലും വൃത്താലങ്കാരപഠനങ്ങളിലുമെല്ലാം അന്തർഭവിച്ചിരിക്കുന്നതെന്നു മനസ്സിലാക്കാൻ അവർക്കു കഴിഞ്ഞില്ല. ഇതൊക്കെ ഉളവാക്കുന്ന അപഗ്രഥനശേഷിയെക്കുറിച്ചും അവർക്കു ചിന്തിക്കാനായില്ല. തങ്ങൾക്കു പഠിക്കാനും മനസ്സിലാക്കാനും പ്രയാസമുള്ളതെല്ലാം അനാവശ്യവും അപ്രസക്തവും തങ്ങൾക്കിഷ്ടമുള്ളതു മാത്രം പ്രസക്തവും എന്നു വിധിക്കുകയായിരുന്നില്ലേ ഈ ആസൂത്രകർ ചെയ്തതെന്നു സംശയിക്കേണ്ടിയിരിക്കുന്നു. അങ്ങനെ, സാഹിത്യപഠനത്തെ സാഹിതീയമായ പരിഗണനകളിൽനിന്നും ഭാഷാപഠനത്തെ സാഹിതീയവും മാനകഭാഷാകേന്ദ്രിതവും വിശകലനസ്വഭാവിയുമായ ക്ലാസ്സിക്കൽ രീതികളിൽനിന്നും വിടർത്തിമാറ്റിയ പരിഷ്കർത്താക്കൾ ഉണ്ടാക്കിത്തീർത്ത പൊട്ടക്കുളത്തിൻ കരയിലിരുന്നാണ് ഇപ്പോഴത്തെ പരിഷ്കാരികൾ ഭാഷാപഠനത്തിന്റെ വിസിലൂതുന്നത്.

മുമ്പ്, ക്രിട്ടിക്കൽ പെഡഗോജി, പ്രശ്നോന്നീതപഠനം എന്നെല്ലാം പല പേരുകളിൽ അതു വന്നു. എട്ടാം ക്ലാസ്സിൽ നിലവിലുള്ള പുതിയ പുസ്തകത്തിൽ വൈലോപ്പിള്ളിയുടെ കന്നിക്കൊയ്ത്ത് ഉൾപ്പടുത്തിയിട്ടുണ്ട്. പക്ഷെ അത് ഒറ്റയൊറ്റയിൽക്കാണുന്ന ആകുലികളെപ്പാടിടും വീണയോടു ഏകജീവിതാനശ്വരഗാനം പാടാൻ പറയുന്നതിലെ കവിത (ഈ വരികൾ മുറിച്ചുമാറ്റിയിരിക്കുന്നു) പഠിക്കാനല്ല. മറിച്ച്,

കൃഷി ഒരു സംസ്ക്കാരമാകാത്ത അവസ്ഥ എന്ന സാമൂഹ്യപ്രശ്നത്തെ പഠിക്കാനുള്ള വെറുമൊരു ഉപകരണം മാത്രമാണ്. നിലവിലുള്ള പാഠപുസ്തകങ്ങളിലെ സാഹിത്യം മുഴുവൻ ഏതെങ്കിലുമൊരു സാമൂഹ്യപ്രശ്നം പരിഹരിക്കാനാണ്. ആകെയുള്ള എട്ടെണ്ണത്തിൽ ഏതാണ് ഓരോ പാഠത്തിനും ഉചിതമായ പ്രശ്നമെന്നറിയണമെങ്കിൽ അദ്ധ്യാപകസഹായിതന്നെ ശരണം. പക്ഷെ ഈ വർഷം കാര്യങ്ങൾ മാറിയിരിക്കുന്നു(പുസ്തകങ്ങൾ പഴയതുതന്നെ). പ്രഖ്യാപനങ്ങൾ ഒന്നും വന്നിട്ടില്ലെങ്കിലും സാമൂഹ്യപ്രശ്നങ്ങൾ ഇപ്പോൾ വിഷയമല്ലാതായിരിക്കുന്നു. രണ്ടുവർഷം പഠിപ്പിച്ചപ്പോഴേയ്ക്കും എല്ലാ സാമൂഹ്യപ്രശ്നങ്ങളും തീർന്നുപോയതാണെന്നും വരാം. എന്തായാലും ഈ പുതിയ അദ്ധ്യയനവർഷത്തിലേക്ക് അവധിക്കാലത്തു നടന്ന കോഴ്സുകളിൽ എട്ടു സാമൂഹ്യപ്രശ്നങ്ങളെക്കുറിച്ച് മിണ്ടാട്ടമുണ്ടായില്ല എന്നു കേൾക്കുന്നു. ആശയമേഖലകൾ എന്ന പേരിൽ സാമൂഹികപ്രശ്നങ്ങൾ തലയിൽ മുണ്ടിട്ടു കയറിയിരിക്കുകയാണെന്ന വിമർശനവും കേൾക്കുന്നുണ്ട്.

പരിഷ്ക്കരണം ഡിഗ്രി തലത്തിലെത്തിയപ്പോൾ ഒന്നാംഭാഷ രണ്ടാംഭാഷ എന്ന വിഭാഗീയതയെല്ലാം മറന്ന് ഭാഷയ്ക്കും സാഹിത്യത്തിനുമെതിരായ ഈ കൊള്ളയടി കൂടുതൽ തെളിഞ്ഞുവരികയുണ്ടായി. കോളേജിലെ സാമൂഹികപ്രതിബദ്ധന്മാർക്കു മൂപ്പു കൂടുമല്ലോ. അതുകൊണ്ട് അവർ പുതിയ സമീപനത്തെ യാതൊരു വിമർശനവും കൂടാതെ തികഞ്ഞ ഉദാസീനതയോടെ സ്വീകരിച്ചു. നെഞ്ചത്തുകുത്തിയപന്തം കുത്തിയതെവിടെയാണെന്നു ചോദിക്കാനും മറ്റും കഴിഞ്ഞത് ഈ ഉദാസീനതയുടെ തെളിവാണ്. (ഫിലിം ലോഡുചെയ്തിട്ടില്ലാത്ത ക്യാമറകൊണ്ടു ഫോട്ടോയെടുക്കുമ്പോൾ ഫ്രെയിമും ഫോക്കസ്സും നോക്കി നേരം കളയേണ്ടതില്ലല്ലോ.) ഭരണഘടനയും നാഗരികതയുടെ ചരിത്രവും മറ്റുമാണ് ഇംഗ്ലീഷിലെയും മലയാളത്തിലെയും ഹിന്ദിയിലെയും അദ്ധ്യാപകർ പഠിപ്പിക്കേണ്ടത് എന്നുവന്നു. ഭാഷയ്ക്കും സാഹിത്യത്തിനുമെതിരെ പൊതുവായുണ്ടായ സാമൂഹ്യപാഠത്തിന്റെ ഈ അധിനിവേശത്തിനെതിരെ ഉയർന്ന പ്രതികരണങ്ങളെ കാണാതെ അവ വെറും മാതൃഭാഷാപ്രശ്നം എന്ന നിലയിലാണ് ചിലർ വ്യാഖ്യാനിക്കുന്നത്.

1997 മുതൽ ഓരോ വർഷവും നിലപാടുകൾ മാറ്റുകയും അങ്ങനെ മാറ്റിയതായി തുറന്നു പറയാതിരിക്കുകയും ചെയ്യുന്ന സമീപനമാണ് പരിഷ്ക്കർത്താക്കൾ പുലർത്തിപ്പോരുന്നത്. പാഠൈസിനും കോഠൈസിനും പകരം വൈലോപ്പിള്ളിയും ഒ.എൻ.വി.യും വന്നപ്പോൾ മാറ്റത്തിന് വിശദീകരണമുണ്ടായിരുന്നില്ല. കുട്ടികൾ എഴുതുന്നതെല്ലാം ശരി, തിരുത്തുന്നതാണ് തെറ്റ് എന്നു പറഞ്ഞവർതന്നെ പിന്നീട് തീമാറ്റിക് എഡിറ്റിങ്ങും ലിംഗ്വിസ്റ്റിക് എഡിറ്റിങ്ങും നടപ്പിലാക്കി. പക്ഷെ പഴയത് തിരുത്തിപ്പറഞ്ഞില്ല. വിമർശനാത്മകപഠനം വരുമ്പോൾ പഴയത് ഒഴിവാക്കിയതിന് ന്യായമൊന്നും പറഞ്ഞിരുന്നില്ല. ഈ വർഷം വിശദീകരണമൊന്നുമില്ലാതെ അതും മാറി. പദ്ധതി മഹാവിജയമാണെന്ന പ്രചരണങ്ങൾകൊണ്ട് മറച്ചുവെച്ച പ്രശ്നങ്ങളുടെ ഒരു ചെറിയപതിപ്പാ

ണ് മഞ്ഞുപാളിയുടെ തുമ്പെന്നോണം നിർബ്ബന്ധിതമലയാളമെന്ന ഈ ഉത്തരവായി വെളിപ്പെടുന്നത്. ഒരു സ്വയംകൃതാനർത്ഥത്തിന്റെ സരള പ്രത്യാഘാതമെന്ന കാവ്യനീതിയാണ് അതിലടങ്ങിയിരിക്കുന്നത്. ഇനി എന്നാണ് മൂഷികസ്ത്രീ വീണ്ടും മൂഷികസ്ത്രീയാവുക എന്നാണറിയാനുള്ളത്. അപ്പോഴേക്കും പാലക്കണ്ണിലൂടെ കാലമെത്ര ഒഴുകിപ്പോയിട്ടുണ്ടാകും.

(2011 മാതൃഭൂമി ആഴ്ചപ്പതിപ്പിൽ പ്രസിദ്ധീകരിച്ച ലേഖനം)

■

അന്തകവിത്തും താരേ സമീൻ പർ എന്ന സിനിമയും

ഒരു തട്ടുപൊളിപ്പൻ സിനിമയാണ് കഴിഞ്ഞ കുറേക്കാലമായി കേരളത്തിലെ വിദ്യാഭ്യാസം. ഓരോ വർഷവും പുതിയപുതിയ തിരിവുകളിലേക്ക് കഥാഗതി പൊടുന്നനെ മാറിക്കൊണ്ടിരിക്കുന്നു. അപ്രതീക്ഷിതമായ സംഭവങ്ങൾ ഏതുനിമിഷവും ഉണ്ടാകുമെന്ന ഒരു ഉദ്വേഗം നിരന്തരം നിലനിർത്തുന്നു. നടക്കുന്നതോ പരസ്പരബന്ധമില്ലാത്ത വിവാദങ്ങളും മുഴുനീള തമാശകളും.

പുതുതായ് അരങ്ങേറിയ തമാശ പ്രശ്നാധിഷ്ഠിതപഠനമാണ്. ആകെ എട്ട് പ്രശ്നമേഖലകളാണ് ഈ ഭൂമിമലയാളത്തിലുള്ളത്. 1. ശാസ്ത്രീയമായ സ്ഥല-ജലപരിപാലനത്തിന്റെ അഭാവം. 2. കൃഷിയെ ഒരു ജീവിതസംസ്ക്കാരമായി കാണാത്ത അവസ്ഥ. 3. വിശ്വമാനവൻ എന്ന കാഴ്ചപ്പാട് രൂപപ്പെടാത്ത അവസ്ഥ. 4.അദ്ധ്വാനശേഷി വികാസത്തിന്റെ അഭാവം. 5. സംസ്ക്കാരത്തനിമയെയും അതിന്റെ സ്വതന്ത്രവികാസത്തെയും കുറിച്ച് ധാരണയില്ലായ്മ. 6. പാർശ്വവല്ക്കരിക്കപ്പെടുന്നവരോടുള്ള പരിഗണനയില്ലായ്മ. 7. പരിസ്ഥിതിസൗഹൃദപരമായ വ്യവസായവല്ക്കരണം, നഗരവല്ക്കരണം എന്നിവയെക്കുറിച്ചുള്ള ധാരണക്കുറവ്. 8. ശാസ്ത്രീയമായ ആരോഗ്യ- പൊതുജനാരോഗ്യബോധത്തിന്റെ അഭാവം. തീർന്നു ഇല്ലായ്മയുടെ പട്ടിക.

ഇങ്ങനെ പറഞ്ഞാൽ കാര്യം മനസ്സിലാകാത്തവർക്കായി ഒരു വിശദീകരണം നല്കിയിട്ടുണ്ട്. *ഉദാഹരണത്തിന്, "വിശ്വമാനവൻ എന്ന കാഴ്ചപ്പാടില്ലായ്മ" എന്നത് എടുക്കാം. ഇവിടെ പ്രപഞ്ചത്തെയും മനുഷ്യനടക്കമുള്ള ജീവജാലങ്ങളുടെ പ്രവർത്തനത്തെയും ഇവ തമ്മിലുള്ള ബന്ധത്തെയും കുറിച്ച് ഇന്നു നമ്മൾ എത്തിച്ചേർന്ന ശാസ്ത്രീയ ധാരണകളാണു പഠനവിഷയം. ഇവിടെ ഓരോ ധാരണയും ഉൾക്കൊള്ളുന്നതിനു നിരവധി തരത്തിലുള്ള അറിവുകൾ വേണം. അതോടൊപ്പം ധാരാളം മിഥ്യാധാരണകൾ, കുടുംബത്തിൽ നിന്നും സമൂഹത്തിൽ നിന്നും കുട്ടി ഉൾക്കൊള്ളുന്നുമുണ്ട്. അവ ഇഴചേർത്തു പരിശോധിക്കാനുള്ള കഴിവ് കുട്ടി നേടിയെടുക്കുക എന്നത് പഠന ലക്ഷ്യമാണ്. കാര്യം വിശകലനം ചെയ്യുന്നതിന് ഒട്ടേറെ അറിവുകൾ വേണം. ദ്രവ്യം, ചലനം, സമയം, പ്രപഞ്ചം, സ്ഥൂലപ്രപഞ്ചചലനം തുടങ്ങി ഒട്ടേറെ കാര്യങ്ങളിൽ അറിവു വേണ്ടതുണ്ട്. ഗ്രഹണമെന്നതിനെ വസ്തുനിഷ്ഠമായി വിശകലനം ചെയ്യുക, ഗ്രഹണവുമായി ബന്ധപ്പെട്ട അന്ധവിശ്വാസങ്ങളെ ചോദ്യം ചെയ്യുക എന്നിവ ഒരേസമയം അറിവു നിർമ്മാണവുമാണ് സമൂഹത്തിന്റെ ബോധത്തിൽ ഇടപെടലുമാണ്* (2008 ആഗസ്റ്റിൽ ഹയർസെക്കണ്ടറി മലയാളം ടീച്ചേഴ്സിനുള്ള ക്ലസ്റ്റർ ട്രെയി

നിംഗിനായി കോഴിക്കോട് ജില്ലാ പഞ്ചായത്തു പുറത്തിറക്കിയ ഹാൻഡ് ഔട്ട്. പേജ് നമ്പർ ഇല്ല). ഭാഷാപഠനത്തിൽ ഭാഷയുമായി ബന്ധപ്പെട്ട ഏതെങ്കിലും തലം ഇല്ല. ഇപ്പോൾ കാര്യം മനസ്സിലായില്ലേ, ഇതാണ് വിശ്വമാനവൻ (ശാസ്ത്രസാഹിത്യപരിഷത്തിന്റെ എംബ്ലത്തിൽ കൈവിടർത്തി നില്ക്കുന്ന മെലിഞ്ഞ രൂപത്തിനും വിശ്വമാനവൻ എന്നു പറയും.)

ഒന്നുമുതൽ പന്ത്രണ്ടുവരെ എല്ലാ ക്ലാസ്സിലും എല്ലാ വിഷയത്തിനും ഇതുതന്നെയാണ് പ്രശ്നമേഖലകൾ. *ഗോവർദ്ധന്റെ യാത്രകൾ* എന്ന നോവലിൽ ആനന്ദ് പരാമർശിക്കുന്ന ഒരു രാജാവുണ്ട്, അന്ധേർ നഗർ ചൗപട് രാജാ. അവിടുത്തെ ബസാറിൽ ഏതു സാധനത്തിനും ഒരേ വില, അരിയായാലും വൈയേ്ക്കാലായാലും സ്വർണ്ണമായാലും ഒരു സേറിന് ഒരുറുപ്പിക. അദ്ദേഹത്തിന്റെ നീതിനിർവ്വഹണവും അതുപോലെയാണ്. കൊലക്കുറ്റം ചാർത്തപ്പെട്ട ആളുടെ കഴുത്തിന് കൊലക്കയർ പാകമല്ലാത്തതുകൊണ്ടുമാത്രം നീതി നടപ്പാക്കുന്നത് നിർത്തിവെക്കാനാവില്ല എന്നാണ് രാജതീരുമാനം. അതു പാലിക്കാനായി കൊലക്കയറിനു പാകമായ കഴുത്തുള്ള ആളെ അന്വേഷിച്ചു ചെന്നപ്പോഴാണ് അങ്ങാടിയിൽവെച്ച് ഗോവർദ്ധനെ കണ്ടെത്തുന്നത്. അതുപക്ഷെ ഒരു സാങ്കല്പികകഥാപ്രത്രമാണ്. ജീവീച്ചിരിക്കുന്നവരോ മരിച്ചവരോ ആയ ആരുമായും സാദൃശ്യമില്ലാത്ത, ഉണ്ടെങ്കിൽ തികച്ചും യാദൃച്ഛികം മാത്രമായ വെറും ഭാവനാസൃഷ്ടി. ഭാരതേന്ദു ഹരിശ്ചന്ദ്രയുടെ *അന്ധേർ നഗർ ചൗപട് രാജാ* എന്ന പ്രഹസനത്തിൽനിന്നാണ് ഈ കഥാപാത്രത്തെ ആനന്ദ് കണ്ടെടുക്കുന്നത്.

പ്രശ്നാധിഷ്ഠിതപഠനത്തിന് ഒരു മാതൃക കാണിക്കാം. ഏഴാംതരത്തിലെ ഇംഗ്ലീഷ് പാഠപുസ്തകത്തിന്റെ ഒന്നാം വാല്യത്തിൽ 76–77 പേജുകളിലായി കാണുന്ന ഒരു പാഠമുണ്ട്; *The Fight*. ബിജിലേഷിന്റെയും കൂട്ടരുടെയും ക്രിക്കറ്റ് പിച്ചിൽ ഒരു സുപ്രഭാതത്തിൽ നികേഷും കൂട്ടരും കൃഷി ചെയ്യാനിറങ്ങുന്നു. അവർ തമ്മിലുണ്ടാകുന്ന വാക്കുതർക്കമാണ് പ്രതിപാദ്യം. ഇരുകൂട്ടരും തങ്ങളുടെ ആവശ്യങ്ങളിൽ ഉറച്ചു നില്ക്കുന്നു. ഒടുവിൽ ബിജിലേഷ് നികേഷിന്റെ ഷർട്ടിൽ കയറിപ്പിടിക്കുന്നു. ബട്ടൺസുകൾ തെറിച്ചു വീഴുന്നു. കുട്ടിക്കർഷകരും കുട്ടിക്രിക്കറ്റർമാരും മുഖാമുഖം നില്ക്കുന്നിടത്ത് കഥ അർദ്ധോക്തിയിൽ നിർത്തിയിട്ട് മൂന്നു ചോദ്യങ്ങൾ നല്കിയിരിക്കുന്നു.

What will happen next?

Who do you support, the cricketers or the farmers? Why?

Write your views in the colomns given below എന്നിട്ട് അതിനെക്കുറിച്ച് ഒരു വാദപ്രതിവാദം നടത്താൻ നിർദ്ദേശിച്ചിരിക്കുന്നു. അതിനു മുമ്പേ 83-ാം പേജിൽ നല്കിയിരിക്കുന്ന No Profession is Bad? (ആ ചോദ്യചിഹ്നം എന്തിനാണാവോ) എന്ന ഭാഗം വായിക്കാനും നിർദ്ദേശമുണ്ട്. ഒരു ബീർബൽ കഥ. ബീർബലിന്റെ കർഷകപാരമ്പര്യത്തെ പരിഹസിക്കുകയും തന്റെ പട്ടാളപാരമ്പര്യത്തിൽ അഭിമാനിക്കുകയും ചെയ്യുന്ന മുല്ലയെന്ന മന്ത്രിയെ മുട്ടുകുത്തിക്കുന്ന ഒരു കഥ. കർഷകർ

മാത്രമല്ല പട്ടാളക്കാരും മരിക്കും, അതിനാൽ എല്ലാ ജോലിക്കാരും തുല്ല്യരാണ് എന്നായിരിക്കണം കഥയുടെ ഗുണപാഠം. പോക്കറ്റടിക്കാരന്റെയും കൊള്ളക്കാരന്റെയും എല്ലാം പിതൃപിതാമഹന്മാരും മരിച്ചിട്ടുണ്ട് എന്നതിനാൽ എല്ലാ തൊഴിലും തുല്ല്യമാണ് എന്ന് വിമർശാത്മകപഠനത്തിലൂടെ കുട്ടികൾ കണ്ടെത്തും എന്നുതന്നെ പ്രതീക്ഷിക്കാം. പക്ഷെ ഇവിടുത്തെ ചോദ്യവുമായി അതിനെന്തു ബന്ധം! മേൽപ്പറഞ്ഞ ചോദ്യങ്ങൾക്കുള്ള ഉത്തരങ്ങൾ സങ്കല്പിക്കാം: രണ്ടുകൂട്ടർ വാശിയോടെ തർക്കത്തിലേർപ്പെടുമ്പോൾ ഒരുത്തൻ മറുഭാഗത്തുള്ള ഒരാളുടെ കോളറിൽ കയറിപ്പിടിച്ചു.

പിന്നെ എന്തു സംഭവിക്കും?

അടിപൊട്ടും.

ക്രിക്കറ്റർമാരോയോ ഫാർമേഴ്സിനെയോ ആരെയാണ് നിങ്ങൾ പിന്താങ്ങുന്നത്?

ഫാർമേഴ്സിനെ.

എന്തുകൊണ്ട്?

ക്രിക്കറ്റർമാരാണ് ആദ്യം ഷർട്ടിൽ പിടിച്ചുകൊണ്ട് അക്രമാസക്തരായത്.

ഇപ്പോൾ മനസ്സിലായില്ലേ പ്രശ്നാധിഷ്ഠിതപഠനത്തിൽ ഒരു വിഷയം അവതരിപ്പിക്കുന്നതുകൊണ്ടുള്ള മെച്ചങ്ങൾ. എല്ലാ തൊഴിലും ഒരുപോലെ ഭകേമമാണെന്ന് നൂറുപ്രാവശ്യം ഇമ്പോസിഷൻ എഴുതിയാലും ഈ ആശയം തിരിച്ചറിയുമോ? പഠനപ്രവർത്തനങ്ങളിൽ കുട്ടികളുടെ ചിന്തയ്ക്ക് സ്ഥാനം ലഭിക്കുമോ? കാര്യങ്ങൾ പ്രായോഗികമായിവേണം കാണാൻ. മൂന്നേമൂന്ന് ചോദ്യങ്ങൾകൊണ്ട് എന്തെല്ലാം കാര്യങ്ങളാണ് ഒറ്റയടിക്ക് നടന്നത്! പൗലോ ഫ്രെയർ ആളു ചില്ലറക്കാരനല്ല. വെറുതെയാണോ ഏഴാംതരം സാമൂഹ്യപാഠപുസ്തകത്തെച്ചൊല്ലി കേരളം കത്തിപ്പിടിച്ചപ്പോഴും ഇംഗ്ലീഷ് പുസ്തകത്തെക്കുറിച്ച് ഒരെതിർവാക്കുപോലും ഉണ്ടാകാതിരുന്നത്. (അദ്ധ്യാപകന്റെ റോളിൽ ജഗതിയോ ഹരിശ്രീ അശോകനോ എന്നുമാത്രം ചോദിക്കരുത്.)

സിനിമ തുടരുകയാണ്. പൊതുവിദ്യാഭ്യാസമാണ് നായകൻ. വില്ലൻ വേഷത്തിൽ വരുന്നത് സി.ബി.എസ്.ഇ.സ്ക്കൂളുകളാണ്. പൊതുവെ സമ്പന്നരും ആഢംബരപ്രിയരുമായ വില്ലന്മാർക്ക് വിദ്യാസമ്പന്നരായ രക്ഷിതാക്കളും ഉന്നതങ്ങളിൽ പിടിപാടും ഉണ്ടാകും. അതിന് നേർവിപരീതമായിരിക്കും നായകന്റെ രൂപഭാവങ്ങൾ. മിക്കപ്പോഴും നായകനെ പരീക്ഷിക്കുന്ന ദൈവം ഒടുവിൽ അവനു തുണയാവും. അന്തിമവിജയം അവനുള്ളതത്രെ!

പുരാണങ്ങളിൽപ്പോലും ദൈവം തന്റെ പ്രിയപ്പെട്ടവർക്കുവേണ്ടി ചില വഴിവിട്ട കളികളൊക്കെ കളിച്ചിട്ടുണ്ട്. മഹാഭാരതത്തിൽ അർജ്ജുനന്റെ അന്തിമവിജയം ഉറപ്പിക്കാൻ ഇന്ദ്രൻ യാചകനായി വേഷം മാറി വന്ന് കർണ്ണന്റെ കവചകുണ്ഡലങ്ങൾ തട്ടിയെടുത്തില്ലേ. അതുപോലെ, വിദ്യാഭ്യാസത്തിൽ സർക്കാർ ഇടപെട്ടു കളിച്ച ഒരു കളിയാണ് കഴി

ഞ്ഞവർഷത്തെ അഭൂതപൂർവ്വമായ എസ്.എസ്.എൽ.സി. വിജയത്തിന് പിന്നിലെന്ന് ആക്ഷേപമുയർന്നിരുന്നു. സാമാന്യബുദ്ധികളാരും അത് മുഖവിലക്കെടുക്കില്ല. കാരണം അതിനുമുമ്പിലത്തെ വർഷത്തെ വിജയപ്രഖ്യാപനത്തിൽ കെ.എസ്.ടി.എ. എന്ന അദ്ധ്യാപകസംഘടനയെ മന്ത്രി പേരെടുത്ത് വാഴ്ത്തിയിരുന്നു. അവരോടൊപ്പം മറ്റദ്ധ്യാപകർകൂടി ചേർന്നാൽ ഇതല്ല ഇതിലപ്പുറവും നടക്കും, ഉറപ്പ്. കാര്യങ്ങൾ ഇങ്ങനെ വിജയകരമായി മുന്നേറുന്നുവെങ്കിലും 1997 -ൽ പുതിയ പാഠ്യപദ്ധതി നിലവിൽവന്നതു മുതൽ പൊതുവിദ്യാലയത്തിലേക്കു വന്നിരുന്ന വിദ്യാർത്ഥികളുടെ എണ്ണം വർഷംതോറും ക്രമമായി കുറയുന്നു എന്നാണ് പത്രങ്ങൾ റിപ്പോർട്ടുചെയ്തത്. (ഇവിടെ സിനിമ ചില ഗൗരവമായ വൈകാരികസംഘർഷങ്ങളിലേക്കു കടക്കും.)

ഇടക്കാലത്ത് നമ്മുടെ വിദ്യാലയങ്ങളെ ഗുരുതരമായി ബാധിച്ച പ്രതിഭാസമാണ് ഡിവിഷൻ ഫാൾ. (അങ്ങിനെയാണ് അദ്ധ്യാപകർ സ്വന്തം ശമ്പളംകൊണ്ട് സ്ക്കൂൾ ബസ്സുകളോടിക്കുന്ന സമ്പ്രദായവും മറ്റും കണ്ടുപിടിക്കുന്നത്. സ്വാശ്രയസ്ക്കൂളിലെ ശമ്പളത്തെക്കാൾ കുറഞ്ഞ കൂലിക്ക് എയ്ഡഡ് അദ്ധ്യാപകർ ജീവിക്കാൻ പഠിച്ചതും അങ്ങിനെയാണ്. അത്തരം ലളിതജീവിതം ഉറപ്പിക്കാനും കോഴസമ്പ്രദായം നിർമ്മാർജ്ജനം ചെയ്യാനുമായി നാടെങ്ങും ധാരാളം അൺ എയ്ഡഡ് ട്രെയിനിംഗ് കോളേജുകൾ ആരംഭിക്കുന്ന സർക്കാറിന്റെ ദീർഘവീക്ഷണത്തെ സ്തുതിച്ചുകൊണ്ടുള്ള ഒരു സർവ്വമതഭക്തിഗാനം ഇത്തരുണത്തിൽ പ്രസക്തമാണ്.) ഡിവിഷൻ ഫാൾ ഉടലെടുക്കുന്നതിന് കാരണം കേരളം വിജയകരമായി നടപ്പിലാക്കിയ കുടുംബാസൂത്രണ പദ്ധതിയായിരുന്നു. വി.ആർ.കൃഷ്ണയ്യരുടെ നിർദ്ദേശങ്ങൾ വരുന്നതിനും എത്രയോ മുമ്പുതന്നെ മലയാളികുടുംബങ്ങളിലെ സന്തതികളുടെ എണ്ണം രണ്ടായി പരിമിതപ്പെടാൻ തുടങ്ങിയിരുന്നല്ലോ. ആ സ്ഥിതിക്ക് പുതിയ ഡിവിഷൻ ഫാളുകൾ ഉണ്ടാകാൻ പാടില്ലാത്തതാണ്. എന്നിട്ടും ഡിവിഷൻ ഫാളുകൾ വാർത്തയാകുന്നു. (എസ്.എസ്.എ. 2010-ൽ തീരുമെന്ന് കേൾക്കുന്നു. പിന്നെ പ്രൊട്ടക്റ്റഡ് ടീച്ചേഴ്സിനെ എന്തു ചെയ്യും. ഉല്ക്കണ്ഠാകുലമായ ഒരു ഗാനം അദ്ധ്യാപകരുടെ സംഘനൃത്തത്തോടെ ഇവിടെ ചേർക്കാവുന്നതാണ്. പ്രൊട്ടക്ഷൻ പോലുമില്ലാത്ത സർക്കാർ സ്ക്കൂൾ അദ്ധ്യാപകരെ വാകീറിയ ദൈവംതന്നെ രക്ഷിക്കട്ടെ.) ഈ പുതിയപ്രതിഭാസം പൊതുവിദ്യാലയങ്ങൾക്കുമാത്രമാണ് വരുന്നത്. സ്വാശ്രയസ്ഥാപനങ്ങൾ പനപോലെ വളരുകതന്നെയാണ്. അതിൽ പാഠ്യപദ്ധതിപരിഷ്ക്കാരത്തിന് പങ്കുണ്ടോ എന്നു ചോദിക്കുന്നത് മഹാപാപവും രാഷ്ട്രീയപ്രേരിതമായ രാജ്യദ്രോഹവുമാണ്.

മലയാളം പഠിക്കാൻ കുട്ടികളെ കിട്ടുന്നില്ല എന്നാണ് ഈ വർഷമാദ്യം കോഴിക്കോടുജില്ലയിലെ ഹയർസെക്കണ്ടറി അദ്ധ്യാപകരുടെ ക്ലസ്റ്റർ മീറ്റിംഗിൽ ഉയർന്ന ആശങ്ക. കാരണം വളരെ ലളിതമാണ്. മറ്റു വിഷയങ്ങളിലെല്ലാം എ പ്ലസ് നേടിയ പല കുട്ടികൾക്കും മലയാളത്തിൽ അത് നേടാനായില്ല. (അക്ഷരം എഴുതാനറിയാത്ത ചിലർക്കുപോലും എ പ്ലസ് കിട്ടിയിട്ടുണ്ടുതാനും.) അതുകൊണ്ട് എ പ്ലസ് കിട്ടാനുള്ള

എളുപ്പമാർഗ്ഗം സെക്കൻഡ് ലാംഗ്വേജായി മലയാളമല്ലാത്ത മറ്റേതെങ്കിലും തെരഞ്ഞെടുക്കുകയാണ് എന്ന ബുദ്ധി കുട്ടികളും രക്ഷിതാക്കളും മനസ്സിലാക്കിത്തുടങ്ങിയിരിക്കുന്നു.

പുതിയപാഠ്യപദ്ധതി ഏറ്റവും ഫലപ്രദമായി പ്രയോഗിച്ചതും മുന്തിയ വിജയം നേടിയതും മാതൃഭാഷയുടെ കാര്യത്തിലാണ് എന്നു പറഞ്ഞുകേൾക്കുന്നു. പക്ഷെ കുട്ടികൾ മലയാളം പഠിക്കാൻ തയ്യാറാകുന്നില്ല. (കെ.സി.എഫി.ൽ മാതൃഭാഷയുടെ പ്രാധാന്യം വിവരിക്കുന്ന നിരവധി പേജുകളും തുടർന്ന് ഹയർസെക്കണ്ടറിയിൽ മലയാളം ഒഴിവാക്കിക്കൊണ്ടുള്ള നിർദ്ദേശവും ഇവിടെ ഫ്‌ളാഷ് ബാക്കായി ഉപയോഗിക്കാം.) ഹിന്ദി, ഉറുദു, അറബി എന്നിവ മാത്രമല്ല ജീവത്ഭാഷയല്ലാത്ത സംസ്കൃതം പോലും ചോംസ്കിയുടെ ഭാഷാർജ്ജനസിദ്ധാന്തത്തെ (?) അടിസ്ഥാനമാക്കുന്ന പുതുരീതിയിൽ പഠിച്ച് ഉന്നതവിജയം നേടാം. നമ്മുടെ ചുറ്റുവട്ടത്ത് സ്വാഭാവികമായുള്ള മലയാളമെന്ന ഭാഷയിൽ മാത്രം അത് ദുഷ്ക്കരമാകുന്നു. കുഴപ്പം ഒന്നുകിൽ മലയാളം അദ്ധ്യാപകരുടേതാണ്; അല്ലെങ്കിൽ പാഠ്യപദ്ധതിയുടേത്. എന്തായാലും സമീപഭാവിയിൽ ഹയർസെക്കണ്ടറിയിലെ മലയാളം അദ്ധ്യാപകരുടെ പോസ്റ്റ് നിലനിർത്താനായി മാനേജ്മെന്റ് ക്വാട്ടയിൽ വരുന്ന കുട്ടികളുടെ കാലുപിടിക്കേണ്ടിവരും. ഹിന്ദിക്കാരും മറ്റും ഏറെക്കാലമായി ചെയ്തുവരുമ്പോൾ കാലിന്മേൽ കാലും കയറ്റിവെച്ച് പറഞ്ഞു ചിരിച്ചവരല്ലേ, അനുഭവിക്കട്ടെ. കുടിലം കർമ്മവിപാകമോർക്കുകിൽ. (നേരത്തെ രസിച്ചുപാടിയ യുഗ്മഗാനത്തിന്റെ പാഥോസ് ഇവിടെ ചേർക്കാം. പാട്ടിനൊടുവിൽ ദൈവം പ്രത്യക്ഷപ്പെട്ട് ഒരു ദിവ്യായുധം സമ്മാനിക്കും.)

സി.ബി.എസ്.സി. വില്ലനെതിരെ എടുത്തുപയോഗിക്കാവുന്ന മാരകായുധം ഇതാണ്. എന്തെഴുതിയാലും ഇല്ലെങ്കിലും പൊതുവിദ്യാലയത്തിൽ എല്ലാ വിദ്യാർത്ഥികൾക്കും എല്ലാ വിഷയത്തിലും എ പ്ലസ് ഗ്രേഡുമാത്രം നല്കുക. നൂറുശതമാനത്തിൽ നൂറുശതമാനം എന്ന് വിദ്യാഭ്യാസമന്ത്രിയുടെയും വകുപ്പിന്റെയും യശസ്സ് വാനോളം ഉയരും. ഒരിക്കലും ഭേദിക്കപ്പെടാത്ത ഒരുഗ്രൻ റിക്കാഡ്. സ്ഥലത്തിന്റെ വിലനിലവാരംപോലെ മാർക്കുനിലവാരവും ഒരിക്കൽ ഉയർന്നാൽപ്പിന്നെ താഴ്ന്ന ചരിത്രമില്ല. പ്ലസ് ടു സർട്ടിഫിക്കറ്റുകളിൽ കൃത്രിമം കാണിക്കാനുള്ള സാദ്ധ്യതതന്നെ അതോടെ ഇല്ലാതാവും. (അതാണല്ലോ കോടതിയിടപെട്ട് എൻട്രൻസ് പരീക്ഷകൾ നടപ്പിലാക്കാൻ കാരണം. അതുവെച്ചല്ലേ സമ്പന്നവില്ലന്മാർ വിലസുന്നത്.) മെഡിസിനും മറ്റും പ്രവേശനം മെറിറ്റുനോക്കിമാത്രം. വാലും ചുരുട്ടിവരും സി.ബി.എസ്.ഇ.ക്കാർ. ഇന്ത്യൻ സിനിമയിലെ എക്കാലത്തെയും വലിയ വില്ലൻ, *ഷോലെ*യിലെ ഗബ്ബർസിങ്ങുവരെ കയ്യില്ലാത്ത ഠാക്കൂറിനോടു കെഞ്ചിയിട്ടുണ്ട്. പിന്നെയല്ലേ സി.ബി.എസ്.ഇ.ക്കാർ. സർക്കാർ - എയിഡഡ് സ്ക്കൂൾ അദ്ധ്യാപകരാണല്ലോ ഇപ്പോൾ ഗത്യന്തരമില്ലാതെ തങ്ങളുടെ കുട്ടികളെ പൊതുവിദ്യാലയത്തിൽ അയയ്ക്കുന്നത്. (ഒന്നിച്ച് സമരത്തിനിറങ്ങിയ ജീവനക്കാരിൽ അദ്ധ്യാപകരുടെ കുട്ടികളെ മാത്രം സ്വാശ്രയസ്ക്കൂളിലേക്കുള്ള വഴിയിൽത്തടയുകയും ഓട്ടോയിൽനിന്ന് വലി

ച്ചിറക്കുകയും ചെയ്ത സംഭവങ്ങൾ ഫ്ളാഷ് ബാക്കിൽ കാണാം. ഒന്നിച്ചുസമരം ചെയ്തവരെങ്കിലും സ്വന്തം കുട്ടികളെ സ്വാശ്രയവിദ്യാലയങ്ങളിൽത്തന്നെ അയ്ക്കുന്ന അദ്ധ്യാപകേതരജീവനക്കാരെ ചുവന്ന വെളിച്ചത്തിൽ ആവർത്തിച്ചു കാണിക്കാം.) അവരെല്ലാം ദയനീയമായി പൊതുവിദ്യാലയത്തിനുമുന്നിൽ ക്യൂ നില്ക്കും. പക്ഷെ സൂക്ഷിക്കണം വഞ്ചകന്മാരാണ്. അവർ സ്വന്തം കുട്ടികളെ വീട്ടിലിരുത്തി പഠിപ്പിക്കുക, ട്യൂഷനു വിടുക തുടങ്ങി വിദ്യാഭ്യാസവിരുദ്ധവും തികച്ചും അധാർമ്മികവുമായ പല കുതന്ത്രങ്ങളും പയറ്റും. പ്രൈവറ്റ് ട്യൂഷനെതിരെ ഒരു പോട്ടാ നിയമം കൊണ്ടുവരികയേ പോംവഴിയുള്ളൂ. കണ്ടാൽ ഉടനെ വെടിവെക്കാൻ ഓർഡർ കൊടുക്കുക. (നാടോടിക്കാറ്റിലെ ശ്രീനിവാസനെപ്പോലെ അവർ തെറ്റിദ്ധരിച്ചാലും മതി. I will come back എന്നെങ്ങാൻ പറഞ്ഞ് സ്ലോമോഷനിൽ നടക്കുമ്പോൾ ഇന്റർവെൽ എന്ന് സ്ക്രീനിൽ തെളിയട്ടെ. ഫാൻസ് അസോസിയേഷൻകാർക്ക് ഇപ്പോൾ പടക്കം പൊട്ടിക്കുകയും മറ്റും ചെയ്യാവുന്നതാണ്.)

ഇന്റർവെലിൽ *താരെ സമീൻ പർ* എന്ന സിനിമയുടെ ട്രെയിലർ കാണാം. ഇവിടെ ഭാഷാപഠനം കോമഡിയാകുമ്പോൾ ഭാഷാപഠനംകൂടി പ്രമേയമായ ഹിറ്റ് സിനിമയാണത്. ഓസ്കാറിൽനിന്ന് ഒന്നാം റൗണ്ടിൽ തള്ളിപ്പോയത്രെ. അതിലേപ്പോലെ ശിശുസൗഹൃദപരവും ബഹുമുഖബുദ്ധിയെ പോഷിപ്പിക്കുന്നതുമാണ് പുതിയ വിദ്യാഭ്യാസപദ്ധതി എന്ന് കഴിഞ്ഞവർഷം തമിഴ്നാട്ടിൽവെച്ചു നടന്ന ഒരു സെമിനാറിൽ പ്രബന്ധമവതരിപ്പിച്ചുകൊണ്ട് ഒരാൾ പറയുകയുണ്ടായി. തമിഴ്നാട്ടിൽ പുതിയ പദ്ധതി വ്യാപകമായിവരുന്നതേയുള്ളൂ. അതിന്റെ സിനിമാപ്രതീക്ഷകളാണ് അദ്ദേഹത്തിന്റെ വാക്കുകളിൽ പൂത്തുനിന്നത്.

ആ ചിത്രത്തിലെ കേന്ദ്രകഥാപാത്രം ഡിസ്ലെക്സിയ എന്ന ഭാഷാപരമായ തകരാറുള്ള കുട്ടിയാണ്. ശാരീരികമോ മാനസികമോ ബുദ്ധിപരമോ ആയ കുഴപ്പമൊന്നുമില്ലെങ്കിലും ഭാഷാപ്രയോഗത്തിൽ ചില വൈകല്യങ്ങൾ വരുന്നതാണതിന്റെ സ്വഭാവം. ക്യാപ്പിറ്റൽ ലെറ്ററും സ്മാൾ ലെറ്ററും ഇടകലർത്തിയെഴുതുക (thAnKs), കണ്ണാടിയിൽ കാണുന്നപോലെ അക്ഷരം ഇടംവലം മറിഞ്ഞുപോകുക, രൂപസാദൃശ്യമുള്ള ലിപികൾ(pയും dയും qയും) പരസ്പരം മാറിപ്പോകുക, ഓരോ അക്ഷരത്തിനും ഓരോ വലുപ്പമായിപ്പോകുക, ഒരേ വാക്കുതന്നെ പല സ്ഥലങ്ങളിൽ പല രീതിയിൽ എഴുതുക തുടങ്ങിയവയാണ് അതിന്റെ ചില ലക്ഷണങ്ങൾ. (എഴുത്തിൽ മാത്രമുള്ള പ്രശ്നങ്ങളെ ഡിസ്ഗ്രാഫിയ എന്നു വിളിക്കുന്നതാണ് ഉചിതം.) ന്യൂറോണുകളുടെ പ്രവർത്തനത്തിലെ ചില അപാകതകളാണ് ഇതിന് കാരണം. സ്വാഭാവികമായും അവർ പഠനത്തിൽ പിന്തള്ളപ്പെട്ടുപോകുകയും പതിവാണ്. സിനിമയിൽ ഗത്യന്തരമില്ലാതെ രക്ഷിതാവ് കുട്ടിയെ ബോർഡിംഗ് സ്ക്കൂളിലേക്ക് മാറ്റുന്നു.

പ്രത്യേകശ്രദ്ധകൊടുത്ത് അമീർഖാൻ കുട്ടിയെ മിടുക്കനാക്കുന്നതാണ് ചിത്രത്തിന്റെ ക്ലൈമാക്സ്. (അതിനായി അമീർഖാനെക്കൊണ്ട് ഒരു കോമാളിപ്പാട്ടും പല കോപ്രായത്തരങ്ങളും ചെയ്യിക്കുന്നുണ്ട് സംവിധായകൻ. വർത്തമാനകാലത്തെ കേരളവിദ്യാഭ്യാസത്തെ സംബന്ധിച്ച്

ആലോചിക്കുമ്പോൾ കോമാളിത്തരങ്ങൾ ഉചിതംതന്നെ.) കുട്ടിയുടെ നോട്ടുപുസ്തകങ്ങൾ വിശദമായി പരിശോധിച്ച് എഴുത്തിൽ കുട്ടിയുടെ നില എന്താണെന്നു മനസ്സിലാക്കാൻ ശ്രമിക്കുന്ന ഈ അദ്ധ്യാപകനാണ് പ്രശ്നം ഡിസ്ലെക്സിയ ആണെന്നു കണ്ടെത്തുന്നത്. അവന് പ്രത്യേകശ്രദ്ധ നല്കുന്നതോടൊപ്പം രക്ഷിതാക്കളെ കാര്യം പറഞ്ഞു മനസ്സിലാക്കുന്നുമുണ്ട് അദ്ദേഹം. അവനായി ധാരാളം പഠനപ്രവർത്തനങ്ങൾ നല്കാനും പരിശീലനത്തിനായി കൂടുതൽ സമയം നല്കാനും അദ്ദേഹം തയ്യാറാകുന്നു. ചിത്രാന്ത്യത്തിൽ എഴുത്തുമത്സരത്തിലല്ല, നേരത്തെതന്നെ കഴിവു തെളിയിച്ചിട്ടുള്ള ചിത്രമെഴുത്തുമത്സരത്തിലാണ് അവൻ വിജയശ്രീലാളിതനാവുന്നത്. അതിനാൽ ഭാഷാപ്രശ്നത്തിൽ അവനെത്ര മുന്നേറി എന്നു തിട്ടമായി പറയാൻ കഴിയില്ല. അതിലുപരി തിരസ്കൃതനായ ഒരാൾ സമ്പൂർണ്ണമായ അംഗീകാരത്തിലേക്ക് വിജയിക്കുന്നതിന്റെ വൈകാരികതയ്ക്കാണ് സിനിമ ഊന്നൽ നല്കുന്നത്. എങ്കിലും അതുവരെയുള്ള പുരോഗതി കണക്കിലെടുത്ത് അവന്റെ ഭാഷാപ്രയോഗത്തിൽ ഗണ്യമായ മാറ്റങ്ങളുണ്ടാക്കിയെടുക്കാൻ അദ്ധ്യാപകനു കഴിഞ്ഞു എന്നു വിചാരിക്കാം.

ഈ അനുഭവപാഠവുംകൊണ്ട് കേരളത്തിലെ ഏതെങ്കിലും ക്ലാസ്സ് മുറിയിൽ എത്തിച്ചേർന്നാൽ കുടുങ്ങി അണ്ണിമറിഞ്ഞുപോകും അമീർ ഖാൻ. സിനിമയിൽ ഒരു ക്ലാസ്സിൽ, സ്ക്കൂളിൽത്തന്നെ, അത്തരം ഒരു കുട്ടിയേ ഉണ്ടായിരുന്നുള്ളൂ. അതുകൊണ്ടാണ് അവന്റെ എഴുത്തുകൾ വിശദമായി പരിശോധിക്കാനും തെറ്റുകളുടെ സാമാന്യസ്വഭാവം മനസ്സിലാക്കാനും നിരന്തരം പരിശീലനം നല്കാനും അദ്ധ്യാപകനു സാധിച്ചത്. കേരളത്തിലാകട്ടെ ക്ലാസ്സിലെ ഏതാണ്ടെല്ലാ കുട്ടികളും ഡിസ്ഗ്രാഫിയയുടെ വ്യക്തമായ ലക്ഷണങ്ങൾ കാണിക്കുന്നുണ്ട്. ക്യാപ്പിറ്റൽ ലെറ്ററും സ്മാൾ ലെറ്ററും ഇടകലർത്തിയെഴുതുന്നത് ഡിസ്ഗ്രാഫിയയുടെ ഒരു സൂചനയാണ്. എന്നാൽ ഇന്ന് കേരളത്തിലെ വിദ്യാർത്ഥികൾ സ്വന്തം പേരെഴുതുമ്പോൾപ്പോലും അങ്ങിനെ ഇടകലർത്തിയെഴുതുന്നത് തികച്ചും സാധാരണകാര്യമാണ്. ആരെങ്കിലും ഒഴിഞ്ഞുപോയിട്ടുണ്ടെങ്കിൽ അവർ ട്യൂഷനു പോകുന്നതുകൊണ്ടു മാത്രമായിരിക്കും. എന്തെങ്കിലും ന്യൂറോളജിക്കൽ പ്രശ്നം കൊണ്ടല്ല ഇങ്ങനെ സംഭവിക്കുന്നത്. മറിച്ച് നമ്മുടെ ഭാഷാപഠനത്തിന്റെ സ്വാഭാവികഫലമാണത്. തെറ്റുകൾ പരിശോധിക്കാനോ അവയുടെ സ്വഭാവം നിർണ്ണയിക്കാനോ ശ്രമിക്കുന്നതുപോലും പുതിയപദ്ധതിയിൽ വിദ്യാഭ്യാസവിരുദ്ധമായ മഹാപരാധമാണ്. ഈ പഠനപദ്ധതി വരുന്നതിനുമുമ്പും എഴുത്തറിയാത്ത കുട്ടികളുണ്ടായിരുന്നു. അതു പക്ഷെ ഒരു സാമാന്യസ്വഭാവമായിരുന്നില്ല. സമ്പൂർണ്ണസാക്ഷരതനേടിയ കേരളത്തിൽ ഇപ്പോൾ നിരക്ഷരരുള്ളത് വിദ്യാലയങ്ങളിലാണ്. സന്നദ്ധസംഘടനകൾ പുതിയ സാക്ഷരതായജ്ഞം ആരംഭിക്കുമ്പോൾ വീടുവീടാന്തരം കയറിയിറങ്ങേണ്ടതില്ല എന്ന മെച്ചമുണ്ട്.

ഏഴാംക്ലാസ്സിലെ സാമൂഹ്യപാഠപുസ്തകം എന്തൊക്കെ വിവാദങ്ങളും അപകടങ്ങളും ഉണ്ടാക്കിയിട്ടുണ്ടെങ്കിലും കേരളത്തിലെ ഒരു പാഠപുസ്തകത്തിലേക്ക് ജനങ്ങളുടെ ശ്രദ്ധ തിരിച്ചുവിട്ടു എന്നൊരു

ഗുണം ചെയ്തിട്ടുണ്ട്. അതില്ലായിരുന്നുവെങ്കിൽ ഡോ.കെ. എം. പണിക്കരുടെ നേതൃത്വത്തിലും ഡോ. എം.ജി. എസ്. നാരായണന്റെ നേതൃത്വത്തിലും മറ്റും ഉണ്ടായ കമ്മറ്റികളിലെ പണ്ഡിതന്മാരൊന്നുംതന്നെ ഈ പാഠപുസ്തകങ്ങൾ വായിക്കുമായിരുന്നില്ല. പാഠപുസ്തകങ്ങൾ പൊതുവെ നിലവാരമില്ലാത്തതാണ് എന്ന് സർക്കാർ നിയോഗിച്ച കമ്മറ്റിക്കുതന്നെ തുറന്നു പറയേണ്ടിവന്നു. അത് ഒരു പ്രശ്നമായി രാഷ്ട്രീയപ്രബുദ്ധമായ കേരളത്തിലാരും കരുതിയില്ല എന്നത് മറ്റൊരു തമാശ.

അതിനേക്കാളൊക്കെ ഗൗരവമായ പ്രശ്നം ഇന്ന് കേരളത്തിലെ ഭൂരിപക്ഷം കുട്ടികൾക്കും മലയാളം എഴുതാനറിയില്ല എന്നതാണ്. സംശയമുള്ളവർ തങ്ങളുടെ പരിചയത്തിലുള്ള കുട്ടികളുടെ നോട്ടുപുസ്തകങ്ങളിലെ ഏതെങ്കിലും പേജുകൾ മറിച്ചുനോക്കട്ടെ. ഈയിടെ ഒരു ഹൈസ്ക്കൂൾ മാനേജർക്ക് വിദ്യാർത്ഥികൾ ഒപ്പിട്ടു നല്കിയ നിവേദനം കാണിച്ചിട്ട് അദ്ദേഹം പറഞ്ഞത് അതിലെഴുതിയ ആവശ്യങ്ങൾ എങ്ങനെയെങ്കിലും പരിഹരിക്കാം പക്ഷെ മലയാളം ശരിയായെഴുതേണ്ടതെങ്ങിനെ എന്നെങ്കിലും ഹൈസ്ക്കൂളിലെത്തുമ്പോഴേക്കും കുട്ടികളെ അദ്ധ്യാപകർ പഠിപ്പിക്കേണ്ടതല്ലേ, അതെങ്ങനെ പരിഹരിക്കും എന്നാണ്. സത്യത്തിൽ ആ നിവേദനം കരടുണ്ടാക്കി തിരുത്തുകൾ വരുത്തിയശേഷം കുട്ടികളുടെ കൈപ്പടയിൽ പറഞ്ഞെഴുതിച്ചതാവാനേ തരമുള്ളൂ. കാരണം അത് താരതമ്യേന പിശകുകൾ വളരെ കുറഞ്ഞതായിരുന്നു. അദ്ധ്യാപകരെ സംബന്ധിച്ച് അത് വളരെ മികച്ച എഴുത്താണ് എന്നു വിശ്വസിക്കാൻ പാകത്തിലാണ് അവരുടെ നിത്യാനുഭവം. പക്ഷെ തിരുത്തുന്നത് മഹാപരാധമാണെന്ന് പല ട്രെയിനിംഗുകളിലൂടെയും മറ്റും അവർക്ക് ബോദ്ധ്യപ്പെട്ടിട്ടുണ്ട്. അതിനാൽ വംശനാശംവരുന്ന ജീവിവർഗ്ഗങ്ങളിൽ ഒന്നായി മലയാളമദ്ധ്യാപകരെക്കൂടി ഉൾപ്പെടുത്തിക്കൊണ്ട് വല്ല ആനുകൂല്യവും നല്കാൻ കരുണയുണ്ടാകണമെന്ന് വിദ്യാഭ്യാസമന്ത്രിയോട് അപേക്ഷിക്കുന്ന ഒരു നിവേദനം തയ്യാറാക്കാൻ കേരളത്തിലെ അദ്ധ്യാപകസംഘടനകൾ ഒറ്റക്കെട്ടായി ശ്രമിക്കണമെന്ന് അപേക്ഷിക്കുന്നു. ആ വർഗ്ഗം ഇല്ലാതായാലും ഇന്നത്തെ സാഹചര്യത്തിൽ കേരളസമൂഹത്തിന് യാതൊരുവിധ നഷ്ടവും ഉണ്ടാകുകയില്ല എന്ന യാഥാർത്ഥ്യം വളരെക്കാലം മൂടിവെക്കാനാകുമെന്ന് പ്രത്യാശിക്കരുത്. ഭൂമുഖത്ത് വംശനാശം സംഭവിച്ചിട്ടുള്ള ഒരു ജീവിയും തങ്ങളുടെ അപകടനില മനസ്സിലാക്കിയിരുന്നതായി ചരിത്രത്തിൽ ഒരിടത്തും രേഖപ്പെടുത്തിയിട്ടില്ല. പഴയ സിനികളുടെ ഒടുവിൽ കാണാറുള്ളതുപോലെ അകലെ ഒരെഴുത്തു തെളിയുന്നുണ്ട്; The End.

(2009)

■

പഠിക്കണം; പാഠ്യപദ്ധതി ഏതായാലും

കേരളത്തിലെ പാഠ്യപദ്ധതിയും വിദ്യാഭ്യാസമപ്പാടെതന്നെയും ഏറെക്കുറെ ജീർണ്ണിച്ചുകഴിഞ്ഞ കാലത്താണ് ഡി.പി.ഇ. പി.യിൽത്തുടങ്ങിയ പരിഷ്ക്കരണപരമ്പരകളുടെ ആരംഭം എന്നതിൽ തർക്കമുണ്ടാവില്ല. പക്ഷെ പാഠ്യപദ്ധതി പരിഷ്ക്കരിച്ചതല്ലാതെ വിദ്യാഭ്യാസവ്യവസ്ഥയെ ബാധിച്ചുകഴിഞ്ഞ ജീർണ്ണതകളെ വേണ്ടവിധത്തിൽ വിലയിരുത്താനോ പരിഹരിക്കാനോ പരിഷ്ക്കരണപദ്ധതികൾ ഉത്സാഹിച്ചില്ല എന്നതാണു വാസ്തവം. പരിഷ്ക്കരണംതന്നെ കക്ഷിരാഷ്ട്രീയമായി ചേരിതിരിഞ്ഞുള്ള വിവാദങ്ങളായാണ് കേരളത്തിൽ പ്രചരിച്ചത്. ഏതെങ്കിലും പക്ഷത്ത് അന്ധമായി ഉറച്ചുനിന്ന് വാചാടോപം നടത്തുന്ന അന്തസ്സാരശൂന്യമായ ഈ കലാപരിപാടിയെ രാഷ്ട്രീയപ്രേരിതം എന്നാണ് വിളിച്ചുപോരുന്നത്. രാഷ്ട്രീയപ്രേരിതമല്ലാതെ നമ്മുടെ പാഠ്യപദ്ധതി ചർച്ച ചെയ്യാൻ വളരെ വൈകിയിരിക്കുന്നു. കാരണം, ആ പരിഷ്ക്കാരത്തിന്റെ ഉല്പന്നങ്ങളായ യുവതലമുറ സേവനമേഖലയുടെ പല തലങ്ങളിലായി ജോലിയാരംഭിച്ചു തുടങ്ങിയിരിക്കുന്നു.

പാഠ്യപദ്ധതിചട്ടക്കൂടിനെയും അതിന്റെ സിദ്ധാന്തങ്ങളെയും കേരളം ചർച്ചയ്ക്കെടുത്തിട്ടുണ്ടെങ്കിലും അതിന്റെ പ്രായോഗികതലം ചർച്ചയ്ക്കെടുക്കാൻ അദ്ധ്യാപകരോ രക്ഷിതാക്കളോ വിദ്യാർത്ഥികളോ ഒന്നുംതന്നെ കാര്യമായി ശ്രമിച്ചിട്ടില്ല. സ്വകാര്യചർച്ചകളിൽ അതിനെ എതിർക്കുകയും നിരാശപ്പെടുകയും ചെയ്യുന്നവർ പോലും ഉറക്കെ പറയേണ്ട സ്ഥലങ്ങളിൽ അതിനെ പ്രകീർത്തിക്കുകയോ കുറ്റകരമായ മൗനം പുലർത്തുകയോ ആണ് ചെയ്തുപോന്നിട്ടുള്ളത്. പേടിതന്നെ കാരണം. സ്ക്കൂൾ പ്രവർത്തനങ്ങൾ കൃത്യമായി നിർവഹിക്കാത്തവരിൽ ചിലരടക്കം അദ്ധ്യാപകർക്കുള്ള കോഴ്സുകളിലും മറ്റും ക്ലാസെടുക്കുകയും വിദ്യാഭ്യാസപ്രവർത്തനങ്ങൾക്ക് നേതൃത്വം നല്കുകയും ചെയ്യുവാനായി തെരഞ്ഞെടുക്കപ്പെട്ടു. സംഘടനയുടെ പേശീബലംതന്നെ കൈമുതൽ. അതിൽ എൽ.ഡി.എഫ്. എന്നോ യു.ഡി.എഫ്. എന്നോ ഭേദമില്ല. കുട്ടികളില്ലാത്തതിനാൽ തസ്തിക പോയ അദ്ധ്യാപകരെയാണ് എസ്.എസ്.എ.യിൽ നടയിരുത്തേണ്ടത് എന്ന തീരുമാനത്തിലൂടെ സർക്കാരും അതിന്റെ 'ഗൗരവം' വെളിവാക്കി. കേരളത്തിലെ പാഠ്യപദ്ധതിയുടെ പ്രശ്നങ്ങളെ മുൻനിർത്തി രാജൻ ചെറുക്കാട് എഴുതിയ *പൊതുവിദ്യാഭ്യാസം പിൻബഞ്ചിലേക്ക്* എന്ന ലേഖനപരമ്പര (മാതൃഭൂമി പത്രം, മെയ് 28- ജൂൺ1) ഗൗരവതരമായ ഒരു ചർച്ചയ്ക്ക്

തുടക്കമിടുന്നതാണ്. രണ്ടു കാര്യങ്ങളാണ് അതിൽ പ്രധാനമായിട്ടുള്ളത്. ഒന്ന്, പൊതുവിദ്യാലയത്തിലേക്ക് വരുന്ന കുട്ടികളുടെ എണ്ണത്തിൽ വർഷംതോറും വലിയതോതിലുള്ള കുറവുണ്ടാകുന്നു. രണ്ട്, പൊതുവിദ്യാലയങ്ങളുടെ ഗുണനിലവാരത്തകർച്ച, പ്രത്യേകിച്ചും പുതിയ പാഠ്യപദ്ധതിയുണ്ടാക്കിയ ജീർണ്ണത ഈ കുറവിന്റെ കാരണമാണ്. രണ്ടും വിശദമായി പരിശോധിക്കേണ്ടതുണ്ട്.

പൊതുവിദ്യാലയങ്ങളെ കുറിച്ച് ജനങ്ങൾക്ക് വിശ്വാസം നഷ്ടപ്പെടുകയും അവയിൽ പലതും കുട്ടികളില്ലാതെ പൂട്ടിയിടുകയും ചെയ്താൽ നഷ്ടം സംഭവിക്കുന്നതാർക്കാണ്? തീർച്ചയായും പ്രത്യക്ഷനഷ്ടം സർക്കാർ സ്ക്കൂളിലെ അദ്ധ്യാപകതസ്തികകൾക്കുതന്നെയാണ്. പ്രൊട്ടക്ഷൻ എന്ന സംരക്ഷണം എയ്ഡഡ് അദ്ധ്യാപകർക്കു മാത്രമാണ് ലഭിക്കുന്നത്. സർക്കാർ സ്ക്കൂളുകളിൽ അദ്ധ്യാപകതസ്തികകളുടെ ഒഴിവുകൾ മുഴുവനും നികത്തിയ ഏതെങ്കിലും ഒരു കാലം കേരളത്തിലുണ്ടായിരിക്കാനിടയില്ല. അതിനാൽ ഡിവിഷൻ ഫാളും അതുവഴിയുണ്ടാകുന്ന തസ്തികാനഷ്ടവും വലിയതോതിൽ അദ്ധ്യാപകരുടെ ജോലിനഷ്ടമായി മാറാറില്ല. തസ്തികാനഷ്ടം ബാധിക്കുന്നത് പി.എസ്.സി. പരീക്ഷ എഴുതിയവരും എഴുതാനിരിക്കുന്നവരുമായ തൊഴിൽരഹിതർക്കു മാത്രമാണ്. എയ്ഡഡ് അദ്ധ്യാപകർ പ്രൊട്ടക്ഷൻ വഴി സർക്കാർ സ്ക്കൂളിൽ വരുമ്പോഴും യഥാർത്ഥത്തിൽ നഷ്ടം സംഭവിക്കുന്നത് അവർക്കു മാത്രമാണ്. (എയ്ഡഡ് സ്ക്കൂളിലെ തസ്തികാനഷ്ടവും ഫലത്തിൽ സർക്കാർ സ്ക്കൂളുകളിലേതാക്കിത്തീർക്കുന്ന ഒരു വിചിത്ര വ്യവസ്ഥയാണ് പ്രൊട്ടക്ഷൻ.) തൊഴിൽരഹിതർക്ക് സംഘടനാബലമില്ല, വിലപേശൽ ശക്തിയുമില്ല. ഉള്ളവരുടെ പരിഗണനയിൽ അവർ വരാറുമില്ല. എംപ്ലോയ്മെന്റ് എക്സ്ചേഞ്ച് വഴി മുഴുവൻ ശമ്പളവും നല്കുന്ന തരത്തിൽ അദ്ധ്യാപകരെ നിയമിച്ചിരുന്ന സമ്പ്രദായം മാറ്റി ഗസ്റ്റ് അദ്ധ്യാപകർ എന്ന പേരിൽ കുറഞ്ഞ കൂലിക്ക് ആളെ വെക്കുന്ന സമ്പ്രദായം തുടങ്ങിയതിനെതിരെ ആരെങ്കിലും ശബ്ദിച്ചതായി അറിയില്ല. അൺ എയ്ഡഡ് മേഖലയിലെ കച്ചവടതാല്പര്യക്കാർ തുടങ്ങിവെച്ച ആ പദ്ധതി സർക്കാരും പിന്തുടരുകയായിരുന്നു.

നഷ്ടം വരുന്ന രണ്ടാമത്തെ വിഭാഗം, അതിപ്രധാനമായ വിഭാഗം, വിദ്യാഭ്യാസത്തിന് ചെലവേറിയ മാർഗ്ഗങ്ങൾ സ്വീകരിക്കാൻ പാങ്ങില്ലാത്ത കുടുംബങ്ങളാണ്. അതാകട്ടെ ഒരു ന്യൂനപക്ഷമല്ലതാനും. അതായത് പൊതുവിദ്യാലയങ്ങൾ നിലനില്ക്കേണ്ടത് കേരളത്തെ സംബന്ധിച്ച് സാമൂഹികവും രാഷ്ട്രീയവുമായ ആവശ്യമാണ്.

ശിശുജനനനിരക്കിൽ കാര്യമായ വ്യതിയാനങ്ങൾ കഴിഞ്ഞ അഞ്ചുപത്തുവർഷത്തിനിടെ ഉണ്ടായിട്ടില്ലെങ്കിലും പൊതുവിദ്യാലയത്തിലെത്തുന്ന കുട്ടികളുടെ എണ്ണം വർഷത്തിൽ രണ്ടു ലക്ഷം എന്ന കണക്കിൽ കുറയുകയാണ്. പൊതുവിദ്യാഭ്യാസത്തെ അടിമുടി തകർക്കാൻ പാകത്തിലാണ് അതിന്റെ വളർച്ച. ഡി.പി.ഇ.പി.യെത്തുടർന്ന് നടത്തിയ പരിഷ്ക്കാരം എസ്.എസ്.എൽ.സി. വിജയം തൊണ്ണൂറുശതമാനത്തിൽ താഴാതെ പിടിച്ചുനിർത്തിയ കാലങ്ങളിലാണ് കുട്ടികളുടെ എണ്ണക്കുറവ്

ഇത്ര ഭീകരമായി വളരുന്നത്. ഇതിൽ വിദ്യാഭ്യാസപരിഷ്ക്കാരത്തിനും പാഠ്യപദ്ധതിക്കും പങ്കുണ്ടോ എന്നത് വസ്തുനിഷ്ഠമായി പരിശോധിക്കേണ്ടതാണ്. ഡി.പി.ഇ.പി.യെത്തുടർന്ന് പൊതുവിദ്യാഭ്യാസത്തെക്കുറിച്ച് ഒരു മതിപ്പില്ലായ്മ ജനങ്ങൾക്കിടയിലുണ്ടായിട്ടുണ്ട് എന്നത് വാസ്തവമാണ്. അതിന്റെ കാര്യകാരണങ്ങൾ പക്ഷെ വസ്തുതാപരമായി പഠിക്കാൻ നാം തയ്യാറായിട്ടില്ല.

കേരളപ്പിറവി മുതൽ സ്ക്കൂളിൽ പ്രവേശനം നേടിയ വിദ്യാർത്ഥികളുടെ കണക്ക് സർക്കാർ വെബ്സൈറ്റിൽ നല്കിയിട്ടുണ്ട്. അത് പരിശോധിച്ചാൽ കുട്ടികൾ കുറയുന്ന പ്രവണത പ്രത്യക്ഷപ്പെടുന്നത് 1992-നു ശേഷമാണ് എന്നു കാണാം. 1956-57 വർഷത്തിൽ 27,09,271 കുട്ടികൾ സ്ക്കൂളിലെത്തിയിരുന്നത് ഓരോ വർഷവും കൂടിക്കൂടി 1992-ൽ 59,07,005വരെയെത്തി. തുടർന്ന് അത് കുറയാൻ തുടങ്ങി. അഞ്ചുവർഷം കഴിഞ്ഞ് 1996-97 ആയപ്പോൾ (യാദൃച്ഛികമാണെങ്കിലും ഈ കാലത്താണ് വിദ്യാഭ്യാസപരിഷ്ക്കരണം വരുന്നത്) അതിൽ 3,72,781 എണ്ണത്തിന്റെ കുറവാണ് സംഭവിച്ചത്. 2001-02 വരെയുള്ള നാലുവർഷംകൊണ്ട് പിന്നെയും 4,32,186 കുട്ടികൾ കുറഞ്ഞു. പിന്നത്തെ ഒറ്റവർഷംകൊണ്ട് കുറഞ്ഞത് 1,00,277 കുട്ടികളാണ്. തുടർന്നിങ്ങോട്ട് ലക്ഷത്തിലേറെ കുട്ടികളാണ് ഒരോ വർഷവും കുറയുന്നത്. 1996-ലെ വിദ്യാഭ്യാസപരിഷ്ക്കാരവും കുട്ടികൾ കുറയുന്ന പ്രതിഭാസത്തിന്റെ വളർച്ചയും തമ്മിൽ ബന്ധമുണ്ട്. എന്നാൽ അതു കാര്യകാരണപരമായ ബന്ധമാണെന്ന് ഈ കണക്കുവെച്ച് പറയാനാവില്ല. അതിനുമുമ്പേ പ്രത്യക്ഷപ്പെട്ട ഒരു പ്രവണതയെ തടുക്കാൻ വിദ്യാഭ്യാസപരിഷ്ക്കാരത്തിന് സാധിച്ചിട്ടേയില്ല എന്നു മാത്രമല്ല അത് ക്രമമായി വർദ്ധിക്കുകയാണുണ്ടായത് എന്നുപറയാം. ഇത് വിദ്യാഭ്യാസത്തെക്കുറിച്ച് മലയാളികൾക്കുണ്ടായ മടുപ്പിന്റെ ഫലമോ ജനസംഖ്യാനിയന്ത്രണത്തിന്റെ സ്വാഭാവികപരിണാമമോ എന്നു പരിശോധിക്കേണ്ടതാണ്. കുട്ടികളെ സ്കൂളിലേക്ക് അയക്കാതിരിക്കുന്ന മനോഭാവം എന്തായാലും മലയാളികൾക്കില്ല.

കുട്ടികൾ കുറയുന്ന പ്രവണത ആരംഭിക്കുന്നത് സ്വാഭാവികമായും എൽ.പി. സ്ക്കൂളുകളിലാണ്. സർക്കാർ സ്ക്കൂളുകളിൽ അത് 1991-92നു മുമ്പുതന്നെ പ്രകടമായിരുന്നു. 1986-87ൽ തലേവർഷത്തെക്കാൾ 44,115 കുട്ടികളുടെ കുറവുണ്ടായി. 1988-89ൽ 8,350 കുട്ടികൾ വർദ്ധിച്ചു. പിന്നീടിങ്ങോട്ട് സർക്കാർ-എയ്ഡഡ് മേഖലയിലെ എൽ.പി. വിഭാഗത്തിൽ കുട്ടികൾ ക്രമമായി കുറഞ്ഞുകൊണ്ടേയിരുന്നു. 2002-03 ആകുമ്പോഴേക്കും സർക്കാർ വിഭാഗത്തിൽനിന്ന് 4,52,442 കുട്ടികളും എയ്ഡഡ് വിഭാഗത്തിൽനിന്ന് 3,65,432 കുട്ടികളുമാണ് കുറഞ്ഞത്. പൊതുവിദ്യാലയത്തിൽ എട്ടുലക്ഷത്തിൽപ്പരം കുട്ടികൾ കുറഞ്ഞ ഈ കാലയളവിൽ അൺ എയ്ഡഡ് എൽ.പി. സ്ക്കൂളിൽ 84,904 കുട്ടികൾ വർദ്ധിക്കുകയാണുണ്ടായത്. കുട്ടികൾ (രക്ഷിതാക്കൾ) പൊതുവിദ്യാലയം വിട്ട് അൺഎയ്ഡഡ് മേഖലയെ തിരഞ്ഞെടുക്കുന്നു എന്നർത്ഥം. ബാക്കി വരുന്ന ഏഴുലക്ഷം കുട്ടികളുടെ കുറവ് ജനസംഖ്യാനിയന്ത്രണത്തിന്റെ ഭാഗമായി വന്നതാവാം. അങ്ങനെയെങ്കിൽ അടുത്ത നാലുവർഷത്തിനകം യു.പി. വിഭാഗത്തിലും ഏഴുവർഷത്തിനകം ഹൈസ്ക്കൂൾ വിഭാ

ഗത്തിലും ഇതിന്റെ അനുരണനങ്ങൾ പ്രതീക്ഷിക്കേണ്ടതാണ്. യു.പി. വിഭാഗത്തിൽ 1990-91 വർഷം മുതൽ അതുണ്ടാകുകയും 1994-95 മുതൽ വർദ്ധിക്കുകയും ചെയ്തിട്ടുണ്ട്. പക്ഷെ അവിടെയൊന്നും അൺ എയ്ഡഡ് മേഖലയെ ഇതു തീരെ ബാധിക്കുന്നില്ല എന്നു കാണാം.

കേരളചരിത്രത്തിൽ ഏറ്റവും കൂടുതൽ എൽ.പി. സ്ക്കൂളുകൾ (7004 എണ്ണം) പ്രവർത്തിച്ചത് 1979-80 അദ്ധ്യയനവർഷത്തിലാണ്. സ്ക്കൂളുകളുടെ എണ്ണം അതിന്റെ ഉച്ചിയിലെത്തി താഴാൻ തുടങ്ങുന്നത് കേരളത്തിലെ ജനസംഖ്യാനിയന്ത്രണം വിജയിച്ചതിന്റെ സൂചനയായി കാണക്കാക്കാം. 1979-80ൽ എൽ.പി.സ്ക്കൂളുകളുടെ എണ്ണം സർക്കാർ 2,854, എയ്ഡഡ് 4100, അൺഎയ്ഡഡ് 50 എന്നിങ്ങനെയായിരുന്നു. തുടർന്നുള്ള പത്തുവർഷംകൊണ്ട് ആകെയുണ്ടായിരുന്ന 7004 സ്ക്കൂളുകൾ 6,767 ആയി കുറഞ്ഞു. (സർക്കാർ-2565, എയ്ഡഡ്-4068, അൺ എയ്ഡഡ്-134). ആകെ എണ്ണത്തിൽ വന്ന കുറവ് (7004-6767=)237 ആണെങ്കിലും സർക്കാർ സ്ക്കൂളുകളിൽ മാത്രം 289 എണ്ണം കുറവുണ്ടായി. എയ്ഡഡ് സ്ക്കൂളുകളിൽ 32 എണ്ണം കുറഞ്ഞപ്പോൾ അൺ എയ്ഡഡ് മേഖലയിൽ 84 സക്കൂളുകളുടെ വർദ്ധനവാണുണ്ടായത് (289+ 32-84= 237). ഫലത്തിൽ സർക്കാർ സ്ക്കൂളുകൾ നഷ്ടപ്പെടുകയും പകരം അൺഎയ്ഡഡ് സ്ക്കൂളുകൾ പെരുകുകയും ചെയ്തു.

1996-97ൽ യു.പി.തലത്തിലും തുടർന്നുള്ള അഞ്ചുവർഷംകൊണ്ട് ഹൈസ്ക്കൂൾതലത്തിലും ആ പ്രതിഭാസം പ്രകടമായി. അപ്പോഴേക്കും 1979-80ൽ 64 എണ്ണമായിരുന്ന അൺഎയ്ഡഡ് സ്ക്കൂളുകളുടെ സ്ഥാനത്ത് 217 എണ്ണമാണ് വന്നത്. അതായത് കുട്ടികൾ കുറയുന്നതിന്റെ ക്ഷീണം സർക്കാർ സ്ക്കൂളുകളെയാണ് പ്രധാനമായും ബാധിക്കുന്നത്. അതിന്റെ ലക്ഷണം പ്രകടമായിത്തുടങ്ങിയപ്പോഴും അൺ എയ്ഡഡ് മേഖലയിൽ പുതിയ സ്ക്കൂളുകൾ തുടങ്ങാൻ അനുവാദം കൊടുത്തുകൊണ്ടേയിരിക്കുകയാണ് കക്ഷിവ്യത്യാസമില്ലാതെ ഭരണകൂടങ്ങൾ ചെയ്തത്.

1979-80 വർഷത്തിൽ എൽ.പി.വിഭാഗത്തിൽ ഡിവിഷൻ ഫാളെന്ന പ്രതിഭാസം പ്രത്യക്ഷപ്പെട്ട ശേഷമാണ് ഹൈസ്ക്കൂളുകളുടെ എണ്ണത്തിന്റെ കാര്യത്തിൽ കുതിച്ചുചാട്ടമുണ്ടായത് എന്നു കാണാം. 1956 മുതൽ 1979 വരെയുള്ള 23 വർഷംകൊണ്ട് ആകെ 1039 ഹൈസ്ക്കൂളുകളാണ് ഉണ്ടായതെങ്കിൽ 1980 മുതൽ അഞ്ചുവർഷം കൊണ്ട് 621 എണ്ണമാണ് പുതുതായി വന്നത്. തുടർന്ന് 17 വർഷത്തിനിടെ 186 സ്ക്കൂളുകളേ പുതുതായി വന്നുള്ളൂ. അതിൽ 106 എണ്ണവും അൺഎയ്ഡഡ് മേഖലയിലാണ്. ഹയർ സെക്കണ്ടറിയിൽ ഈ നിലപാട് ശക്തമാകാൻ ഒരു ദശകമേ വേണ്ടിവന്നുള്ളൂ. 2002-03 വർഷത്തിൽ ഒറ്റയടിക്ക് 330 സ്ക്കൂളുകളാണ് അൺഎയ്ഡഡ് മേഖലയിൽ ആരംഭിച്ചത്.

ഡിവിഷൻ ഫാൾ എന്ന പ്രതിഭാസം താഴേത്തട്ടിൽ പ്രത്യക്ഷപ്പെട്ട കാലത്ത് പത്തുവർഷത്തിനിടെ അത് ഹൈസ്ക്കൂൾതലത്തിലേക്ക് വ്യാപിക്കുമെന്ന് കണക്കാക്കാൻ നമ്മുടെ ആസൂത്രണത്തിന് എന്തുകൊണ്ടോ കഴിഞ്ഞില്ല എന്നർത്ഥം. പിന്നെയും അഞ്ചുവർഷക്കാലത്തോളം സ്ക്കൂളുകൾ തകൃതിയായി അനുവദിച്ചശേഷമാണ് നാം

കിതച്ചുകൊണ്ട് കാര്യം മനസ്സിലാക്കിയത്. തുടർന്ന് വികാസമുണ്ടായത് അൺഎയ്ഡഡ് മേഖലയിൽ മാത്രമാണ്. ഇക്കാലത്ത് യുപി.വിഭാഗത്തിൽ സർക്കാർ സ്ക്കൂളുകൾ 906-ൽനിന്ന് 957 ആയി വർദ്ധിച്ചപ്പോൾ എയ്ഡഡ് സ്ക്കൂളുകൾ 1889-ൽനിന്ന് 1870 ആയി കുറഞ്ഞു. അൺഎയ്ഡഡ് മേഖലയിലാകട്ടെ 61-ൽ നിന്ന് 124 ലേക്ക് അത് കുതിച്ചുകയറി. എൽ.പി.വിഭാഗത്തിലാകട്ടെ 73 സർക്കാർ സ്ക്കൂളുകളും 91 എയ്ഡഡ് സ്ക്കൂളുകളും ഇല്ലാതായി. അപ്പോഴും അൺഎയ്ഡഡ് മേഖലയിൽ 27 എണ്ണം വർദ്ധിക്കുയാണുണ്ടായത്. ചുരുക്കത്തിൽ ഇപ്പോൾ വർഷം തോറും വിദ്യാർത്ഥികൾ പൊതുവിദ്യാലയം വിട്ട് അൺഎയ്ഡഡ് മേഖലയിലേക്ക് ചേക്കേറുന്ന രീതി നാം ഫലപ്രദമായി ആസൂത്രണം ചെയ്ത് നടപ്പാക്കിയതാണ്.

സ്ക്കൂളനുവദിക്കുന്നതിൽ സർക്കാരുകൾ പുലർത്തിപ്പോന്ന നയങ്ങൾക്കു പുറമേ പാഠ്യപദ്ധതിയെക്കുറിച്ചുള്ള നയങ്ങളും ഡിവിഷൻ ഫാളിനെ പ്രോത്സാഹിപ്പിക്കുന്നതാണോ എന്നതാണ് ഇനി അന്വേഷിക്കേണ്ടത്. അതിന് പൊതുവിദ്യാലയങ്ങളിലും സ്വകാര്യസ്ക്കൂളുകളിലും യഥാർത്ഥത്തിൽ നടക്കുന്നതെന്താണെന്ന് പരിശോധിക്കണം. രാജൻ ചെറുക്കാടിന്റെ ലേഖനപരമ്പര അത്തരം വിശദാംശങ്ങളിലേക്ക് കടക്കുന്നില്ല. എങ്കിലും അതിന് ധാരാളം പ്രതികരണങ്ങൾ വരുന്നുണ്ട് എന്നത് ശുഭോദർക്കമാണ്. അവയിൽ പലതും നേരത്തെ പറഞ്ഞ വിരുദ്ധദ്വന്ദ്വങ്ങളിൽ ഒന്നിൽ നിലയുറപ്പിക്കുന്ന, പലപ്പോഴും വൈകാരികം മാത്രമായി ചുരുങ്ങിപ്പോകുന്ന പ്രതികരണങ്ങളാണെങ്കിലും.

ഒരു ഉദാഹരണം പറയാം. കേരളത്തിലെ ഇംഗ്ലീഷ് അദ്ധ്യാപകർക്കിടയിൽ ENGLISH എന്ന വാക്കിന്റെ സ്പെല്ലിങ്ങ് അറിയാത്ത ചിലരെ കാണാനായി എന്ന് പരമ്പരയിൽ പറയുന്നു. അത് ഇംഗ്ലീഷദ്ധ്യാപകരെ അടച്ചാക്ഷേപിക്കലാണ്, അവമാനിക്കലാണ് എന്ന് ഒരു സംഘം അദ്ധ്യാപകർ കത്തെഴുതി. ഇംഗ്ലീഷിന്റെ സ്പെല്ലിങ്ങറിയാത്ത ഇംഗ്ലീഷദ്ധ്യാപകർ ആരുമില്ലെന്ന് സാക്ഷ്യപ്പെടുത്താൻ ആർക്കെങ്കിലും സാദ്ധ്യമാണോ? അതിരിക്കട്ടെ, മറ്റുള്ളവർക്കെല്ലാം അതറിയാം എന്നുകൂടിയല്ലേ ആ പ്രസ്താവത്തിൽനിന്ന് മനസ്സിലാക്കാവുന്നത്. അതിന് ഇങ്ങനെ വികാരപ്പെടുന്നത് അഭിലഷണീയമാണോ? അതും പോകട്ടെ, അതിനെക്കാൾ കാതലായ പ്രശ്നം വിദ്യാർത്ഥികൾക്ക് അതിന്റെ സ്പെല്ലിങ്ങ് അറിയുമോ ഇല്ലയോ എന്നതല്ലേ. അദ്ധ്യാപകർക്ക് ഒന്നിനുപോലും അതറിയില്ലെങ്കിൽപ്പോലും വിദ്യാർത്ഥികൾക്ക് എല്ലാം (അല്ലെങ്കിൽ ഭൂരിപക്ഷത്തിന്) അതറിയാം എന്നുവന്നാലല്ലേ ആ ആരോപണത്തിനു മറുപടിയാകൂ. ആ പ്രശ്നം പാഠ്യപദ്ധതിയുമായി ബന്ധപ്പെടുന്നതെങ്ങനെയാണ് എന്നും ആലോചിക്കേണ്ടതുണ്ട്. ഒരു വ്യക്തി (അല്ലെങ്കിൽ ചിലർ) ഒരു പ്രത്യേകസന്ദർഭത്തിൽ അത് തെറ്റായി എഴുതി എന്നത് പാഠ്യപദ്ധതിയുടെ പ്രശ്നമല്ല. ഏതു പാഠ്യപദ്ധതിയിലും വ്യക്തിപരവും സാന്ദർഭികവുമായ പാകപ്പിഴകൾ സംഭവിക്കാം. ഒരു കുട്ടി അങ്ങനെ ഉത്തരമെഴുതിയാൽ അത് തെറ്റാണെന്ന് വിധിച്ച്, പൂജ്യം മാർക്കു നല്കി തിരുത്തിയെടുക്കാൻ ഈ പാഠ്യപദ്ധതി ഏതളവോളം സമ്മതിക്കുന്നുണ്ട് എന്നതാണ് കാര്യം. അതിന് അവസരമി

ല്ലെങ്കിൽ അദ്ധ്യാപകന് അതറിയുമോ എന്നതിനു പ്രസക്തിയില്ല. അക്ഷരത്തെറ്റുകൾ പരിഗണിക്കുകയേ വേണ്ടാ എന്നാണ് പാഠ്യപദ്ധതിയുടെ പാടിപ്പതിഞ്ഞ കാഴ്ചപ്പാട്. എന്നുവെച്ചാൽ ഉത്തരം ഇംഗ്ലണ്ട് എന്നായാൽപ്പോലും മാർക്കുകൊടുക്കാം, കാരണം നാമമോ വിശേഷണമോ ആയാലും സംഗതി ആശയപരമായി ഒന്നുതന്നെയാണ് എന്നു വാദിക്കാം. ഇടക്കാലത്ത് എഡിറ്റിംഗ് (ഭാഷാതലത്തിലും ആശയതലത്തിലും) ആകാമെന്നു വന്നിട്ടുണ്ട്. അത് എത്രമാത്രം നടക്കുന്നുണ്ട് എന്നു പറയാനാവില്ല. രണ്ടാമത്തെ പ്രശ്നം അതിന്റെ സ്പെല്ലിങ്ങ് (സാന്ദർഭികമായ ഒരു പിശകെന്ന നിലയിലല്ല, ആവർത്തിച്ചുവരുന്ന തെറ്റെന്ന നിലയിൽ) അറിയാത്ത പ്രസ്തുത അദ്ധ്യാപകർ പുതിയപദ്ധതിയിൽ പഠിച്ചുവന്നവരാണോ, അവർ മാത്രമാണോ എന്നതാണ്.

ഈ പശ്ചാലത്തിലാണ് പാഠ്യപദ്ധതി പ്രതിസ്ഥാനത്തല്ല എന്ന പ്രതികരണത്തെ (സേതുനാഥ് ആർ. ജൂൺ 7.) ഗൗരവമായെടുക്കേണ്ടത്. പ്രതിസ്ഥാനത്തല്ലെങ്കിൽ ഏതു സ്ഥാനത്ത്? അത് നിരപരാധിയാണെന്ന് അദ്ദേഹം സ്ഥാപിക്കാൻ ശ്രമിക്കുന്നേയില്ല. സാക്ഷിയുടെ സ്ഥാനത്താണെങ്കിൽ അതിന് വിദ്യാഭ്യാസത്തിൽ റോളൊന്നുമില്ലെന്നല്ലേ അർത്ഥം. 'പ്രഥം' നടത്തിയ സർവ്വെയുടെ കണക്കുകൾ സ്വീകരിച്ചതിൽ പരമ്പരാകാരന് തെറ്റുപറ്റി എന്നാണ് സേതുനാഥ് സമർത്ഥിക്കുന്നത്. അതു ശരിയാക്കിയാലും, കേരളത്തിലെ പൊതുവിദ്യാലയങ്ങളിൽ വരേണ്ടിയിരുന്ന കുട്ടികൾ രണ്ടുരണ്ടര ലക്ഷം എന്ന തോതിൽ വർഷംതോറും കുറയുന്നതാണ് ഈ കഴിഞ്ഞ കുറേ കാലമായി കണ്ടുവരുന്നത് എന്ന് അദ്ദേഹംതന്നെ സമ്മതിക്കുന്നുണ്ട്. സർക്കാർ സ്കൂളുകളെ കുറ്റം പറയരുത് എന്നു മാത്രമേ അദ്ദേഹത്തിനുള്ളൂ. സ്വകാര്യമേഖലയിലായാലും സർക്കാർ മേഖലയിലായാലും പാഠ്യപദ്ധതി അടിസ്ഥാനമാക്കുന്നത് 2005- ലെ ദേശീയനയത്തെത്തന്നെയാണത്രെ. അതുകൊണ്ട് പ്രശ്നങ്ങൾക്ക് എന്തെങ്കിലും മാറ്റം വരുമോ. അൺ എയ്ഡഡ് മേഖലയിലെ വിദ്യാഭ്യാസത്തിനു ഗുണനിലവാരമില്ലെന്നതുകൊണ്ട് പൊതുവിദ്യാഭ്യാസത്തിന്റെ ഗുണനിലവാരം മെച്ചപ്പെടുകയില്ലല്ലോ. അഴിമതിയാരോപണവും മറ്റും വരുമ്പോൾ മറ്റേ കക്ഷിയും അതു ചെയ്തിട്ടുണ്ട് എന്നാണ് രാഷ്ട്രീയക്കാർ വാദിക്കാറുള്ളത്. എതിർകക്ഷിയുടെ മാന്യതയെയും സ്വീകാര്യതയെയും തകർത്തുമാത്രമേ സ്വയം മാന്യതയും സ്വീകാര്യതയും നേടാനാവൂ എന്നത് കേരളരാഷ്ട്രീയത്തിന്റെ പാപ്പരത്തല്ലാതെ മറ്റൊന്നും വെളിവാക്കുന്നില്ല.

മാനകഭാഷയെപ്പോലെ വീട്ടുഭാഷയും വിദ്യാഭ്യാസത്തിൽ തുല്യസ്ഥാനം അർഹിക്കുന്നുണ്ട് എന്ന ചട്ടക്കൂടിലെ പരാമർശത്തെ രാജൻ ചെറുക്കാട് ദുരുദ്ദേശ്യപൂർവ്വം വ്യാഖ്യാനിച്ച് അപനയിക്കുകയാണ് എന്ന സേതുനാഥിന്റെ വിമർശനത്തെ ഇതോടു ചേർത്തു കാണണം. സ്ക്കൂൾ (സ്ക്കൂളിങ്ങ് എന്ന സമ്പ്രദായംതന്നെ) മാനകീകരണത്തിനല്ലേ എന്നതാണ് ചോദ്യം. വീട്ടുഭാഷ പ്രത്യേകം പഠിപ്പിക്കേണ്ട ആവശ്യമെന്താണ്. അഞ്ചാംവയസ്സോടെ കുട്ടി തന്റെ ചുറ്റുവട്ടത്തുള്ള സംസാരഭാഷ ആർജ്ജിച്ചിരിക്കും. ഒന്നാം ക്ലാസ്സിലെത്തുന്ന കുട്ടിയോട് അദ്ധ്യാപികയും മറ്റു കുട്ടികളും സംസാരിക്കുന്നതുതന്നെ കുട്ടികൾ ഭാഷ ആർജ്ജി

ച്ചിട്ടുണ്ട് എന്നതിന്റെ തെളിവാണല്ലോ. അപ്പോൾപ്പിന്നെ സ്ക്കൂളിൽ അതെന്തു പഠിപ്പിക്കാനാണ്; എന്തു പഠിക്കാനാണ്. സമാനമായ വേറൊരു ഉദാഹരണം നോക്കാം. കേരളത്തിൽ ഇപ്പോൾ ഏതാണ്ടെല്ലാ സ്ക്കൂളിലും വേഷത്തിൽ യൂനിഫോം നിർബ്ബന്ധമാണ്. ഒരു തരം മാനകീകരണം. സ്ക്കൂളിൽ വീട്ടുവേഷത്തിന് തുല്യസ്ഥാനം നല്കാതിരിക്കുന്നത് ഈ നയപ്രകാരം അനീതിയല്ലേ. അദ്ധ്യാപകർ ലുങ്കിയുടുത്തും അദ്ധ്യാപികമാർ നൈറ്റിയുടുത്തും കുട്ടികൾ തോന്നിയപോലെ വേഷം ധരിച്ചോ ധരിക്കാതെയോ ഒക്കെയായും സ്ക്കൂളിലെത്തുന്നത് നമുക്കംഗീകരിക്കാൻ കഴിയുമോ? ഇല്ലെങ്കിൽ, വേഷത്തിലെ സ്പെല്ലിങ്ങ് തെറ്റാൻ പാടില്ല, ഭാഷയിൽ അതാവാം എന്നതിന്റെ യുക്തിയെന്താണ്?

സ്ക്കൂളിൽ പഠിച്ചില്ലെങ്കിൽ സ്പെല്ലിങ്ങടക്കം മാനകീകൃതമായ ഭാഷ ഒരാൾ ജീവിതകാലത്ത് പിന്നീടെപ്പോഴാണ് പഠിക്കുക. പിൽക്കാലത്ത് നേടിയെടുക്കേണ്ട അനവധി അറിവുകളെ വീട്ടുഭാഷ ഉപയോഗിച്ച് പഠിക്കാനും വിശകലനം ചെയ്യാനും കഴിയുമെങ്കിൽ കേരളത്തിലെ പാഠ്യപദ്ധതിയിൽ മലയാളം ഉൾപ്പെടുത്തുന്നത് പാഴ്‌വേലയല്ലേ; ചുരുങ്ങിയപക്ഷം യു.പി.ക്ലാസ്സുകളിൽ എഴുത്തും വായനയും പഠിച്ചു (ആർജ്ജിച്ചു) കഴിഞ്ഞിട്ടെങ്കിലും.

കേരളത്തിൽ എല്ലാവർക്കും അറിയുന്ന ഭാഷയാണ് മലയാളം എന്ന്, ഭാഷാതിർത്തി പ്രദേശങ്ങളെ ഒഴിച്ചു നിർത്തി പറഞ്ഞാൽ ഏറെക്കുറെ ശരിയാണ്. പക്ഷെ അത് സംസാരഭാഷയ്ക്കുമാത്രം സംഗതമായ കാര്യമാണ്. എഴുത്തുഭാഷയെ സംബന്ധിച്ച് കാര്യം വ്യത്യസ്തമാണ്. അത് ഏതെങ്കിലും പാഠ്യപദ്ധതിയുടെ മാത്രം പ്രശ്നമല്ല. ഒരു കാര്യത്തെക്കുറിച്ച് ഒന്നുരണ്ടു പേജ് വരുന്ന കാര്യം മലയാളത്തിൽ വ്യക്തമായെഴുതാൻ മലയാളം സംസാരിക്കുന്ന സാക്ഷരരായവരിൽ ചെറിയ ശതമാനത്തിനു മാത്രമേ കഴിയൂ. സംശയമുണ്ടെങ്കിൽ ഏതെങ്കിലും ഒരു കാര്യത്തെക്കുറിച്ച് വ്യക്തമാകുംവിധം മലയാളത്തിൽ ഒരു പേജ് എഴുതാൻ മുഴുവൻ സാക്ഷരരെയും, അദ്ധ്യാപകരെയെങ്കിലും, ഏല്പിച്ചു നോക്കട്ടെ. അപ്പോഴറിയാം കാര്യത്തിന്റെ കിടപ്പ്. മലയാളത്തിലോ ഇംഗ്ലീഷിലോ അവരവരുടെ പാഠ്യഭാഗങ്ങൾ കൈകാര്യം ചെയ്യാൻ അദ്ധ്യാപകരൊക്കെ സമർത്ഥരാണെന്ന് സമ്മതിച്ചുകൊണ്ടുതന്നെയാണ് ഇത് പറയുന്നത്. അതായത് സംസാരിച്ചുശീലിച്ച ഭാഷ സ്ക്കൂളിൽ വീണ്ടും പഠിക്കുകയല്ല ചെയ്യേണ്ടത്. സംസാരിക്കുന്നതിന്റെ ചിത്രം വരയ്ക്കലല്ല എഴുത്തുഭാഷ. മറിച്ച്, സന്ദർഭസാഹചര്യങ്ങളുടെയും ആംഗ്യ-മുഖഭാവാദി അഭിനയത്തിന്റെയും ബാഹ്യസഹായമില്ലാതെ വ്യാകരണപരമായി കൂടുതൽ സുഘടിതവും സുവ്യക്തവുമായി കാര്യങ്ങൾ പ്രതിപാദിക്കേണ്ടുന്ന പ്രയാസകരമായ ഒരു വ്യവഹാരമാണത്. ഗൗരവമാർന്ന ചിന്താപ്രക്രിയകൾക്ക് കുട്ടിയെ സജ്ജമാക്കുന്നതുകൂടിയാണത്. വായിച്ചു മനസ്സിലാക്കുന്നതും അതുപോലെ സവിശേഷമാണ്. അത് ഇംഗ്ലീഷായാലും മലയാളമായാലും മറ്റേതു ഭാഷയായാലും.

അത്തരം ഒരു തലത്തിലേക്കാണ് വിദ്യാർത്ഥികളെ വളർത്തിക്കൊണ്ടുവരേണ്ടത് എന്ന് പുതിയ പാഠ്യപദ്ധതി ഉദ്ദേശിക്കുന്നുണ്ടോ എന്നതാ

ണ് ഇതിലെ പ്രശ്നം. കമ്യൂണിക്കേറ്റീവ് ഇംഗ്ലീഷും മലയാളവും മറ്റു ഭാഷകളുമാണ് പ്രധാനമെങ്കിൽ അത് ഈ ലക്ഷ്യത്തെ പരിഗണിക്കുന്നില്ല എന്നാണർത്ഥം. എങ്കിൽ പാഠ്യപദ്ധതി നിഷ്ക്കളങ്കമാണെന്നു പറയാൻ കഴിയില്ല. ലക്ഷ്യം വെക്കുന്നുണ്ട് എന്നാണുത്തരമെങ്കിൽ അതിനെ തടയുംവിധം വിദ്യാഭ്യാസത്തിൽ പ്രവർത്തിക്കുന്ന ഘടകങ്ങൾ, അദ്ധ്യാപകരടക്കം വിചാരണ ചെയ്യപ്പെടേണ്ടതുണ്ട്. ചുരുക്കത്തിൽ, വിദ്യാഭ്യാസം പോലെ ആസൂത്രണം മുഖ്യമായ ഒരു മേഖലയിൽ വീട്ടുഭാഷയ്ക്ക് തുല്യപ്രാധാന്യം കൊടുക്കണമെന്ന വാദത്തെ ഒഴുക്കൻ മട്ടിൽ സ്വീകരിക്കുന്നതിൽ അപകടമുണ്ട്. കേരളത്തിൽ നടപ്പിലായ സമഗ്രഭാഷാപദ്ധതിക്ക് സമാനമായ രീതി മുമ്പുതന്നെ നടപ്പിലാക്കിയ അമേരിക്കയിൽ അതിന്റെ ഫലമായി എഴുത്തും വായനയും അറിയാത്ത വിദ്യാസമ്പന്നരായ യുവാക്കളുടെ എണ്ണം ഭീതിദമായ രീതിയിൽ പെരുകുന്നു എന്നാണ് അവിടെ നടത്തിയ പഠനങ്ങൾ വെളിവാക്കുന്നത്. നാം അത്തരം പഠനങ്ങൾ നടത്തിയിട്ടില്ല, അല്ലെങ്കിൽ പഠനഫലങ്ങൾ പ്രസിദ്ധീകരിച്ചിട്ടില്ല.

മറ്റാരെങ്കിലും പരീക്ഷ എഴുതിക്കൊടുക്കേണ്ടുന്ന വിധം പ്രയാസമനുഭവിക്കുന്ന കുട്ടികൾ ഐ.ഇ.ഡി. എന്ന പദ്ധതിയിലൂടെ പൊതുവിദ്യാഭ്യാസത്തിന്റെ ഭാഗമായി വന്നതോടെ കേരളത്തിൽ വർഷംതോറും അവരുടെ എണ്ണം കൂടിവരുന്നു എന്ന വസ്തുതയെ ഇതിനോട് താരതമ്യം ചെയ്യേണ്ടതാണ്. മുമ്പൊന്നും ശ്രദ്ധയിൽ പെടാതിരുന്നതുകൊണ്ടാണോ അത്. അതല്ല പാഠ്യപദ്ധതിതന്നെ കുട്ടികളെ പഠനവൈകല്യം (വിശേഷിച്ചും ഡിസ്ലക്സിയ, ഡിസ്ഗ്രാഫിയ തുടങ്ങി ഭാഷാപരമായ വൈകല്യങ്ങൾ) ഉള്ളവരാക്കി മാറ്റിയെടുക്കുകയാണോ എന്ന കാര്യം ഗൗരവമായി പഠിക്കേണ്ടതാണ്. അതിന്റെ ആദ്യപടിയായി, പാഠ്യപദ്ധതി പരിഷ്ക്കരണത്തെത്തുടർന്ന് പല കാലങ്ങളിൽ എസ്.സി.ഇ.ആർ.ടി. യും വിവിധ ഡയറ്റുകളും നടത്തിയ പഠനങ്ങളുടെ ഫലം, അതെത്ര നിരാശാജനകമായാലും ശരി, പൊതുജനസമക്ഷം പ്രസിദ്ധീകരിക്കാൻ വിദ്യാഭ്യാസവകുപ്പ് ധൈര്യം കാണിക്കണം.

മറ്റു വിഷയങ്ങൾ പഠിക്കാനും വിശകലനം ചെയ്യാനും കുട്ടികളെ പ്രാപ്തരാക്കുന്നതിൽ ഭാഷാപഠനത്തിന് പങ്കുണ്ട്. ആ അർത്ഥത്തിലാണ് ഇംഗ്ലീഷ് മീഡിയം സ്കൂളുകളെയും മലയാളം മീഡിയം സ്കൂളുകളെയും താരതമ്യം ചെയ്യേണ്ടത്. ഏതാണ് മലയാളിക്കുട്ടികൾക്ക് എളുപ്പമാവുക. മലയാളം മീഡിയത്തിൽ പഠിച്ചാലും പിന്നീട് ലോകോത്തരനിലവാരത്തിലേക്ക് വളരുന്നതിന് തടസ്സമുണ്ടാവില്ലെന്ന് ഇ.സി.ജി.സുദർശനടക്കം പല തെളിവുകൾ മുന്നിലുണ്ട്. പക്ഷെ നമ്മുടെ താരതമ്യത്തിൽ വിദ്യാഭ്യാസവകുപ്പിന്റേതായാലും അഭിപ്രായപ്രകടനക്കാരുടേതായാലും നിലപാട് സി.ബി.എസ്.ഇ. തുടങ്ങിയ ഇംഗ്ലീഷ് മീഡിയത്തിന് പ്രാമുഖ്യമുള്ള സ്വാശ്രയധാരയെ കാരണമില്ലാതെ ശത്രുപക്ഷത്ത് നിർത്തുന്ന തരത്തിലാണ്. ആ ധാരയിലെ കുട്ടികളും നമ്മുടെ രാജ്യത്തെ പൗരന്മാരാണ്. നിലവിലുള്ള ധാരകളിൽ ഒന്ന് തിരഞ്ഞെടുക്കാനുള്ള സ്വാതന്ത്ര്യം അവർക്കുണ്ട്. അത് വലിയ വിപത്താണെങ്കിൽ നിയമം മൂലം അത് നിരോധിക്കുകയാണ് വേണ്ടത്. അല്ലാതെ അവരെ

നശിക്കാൻ വിടുകയല്ല. എന്നാൽ കൊട്ടിഘോഷിക്കപ്പെട്ട ജോസഫ് മുണ്ടശ്ശേരി മുതൽ ആരുംതന്നെ അതിനെ നിരുത്സാഹിപ്പെടുത്തിയതായി കണ്ടിട്ടില്ല.

ആ മേഖലയിൽ അദ്ധ്യാപകരുടെ ജോലിഭാരത്തെക്കുറിച്ചും തുച്ഛ വേതനത്തെക്കുറിച്ചും പറയുന്നതോടൊപ്പം പലപ്പോഴും നിലവാരക്കുറവിനെക്കുറിച്ചും പരാമർശമുണ്ടാകാറുണ്ട്. നമ്മുടെ ടി.ടി.സി., ബി.എഡ്. തുടങ്ങിയ കോഴ്സുകളിലെല്ലാം വളരെച്ചെറിയ ഒരു ശതമാനമേ തോല്ക്കുക പതിവുള്ളൂ. സാമാന്യനിലവാരംതന്നെ അതിന്റെ നിലവാരം. ജയിച്ച് തൊഴിലില്ലാതെ നടക്കുന്ന യുവാക്കൾ ധാരാളമുണ്ട്. ആ മേഖലയിൽ ധാരാളം അൺ എയ്ഡഡ് സ്ഥാപനങ്ങൾ നാം തുടങ്ങിയിട്ടുമുണ്ട്.(സ്വാശ്രയപ്രൊഫഷണൽ സ്ഥാപനം മെഡിക്കൽ -എഞ്ചിനിയറിംഗ് രംഗത്തു മാത്രമാണെന്ന ധാരണ പടർത്താൻ നമ്മുടെ ഇടതു-വലതുകക്ഷികളുടെ സ്വാശ്രയവിരുദ്ധ സമരങ്ങൾക്ക് കഴിഞ്ഞിട്ടുണ്ട്.) അതിനാൽ താല്ക്കാലികമായ ഒരു ജോലിയായി കണ്ട് കുറഞ്ഞവേതനത്തിന് നില്ക്കുന്നവർ അംഗീകൃതമായ ശമ്പളത്തിൽനിന്ന് ഒരു വലിയ തുക അഡ്വാൻസായി ഓരോ മാസവും മാനേജർക്കു നല്കേണ്ടി വരുന്നു എന്ന വസ്തുതയെ പരിഹാസത്തോടെ പറയുന്നവരുണ്ട്. പലപ്പോഴും നമ്മുടെ എയ്ഡഡ് അദ്ധ്യാപകർ ജോലിക്കുവേണ്ടി വരും വർഷങ്ങളിലെ ശമ്പളത്തിന്റെ വലിയ ഒരു ഷെയർ, ലക്ഷക്കണക്കിനു തന്നെ, കോഴയെന്ന പേരിൽ അഡ്വാൻസായി നല്കുന്നുണ്ടെന്ന വസ്തുത പക്ഷെ അപ്പോൾ ഓർക്കാറില്ല. സ്ക്കൂൾബസ്സിനും പഠനോപകരണങ്ങൾക്കുമായി വർഷംതോറുമുള്ള ചെലവ് വേറെയും. ഇതൊക്കെ പറയുമ്പോഴും പൊതുവിദ്യാലയത്തിലെ അദ്ധ്യാപകരുൾപ്പെടെ വിദ്യാസമ്പന്നരായ രക്ഷിതാക്കളിൽ പലരും തങ്ങളുടെ കുട്ടികളെ അൺ എയ്ഡഡ് സ്ഥാപനങ്ങളിലയക്കുന്നുണ്ട്. പൊതുവിദ്യാലയത്തെ കുറിച്ച് അവർ സൂക്ഷിക്കുന്ന മതിപ്പുകേട് മാത്രമല്ല സ്വാശ്രയസ്ഥാപനങ്ങൾക്ക് നല്കുന്ന അംഗീകാരം കൂടിയാണ് അത് വെളിവാക്കുന്നത്. അതിനുമപ്പുറം അൺഎയ്ഡഡ് മേഖലയ്ക്കിണങ്ങുംവിധം ജനമനസ്സുകളെ പരുവപ്പെടുത്തിയെടുക്കുന്ന പ്രത്യയശാസത്രധർമ്മമാണ് അവരനുഷ്ഠിക്കുന്നത്.

കാര്യങ്ങൾ ഇങ്ങനെയൊക്ക ആണെങ്കിലും സ്വാശ്രയമേഖലയിൽ നിന്നു വരുന്ന കുട്ടികൾക്ക് ഹയർസെക്കണ്ടറി പ്രവേശനം ലഭിക്കാതിരിക്കാൻ അവരുടെ പരീക്ഷാഫലം വരും മുമ്പുതന്നെ പ്ലസ് വൺ പ്രവേശനം നടത്തിയ വഞ്ചനയുടെ ചരിത്രവും കേരളത്തിനുണ്ട്. ഇപ്പോൾ അൺ എയ്ഡഡ് സ്ക്കൂളുകൾ നടത്തുന്ന ഇന്റേണൽ പരീക്ഷകളുടെ ബലത്തിൽ പ്ലസ് വൺ പ്രവേശനത്തിന് അനുവാദം നല്കരുത് എന്ന വാദമാണ് കേൾക്കുന്നത്. അതിൽ വാസ്തവമുണ്ടാവാം. പക്ഷെ, അതു പറയുന്നതോടൊപ്പം പൊതുവിദ്യാലയത്തിൽ അതാത് സ്ക്കൂളുകൾ നല്കുന്ന മാർക്കുകളും പ്രവേശനത്തിന് പരിഗണിക്കരുത് എന്ന് വാദിക്കാനുള്ള ആർജ്ജവം കാണിക്കേണ്ടതുണ്ട്. അങ്ങനെ വന്നാൽ എസ്.എസ്.എൽ.സി. സർട്ടിഫിക്കറ്റിലെ ഇന്റേണൽ മാർക്ക് പരിഗണിക്കാൻ കഴിയില്ല. അത് വലിയ പ്രത്യാഘാതങ്ങൾ ഉണ്ടാക്കുമെന്നുറപ്പ്. സംവ

രണംകൊണ്ടേ പൊതുവിദ്യാഭ്യാസത്തിലെ കുട്ടികൾക്ക് പിടിച്ചുനില്ക്കാൻ കഴിയൂ എന്നു തുറന്നു സമ്മതിക്കുന്നതിലുമുണ്ടല്ലോ ഒരു കഷ്ടം. എഞ്ചിനിയറിംഗ് പ്രവേശനത്തിന് പ്ലസ് ടു മാർക്കുകൂടി പരിഗണിക്കും എന്നു വന്നപ്പോൾ പ്ലസ് ടു തലത്തിൽ പൊതുവിദ്യാഭ്യാസത്തിലേക്ക് മാറുന്നവരുടെ എണ്ണം കൂടിയെന്ന വസ്തുതയും ഇതിനെ ശരിവെയ്ക്കുന്നു.

അൺ എയ്ഡഡ് സ്ക്കൂളുകൾ നല്കുന്ന മാർക്കുകൾ എല്ലാം നീതിപൂർവ്വകംതന്നെയാണ് എന്നല്ല പറഞ്ഞുവരുന്നത്. കുട്ടികളുടെ വിജയശതമാനം സ്ക്കൂളിന്റെ ഗുഡ്‌വില്ലിനെ സ്വാധീനിക്കുമെങ്കിൽ ഇന്നത്തെ കേരളത്തിന്റെ പരിതസ്ഥിതിയിൽ അത് അത്രയൊന്നും നീതിപൂർവ്വകമാകാൻ സാദ്ധ്യമല്ലതന്നെ. അതിൽ ചില കച്ചവടതാല്പര്യങ്ങൾ കൂടി വന്നാലോ! പിന്നെ പറയാനുമില്ല. പക്ഷെ പൊതുവിദ്യാലയങ്ങളിൽ അതെല്ലാം നീതിപൂർവ്വകമാണ് എന്നൊരു വിശ്വാസം ഈ വാദം ഉണ്ടാക്കുന്നുണ്ട്. പതിവുപോലെ ഈ വർഷവും വളരെച്ചെറിയ ഒരു ശതമാനം മാത്രമേ എസ്.എസ്.എൽ.സി. പരീക്ഷയ്ക്കു തോറ്റിട്ടുള്ളൂ. റീ വാല്വേഷനും സേ പരീക്ഷയും കഴിയുമ്പോൾ വിജയശതമാനം ഏതാണ്ട് നൂറിൽ മുട്ടും. തോറ്റവരിൽ ഏതാണ്ടെല്ലാവർക്കും നിരന്തര മൂല്യനിർണ്ണയപ്രകാരം ഇന്റേണൽ മാർക്ക് മുഴുവൻ കിട്ടിയിട്ടുണ്ട് എന്നാണ് ഫലപ്രഖ്യാപനത്തെ തുടർന്ന് നടന്ന വിലയിരുത്തൽ യോഗത്തിൽ കണ്ടെത്തിയതെന്ന് പത്രവാർത്തകൾ. അതിനെ ഗൗരവത്തിൽ എടുക്കേണ്ടതുണ്ട്. കാരണം വിജയശതമാനം കൂട്ടാനുള്ള കുതന്ത്രം എന്ന് ലളിതമായി തള്ളിക്കളയാവുന്നതല്ല അത്.

പാഠപുസ്തകങ്ങൾ അറിവിന്റെ അവസാനവാക്കല്ല വെറുമൊരു ഉപാധി മാത്രമാണ് എന്നാണല്ലോ പുതിയ പാഠ്യപദ്ധതിയുടെ നിലപാട്. അതിനാൽ ചോദ്യങ്ങൾ പാഠപുസ്തകത്തിനകത്തുനിന്നു മാത്രമായാലാണ് ഇക്കാലത്ത് അത് ഔട്ട് ഓഫ് സിലബസ് ആകുന്നത് എന്ന നിലയിലാണ് കാര്യങ്ങൾ. കുട്ടി ജ്ഞാനം നിർമ്മിക്കുകയാണ് അനുകരിക്കുകയല്ല എന്നാണ് സിദ്ധാന്തം. അതുപ്രകാരം കുട്ടിയുടെ ജ്ഞാനനിർമ്മിതിയുടെ ഓരോ നിമിഷവും വിലയിരുത്തിയാലേ വിലയിരുത്തൽ പൂർണ്ണമാവൂ. അതിനാണ് നിരന്തരമൂല്യനിർണ്ണയം എന്ന ഏർപ്പാട്. ഒരു വിഷയത്തിൽ 20% മാർക്ക് അതിനായി നീക്കിവെച്ചിരിക്കുന്നു. ജയിക്കാനാകട്ടെ 30% മാർക്കു മതി.

അതെല്ലാം കണക്കിലെടുത്താൽ തോറ്റവരിൽ മിക്കവർക്കും നിരന്തരമൂല്യനിർണ്ണയത്തിൽ മുഴുവൻ മാർക്കും കിട്ടി എന്നതിന്റെ അർത്ഥമെന്താണ്? ജ്ഞാനനിർമ്മിതിക്കായുള്ള പ്രവർത്തനങ്ങളിൽ ഒരു നിമിഷംപോലും പിന്നാക്കം നില്ക്കാതെ പങ്കാളിയായ അവർ അതിൽ പൂർണ്ണമായും വിജയിച്ചിട്ടുണ്ട് എന്നല്ലേ അവരുടെ അദ്ധ്യാപകർ സാക്ഷ്യപ്പെടുത്തിയത്. സെമിനാറുകൾ, അസൈൻമെന്റുകൾ, പ്രൊജക്ടുകൾ തുടങ്ങി വസ്തുനിഷ്ഠമായി വിലയിരുത്തുന്ന ചില മാർഗ്ഗങ്ങളിലൂടെയാണത്രെ ഈ മാർക്ക് ലഭിക്കുന്നത്. പാഠ്യപദ്ധതി വിഭാവനം ചെയ്യുന്ന പഠനപ്രവർത്തനങ്ങളിൽ സമ്പൂർണ്ണവിജയം നേടിയ കുട്ടികളാണ് എഴുത്തുപരീക്ഷയിൽ നിലംപരിശായിരിക്കുന്നത്

എന്നർത്ഥം. ഓപ്പറേഷൻ സക്സസ് ബട് പേഷ്യന്റ് ഡൈഡ് എന്ന പഴയ തമാശപോലെ. *റീഫണ്ട്* എന്ന നാടകത്തിലെ നായകൻ വാസർക്കോഫ് പറയുന്നതുപോലെ അവർക്ക് ട്യൂഷൻ ഫീസ് തിരിച്ചു കൊടുക്കേണ്ടതല്ലേ. അത് വഹിച്ചത് സർക്കാറായാൽത്തന്നെ പത്തുവർഷം പാഴാക്കിക്കളഞ്ഞതിന് നഷ്ടപരിഹാരം നല്കാൻ വിദ്യാഭ്യാസ വകുപ്പ് ബാദ്ധ്യസ്ഥമല്ലേ. ഈ പാഠ്യപദ്ധതി പരാജയമാണെന്നതിന് ജീവിക്കുന്ന തെളിവുകളല്ലേ നിരന്തരമൂല്യനിർണ്ണയത്തിൽ മുഴുവൻ മാർക്കും വാങ്ങിയിട്ടും തോറ്റ ഓരോ കുട്ടിയും. അതുകൊണ്ടുമാത്രം ജയിച്ചുകേറിയവരും. പാഠ്യപദ്ധതി പ്രതിസ്ഥാനത്തല്ലെന്ന് ആർക്കു പറയാനാവും. ജയിച്ചവരും തോറ്റവരും തമ്മിൽ ജ്ഞാനാർജ്ജനത്തിന്റെ കാര്യത്തിൽ ഒരു വ്യത്യാസവുമില്ല എന്നുകൂടി ഇതിനർത്ഥമുണ്ട്.

പുതിയ പാഠ്യപദ്ധതി വിഭാവനം ചെയ്തതും അനുശാസിക്കുന്നതുമായ പാഠ്യപ്രവർത്തനങ്ങളെല്ലാം മായം കലരാതെ കൃത്യമായി നടക്കുന്നുണ്ടോ എന്നു പരിശോധിക്കണം. പാഠ്യപദ്ധതിയിലില്ലാത്ത രീതികളെന്തെങ്കിലും കുട്ടികൾ പിന്തുടരുന്നുണ്ടോ എന്നു നോക്കിയാലല്ലേ കുറ്റം പാഠ്യപദ്ധതിയുടേതു തന്നെയാണോ എന്നു തിരിച്ചറിയാനാകൂ. മെഡിക്കൽ പ്രവേശനത്തിൽ പൊതുവിദ്യാലയങ്ങളിലെ കുട്ടികൾ പിന്നാക്കം നില്ക്കുന്നതിന്റെ കണക്കുകൾ ഗുണനിലവാരത്തെ അളക്കാൻ ഉപയോഗിക്കരുത് എന്നാണ് സേതുനാഥിന്റെ അഭിപ്രായം. കാരണം അതിൽ പ്രത്യേകം പരിശീലനം എന്ന സംഗതി കൂടി പരിഗണിക്കേണ്ടതുണ്ട്. (പ്രവേശനപരീക്ഷയുടെ ചോദ്യരീതികൾ വ്യത്യസ്തമായതിനാൽ പരിശീലനത്തെ പാടേ നിരാകരിക്കാൻ കഴിയില്ല. അല്ലെങ്കിൽ പുതിയ പാഠ്യപദ്ധതിയുടെ രീതിയിൽവേണം പ്രവേശന പരീക്ഷ നടത്താൻ.) ഇതേ വാദം എസ്.എസ്.എൽ.സി. പരീക്ഷയുടെ കാര്യത്തിലും പരിഗണിക്കേണ്ടതല്ലേ. പഠനം പാൽപ്പായസമാക്കുക എന്ന മുദ്രാവാക്യത്തോടെയാണ് പുതിയ പാഠ്യപദ്ധതി ലോഞ്ച് ചെയ്തതെങ്കിലും നിന്നുതിരിയാനിടയില്ലാതെ കുട്ടികൾ നെട്ടോട്ടമോടുന്നതാണ് പുതിയ കാഴ്ച. പുലരിയും സന്ധ്യയുമെന്നില്ല ഓണവും ക്രിസ്തുമസ്സും ബക്രീദുമില്ല എപ്പോഴും ട്യൂഷൻതന്നെ ട്യൂഷൻ. അത് ചെറിയ ക്ലാസ്സുകളിൽനിന്നുതന്നെ ശീലിച്ചവരാണവർ.

പുതിയപാഠ്യപദ്ധതിയുടെ നയപ്രകാരം സ്വന്തമായി നിരീക്ഷിച്ചും പരീക്ഷിച്ചും ചരിത്രത്തിലിന്നോളമുണ്ടായ അറിവുകളത്രയും കുട്ടി സ്വയം നിർമ്മിച്ചെടുക്കുകയാണ് വേണ്ടത്. ജ്ഞാനനിർമ്മിതിക്ക് ബാഹ്യസഹായം വിലങ്ങിടുന്നതുകൊണ്ടാണ് അദ്ധ്യാപകരെ സ്കഫോൾഡർ എന്നു വിളിച്ചത്. എന്നിട്ടും ഇടതടവില്ലാത്ത ട്യൂഷനും ഗൈഡ് പുസ്തകങ്ങളുടെ വായനയുമാണ് (പഠിക്കാനുള്ള പദ്യത്തിൽ കുട്ടിക്ക് ഏറ്റവും ഇഷ്ടപ്പെട്ട വരികൾ വരെ മുൻകൂട്ടി അച്ചടിച്ചുകൊടുക്കുന്നതാണ് ഗൈഡുകൾ പലതും) വിദ്യാർത്ഥികളെ ഇരിക്കപ്പൊറുതിയില്ലാത്തവരാക്കുന്നത്. അതായത് സിദ്ധാന്തം പ്രയോഗത്തിൽ വരുത്തുമ്പോൾ ചില വീഴ്ചകൾ വരുന്നുണ്ട്. അവയെ വസ്തുനിഷ്ഠമായി കണ്ടെത്തി പഴുതടച്ച് നടപ്പിലാക്കാനുള്ള രീതികൾ ആവിഷ്ക്കരിക്കണം എന്ന് ഉദ്ദേശ്യമുണ്ടെങ്കിൽ ആദ്യം വേണ്ടത് ട്യൂഷൻ സമ്പ്രദായം നിരോധിക്കു

കയും ഗൈഡുകൾ കണ്ടുകെട്ടുകയുമാണ്. അതിന്റെ പിന്നിൽ പ്രവർത്തിക്കുന്ന 'സാമൂഹ്യദ്രോഹികൾക്ക്' വധശിക്ഷ ഉൾപ്പെടെ നല്കാൻ കഴിയും വിധം നിയമഭേദഗതി ചെയ്യാൻ നിയമസഭയോട് ശുപാർശ ചെയ്യുകയുമാണ്. കാരണം ജ്ഞാനനിർമ്മിതി എന്ന പദ്ധതിക്ക് ട്യൂഷൻ -ഗൈഡ് തുടങ്ങിയ ബാഹ്യസഹായങ്ങൾ അത്ര വലിയ പ്രതിബന്ധമാണ് സൃഷ്ടിക്കുന്നത്. മെഡിക്കൽ പ്രവേശനത്തിന്റെ യുക്തിയിൽ പരിശോധിച്ചാൽ നിലവിലുള്ള പദ്ധതിയിൽ ചില കുട്ടികൾക്കെങ്കിലും സൈദ്ധാന്തികമായ പഠനത്തിന്റെ ഉപരിമേഖലകളിൽ തിളങ്ങാൻ കഴിയുന്നത് ട്യൂഷന്റെയും ഗൈഡുകളുടെയും നിരന്തരസഹായം വഴി പുതിയ പാഠ്യപദ്ധതിയുടെ അന്തസ്സത്തയെ മറികടന്നതുകൊണ്ടാണ് എന്നു തിരിച്ചു വാദിക്കാൻ കഴിയും. അത്രയില്ലെങ്കിലും, മുഴുവൻ എ. പ്ലസ്. നേടിയവരുടെ ഫോട്ടോയുള്ള ഫ്ളക്സ് ബോർഡുകൾ കെട്ടി, എട്ടു പ്രശ്നമേഖലകളിൽപ്പെട്ട പരസ്യതന്ത്രങ്ങളൊന്നുമില്ലാതെ പരിസ്ഥിതിസൗഹൃദപരമായിത്തന്നെ, തങ്ങളുടെ സ്ക്കൂളുകളെ അലങ്കരിക്കുന്നവർ അതിന്റെ ക്രെഡിറ്റിൽ ട്യൂഷനും ഗൈഡിനും വല്ല പങ്കുമുണ്ടോ എന്നാലോചിക്കുന്നത് നല്ലതാണ്. അതോ അത്തരക്കാരാണോ തോറ്റുപോകുന്നത്. ചുമ്മാ അറിഞ്ഞിരിക്കാമല്ലോ.

ട്യൂഷൻ സമ്പ്രദായം വ്യാപകമായതിന്റെ സാമൂഹികമായ പ്രത്യാഘാതങ്ങൾകൂടി ആലോചിക്കേണ്ടതാണ്. നാട്ടിലെ സാംസ്ക്കാരിക സദസ്സുകളിലും കായികമേളകളിലും പുസ്തകചർച്ചയിലും മാത്രമല്ല കല്യാണത്തിനും മരണത്തിനുംപോലും കൗമാരക്കാരായവരുടെ സാന്നിദ്ധ്യം നന്നേ കുറഞ്ഞിരിക്കുന്നു. സാമൂഹികജ്ഞാനനിർമ്മിതി, ബഹുമുഖബുദ്ധി, സമൂഹത്തിൽ വിമർശനാത്മകമായി ഇടപെടാനുള്ള ശേഷി എന്നെല്ലാം പാഠ്യപദ്ധതിയിൽ അച്ചടിച്ചുവെച്ച കാലത്താണ് ഈ മാറ്റം ഉണ്ടായിവരുന്നത്. ഇതിൽ പാഠ്യപദ്ധതിക്കും ട്യൂഷൻപദ്ധതിക്കും പങ്കുണ്ടോ എന്ന് പരിശോധിച്ചറിയേണ്ടതുണ്ട്.

കാര്യം വളരെ വ്യക്തമാണ്. വിദ്യാഭ്യാസപദ്ധതിയെക്കുറിച്ച് സാമാന്യമായ ധാരണ ജനങ്ങൾക്കുണ്ട്. സ്ക്കൂളുകളിൽ നടക്കുന്നതെന്താണ് എന്ന് പരിശോധിച്ചാൽ കുറച്ചുകൂടി വ്യക്തത കിട്ടും. സംശയമുള്ളവർ നമ്മുടെ കുട്ടികളുടെ എഴുത്തുകൾ, ഉത്തരക്കടലാസുകളോ നോട്ടുകളോ മറ്റോ, പരിശോധിക്കട്ടെ. അവകാശവാദങ്ങൾകൊണ്ടും അന്ധമായ വിമർശനങ്ങൾകൊണ്ടും പരിഹരിക്കാവുന്നതല്ല കാര്യങ്ങൾ. ഇരുകൂട്ടരും വസ്തുതകളിലേക്ക് കണ്ണുതുറക്കണം. കഴിഞ്ഞുപോയ വർഷങ്ങളിലൂടെ ഈ പദ്ധതിയുടെ ഉല്പന്നങ്ങൾ സേവനത്തിന്റെ വിവിധ തുറകളിലെത്തിക്കഴിഞ്ഞിരിക്കുന്നു. കേരളത്തിന്റെ ഏറ്റവും പ്രധാനമായ കയറ്റുമതി വിഭവത്തിന്റെ ഗുണനിലവാരത്തെക്കുറിച്ചാണ് നമ്മൾ ചർച്ച ചെയ്യുന്നത്. അതിനുള്ള ഗൗരവമെങ്കിലും കല്പിച്ചുകൊടുക്കുന്നില്ലെങ്കിൽ ഈ ചർച്ചയും വൃഥാവിലാവും.

■

ഭാഷാചിത്രവും ചിത്രഭാഷയും

മലയാളമെഴുത്തും വായനയും അറിയാത്ത വിദ്യാർത്ഥികളുടെ എണ്ണം ക്രമാതീതമായി പെരുകുന്നതിനെക്കുറിച്ച് നമ്മുടെ വിദ്യാഭ്യാസവകുപ്പ് ഉൽക്കണ്ഠപ്പെട്ടുതുടങ്ങിയതിന്റെ പശ്ചാത്തലത്തിൽ വായനയെന്ന നാഡീപ്രവർത്തനത്തെ മുൻനിർത്തി വിദ്യാഭ്യാസപദ്ധതിയെ വിലയിരുത്തിക്കൊണ്ട് തന്റെ പംക്തിയിൽ ജീവൻ ജോബ് തോമസ് എഴുതിയ ഏറ്റവും പുതിയ വിശദീകരണങ്ങൾ ഗംഭീരമായി. ഭാഷാവിദ്യാഭ്യാസത്തിന് സമഗ്രഭാഷാസമീപനം സ്വീകരിച്ചതിന്റെ ദൂരവ്യാപകമായ പ്രത്യാഘാതങ്ങളുടെ ആദ്യഘട്ടമാണ് ഇപ്പോൾ തെളിഞ്ഞുവരുന്നത്. നാഡീപരമായ ചില പരാധീനതകൾകൊണ്ട് ഉണ്ടാകുന്ന ഡിസ്‌ലക്സിയ, ഡിസ്ഗ്രാഫിയ തുടങ്ങിയ അവസ്ഥകളിലേക്കാണ് നാഡീപരമായ കുഴപ്പങ്ങളൊന്നുമില്ലാത്ത മലയാളവിദ്യാർത്ഥികൾ പലരും എത്തിച്ചേരുന്നത് എന്നാണ് അതിൽ മുഖ്യമായത്. താരേ സമീൻ പർ എന്ന ചിത്രത്തിലെ കുട്ടിയെപ്പോലെ ആയിരിക്കുന്നു കേരളത്തിലെ നോർമ്മലായ കുട്ടികൾ പലരും.

തൊണ്ണൂറുകളുടെ ഉത്തരാർദ്ധത്തിൽ കേരളത്തിൽ പുതിയ പാഠ്യപദ്ധതി നടപ്പാക്കുമ്പോൾ ന്യൂറോ ഇമേജിങ്ങ് സങ്കേതം ഉപയോഗിച്ച് ഫ്രഞ്ച് കോഗ്നിറ്റീവ് സയിന്റിസ്റ്റായ സ്റ്റാനിസ്ലാസ് ദെഹെയ്ൻ വായനയെക്കുറിച്ചു നടത്തിയ പഠനം വന്നിട്ടുണ്ടായിരുന്നോ എന്നറിയില്ല. ഇല്ലെന്നിരിക്കിലും സമഗ്രഭാഷാപഠനത്തെ വിലയിരുത്താൻ പഴുതുകളൊന്നുമുണ്ടായിരുന്നില്ല എന്നു വിചാരിക്കേണ്ട. ജീവൻ ജോബ് തോമസ് ചൂണ്ടിക്കാണിച്ചിട്ടുള്ള, എഴുത്തിന്റെ ചരിത്രം- ചിത്രലിപിയിൽനിന്നും വർണ്ണലിപിയിലേക്കോ അക്ഷരലിപിയിലേക്കോ ഉള്ള പരിണാമംതന്നെ- സമഗ്രഭാഷാസമീപനത്തെ വിലയിരുത്താനുള്ള ഒരു ഉപാധിയാണല്ലോ. മറ്റൊന്ന് ബധിരരോ മൂകരോ ആയവരെ സാക്ഷരരാക്കാൻ മൂന്നുനാലു നൂറ്റാണ്ടുകൾക്കുമുമ്പേ ഉപയോഗിച്ചിരുന്ന ചിത്രലിപിയെന്നു വിളിക്കാവുന്ന സമഗ്രഭാഷാസമീപനത്തെക്കുറിച്ചുള്ള അറിവാണ്. അതിനെ ചൂണ്ടിക്കാട്ടി അമേരിക്കയിൽത്തന്നെ വിദ്യാഭ്യാസത്തിലെ സമഗ്രഭാഷാസമീപനത്തെ ചോദ്യം ചെയ്തുകൊണ്ടുള്ള പഠനങ്ങൾ ഉണ്ടായിട്ടുണ്ട്. ബധിരരോ മൂകരോ രണ്ടും കൂടിയോ ആയവർക്ക് ഭാഷയുണ്ടോ, ഭാഷ സാദ്ധ്യമാകുമോ എന്ന നിലയിൽ ഇതിനെ കാണാനാകില്ല. മറിച്ച് ഭാഷയിലെ ശബ്ദങ്ങളുടെ ചിത്രങ്ങൾ അവർക്ക് ഗ്രഹിക്കാനാകുമോ എന്നതാണ് ഈ പരീക്ഷണത്തിന്റെ കാതൽ. ഭാഷാപദങ്ങളെ ചിത്രമെന്നതിനു പകരം വിരലുകളുടെയും

മറ്റും നൃത്തമെന്നനിലയിൽ മൂക-ബധിരരുടെ ആംഗ്യഭാഷ വികസിച്ചു വരുകയുണ്ടായി എന്നോർക്കുക. കഥകളിയിലെ ആംഗികാഭിനയരീതിയെ മൗനശില്പം എന്ന് പി കുഞ്ഞിരാമൻനായർ വിശേഷിപ്പിച്ചത് അത്തരത്തിലുള്ള ഒരു ഭാഷയുടെ കലാവിഷ്ക്കാരത്തെ മുൻനിർത്തിയാണ്. ചിത്രലിപി പദലിപി എന്നെല്ലാം വിളിക്കാവുന്ന സമഗ്രഭാഷാസമീപനത്തിന്റെ രീതി നമുക്ക് അപരിചിതമായതും ചൈനീസ് ഭാഷക്കാർക്കും മറ്റും മാത്രം പരിചിതമായതുമായ ഒരു രീതിയാണെന്ന് വകതിരിച്ച് മാറ്റിനിർത്തേണ്ടതില്ല. വാസ്തവത്തിൽ ഗണിതത്തിന്റെ ഭാഷ മറ്റൊന്നുമല്ല. മലയാളത്തിനും ഉണ്ടല്ലോ തനതായ അക്കമെഴുത്തുരീതികൾ. കൂടുതൽ വ്യാപകമായ ഒരു അക്കമെഴുത്തുരീതിയിലേക്ക് നാം പരിവർത്തിക്കപ്പെട്ടുകഴിഞ്ഞു എന്നു മാത്രം. 8 എന്ന ചിത്രം ഒരു ലിപിയാണ് ഒപ്പം എട്ട് എന്ന പദവുമാണ്. മലയാളികൾ ഈ ചിത്രത്തെ എട്ട് എന്നും ഹിന്ദിക്കാർ ആറ് എന്നും ഇംഗ്ലീഷുകാർ ഐെറ്റ് എന്നും വായിക്കുന്നു. കണക്കിന്റെ ഭാഷയ്ക്ക് ഒരുതരം സാർവ്വലൗകികത നല്കുന്നത് വ്യാപകമായി സ്വീകരിക്കപ്പെട്ട ഈ പദലിപികളാണ്. ചൈനീസിന്റെ പലതരം ഭാഷാഭേദങ്ങൾക്ക് മാനകീകൃതമായ ഒരു എഴുത്തുരീതി എളുപ്പം സാദ്ധ്യമാകുന്നതിന്റെ പൊരുളും മറ്റൊന്നല്ല. ചുരുക്കത്തിൽ അവിടെയൊന്നും ഉച്ചാരണശബ്ദങ്ങൾ അടയാളപ്പെടുത്തിയിട്ടില്ല. അതിനാൽ ഒരേ ചിത്രം അവരവരുടെ ഭാഷയിൽ വായിക്കാം. മറ്റൊരർത്ഥത്തിൽ, എഴുതിയ ചിത്രമല്ല തന്റെ ഭാഷയിൽ ആ ചിത്രം സൂചിപ്പിക്കുന്ന പദമാണ് വായിക്കുന്നത്. കമ്പ്യൂട്ടറുകളിലും മറ്റും ഉപയോഗിക്കുന്ന ഐക്കണുകൾ മറ്റൊരു ഉദാഹരണം.

കണക്കിന്റെ സാർവ്വലൗകികമായ ഈ ചിത്രഭാഷതന്നെ ചിത്രത്തോടല്ല എഴുത്തുഭാഷയോടാണ് ഇണങ്ങിനില്ക്കുന്നതെന്നതാണ് ശ്രദ്ധിക്കേണ്ട വസ്തുത. ഒന്നാക്ലാസ്സിൽനിന്നുതന്നെ നമ്മുടെ കുഞ്ഞുങ്ങൾ ഈ ചിത്രത്തെ എഴുത്തുഭാഷയുമായി ഇണക്കിച്ചേർക്കുന്നുണ്ട്. ഉദാഹരണത്തിന് 8 എന്ന ചിത്രത്തെ എട്ട് എന്നു വായിക്കുന്നതുപോലെയല്ല 18 എന്ന ചിത്രത്തെ പതിനെട്ട് എന്നും 81 എന്ന ചിത്രത്തെ എൺപത്തൊന്ന് എന്നും വായിക്കുന്നത്. ഓരോ ചിത്ര/പദത്തെയും വെറുതെ വായിക്കുകയല്ല അവയുടെ പൂർവ്വാപരക്രമത്തെ പരിഗണിച്ചുകൊണ്ടു വായിക്കുകയാണ് നാം ചെയ്യുന്നത്. ആ ചിത്രങ്ങളിൽ രണ്ടിലും 1, 8 ഇവ ഉണ്ട് എന്നതിനെക്കാൾ പ്രസക്തം അവയിൽ ഏതാണ് ആദ്യം ഏതാണ് പിന്നീട് എന്ന ക്രമമാണ്. ഉദാഹരണത്തിന് 18 എന്ന സംഖ്യാചിത്രത്തെ/പദത്തെ മലയാളി പതിനെട്ട് എന്നു വായിക്കുന്ന അതേ യുക്തിയിൽ ഒരു അറബിഭാഷക്കാരന് അത് എൺപത്തൊന്ന് എന്നു വായിക്കാൻ തോന്നിയേക്കും. കാരണം സംഖ്യാചിത്രത്തിന്റെ സ്വരൂപം നിശ്ചയിക്കുന്നത് അതാത് ഭാഷയുടെ എഴുത്തുക്രമമാണ്. ഈ ക്രമംതന്നെയാണ് എഴുത്തുഭാഷയെ ചിത്രമെഴുത്തിൽ നിന്നും വ്യത്യാസപ്പെടുത്തുന്നതും മനുഷ്യമസ്തിഷ്കത്തിൽ വ്യത്യസ്തമേഖലകളിൽ അവയെ പ്രതിഷ്ഠിക്കുന്നതും. ഭാഷ വാക്യഘടനാപരമാണ് അഥവാ പൂർവ്വാപരക്രമം നിർണ്ണായകമാണ്. വാക്യം വായിച്ചുതീർന്നാലേ ആശയം ഗ്രഹിക്കാനാകൂ എന്നതാണ് അതിന്റെ യുക്തി. അത്

അക്ബറിലെ ആദ്യവാക്യമായാലും തട്ടകത്തിലെ ആദ്യവാക്യമായാലും ശരി, ആശയഗ്രഹണത്തിന് വാക്യത്തെ അവസാനംവരെ ക്രമാനുഗതമായി പിന്തുടരേണ്ടതുണ്ട്. ചിത്രത്തിൽ അത്തരം ഒരു ക്രമമേയില്ല. അതിനാൽ അവ രണ്ടു വ്യത്യസ്ത അനുഭവലോകങ്ങളാണ്.

ഒരു വ്യക്തിയുടെ ഫോട്ടോ മനുഷ്യർ കാണുന്നത് സമഗ്രമായാണ്. മലയാളിയുടെ എഴുത്തിന്റെയും വായനയുടെയും സാമാന്യരീതിയനുസരിച്ച് ഫ്രെയിമിന്റെ ഏറ്റവും മുകളിൽ ഇടത്തേയറ്റത്തുനിന്ന് ഒരു നേർരേഖയിൽ വലത്തോട്ട് സഞ്ചരിച്ച് ഫ്രെയിമിന്റെ വലത്തേയറ്റത്ത് മുട്ടുമ്പോൾ തൊട്ടടുത്തവരിയിലായി വീണ്ടും ഇടത്തേയറ്റത്തേക്ക് മിഴി നീട്ടി വലത്തേക്ക് പുരോഗമിക്കുന്ന ഒരു രീതി ഫോട്ടോ വായനയിൽ സാദ്ധ്യമല്ല. ഇടതുചെവിയിൽനിന്ന് ഇടതുകണ്ണിലൂടെ മൂക്കിൻമുകൾ വഴി വലതുകണ്ണിലേക്കും വലതുചെവിയിലേക്കും നീണ്ടുനീണ്ടു പോകുന്ന നോട്ടം (ക്യാമറയുടെ ഭാഷയിൽ ഇടതുന്നിന്ന് വലത്തേക്കുള്ള പാനിംഗ് ഷോട്ട്) മനുഷ്യൻ ഫോട്ടോ കാണുമ്പോൾ സംഭവിക്കുന്നില്ല. അയാൾ ഫ്രെയിമിലെ എല്ലാ പോയിന്റുകളും ഒറ്റയടിക്ക് കാണുന്നു. ഒന്നിച്ച് കാണുന്നു. ഫോട്ടോ സ്കാൻ ചെയ്യുമ്പോൾ സ്കാനറിന്റെ വെളിച്ചം വായനയിലേതുപോലെ ഒരു ക്രമം പാലിക്കുന്നതുകാണാം. അഥവാ സ്കാനർ ഫോട്ടോയെ ക്രമാനുഗതമായ പിക്സെല്ലുകളായി വായിക്കുന്നു എന്നും മനുഷ്യൻ ഫോട്ടോയെ ഒറ്റയടിക്ക് സമഗ്രമായി കാണുന്നു എന്നും പറയാം. ഇതാണ് കാഴ്ചാനുഭവം എന്ന നിലയിൽ ചിത്രവും വായനയും തമ്മിലുള്ള വ്യത്യാസം. ഇത് സാമാന്യബുദ്ധിക്ക് ആലോചിച്ചെടുക്കാവുന്നതാണ്. എന്നുവെച്ചാൽ കാഴ്ചയും വായനയും തമ്മിൽ വ്യത്യാസമുള്ളതിനാൽ അവ മസ്തിഷ്കത്തിന്റെ ഒരേ മേഖലയിലെ ഒരേതരം പ്രവർത്തനത്തിന്റെ ഫലമാകാൻ സാദ്ധ്യതയില്ല എന്ന് ന്യൂറോ സയിന്റിസ്റ്റല്ലാത്ത ഒരാൾക്കുതന്നെ ഊഹിക്കാവുന്നതാണ് എന്നർത്ഥം.

കണക്കിന്റെ ചിത്രഭാഷയിലേക്കുതന്നെ തിരിച്ചുവരാം. 1234567890 എന്ന സംഖ്യയെ ഓരോ വരിയിൽ ഓരോ അക്കമായെഴുതിയാൽ ഒന്നുമുതൽ പൂജ്യംവരെ എന്ന രഘുനാഥ് പലേരിയുടെ സിനിമയുടെ പേരാകും; ഒന്നാം ക്ലാസ്സിലെ ഓമനക്കുഞ്ഞിന്റെ പാഠപുസ്തകത്തിലെ പേജാകും. പക്ഷെ ഒരുവരിയിൽ ചേർത്തെഴുതിയാൽ നൂറ്റിരുപത്തിമൂന്നുകോടിനാല്പത്തിയഞ്ചുലക്ഷത്തിഅറുപത്തിയേഴായരത്തി എണ്ണൂറ്റിതൊണ്ണൂറ് എന്നേ അർത്ഥമുള്ളൂ. അത് ടെലഫോൺ നമ്പറുപോലെ ഒരു നമ്പറാണെങ്കിൽ അതിനെ മുമ്മൂന്നായോ ഈരണ്ടായോ ഒക്കെ അടർത്തിയെടുത്ത് പറയാൻ കഴിയും. അപ്പോഴും ക്രമം മാറാൻ പാടില്ല. പക്ഷെ അതിന്റെ സംഖ്യാമൂല്യം മുമ്പ് പറഞ്ഞതുതന്നെയായിരിക്കും. ഇതിലെ ഓരോ അക്കവും ഒരു പദമാണെന്ന് മുമ്പ് പറഞ്ഞല്ലോ. അതിന്റെ പൂർവ്വാപരക്രമം പ്രധാനമാണെന്നും പറഞ്ഞു. ഈ പൂർവ്വാപരക്രമത്തെയാണു ഗണിതശാസ്ത്രം അതിന്റെ തനതുഭാഷയിൽ സ്ഥാനവിലയെന്നു പറയുന്നത്. അബാക്കസ് എന്ന ഗണിതപഠനവിദ്യയിൽ സ്ലേറ്റിൽ കോർത്തുവെച്ച മുത്തുകൾ അതിന്റെ സ്ഥാനവിലയിലാണ് മനസ്സിലാക്കപ്പെടുന്നത്. മേൽക്കൊടുത്തസംഖ്യയിൽ ഒറ്റ (0),

പത്ത് (9), നൂറ് (8), ആയിരം (7), പതിനായിരം(6), ലക്ഷം (5), പത്തുലക്ഷം (4), കോടി (3), പത്തുകോടി (2), നൂറുകോടി (1) എന്നാണു സ്ഥാനവിലകൾ. അതിനെയാണ് മലയാളത്തിൽ നൂറ്റിരുപത്തിമൂന്നു കോടിനാല്പത്തിയഞ്ചുലക്ഷത്തിഅറുപത്തേ്യഴായരത്തിയെണ്ണൂറ്റിതൊണ്ണൂറ് എന്ന് പറയുന്നത്.

ഇതിനെക്കാൾ വലിയ യൂണിറ്റുകൾ ചേർന്നു വരുമ്പോൾ ഗണിതശാസ്ത്രംതന്നെ വാക്യഘടനയുടെ രീതികൾ പിന്തുടരുന്നതുകാണാം. 1+2=3 എന്നത് ഒരു സമവാക്യമാണ്. ഇവിടെ അക്കങ്ങളുടെ ചിഹ്നങ്ങളോടൊപ്പം കൂട്ടണം, സമം എന്നീ ചിഹ്നങ്ങളും ഉപയോഗിച്ചിരിക്കുന്നു. സമചിഹ്നം(=) ഉള്ളതുകൊണ്ടും ആ ചിഹ്നംകൊണ്ട് ഇരുവശങ്ങളെയും തുല്യപ്പെടുത്തിയതുകൊണ്ടും ആണ് സാങ്കേതികമായി സമവാക്യം എന്നു പറയുന്നത്. അടിസ്ഥാനപരമായി അത് ഒരു വാക്യമാണ് എന്നു പറയാം. ഒന്ന് കൂട്ടണം രണ്ട് സമം മൂന്ന് എന്ന് കണക്ക്. ഒന്നിനോടു രണ്ടു കൂട്ടിയാൽ മൂന്നാകും എന്ന് മലയാളവാക്യം. Rama looked Ravana. Ravana looked Rama എന്നീ വാക്യങ്ങളിലെ പദങ്ങളുടെ അർത്ഥം മാറുന്നില്ല. എന്നാൽ വാക്യഘടനയിൽ അവയുടെ സ്ഥാനവില തികച്ചും വ്യത്യസ്തമാണ്. ഒന്നാം വാക്യത്തിൽ നോക്കുക എന്ന ക്രിയയുടെ കർത്താവ് രാമനാണെങ്കിൽ രണ്ടാം വാക്യത്തിൽ അതേ ക്രിയയുടെ കർത്താവ് രാവണനാണ്. ചുരുക്കത്തിൽ അവയുടെ നിഘണ്ടർത്ഥമല്ല വാക്യഘടനാപരമായ സ്ഥാനവിലയാണ് പ്രധാനം. ഇതുതന്നെയാണ് ഭാഷയുടെ പ്രത്യേകത. ഏതൊരു പദത്തിന്റെയും നിഘണ്ടുപരമായ അർത്ഥം പ്രധാനമാണെങ്കിലും വാക്യത്തിലെ അതിന്റെ സ്ഥാനപരമായ അർത്ഥം (വ്യാകരണപരമായ മൂല്യം) അതിലേറെ നിർണ്ണായകമാണ്. വാക്യത്തിന്റെ അർത്ഥം അതിലെ പദങ്ങളുടെ അർത്ഥത്തിന്റെ ആകെത്തുകയല്ല എന്നതിന്റെ പൊരുൾ ഈ വിതാനത്തിൽ വേണം മനസ്സിലാക്കാൻ. വാക്യസ്ഫോടത്തിന്റെ അപ്പോസ്തലനായ ഭർത്തൃഹരിയുടെ സങ്കല്പനത്തെ ഇതിന്റെ വെളിച്ചത്തിൽ മനസ്സിലാക്കേണ്ടതുണ്ട്. വാക്കുകൾക്ക് തനതായ അർത്ഥമുണ്ടെങ്കിലും വാക്യത്തിൽ അവയുടെ അർത്ഥത്തെ നിയന്ത്രിക്കുന്നത് വാക്യഘടനയാണെന്ന് ഇതിനെ സരളമായി വിശദീകരിക്കാം. വർണ്ണസ്ഫോടം, പദസ്ഫോടം, വാക്യസ്ഫോടം തുടങ്ങിയ വിചാരമാതൃകകളുടെ പശ്ചാത്തലത്തിൽ ഒരാൾക്ക് ഭാരതീയമായ ഈ ഭാഷാചിന്തയുടെ വെളിച്ചത്തിൽ സ്വാഭാവികമായി എത്തിച്ചേരാനുള്ള ഒരു പതനമേ ആകുന്നുള്ളൂ നാഡീവിജ്ഞാനപരമായ ആലോചനകളിലൂടെ തെളിയുന്ന ഈ ഭാഷാമേഖലകൾ. വാക്കുകൾ വാക്യഘടനാപരമായ അന്വയത്തെ പ്രതീക്ഷിച്ചാണ് അർത്ഥസംവേദനം നടത്തുന്നത് എന്നും അതല്ല വാക്യാന്വയത്തിനുശേഷമാണ് പദങ്ങൾ അർത്ഥസംവേദനം നടത്തുന്നത് എന്നും പ്രബലമായ രണ്ടുവാദമായി ഇത് നിലകൊള്ളുന്നുണ്ട്. രണ്ടായാലും ഭാഷയെക്കുറിച്ചുള്ള കാതലായ ഒരു ദർശനം അതിലടങ്ങിയിട്ടുണ്ട്. അത് ഒറ്റയൊറ്റയായി നില്ക്കുമ്പോൾ ഭാഷാപരമായ ഏകകങ്ങൾക്ക്, അത് വർണ്ണങ്ങളായാലും പദങ്ങളായാലും ശരി, അർത്ഥനിവേദനം സാദ്ധ്യമല്ല എന്നാണ്. ചുരുങ്ങിയ പക്ഷം ഒറ്റയ്ക്കു നില്ക്കു

മ്പോഴുള്ള അർത്ഥമല്ല അത് വാക്യമായി നില്ക്കുമ്പോൾ സംവേദനം ചെയ്യുന്നത് എന്നെങ്കിലും പറയാം. 18 എന്ന അർത്ഥമല്ല അതേ അക്കങ്ങൾ മറ്റൊരു വിന്യാസക്രമത്തിൽ ചേർന്ന് 81 എന്നായി നില്ക്കുമ്പോൾ സംവേദനം ചെയ്യുന്നത് എന്നു പറഞ്ഞതുപോലെ അക്ഷരമാലയുടെ അർത്ഥമല്ല അതേ അക്ഷരലിപികൾ വ്യത്യസ്ത വിന്യാസക്രമത്തിൽ വരുമ്പോൾ പ്രകാശിപ്പിക്കുന്നത്. (അക്ഷരമാല എഴുതിയതിൽ വന്ന തെറ്റുകൾ അതിനാൽ ഭാഷാശേഷിയുടെ കുറവായി ഒറ്റയടിക്ക് വിലയിരുത്തിക്കൂടാ.) ചിത്രം ഒറ്റക്കാഴ്ചയും വാക്യം ലിപികളുടെ ക്രമാനുഗതമായ തുടർച്ചയും. അതിൽ ഇടവേളകൾ (സ്പേസ്) ഇട്ടുകൊണ്ട് പദങ്ങളായി മാറിനില്ക്കുമ്പോഴും വാക്യത്തിന്റെ തുടർച്ചയായിട്ടാണ് നാം തിരിച്ചറിയുന്നത്. അതിനാൽ ഫ്രഞ്ച് ചിന്തകന്റെ സംഭാവനകളില്ലാതെതന്നെ ഒരു ഭാരതീയന് കൂളായി ഈ മേഖലകളിലേക്ക് തന്റെ വിചാരങ്ങളുടെ തേർനടത്താം. പക്ഷെ അതിനു പറ്റിയ സ്വതന്ത്രമായ ആലോചനാവഴികൾ വേണം. അതായിരുന്നു ഡി.പി.ഇ.പി. ആസൂത്രണകാലത്തും തുടർന്നുള്ള വർഷങ്ങളിലും കാണാതെ പോയത്. അത് ആസൂത്രിതമായ ഒരു ഗൂഢാലോചനയായിരുന്നു എന്ന് ഇന്നുവേണമെങ്കിൽ ഒരാൾക്ക് അതിനെ വിലയിരുത്താൻ പാകത്തിൽ ഏകപക്ഷീയവും ചിന്താശൂന്യവുമായിരുന്നു ആ പ്രവർത്തനങ്ങൾ.

ഡി.പി.ഇ.പി. വരുന്നത് നിലനില്ക്കുന്ന പദ്ധതി ജീർണ്ണിച്ചുജീർണ്ണിച്ച് അതിന്റെ പരകോടിയിൽ എത്തിയ കാലത്താണ്; ആത്മാർത്ഥതയുള്ള ഏതൊരദ്ധ്യാപകനും ഒരു മാറ്റത്തെ സ്വപ്നംകണ്ട കാലത്ത്. പക്ഷെ അന്ന് നടപ്പായത് ആ സ്വപ്നങ്ങളുടെ കൂടി പിൻബലത്തിൽ ഉണ്ടായ ചില ആലോചനകളാണ്. നിസ്വാർത്ഥസേവകരെന്നൊക്കെ പറയാവുന്ന ചില അദ്ധ്യാപകരുടെ പിൻബലത്തിൽ ശുദ്ധഗതിക്കാരായ ചില പരിഷത്തുകാരുടെയും മറ്റും നേതൃത്വത്തിലുള്ള പദ്ധതികൾ. അതിൽ തെറ്റില്ല. പക്ഷെ അതിനെതിരെ ചില വിമർശനങ്ങൾ ഉയർന്നപ്പോൾ അവയെ സംഘടനാവിരുദ്ധമായ ഗൂഢാലോചനകൾ എന്ന നിലയിൽ പ്രതിരോധിക്കാനേ അതിന്റെ പ്രവർത്തകർക്കു കഴിഞ്ഞുള്ളൂ. കണ്ണടച്ച് ഇരുട്ടാക്കുന്ന ഒരു തന്ത്രമാണ് അവരന്ന് പയറ്റിയത്. വിമർശനങ്ങളെ കക്ഷിരാഷ്ട്രീയാതീതമായ ഒരു സ്വതന്ത്രചർച്ചയ്ക്കു തുറന്നുകൊടുക്കാനായില്ല. എന്നാൽ അത്തരം വിമർശനങ്ങളെ നീക്കുപോക്കുകളോടെ നേരിടാൻ സന്നദ്ധമായിരുന്നുതാനും. ഈ തുറസ്സില്ലായ്മയും ഗൂഢപദ്ധതികളും വിദ്യാഭ്യാസപദ്ധതിക്കുണ്ടാക്കിയ കോട്ടങ്ങൾ ചില്ലറയല്ല. ഹിപ്പോക്രാറ്റുകളായ മലയാളികളുടെ സങ്കുചിതമായ ചിന്താപദ്ധതികളുമായാണ് കഷ്ടകാലത്തിന് അവയെല്ലാം നിരന്നുപോയത്. ഡി.പി.ഇ.പി.ക്കുശേഷം ഉണ്ടായ വ്യതിയാനങ്ങൾ തുറന്നുസമ്മതിക്കാനും തിരുത്തിമുന്നേറാനും ഹിപ്പോക്രാറ്റിക് ആയ ഈ ദുരഭിമാനബോധം ചിന്തിക്കുന്ന മലയാളികളെ അനുവദിച്ചില്ല. അല്പമെങ്കിലും ചിന്തിക്കുന്നവർ അറിഞ്ഞോ അറിയാതെയോ ഈ കക്ഷിരാഷ്ട്രീയ ഗൂഢാലോചനയുടെ ഭാഗമായി നിലകൊള്ളാൻ നിർബ്ബന്ധിതരുമായി. അങ്ങനെ ആ മുകുളവും ജനനത്തിലേ കരിഞ്ഞുപോയി. ഇത് കേരളത്തിന്റെ ഒരു സവിശേഷ സാഹചര്യമാണെന്നുതോന്നുന്നു.

തനിക്കു ശരിയെന്നു തോന്നുന്നത് ഒരിക്കലും തുറന്നുപറയാതിരിക്കുന്നതുകൊണ്ടുമാത്രം ലഭിക്കുന്ന സ്യൂഡോ ആയ സുരക്ഷിതത്വത്തിനുവേണ്ടി സ്വന്തം ശരികളെയാകെ ഹോമിക്കുന്ന ഒരു സുരക്ഷാതന്ത്രം. പണ്ഡിതനായ ഭീരു വിഡ്ഢിയെക്കാൾ അപകടകരമാകുന്നത് അത് സമൂഹത്തെ മൊത്തത്തിൽ ബാധിക്കുന്ന ഇത്തരം ആസൂത്രണങ്ങളിൽ ഇടപെടുമ്പോഴാണ്. അതാണ് വിദ്യാഭ്യാസരംഗത്ത് വരുത്തിവെച്ച, ഇനിയും മലയാളി വേണ്ടവിധം തിരിച്ചറിഞ്ഞിട്ടില്ലാത്ത, വലിയ ദുരന്തം.

പ്രധാന പ്രശ്നം അതല്ല, സമഗ്രഭാഷാസമീപനം ഉണ്ടാക്കിയെടുത്തിട്ടുള്ള ഭാഷാനൈപുണികളുടെ കൈമാറ്റമാണ്. അതാവും കേരളം സത്യസന്ധമായി ചർച്ചചെയ്യേണ്ടതും. പ്രശ്നത്തിന്റെ ഗൗരവത്തെ ഒറ്റവാക്കിലേക്കു കേന്ദ്രീകരിച്ചാൽ അതു ചെന്നുതൊടുന്നത് ഭാഷാപഠനം ഭാഷാർജ്ജനം എന്നീ വാക്കുകളിലാണ്. ജീവൻ ജോബ് തോമസ് ഉപയോഗിക്കുന്നത് ചോംസ്കിയുടെ ഭാഷാപഠനമെന്ന വാക്കാണ്. ഭാഷാപഠനവും ഭാഷാർജ്ജനവും മലയാളത്തിൽ പ്രചാരത്തിലുള്ള രണ്ടുവാക്കുകളാണ്. ഭാഷാപഠനം വിദ്യാഭ്യാസവുമായി ബന്ധപ്പെട്ട പദമാണെങ്കിൽ ഭാഷാർജ്ജനം നിരക്ഷരർക്കുകൂടി സംഗതമായ പദമാണ്. ഇവയെ ഒന്നായി സങ്കല്പിക്കുന്ന സമീപനം മുന്നോട്ടുവെച്ചത് ഡോ. കെ.എൻ. ആനന്ദനാണ്. അദ്ദേഹത്തിന്റെ റ്റ്യൂഷൻ റ്റു ഇൻറ്റ്യൂഷൻ എന്ന ഇംഗ്ലീഷ് പുസ്തകത്തിലും *ഭാഷാശാസ്ത്രത്തിലെ ചോംസ്കിയൻ വിപ്ലവം* എന്ന പുസ്തകത്തിലും ഈ രണ്ടു പദങ്ങളും വിവേചനരഹിതമായി പ്രയോഗിച്ചതുകാണാം. അതേ കാര്യങ്ങൾ *വിദ്യഭ്യാസപരിവർത്തനത്തിന് ഒരാമുഖം* എന്ന പരിഷത്തുപുസ്തകത്തിലും കാണാം. മറ്റെവിടെയും കാണുമെന്നു തോന്നുന്നില്ല. ഡോ. കെ.എൻ. ആനന്ദൻ എന്ന ഒരു (ഒറ്റ) വ്യക്തിക്കു പിണഞ്ഞ ഈ കയ്യബദ്ധം കേരളത്തിലെ വിദ്യാഭ്യാസമേഖലയാകെ വ്യാപിക്കുന്നതാണ് പിന്നെ നാം കാണുന്നത്. ആനന്ദന്റെ ഉദ്ദേശ്യശുദ്ധിയെ ചോദ്യം ചെയ്യാൻ ഇവിടെ ഉദ്ദേശിക്കുന്നില്ല. പക്ഷെ അദ്ദേഹത്തിന്റെ വാദങ്ങൾ ചോദ്യംചെയ്യപ്പെടാനാവാത്തവിധം സർവ്വാംഗീകൃതമായതിന്റെ പശ്ചാത്തലം ചോദ്യം ചെയ്യപ്പെടേണ്ടതുതന്നെയാണ്. പക്ഷെ അതിനുമാത്രമുള്ള കാര്യഗൗരവമോ ഇച്ഛാശക്തിയോ ഗവേഷണമനസ്ഥിതിയോ കേരളത്തിലെ വിദ്യാഭ്യാസചിന്തകരിൽ നിന്നുണ്ടായില്ല. ഉണ്ടായ വിമർശനങ്ങൾക്കെല്ലാം അദ്ദേഹം സന്യാസതുല്യമായ ഒരു മൗനം ദീക്ഷിച്ചു എന്നത് കുറ്റകരമാണെന്നു പറയാതെവയ്യ. അതിനെക്കുറിച്ചുള്ള ചർച്ചകളുടെ കൂമ്പടയ്ക്കുന്ന ഒരു കുടിലരാഷ്ട്രീയതന്ത്രമായിരുന്നു അത്. പക്ഷെ അദ്ദേഹമല്ല അതെല്ലാം ചോദ്യം ചെയ്യാതെ വിഴുങ്ങിയ അദ്ധ്യാപകലോകംതന്നെയാണ് അതിലെ പ്രതികൾ. അവർ മാപ്പർഹിക്കാതെ പോകുന്നത് നടപ്പിലാക്കി ഇത്രകാലമായിട്ടും അതിന്റെ പരാധീനതകളെക്കുറിച്ച് സ്വയംബോദ്ധ്യമുള്ള കാര്യങ്ങൾപോലും കേരളീയസമൂഹത്തിന്റെ മുമ്പിൽ ഒരു തുറന്ന ചർച്ചയ്ക്ക് വെക്കാൻ മുൻകയ്യെടുക്കാത്തതിന്റെ പേരിലാവും.

നമ്മുടെ വിദ്യാഭ്യാസപരിഷ്ക്കരണത്തിന്റെ ദൂരവ്യാപകമായ പ്രത്യാഘാതത്തിന്റെ രണ്ടാം ഘട്ടം നടപ്പിലായിക്കഴിഞ്ഞിരിക്കുന്നു എന്നതാണ് നാമിനിയും ഗൗരവത്തോടെ തിരിച്ചറിയേണ്ടത്. അത് പരമ്പരാ

ഗതമായ വിദ്യാഭ്യാസരീതി അട്ടിമറിക്കപ്പെട്ടു എന്ന തരത്തിലുള്ള ചില ഗൃഹാതുരവിചാരങ്ങളല്ല. മറിച്ച് സമഗ്രഭാഷാസമീപനത്തിലൂടെ പഠിച്ചുവന്നവരുടെ ഒരു തലമുറയാണ് ഇന്ന് കേരളത്തിലെ വിദ്യാലയങ്ങളിൽ പുതിയ അദ്ധ്യാപകരായി എത്തിച്ചേർന്നിട്ടുള്ളത് എന്നതാണ്. ഹയർസെക്കണ്ടറികൾ വ്യാപകമാവുകയും അവയിൽ എൺപതുശതമാനംവരെ സയൻസ് ബാച്ചുകളാവുകയും ചെയ്തത് നമ്മളത്ര ഗൗരവത്തിലെടുത്തിട്ടുണ്ടെന്ന് തോന്നുന്നില്ല. വർദ്ധിച്ചുവരുന്ന സ്വാശ്രയ പ്രൊഫഷണൽ കോളേജുകൾക്ക് ഉപഭോക്താക്കളെയുണ്ടാക്കാനുള്ള ആസൂത്രിതമായ ഗൂഢാലോചനയായേ ഇതിനെ കാണാൻ കഴിയൂ. പരീക്ഷാഹാളിൽ കയറിയവരെല്ലാം പാസ്സാകുന്നത് വിദ്യാഭ്യാസമന്ത്രിമാരുടെ ഭരണനൈപുണിയുടെ തെളിവായെണ്ണുന്ന ചേതോവികാരം (അതിന് ഇടതുവലതുഭേദമില്ല, രക്ഷിതാക്കൾക്ക് പരാതിയുമില്ല) നമ്മുടെ വിദ്യാഭ്യാസദർശനമായി നില്ക്കുമ്പോൾ പ്ലസ് ടു പാസ്സാകുന്നവരിൽ മറ്റുഗതിയില്ലാത്തവർ അടിഞ്ഞുകൂടുന്ന ഒരിടമായി നമ്മുടെ ഡയറ്റുകളും ടീച്ചർ ട്രെയിനിങ്ങ് ഇൻസ്റ്റിറ്റ്യൂട്ടുകളും മാറിയിട്ട് കാലം കുറച്ചായി. അവിടുന്ന് വരുന്ന അദ്ധ്യാപകരെയേ നമുക്ക് സ്ക്കൂളുകളിൽ നിയമിക്കാൻ കഴിയൂ.

പോരാത്തതിന് ദാമോദരന്റെ 'ദ'യോ ധനുസ്സിന്റെ 'ദ'യോ എന്നു സംശയം ചോദിക്കാൻ പ്രേരിപ്പിക്കുന്നതാണ്, പറയുന്നതുപോലെ എഴുതുന്ന, മലയാളത്തിന്റെ സ്ഥിതി. കുട്ടികൾ (മുതിർന്നവരും) വരുത്തുന്ന അക്ഷരത്തെറ്റുകളിൽ ഭൂരിപക്ഷവും അതിഖരമൃദുഘോഷാക്ഷരങ്ങളുടെ കാര്യത്തിലാണെന്ന് അനുഭവപ്പെടാത്ത ഒറ്റ മലയാളാദ്ധ്യാപകനും കേരളത്തിൽ ഉണ്ടാകുമെന്ന് തോന്നുന്നില്ല. അതാകട്ടെ പാട്ട്, മണിപ്രവാളം എന്നിങ്ങനെ പ്രാചീനസാഹിത്യത്തിന്റെ വിഭജനത്തോളം വേരുകളുള്ള ഒരു പ്രശ്നമാണുതാനും. സംസ്കൃതത്തിൽനിന്ന് അക്ഷരങ്ങളെ (ഗ്രന്ഥാക്ഷരങ്ങളെ) മലയാളികൾ സ്വീകരിച്ചെങ്കിലും അവയുടെ ഉച്ചാരണരീതി സ്വീകരിക്കാൻ നാം മിനക്കെട്ടില്ല. അതിനാൽ മേഗവും മേഘവും മേഖവും മേക്കവും എല്ലാം കൂടിക്കലരുന്ന ചില ഉച്ചാരണപദ്ധതികളാണ് നാം (രഞ്ജിനിഹരിദാസിനെ ആക്ഷേപിക്കുന്ന ഭാഷാശുദ്ധിവാദികളടക്കം) ഉറപ്പിച്ചെടുത്തത്. അതായത് ഫോണിക് അല്ലാത്ത, ചിത്രലിപിയുടെ ഒരു മിനി പതിപ്പ് മലയാളികൾ എത്രയോ കാലമായി പിന്തുടരുന്നുണ്ട് എന്നർത്ഥം. അതുകൊണ്ടുതന്നെയാണ് അവിടെ തെറ്റുകൾ കൂടുന്നതും. അതിനോടൊപ്പമാണ് ചിത്രലിപിയെ ഉച്ചരിക്കാനോ ഉച്ചരിതശബ്ദത്തെ എഴുതാനോ കഴിയാത്ത അവസ്ഥയുണ്ടാക്കുന്ന സമീപകാലവിദ്യാഭ്യാസപദ്ധതി നടപ്പിലായത്. ചുരുക്കത്തിൽ മലയാളമെഴുത്തും വായനയും അറിയാവുന്ന പരമ്പരയിൽ ഒരു വിച്ഛേദം വന്നിരിക്കുന്നു എന്നോ വരുത്തിവെച്ചിരിക്കുന്നു എന്നോ പറയാം. അവരാണ് ഇനി വരുംതലമുറകളെ എഴുത്തും വായനയും പഠിപ്പിക്കുന്ന ഭാരിച്ച ഉത്തരവാദിത്തം ഏറ്റെടുത്തിരിക്കുന്നത്. പുതിയ അദ്ധ്യാപകർ സവിശേഷമായി എന്തെങ്കിലും ദോഷമുള്ളവരാണ് എന്നു വിവക്ഷയില്ല. ബ്രില്ല്യന്റായ (പൊതുപരീക്ഷയുടെ ഒരു മാനദണ്ഡം സ്വീകരിച്ചാണ് ഈ പ്രയോഗം അല്ലാതെ ആത്യന്തികസത്യ

മായി ഗണിച്ചുകൊണ്ടല്ല) വിദ്യാർത്ഥികളിലെ വലിയ വിഭാഗം ഒരു കാലത്തും അദ്ധ്യാപകവൃത്തിയിലേക്ക് എത്തിയിരുന്നില്ല എന്നോർക്കുക. അതിന്റെ ആവശ്യവുമില്ലായിരിക്കും. ഒരു സയന്റിസ്റ്റിന്റേയോ സോഷ്യൽസയിന്റിസ്റ്റിന്റേയോ ബൗദ്ധികനിലവാരം അദ്ധ്യാപകർക്കു വേണമെന്നില്ല. അത്തരം ബുദ്ധിജീവികൾ നടത്തുന്ന ആലോചനകളെ പ്രവൃത്തിപഥത്തിലേക്ക് എത്തിക്കുകയെന്ന ആലോചനയോടൊപ്പം തന്നെ പ്രധാനവും ഭാരിച്ചതുമായ കർത്തവ്യമാണ് അദ്ധ്യാപകർക്കുള്ളത്. അവർ ഭാവിയിലെ ചിന്തകരെ മെനഞ്ഞെടുക്കുന്നവരാകയാലാണ് ഒരു സമൂഹത്തെ സംബന്ധിച്ച് അദ്ധ്യാപകവൃത്തി ചിന്തകരുടേതിനൊപ്പം പ്രധാനമാകുന്നത്. ആ വിഭാഗത്തിൽ (മറ്റുവിഭാഗങ്ങളിലും) ഈ പുതിയ ചിത്രമെഴുത്തുരീതിയിൽ പഠിച്ചതുകൊണ്ടുണ്ടായ പ്രയാസങ്ങൾ തലമുറകളിലേക്ക് പ്രസരിക്കുമെന്നതാണ് ഒരു ആശങ്ക. അതിനുള്ള പ്രതിവിധികളെക്കുറിച്ച് ഗൗരവമായ ആലോചനകൾ തുടങ്ങാൻ നാം വൈകിയിരിക്കുന്നു. എന്തുകാര്യമായാലും കുട്ടിയായിരിക്കുമ്പോൾ പഠിപ്പിക്കുന്നതുപോലെ എളുപ്പമാവില്ല മുതിർന്നുകഴിഞ്ഞ് പഠിപ്പിക്കുകയെന്നത്. ഭാഷ പ്രത്യേകിച്ചും. അതിനാൽ ജീവൻ ജോബ് തോമസിന്റെ ലേഖനം ഗൗരവമായ തുറന്ന ചർച്ചയ്ക്കെടുക്കാൻ കേരളത്തിലെ മുഴുവൻ അദ്ധ്യാപകരും, വിശേഷിച്ച് ഭാഷാദ്ധ്യാപകർ, ഉത്സാഹിക്കേണ്ടതാണ്. ഓരോ തലമുറയും മുൻതലമുറയെക്കാൾ അറിവിലും സാങ്കേതികവിദ്യയിലും മുന്നേറുകയെന്നത് ഒരു സാമൂഹികക്രമമാണ്. വൈലോപ്പിള്ളി പറഞ്ഞതുപോലെ ഞാനും ഈ കൊയ്ത്തുകാരും മാഞ്ഞുപോകും പക്ഷെ ജീവിതം വിതയേറ്റി കൊയ്യുന്ന ഈ കൊയ്ത്തുപാടം മാറ്റങ്ങളോടെ തുടരും. സാങ്കേതികവിദ്യയുടെ മാറ്റങ്ങളോടെ എന്നു നമുക്കു കൂട്ടിച്ചേർക്കാം. അത്തരം ഗൗരവപ്പെട്ട ചില ആലോചനകൾ നാം നടത്തിയില്ലെങ്കിൽ ഈ സ്ഥാപനം നിലനില്ക്കില്ലെന്ന ഒരു ഭീഷണികൂടി വിദ്യാഭ്യാസം നേരിടുന്നുണ്ട്.

■

ആത്മവിദ്യാലയമേ...

വിദ്യാഭ്യാസത്തെക്കുറിച്ച് ഉത്ക്കണ്ഠപ്പെടാതിരിക്കാൻ ഇന്ന് കേരളത്തിനാവില്ല. കാരണം വിദേശവ്യാപാരബന്ധങ്ങളുടെ ചരിത്രഗാഥകൾ നമുക്കാവോളമുണ്ടെങ്കിലും ഇന്നത് മനുഷ്യവിഭവങ്ങളുടെ കയറ്റുമതിയിൽ പരിമിതപ്പെട്ടു നില്ക്കുകയാണ്. അതാകട്ടെ സമ്പന്നമായ വിദ്യാഭ്യാസപാരമ്പര്യത്തിന്റെ സംഭാവനയുമാണ്. കാർഷികകേരളം ഇങ്ങിനി തിരിച്ചുവരാത്തവണ്ണം മാഞ്ഞുപോയ ഒരു ഗൃഹാതുരതയാണ്. വ്യാവസായികസ്വപ്നങ്ങൾ നട്ടാൽ കുരുക്കാത്ത പ്രതിബദ്ധതയുടെ മണ്ണാണിത്. കേരളാമോഡൽ എന്ന് പുകൾകൊണ്ട അത്ഭുത (അയുക്തിക)വികസനത്തിന്റെ പിന്നിൽ നവോത്ഥാനകാലം മുതൽ ഇവിടെ പ്രചരിച്ച വിദ്യാഭ്യാസാഭിമുഖ്യത്തിന്റെ നാട്ടുവഴികളായിരുന്നു എന്ന കാര്യം നാം സൗകര്യപൂർവ്വം മറക്കുകയാണ്.

ടൂറിസവ്യവസായംകൊണ്ടുമാത്രം ഒരു സമൂഹത്തിന് ദീർഘകാലം പിടിച്ചുനില്ക്കാനാവുമെന്ന് തോന്നുന്നില്ല. തമിഴ്നാട്ടിൽനിന്നും ബംഗാളിൽനിന്നും ബംഗ്ലാദേശിൽനിന്നും എത്തിച്ചേരുന്ന തൊഴിൽരഹിതരെക്കൊണ്ട് നമുക്കെത്രകാലം മുന്നേറാനാവും എന്ന് ഗൗരവമായി പര്യാലോചിക്കേണ്ടതുണ്ട്. അത്തരം പലവിതാനങ്ങളിലുള്ള വിചാരങ്ങൾ വട്ടമിട്ടു വട്ടമിട്ട് വന്നു നില്ക്കുന്നത് വിദ്യാഭ്യാസത്തിന്റെ കളത്തിലാണ്. മനുഷ്യവിഭവങ്ങളുടെ ഗുണനിലവാരം ഉറപ്പിക്കാനായില്ലെങ്കിൽ പിന്നെ മറുനാട്ടിൽനിന്നെത്തുന്ന അഭയാർത്ഥി യുവാക്കളിൽനിന്ന് നമുക്കെന്തു വ്യത്യാസം. അതിനാൽ വിദ്യാഭ്യാസത്തെക്കുറിച്ച് ഉത്ക്കണ്ഠപ്പെടാതിരിക്കാൻ ഇനി കേരളത്തിനാവില്ല.

അനവധി വിവാദങ്ങളും വിമർശനങ്ങളും അതിലേറെ വീരവാദങ്ങളും തിങ്ങിനിറഞ്ഞ ഭൂമികയാണ് ഇവിടെ വിദ്യാഭ്യാസം. വിദ്യാഭ്യാസത്തിന്റെ ഗുണനിലവാരം ആണ് കാതലായ പ്രശ്നം. അതുറപ്പിച്ചാൽപ്പിന്നെ ഒരേയൊരു ചോദ്യമേ സംഗതമാകുന്നുള്ളൂ. ഗുണനിലവാരമുള്ള ആ വിദ്യാഭ്യാസം ആർക്കും നേടാനാകുന്നുണ്ടോ. ഉവ്വ് എന്നാണുത്തരമെങ്കിൽ ഈ മേഖലയിലുള്ള എല്ലാ വിമർശനങ്ങളെയും നമുക്ക് മറക്കാം. ഇനി, ഇല്ലെന്നാണ് ഉത്തരമെങ്കിൽ, എല്ലാ അവകാശവാദങ്ങളും നിഷ്ഫലമായിത്തീരുകയും എല്ലാം ഒന്നുമുതൽ ആരംഭിക്കേണ്ടിവരികയും ചെയ്യും. അതിനിടെ ഒഴുകിപ്പോയ കാലം ആരു തിരിച്ചുകൊണ്ടുവന്നുതരും. പക്ഷെ ഇത്തരം കാതലായ ചോദ്യങ്ങൾ സ്വയം വിഴുങ്ങാനാണ് നമുക്കിഷ്ടം.

ഗുരുതരമായ ചില പ്രതിസന്ധികൾ കേരളത്തിലെ വിദ്യാഭ്യാസമേ

ഖല നേരിടുന്നുണ്ട്. അതിലേറ്റവും പ്രധാനമായത്, പൊള്ളയായ കക്ഷിരാഷ്ട്രീയതാല്പര്യങ്ങളുടെ വേദിയായി വിദ്യാഭ്യാസത്തെ മാറ്റി എന്നതാണ്. തെരഞ്ഞെടുപ്പു പ്രകടനപത്രികപോലെ അവകാശവാദങ്ങളും കടുത്ത പ്രചാരണകോലാഹലങ്ങളുംകൊണ്ട് വിദ്യാഭ്യാസത്തെ രക്ഷിക്കാനാവില്ല എന്ന് നാമിനിയും മനസ്സിലാക്കിയിട്ടില്ല. അതുകൊണ്ടുതന്നെ വസ്തുനിഷ്ഠമായ ഒരു വിലയിരുത്തലിന് നമുക്കിനിയും കഴിഞ്ഞിട്ടുമില്ല. ദീപസ്തംഭം മഹാശ്ചര്യം എന്നത്രെ നമ്മുടെ വിദ്യാഭ്യാസനയം. അതിനുള്ള ചില സാമ്പിളുകളിതാ. 1. ഈയിടെയായി കേരളത്തിലെ വിദ്യാഭ്യാസമന്ത്രിയുടെ ഭരണനൈപുണിയുടെ ഉരകല്ല് എസ്.എസ്.എൽ.സി. വിജയശതമാനമാണ്. (പകർച്ചപ്പനി പടർത്തുന്നത് ആരോഗ്യമന്ത്രിയാണ് എന്നു മന്ത്രിയടക്കം വിശ്വസിക്കുന്ന നാടാണിത്.) 2. മെഡിക്കൽ-എഞ്ചിനിയറിംഗ് മേഖലയിലെ സ്വാശ്രയകോളേജ് പ്രവേശനവും അതിനോടനുബന്ധിച്ചുള്ള കോടതിയുത്തരവുകളും സമരസാഹസങ്ങളും വർഷംതോറും കൊണ്ടാടിവരുന്ന ദേശീയോത്സവമാണ്. 3. പൊതുവിദ്യാലയത്തിൽനിന്ന് കുട്ടികൾ അകന്നുപോകുന്ന പ്രവണത വർഷം തോറും കൂടിവരുന്നത് എത്ര ആസ്വദിച്ചാലും തീരാത്ത മലയാളിഫലിതമാണ്. 4. പെൻഷൻപ്രായം വർദ്ധിപ്പിക്കുന്നത് യുവജനങ്ങളോടുള്ള കടുത്ത വഞ്ചനയാണ് എന്ന് തൊണ്ടകീറി വിളിക്കുന്നവർ ഗസ്റ്റദ്ധ്യാപകനിയമനത്തിന് സർവ്വാത്മനാ ഓശാന പാടുന്നത് നമ്മുടെ ഒരനുഷ്ഠാനമാണ്. 5. കോളേജധികൃതരുടെ വിദ്യാർത്ഥിവിരുദ്ധനിലപാടുകൾക്കെതിരെ അടിച്ചുപൊളിസമരങ്ങൾ നടത്തുന്ന ആത്മാഭിമാനികൾ ബസ് കണ്ടക്ടർമാരെ കാണുമ്പോൾ തലയിൽക്കെട്ടൂരി കക്ഷത്തിൽ വെച്ച് മുട്ടിലിഴയുന്നത് മിമിക്രി എന്ന ഒരു കലാപ്രകടനമാണ്. 6. ജനാധിപത്യത്തിന്റെ ലിങ്കൺനിർവ്വചനം പോലെ എല്ലാം അദ്ധ്യാപകർ സ്വയം ഏറ്റെടുത്ത് ആസൂത്രണം ചെയ്ത വിദ്യാഭ്യാസപദ്ധതികൾ സ്വയം അതൃപ്തിയോടെ കഷായസേവ നടത്തുന്നത് വിദഗ്ദ്ധമായ പ്രകൃതിചികിത്സയാണ്.

ഗുണനിലവാരത്തിന്റെ പ്രശ്നത്തിലേക്ക് തിരിച്ചുവരാം. കേരളത്തിലെ സർവ്വകലാശാലകളുടെ ബിരുദത്തെക്കുറിച്ചും പ്രീഡിഗ്രിയെക്കുറിച്ചും ഒരു കാലത്ത് പുറംനാട്ടിലെല്ലാം നല്ല മതിപ്പായിരുന്നു. അങ്ങിനെയിരിക്കേയാണ് കേരളസർവ്വകലാശാലയിലെ മാർക്കുതിരുത്തൽ സംഭവം പുറത്താവുന്നത്. അതിന്റെഫലമായി, വിദ്യാഭ്യാസത്തിന്റെ ഗുണനിലവാരം ഉറപ്പാക്കാൻ കൊണ്ടുവന്ന പോംവഴിയായിരുന്നു മെഡിക്കൽ - എഞ്ചിനിയറിംഗ് എൻട്രൻസ് പരീക്ഷ. എന്നു വെച്ചാൽ സർവ്വകലാശാലകൾ നല്കുന്ന പ്രീഡിഗ്രിയെ ആരും മുഖവിലക്കെടുക്കേണ്ടതില്ല, മിടുക്കരെ കണ്ടെത്താൻ കൊള്ളാവുന്ന മറ്റേതെങ്കിലും പരീക്ഷ നടത്തുകയാണ് ബുദ്ധി. അഴിമതി കാണിക്കുന്ന സർവ്വകലാശാലാപരീക്ഷയിൽപ്പോലും തോല്ക്കുന്നവരെ പിന്നെ മത്സരപ്പരീക്ഷയ്ക്ക് ഇരുത്തേണ്ട കാര്യമില്ല. അതോടെ പരീക്ഷാനടത്തിപ്പിന്റെ മൊത്തക്കച്ചവടക്കാർ എന്ന സ്ഥാനവും വിശ്വാസ്യതയും സർവ്വകലാശാലകൾക്ക് നഷ്ടമായി. മത്സരപ്പരീക്ഷകൾക്കുള്ള സ്ക്രീനിംഗ് ടെസ്റ്റ് നടത്തൽ മാത്രമായി സർവ്വകലാശാലയുടെ ചുമതല. അതിൽ ഏതെങ്കിലും സർവ്വകലാശാലയ്ക്ക് മാനക്കേടോ പ്രതിഷേധമോ ഉള്ളതായി എവിടെയും രേഖപ്പെടുത്തിയതായി

അറിവില്ല. സർവ്വകലാശാലയുടെ ഗുണനിലവാരമില്ലായ്മയെയും അഴിമതിയെയും കുറിച്ചുള്ള ഈ സ്വയംസമ്മതം പ്രബുദ്ധമായ കേരളസമൂഹം അക്ഷരാർത്ഥത്തിൽ തിരിച്ചറിഞ്ഞു. എൻട്രൻസ് ശരണം ഗച്ഛാമി എന്നതായി രക്ഷിതാക്കളുടെ സംഘമന്ത്രം. പ്രീഡിഗ്രി മാറി പ്ലസ് ടു വന്നുവെങ്കിലും ഇതിനു മാറ്റമൊന്നുമുണ്ടായില്ല. അതിനു പറ്റിയ പുതിയ വിഹാരങ്ങളും പിറവിയെടുത്തു. അതായി പിന്നീട് കേരളത്തിലെ ഏറ്റവും ലാഭകരമായ വ്യവസായം.

അതിനിടെ സ്വാശ്രയകോളേജ് എന്ന മഹനീയമായ ആശയം കേരളത്തിലെത്തി. മറ്റേതൊരു വിദ്യാഭ്യാസപരിഷ്ക്കാരവും പോലെ ചെറുക്ലാസ്സുകളിലൂടെയാണ് അത് ശക്തിപ്രാപിച്ചത്. പ്രീപ്രൈമറി എന്നോ നഴ്സറി എന്നോ വിളിക്കുന്ന പ്രിപ്പറേറ്ററിസ്ക്കൂളുകളിലാണ് ഈ രീതി ആദ്യം പരീക്ഷിച്ചത്. എൽ.കെ.ജി.യിൽത്തുടങ്ങി യു.കെജി.യും കടന്ന് പടിപടിയായി പത്താം ക്ലാസ്സുവരെയും അത് വളർന്നു. നഗരങ്ങളിലെ വിദ്യാസമ്പന്നരും പൊതുവെ ഉയർന്ന ഉദ്യോഗസ്ഥരുമായ രക്ഷിതാക്കളുടെ പുത്രവാത്സല്യത്തെ ലാക്കാക്കിയാണ് അത് ഉടലെടുത്തത്. കാരൂർക്കഥകളിലൂടെ മലയാളികൾക്ക് പരിചിതരായ അദ്ധ്യാപകർ മുണ്ടശ്ശേരി ബില്ലിന്റെ ലോട്ടറിക്കുശേഷവും തങ്ങളുടെ 'ദാരിദ്ര്യം' പ്രകാശിപ്പിച്ചത് ഈ മാന്യമായ വിദ്യാഭ്യാസത്തിലേക്ക് തങ്ങളുടെ കുട്ടികളെ നടയിരുത്തിക്കൊണ്ടാണ്. ഇംഗ്ലീഷ് മീഡിയവും കോട്ടും ടൈയും ഷൂസും ലേസും ബാഗും വാട്ടർ ബോട്ടിലും വാഹനവും എല്ലാം ചേർന്ന് മാന്യതയുടെ ഒരു പ്രതീതി അതിനുണ്ടാക്കിയെടുക്കാൻ കഴിഞ്ഞു. അതിലുപരി, പണ്ട് ഗാന്ധിജി പറഞ്ഞതുപോലെ, സൗജന്യമായി ലഭിക്കുന്നതിനാൽ അഭിമാനക്ഷതമുണ്ടാക്കുന്നതായി, ഓസിനു തിന്നുന്നവരായി, പൊതുവിദ്യാഭ്യാസത്തെ അത് പാതാളത്തിലേക്ക് ചവിട്ടിത്താഴ്ത്തിക്കളഞ്ഞു.

ഒരർത്ഥത്തിൽ അദ്ധ്യാപകരടെ ആത്മീയദാരിദ്ര്യം പ്രാർത്ഥിച്ചുപോന്ന വാമനാവതാരംതന്നെയായിരുന്നു അത്. മുണ്ടശ്ശേരി ബില്ലിന്റെ ഗുണവശങ്ങൾ പോലെ അതിന്റെ ദോഷവശം പരിഗണിക്കുമ്പോൾ അദ്ധ്യാപകനിയമനത്തിന് കോഴവാങ്ങുകയെന്നത് മാനേജർമാരുടെ അവകാശമായി നിജപ്പെടുന്നത് കാണാതിരിക്കാനാവില്ല. തങ്ങൾ നേടിയ വിദ്യാഭ്യാസത്തിന്റെ ഗുണനിലവാരത്തെക്കാൾ മടിശ്ശീലയുടെ (അതോ രാഷ്ട്രീയമായ പിടിപാടിന്റെയോ) ഗുണനിലവാരമാണ് കാര്യങ്ങൾ തീരുമാനിക്കുന്നതെന്ന യാഥാർത്ഥ്യം ഈ ആത്മീയദാരിദ്ര്യത്തെ ഇരട്ടിപ്പിച്ചിരിക്കണം. എന്തായാലും മികച്ചവിദ്യാഭ്യാസം ഏതാണെന്നതിന് ചൂണ്ടുപലകയായി അതുവരെ സാമൂഹികനായകസ്ഥാനം കൂടിയുണ്ടായിരുന്ന അദ്ധ്യാപകരിൽ ഒരു വിഭാഗത്തിന്റെ ഈ തിരഞ്ഞെടുപ്പ്.

ആന്റണി സർക്കാറിന്റെ കാലത്ത് പത്തുനാല്പതു ദിവസം നീണ്ടുനിന്ന അദ്ധ്യാപകരുടെയും ജീവനക്കാരുടെയും സംയുക്തസമരത്തിൽ ജനങ്ങൾ സർക്കാരിനോടൊപ്പം ചേർന്ന ചരിത്രസംഭവമുണ്ടായി. സ്ക്കൂളുകളും ഓഫീസുകളും അടച്ചിട്ടുകൊണ്ടു നടത്തിയ പണിമുടക്കിനെതിരെ നാട്ടുകാർ പ്രതികരിച്ചത് സ്വാശ്രയസ്ക്കൂളുകളിലേക്കു പോകുന്ന അദ്ധ്യാപകസന്തതികളെ വഴിയിൽത്തടയുകയും വാഹനങ്ങളിൽനിന്നു

പിടിച്ചിറക്കുകയും ചെയ്തുകൊണ്ടായിരുന്നു. അതേ വാഹനങ്ങളിൽ അതേ സ്ക്കൂളുകളിലേക്കു പോയിരുന്ന മറ്റു സർക്കാർ ജീവനക്കാരുടെ മക്കളെ ആരും വഴിയിൽത്തടഞ്ഞില്ല. അതിലാർക്കും പ്രതിഷേധവുമുണ്ടായിരുന്നില്ല. അതിലെന്തെങ്കിലും പക്ഷപാതിത്വമോ നീതിനിഷേധമോ അദ്ധ്യാപകർക്കുപോലും തോന്നിയിരുന്നില്ല. ഇംഗ്ലീഷ് മീഡിയം സ്വാശ്രയസ്ക്കൂളുകളും സർക്കാർ-എയ്ഡഡ് അദ്ധ്യാപകരും തമ്മിൽ വേർപെടുത്താനാവാത്ത ബന്ധമുണ്ടെന്ന് ജനങ്ങൾ കരുതുന്നുവെന്നതിന്റെ തെളിവാണീ സംഭവകോലാഹലങ്ങൾ. ഇംഗ്ലീഷ് മീഡിയം സ്വാശ്രയസ്ക്കൂളുകളുടെ ബ്രാൻഡ് അംബാസഡർമാരായി അദ്ധ്യാപകർ സ്വയം പ്രഖ്യാപിച്ചതോടെയാണ് പാവം നാട്ടുകാർ (രാഷ്ട്രീയക്കാരും) പിമ്പേ ഗമിച്ചത്.

പാതാളത്തിലേക്ക് ചവിട്ടിത്താഴ്ത്തപ്പെട്ട പൊതുവിദ്യാലയങ്ങളുടെ മേൽ അടുത്ത പ്രഹരം ഏല്പിച്ചത് സർക്കാരിന്റെ മറ്റൊരാസൂത്രണമാണ്. ഇന്ത്യയിലെ ഏതാണ്ടെല്ലാ വിദ്യാഭ്യാസക്കമ്മീഷനുകളും ഏകസ്വരത്തിൽ പറഞ്ഞിട്ടുള്ളത് കുട്ടികളുടെ കൊഴിഞ്ഞുപോക്കും തോറ്റിരിക്കലുമാണ് സാർവ്വത്രികവിദ്യാഭ്യാസത്തിന് വിഘാതമായി നില്ക്കുന്നതെന്നാണ്. പ്രഗത്ഭരായവർക്കൊന്നും പക്ഷെ ഇതിനെന്തെങ്കിലും പോംവഴി നിർദ്ദേശിക്കാൻ കഴിഞ്ഞിരുന്നില്ല. ചാക്കീരി അഹമ്മദ് കുട്ടി വിദ്യാഭ്യാസമന്ത്രിയായിരുന്നപ്പോഴാണ് പ്രശ്നപരിഹാരത്തിന് കേരളാമോഡൽ നടപ്പിലാക്കിയത്. കാര്യം വളരെ ലളിതമാണ്. കുട്ടികൾ തോല്ക്കാതിരിക്കാൻ അവരെ ജയിപ്പിച്ചാൽ മതിയല്ലോ. അങ്ങിനെയാണ് ഒമ്പതാംക്ലാസ്സുവരെ ഫുൾപ്രൊമോഷൻ എന്ന ചാക്കീരിപ്പാസ് നിലവിൽ വന്നത്. ഒന്നും പഠിച്ചില്ലെങ്കിലും ക്ലാസ്സിൽ വന്നില്ലെങ്കിലും വർഷാന്ത്യപ്പരീക്ഷയ്ക്ക് തൊണ്ണൂറുശതമാനം കുട്ടികളും ജയിച്ചിരിക്കണം.

ജയിച്ചവരുടെ പേരുവിവരങ്ങളാണ് അതുവരെ മെയ് ഒന്നിന് നോട്ടീസ് ബോർഡിൽ പ്രദർശിപ്പിച്ചിരുന്നതെങ്കിൽ അതോടെ പ്രസിദ്ധീകരിക്കുന്നത് തോറ്റവരുടെ പട്ടികയായി. കാരണം, തയ്യാറാക്കാൻ എളുപ്പം ആളുകളുടെ എണ്ണം കുറഞ്ഞ പട്ടികയാണ്. എന്തായാലും കുട്ടികൾ ഹാപ്പിയായി. അദ്ധ്യാപകരെക്കുറിച്ചുള്ള പേടി വലിയ പരിധിവരെ ഇല്ലാതായി. ഒന്നാംക്ലാസ്സിന്റെ നിലവാരം പോലുമില്ലാത്തവർക്ക് ഹാജറിന്റെ ബലത്തിൽ പത്താംക്ലാസ്സുവരെ എത്താമെന്നതായി. തോല്ക്കുന്നത് അപൂർവ്വമായതോടെ അതിന്റെ നാണക്കേടും ഇരട്ടിയായി. അതിൽപ്പിന്നീട് ഗുണനിലവാരമുള്ള വിദ്യാഭ്യാസം കേരളത്തിന് തിരിച്ചുപിടിക്കാനായില്ല എന്നതാണ് ആ പരിഷ്ക്കരണത്തിന്റെ ആത്യന്തികഫലം.

ഒമ്പതാംക്ലാസ്സുവരെ മാത്രം പാലിച്ചുപോന്ന ചാക്കീരിപ്പാസിനെ പത്താംക്ലാസ്സിന്റെ പൊതുപരീക്ഷയിലേക്കുകൂടി വ്യാപിപ്പിക്കാനുള്ള ധീരമായ തീരുമാനത്തിന് എം.എ.ബേബിയുടെ കാലംവരെ കേരളത്തിന് കാത്തിരിക്കേണ്ടിവന്നു. പക്ഷെ ഗുണനിലവാരമുള്ള വിദ്യാഭ്യാസം കുട്ടിയുടെ അവകാശം എന്ന മുദ്രാവാക്യം ഇടയ്ക്കിടെ ആവർത്തിച്ചുകൊണ്ട് വിദ്യാഭ്യാസത്തെ രക്ഷിച്ചെടുക്കാൻ അദ്ദേഹം മറന്നില്ല.

ഇത്തരം ബുദ്ധിപരമായ തീരുമാനങ്ങൾ സ്വാശ്രയസ്ക്കൂളുകളിൽ

നടപ്പിലാക്കാൻ ആരും ശ്രമിച്ചുകണ്ടില്ല. അതുകൊണ്ട് പത്താം ക്ലാസ്സ് ജയിക്കാൻ സാദ്ധ്യതയില്ലെന്ന് ബോദ്ധ്യപ്പെട്ടാൽ ഏതുകുട്ടിയെയും ഒമ്പതാംക്ലാസ്സിൽത്തന്നെ തോല്പിച്ചുകളയാൻ സ്വാശ്രയസ്ക്കൂളുകൾക്ക് പ്രയാസമേതും ഉണ്ടായില്ല. വിജയശതമാനത്തിന്റെ കണക്ക് നൂറിൽ സ്ഥിരപ്പെടുത്തിക്കൊണ്ട് അവരുടെ പരസ്യപ്പലകകൾ മാദ്ധ്യമങ്ങളിൽ നിരക്കുമ്പോൾ തോല്ക്കാൻ സാദ്ധ്യതയുള്ള വിദ്യാർത്ഥിയുടെ നിർബ്ബന്ധിത ടി.സി.ക്കുവേണ്ടി രക്ഷിതാക്കൾ ക്യൂ നില്ക്കുകയാണ് പതിവ്. നിലവാരമില്ലാത്തതെന്ന് പൂർണ്ണബോദ്ധ്യമുണ്ടെങ്കിലും ഗത്യന്തരമൊന്നുമില്ലാത്തതിനാൽ പൊതുവിദ്യാലയത്തിൽ പത്താം ക്ലാസ്സിൽ പ്രവേശനം ലഭിക്കാനായി പിറ്റേന്ന് നാട്ടിൽ താൻ പഠിച്ച പള്ളിക്കൂടത്തിലേക്ക് വീണ്ടും രക്ഷിതാവ് കടന്നുചെല്ലും. തന്റെ കുട്ടി പത്താം ക്ലാസ് ജയിച്ചാൽ ആ വിദ്യാലയം നിലവാരമില്ലാത്താണെന്ന ബോദ്ധ്യത്തെ ഒന്നുകൂടി ഉറപ്പിച്ചുകൊണ്ട് ''നീയെങ്ങാൻ ഒഴപ്പിയാൽ നിന്നെ പഴയ പള്ളിക്കൂടത്തിൽ ചേർക്കും, സൂക്ഷിച്ചോ'' എന്ന് ഇളയകുട്ടിയെ ഭീഷണിപ്പെടുത്തും. എന്നിട്ട് സ്വാശ്രയസ്ഥാപനങ്ങളിൽ മക്കൾ പഠിക്കുന്ന ശാസ്ത്രസാഹിത്യപരിഷത്തുകാരുടെ ലിസ്റ്റെടുക്കാൻ നടക്കും. എത്ര പ്രഗത്ഭരായവിദ്യാർത്ഥികൾ പൊതുവിദ്യാലയം വഴി പഠിച്ചു മിടുക്കരായാലും അവ നിലവാരമില്ലാത്തതാണെന്ന രൂഢമൂലമായ ഈ (തെറ്റു) ധാരണ മാറ്റാനാവില്ല. ആ സമൂഹത്തിലേക്കാണ് എഴുതാനും വായിക്കാനും അറിയാത്തവർപോലും എസ്.എസ്.എൽ.ജയിക്കുന്നതിന്റെ ആഘോഷപ്പെരുന്നാൾ ദൃശ്യശ്രാവ്യമാദ്ധ്യമങ്ങളിൽ ലൈവായി വരുന്നത്. ഗുണനിലവാരമുള്ള വിദ്യാഭ്യാസം കുട്ടിയുടെ അവകാശം എന്ന എഴുത്ത് അടിയിലൂടെ സ്ക്രോൾ ചെയ്തുപോകുന്നുണ്ടാകും.

ഹൈസ്ക്കൂൾ തലംവരെ ഗുണനിലവാരം ഉറപ്പാക്കിയ സ്വാശ്രയതരംഗം അല്ലലും അലട്ടുമില്ലാതെ മുന്നേറുന്ന കാലത്താണ് മെഡിക്കൽ -എഞ്ചിനിയറിംഗ് രംഗത്ത് സ്വാശ്രയകോളേജുകൾ തുടങ്ങാൻ ആലോചിച്ചതെങ്കിലും കേരളം പൊടുന്നനെ പ്രക്ഷുബ്ധമായിത്തീർന്നു. നഗരഗ്രാമഭേദമെന്യേ ആളുകൾക്ക് നീന്തിക്കയറാൻ പാകത്തിൽ നിരത്തുകളിൽ വിദ്യാർത്ഥികളുടെ ചോരച്ചാലുകൾ സൃഷ്ടിക്കപ്പെട്ടു. കൂത്തുപറമ്പിൽ യുവാക്കൾ വെടിയുണ്ടയ്ക്ക് നേരെ വിരിമാറു കാട്ടി. അങ്ങനെ കേരളത്തിലെ ഒരു വിഭാഗം വിദ്യാർത്ഥികൾ പീഡനത്തിന്റെയും സഹനത്തിന്റെയും പുതുകാവ്യങ്ങൾ തീർക്കുമ്പോൾ ഇതൊന്നുമറിയാതെ സ്വാശ്രയസ്ക്കൂളുകളുടെ ശീതളച്ഛായയിലിരുന്ന് വിദ്യാഭ്യസനം തുടരുകയായിരുന്നു മറ്റുവിഭാഗം. അവയ്ക്കൊന്നുമില്ലാത്ത ഏതെല്ലാമോ ജനാധിപത്യവിരുദ്ധതയും ദരിദ്രവിരോധവും വിഭാഗീയതയും മറ്റും മെഡിക്കൽ- എഞ്ചിനിയറിംഗ് വിഭാഗത്തിലെ സ്വാശ്രയസ്ഥാപനങ്ങൾ വെച്ചു പുലർത്തി എന്ന നാട്യത്തിലായിരുന്നു അക്കാലത്ത് കേരളം കത്തിപ്പടർന്നത്. ബി.എഡ്.-ടി.ടി.സി. എന്നിങ്ങനെ അദ്ധ്യാപകപരിശീലനത്തിന്റെ മേഖലയിൽ ഈ സ്വാശ്രയതരംഗം കക്ഷിരാഷ്ട്രീയഭേദം കൂടാതെ വ്യാപകമായി പ്രചരിച്ചപ്പോഴും അതിനെതിരെ എന്തെങ്കിലും പ്രതികരണം ഏതെങ്കിലും കോണിൽനിന്നുമുണ്ടായില്ല. ചുരുക്കത്തിൽ വളരെ ന്യൂനപക്ഷം മാത്രമായ ഒരു വിഭാഗത്തിൽ മാത്രമേ അന്നും

ഇന്നും സ്വാശ്രയം ഒരു പ്രശ്നമായി വരുന്നുള്ളൂ എന്നത് പ്രബുദ്ധമെന്നു വിശേഷിപ്പിക്കപ്പെടുന്ന കേരളസമൂഹത്തെ സംബന്ധിച്ച് ഒരു പ്രഹേളികയാണ്.

പൊതുവിദ്യാലയത്തിലെത്തുന്ന കുട്ടികളുടെ എണ്ണം വർഷംതോറും കുറയുന്നു. ഡി.പി.ഇ.പി.യെത്തുടർന്ന് നടത്തിയ പരിഷ്ക്കാരം എസ്.എസ്.എൽ.സി. വിജയശതമാനം തൊണ്ണൂറിൽത്താഴാതെ പിടിച്ചു നിർത്തിയ കാലങ്ങളിലാണ് കുട്ടികളുടെ എണ്ണക്കുറവ് ഇത്ര ഭീകരമായി വളരുന്നത്. (കോളേജുകളിലെത്തുന്ന കുട്ടികളുടെ കാര്യത്തിൽ ഇത്തരം നിരീക്ഷണങ്ങൾ പ്രസക്തമാണെങ്കിലും അതിനിതുവരെ ആരും മുതിർന്നു കണ്ടിട്ടില്ല. എങ്കിലും, പ്ലസ് ടു കഴിഞ്ഞെത്തുന്ന നമ്മുടെ ആൺകുട്ടികളിൽ പലരും എങ്ങോട്ടുപോകുന്നു എന്ന് ആലോചിക്കേണ്ടതാണ്.) പക്ഷെ അതിനുമുണ്ട് നമുക്കൊരു കേരളാമോഡൽ ഒറ്റമൂലി. മെഡിക്കൽ എഞ്ചിനിയറിംഗ് പ്രവേശനത്തിന് ഇനിമുതൽ പ്ലസ് ടുവിന്റെ മാർക്കുകൂടി പരിഗണിക്കുക. പത്താം ക്ലാസ്സുവരെ സി.ബി.എസ്.ഇ.യുടെ ഗൗരവമുള്ള സിലബസ്സിൽ പഠിച്ചുവന്നവർ പോലും പ്ലസ് ടുവിന് പൊതുവിദ്യാലയങ്ങളിലേക്ക് ചേക്കേറുന്നതായി വാർത്തകൾ വന്നുകഴിഞ്ഞു. കേരളാസിലബസ്സിൽ ഉയർന്ന ഗ്രേഡു നേടുന്നതുപോലെ എളുപ്പമല്ലത്രെ സി.ബി.എസ്.ഇ. സിലബസ്സിൽ അത് നേടുക. (എൻട്രൻസ് പരീക്ഷയ്ക്ക് കോച്ചിംഗ് നല്കുന്ന സ്ഥാപനങ്ങൾ പ്രവേശനത്തിന് മിനിമം മാർക്കിന്റെ പരിധിവെക്കുമ്പോൾ കേരള സിലബസ്സിലേതിനെക്കാൾ താഴ്ന്ന പരിധിയാണ് സി.ബി.എസ്.ഇ. സിലബസ്സിന് നിശ്ചയിക്കാറുള്ളത്. പഴയ എഞ്ചുവടിയിലെ പത്തു മില്ലിമീറ്റർ സമം ഒരു സെന്റിമീറ്റർ എന്ന പട്ടികയിലേതുപോലെ ചില സമവാക്യങ്ങൾ അതിനുണ്ട്.) അതാണ് കുട്ടികളുടെ ഈ കൂട്ടായ ചേക്കേറലിന്റെ പശ്ചാത്തലം.

കേരളത്തിലെ സി.ബി.എസ്.ഇ. സിലബസ് പിന്തുടരുന്ന സ്വാശ്രയ ഹയർസെക്കണ്ടറി സ്ക്കൂളുകൾ തെണ്ടി കുത്തുപാളയെടുക്കുമെന്ന കാര്യത്തിൽ ആർക്കും സംശയം വേണ്ടാ. പക്ഷെ അതിനു മുമ്പ് പത്താം തരംവരെയുള്ള പൊതുവിദ്യാലയങ്ങൾ കുട്ടികളില്ലാതെ പട്ടിണികിടന്ന് ഇല്ലാതായിപ്പോകില്ലെന്നതിന് യാതൊരു ഉറപ്പുമില്ല. മൂവ്വായിരത്തോളം അദ്ധ്യാപകരുടെ ജോലി പോകുമെന്നാണ് കേൾക്കുന്നത്. ഇപ്പോൾ പ്രയോഗിച്ചിരിക്കുന്ന ഒറ്റ മൂലികൊണ്ട് അതു തടയാനാകുമെന്ന് കരുതാനാവില്ല. ആദ്യവസാനം ഒരു ട്രേഡ് യൂനിയൻ ആസൂത്രണം ചെയ്തു നടപ്പിലാക്കിയ പദ്ധതിയിലൂടെ ആ ട്രേഡുതന്നെ ഇല്ലാതായിത്തീരുന്ന അത്യപൂർവ്വമായ സംഭവത്തിന് ആദ്യവേദിയാകാനും കേരളചരിത്രത്തിനു കഴിയുമെന്നാണ് സംഭവഗതികൾ നല്കുന്ന ദിശാസൂചിക. ആത്മഹത്യാമുന്നണിയായി സ്വയം രജിസ്റ്റർ ചെയ്യുമ്പോഴും അവകാശവാദങ്ങൾ ഒന്നും തള്ളിപ്പറയാതിരിക്കാൻ മാത്രം പ്രതിബദ്ധത മലയാളികൾ കാണിക്കുമെന്ന് പ്രതീക്ഷിക്കാം.

പക്ഷെ പൊതുവിദ്യാലയങ്ങൾ വിടാൻ സാമ്പത്തികശേഷിയുള്ള രക്ഷിതാക്കളുടെ ഒരു നിര കഴിഞ്ഞാൽ ദരിദ്രരായ വലിയൊരു വിഭാഗമുണ്ട്. അവർക്കൊരിക്കലും സ്വാശ്രയസ്ക്കൂളുകളെ ആശ്രയിക്കാ

നാവില്ല. അവരെ നിരാലംബരാക്കിയതിന് ആരാണുത്തരവാദിയെന്ന് ചോദ്യം നീണ്ടു നീണ്ടു ചെല്ലുമ്പോൾ ലോകബാങ്ക് എന്ന ഒറ്റ വാക്കിലുള്ള ഉത്തരം ചരിത്രത്തോടു നീതി പുലർത്തുകയില്ല. കാരണം ലോക ബാങ്ക് ധനസഹായം നല്കി നേരിട്ട് നോക്കി നടത്തിയത് പ്രൈമറി തലത്തിൽ മാത്രം ഒതുങ്ങിനിന്ന, കേരളത്തിലെ ഏതാനും ജില്ലകളിൽ മാത്രം നടപ്പിലാക്കിയ ഒരു പദ്ധതിയാണ്. ബാക്കിയുള്ളവയുടെ കാര്യത്തിൽ നമുക്ക് കണ്ണുമടച്ചിങ്ങനെ പറയാം, ''ആഗോളവല്ക്കരണത്തിന്റെ ആസുരമായ നീരാളിപ്പിടുത്തത്തിൽ ലോകകമ്പോളശക്തികളും നവലിബറൽ ക്യാപ്പിറ്റലിസ്റ്റ് താല്പര്യങ്ങളും എല്ലാം ചേർന്ന് മൂന്നാം ലോകരാജ്യങ്ങളിലാകമാനം വിതറുന്ന സാംസ്ക്കാരികമലിനീകരണത്തിന്റെ ഒരു ഉപോദ്ഘാതത്തിന്റെ രാസപരിണാമങ്ങളുടെ വിപരീതഫലശ്രുതിയുടെ നൈതികപരാജയമാണ് ഇവിടെ പ്രശ്നവല്ക്കരിക്കപ്പെടുന്നതെന്ന അപപാഠം ഒരു ജനാധിപത്യവാദിയുടെ വികല്പമായാണ് പരിഗണിക്കേണ്ടത്''. ഈ ഉത്തരത്തിന് മുഴുവൻ മാർക്കും, അയ്യോ ക്ഷമിക്കണം മുഴുവൻസ്ക്കോറും ലഭിക്കുകതന്നെ ചെയ്യും. അതിൽത്തീരാത്ത എന്തെങ്കിലും വിദ്യാഭ്യാസപ്രശ്നമുണ്ടോ!

www.ingramcontent.com/pod-product-compliance
Lightning Source LLC
Chambersburg PA
CBHW031350230926
51848CB00002B/469
9789385899560